લેખક - પરિચય

માણસની ઓળખ એક જ રહે, પણ કદાચ વરસો વીતે એમ એનો પરિચય બદલાતો રહે. મારા કિસ્સામાં પણ કદાચ એવું જ બન્યું. સપનાં કંઈક ઓર હતાં, પણ દિશાહીન હોડીના સઢમાં નસીબે બીજી જ હવા ભરી અને જિંદગીની નાવ બીજે જ લંગરાઈ. મૂળ નાટક અને સંગીતનો જીવ. અભિનયમાં ઊંડી રુચિ. અભિનેતા બનવા વતનને રામ રામ કરીને મુંબઈની વાટ પકડી. થોડાં નાટકો, થોડી સિરિયલો કરી. રેડિયોનો અવાજ બન્યો, પણ જિંદગીની પટકથામાં કોઈ બીજા જ સીન લખેલા હતા. અભિનય જોવા પૂરતો સીમિત રહી ગયો ને સંગીત સાંભળવા પૂરતું.

બી.કોમ. થયો, પણ આંકડા સાથે બિલકુલ જામ્યું નહીં. પત્રકારત્વની સાડા-ત્રણ દાયકાની સફર દરમિયાન ‘જનશક્તિ’, ‘જન્મભૂમિ’, ‘સમકાલીન’, ‘બિઝનેસ સ્ટાન્ડર્ડ’, ‘મિડ-ડે’ અને ‘મુંબઈ સમાચાર’ જેવાં માતબર અખબારોમાં એકડેએકથી શરૂઆત કરીને મહત્ત્વની જવાબદારી નિભાવી. શબ્દ સાથે દોસ્તી એવી જામી કે કૉલમો, લેખો, વાર્તાઓ અને નવલકથાઓ લખવાનું ચાલુ થયું.

1940-50ના દાયકાના પાયાના પથ્થર સમા સંગીતકારોના જીવનકવન વિશે સંશોધન કરીને ‘મુંબઈ સમાચાર’માં લેખરૂપે પ્રગટ થયેલા લેખોનું મહારાષ્ટ્ર રાજ્ય ગુજરાતી સાહિત્ય અકાદમીના સહયોગમાં ‘ગીત અતીત’ નામનું પુસ્તક પ્રકાશિત થયું. સંગીતથી શરૂ થયેલો આ સિલસિલો સસ્પેન્સ નવલકથા સુધી લંબાયો. ‘તીરંદાજ-ધ આર્ચર’, ‘પોઇઝન માઇન્ડસ’, ‘થેન્ક્યુ મિ લૉર્ડ’, ‘ત્રિકાલ’, ‘એ ગર્લ વિથ પિકોક ટેટૂ’, ‘મોરચો’, ‘મૂંગો જીવ’, ‘કાચો બરફ’, ‘જીવનલાલ’, ‘રિર્ટન’, ‘અધૂરાં મન, મધુરાં મન’, ‘ડોસી અને લુખ્ખો’ સહિતની વાર્તાઓ-નવલકથાઓ લખાતી રહી. આ અલ્પવિરામ છે, પૂર્ણવિરામ નહીં.

AF738877

ઑપરેશન તબાહી

રહસ્ય, રોમાંચ અને આંચકાથી છલોછલ સ્પાય થ્રીલર

અનિલ રાવલ

મુખ્ય વિક્રેતા:

નવભારત સાહિત્ય મંદિર

જૈન દેરાસર પાસે, ગાંધી રોડ, અમદાવાદ - ૩૮૦ ૦૦૧

૨૦૨, પેલિકન હાઉસ, ગુજરાત ચેમ્બર ઓફ કોમર્સના કંપાઉન્ડમાં,
આશ્રમ રોડ, અમદાવાદ - ૩૮૦ ૦૦૯

☎ (079) 22139253, 22132921
98250 32340
e-mail : info@navbharatonline.com
www.navbharatonline.com
fb.com/NavbharatSahityaMandir

OPERATION TABAHI

by Anil Rawal

Navbharat Sahitya Mandir

AHMEDABAD

2024

ISBN No. : 978-93-93237-84-2

પ્રથમ આવૃત્તિ : એપ્રિલ, 2024

મુખપૃષ્ઠ : ચેતન ટી. પટેલ

પ્રકાશક

મહેન્દ્ર પી. શાહ

નવભારત સાહિત્ય મંદિર

જૈન દેરાસર પાસે, ગાંધી રોડ, અમદાવાદ-૩૮૦૦૦૧

ફોન: (૦૭૯) ૨૨૧૩૯૨૫૩, ૨૨૧૩૨૯૨૧

E-mail : info@navbharatonline.com

Web : www.navbharatonline.com

fb.com/NavbharatSahityaMandir

Printed and bound at Repro India Ltd.

અર્પણ

આપણા ગુમનામ,

અનામી સિક્રેટ એજન્ટોને...

કેફિયત

મારા ખાસ દોસ્ત અને પત્રકારત્વની લાંબી મજલના સાથી પ્રફુલ શાહે મને થોડાં વરસો પહેલાં હિન્દીમાં લખેલી કાપલી હાથમાં મૂકતાં કહ્યુંઃ આના પરથી નવલકથા ડેવલપ થઈ શકે, પણ રિસર્ચ બહુ માગી લેશે. રિસર્ચની આળસને લીધે કાપલી સાચવીને મૂકી, પણ માંહ્યલો પત્રકારનો જીવ એમ શાંત બેસી રહે? એક દિવસ અંદરથી એક ગેબી અવાજ ઊઠ્યો ને જાસૂસીતંત્ર, એની ગુપ્ત કામગીરી વિશે રિસર્ચ શરૂ કર્યું. ખૂબ શોધ્યું, વાંચ્યું, ટપકાવ્યું. કાપલીમાં કરાયેલો ઘટસ્ફોટ બહુ આકરો હતો. મારે ગરિમા જાળવીને એનો વિસ્ફોટ કરવો હતો, કેટલાંક તથ્યો તરફ ઇશારત કરવી હતી, કેટલાંક સત્યો ઉજાગર કરવાં હતાં, પણ એક કાલ્પનિક નવલકથા સ્વરૂપે. ફાઇનલી, વિદેશી ધરતી પર રહીને, જીવ હથેળી પર રાખીને દેશકાજે, દેશની સલામતી માટે ગુપ્ત કામગીરી બજાવવા નીકળી પડેલા આપણા અનામી એજન્ટોની દિલધડક-રોમાંચક વાત બયાં કરતી નવલકથા 'ઑપરેશન તબાહી'નું અવતરણ થયું.

'મુંબઈ સમાચાર'ના તંત્રી અને મારા મિત્ર નિલેશ દવેએ મને 'મુંબઈ સમાચાર'માં કામ કરવાની અને લખવાની કાયમ મોકળાશ આપી છે. હું નિલેશ દવેનો આજીવન ઋણી રહીશ. 'ઑપરેશન તબાહી'નું મસ્તમજાનું કવરપેજ બનાવનારા મિત્ર ચેતન પટેલ બિગ થૅન્ક્યુ દોસ્ત. મારી આ નવલકથા પ્રકાશિત કરીને મને મોટા ફલક પર મૂકવા બદલ અમદાવાદ - નવભારત સાહિત્ય મંદિરના માલિક રોનક શાહનો વિશેષ આભાર. ઘરપરિવારના સભ્યોના સપોર્ટ વિના સર્જનની કલ્પના થઈ ન શકે અને કુટુંબ પણ કેવું? કથાવસ્તુ, પાત્રો, પરિવેશ, આમાં ક્યાંય પણ અટકું તો સુઝાવ આપે એવું. થૅન્ક્યુ ગોપી, સ્વપ્નીલ, શ્યામા.

- અનિલ રાવલ

1

ભારત અને પાકિસ્તાનના 1970ના દાયકાના ઉત્તરાર્ધમાં ધીમે ધીમે ઊકળી રહેલા સંબંધોની વચ્ચે પોષ મહિનાની કડકડતી ઠંડીમાં કચ્છના રણની રેતી થીજી ગઈ હતી. દેશની સરહદે આવેલું સુમરાઓ અને મુસ્લિમોની માંડ પાંચેક હજારની વસતી ધરાવતું ઝાયલા ગામ ટૂંટિયું વાળીને સૂતું હતું. સરહદની બેઉ બાજુથી અવારનવાર થતા તોપમારા કે બંદૂકની ગોળીઓથી ટેવાઈ ગયેલા આ ગામમાં આમેય છ વાગે સોપો પડી જતો. ભયથી થરથરતાં ઘેટાં-બકરાં અને ઊંટ પણ અવાજ ન કરે ત્યારે ઝાયલા ગામના ગારમાટીથી લીંપેલા એક ઘરમાં પેટ્રોમેક્સના ઝાંખા કરી દેવાયેલા અજવાસમાં થોડા લોકોની દબાયેલી હસીખુશીનો માહોલ ઝગમગતો હતો. ઓરડામાં વચ્ચોવચ માચી પર બેઠેલા દુલ્હામિયાંને માથે સેહરો બંધાયો, માથા પર રુવાંટીદાર ટોપી પહેરાવાઈ. ગળામાં ગુલાબના ફૂલોનો હાર લટકાવાયો. નાનકડી શીશી ખોલીને તીવ્ર સુંગધી અત્તર શેરવાની પર છાંટવામાં આવ્યું. અત્તરની તીવ્ર વાસ તાજી લીંપેલી માટીની મહેક સાથે ભળીને કોઈ અલગ જ સુગંધ પ્રસરાવતી હતી. રાતે બારને ટકોરે દુલ્હાના બાપના ઇશારે પેટ્રોમેક્સ હોલવી દેવાઈ. બિલ્લીપગે બરાત બહાર નીકળી અને એની સાથે બરાતીઓએ છાંટેલા સસ્તા અત્તરની ખુશ્બૂ પણ ઠંડી હવામાં પ્રસરી ગઈ. દુલ્હામિયાંના દોસ્ત ઉસ્માને ફળિયામાં બાંધેલા બકરાને ખભા પર ઊંચકી લઈને હળવેકથી ઝાંપો બંધ કર્યો. ટાઢથી ઠૂંઠવાતો બકરો ભયથી બરાડી ઊઠ્યો. બરાતમાં માત્ર પાંચ જણ... દુલ્હામિયાં ઉપરાંત એક મુસ્લિમ યુવતી મરિયમ, દુલ્હામિયાંનો દોસ્ત ઉસ્માન, દુલ્હાના વાલિદ રહેમતમિયાં અને અન્ય એક શાદીનો સાક્ષીદાર સલામત અલી. શાદી માટે રવાના થયેલી બરાત કાતિલ ઠંડીમાં એકધારા ચુપચાપ વહેતા પવનની રવાનીએ રેતીમાં પગલાં પાડતી આગળ વધી. ના કોઈ ઢોલનો ધ્રુબાંગ કે ના શરણાઈના સૂર. ઢોલની જગ્યાએ રણમાં ખાબકતાં પગલાંનો ધીમો તાલ હતો ને શરણાઈને સ્થાને પવનના સુસવાટાના સૂર હતા. હા, વચ્ચેવચ્ચે બકરાનો ભયભરલો અવાજ રાગ 'ભયેશ્વરી' છેડતો હતો, જેનાથી બરાતીઓ પણ ચોંકી જતા હતા. ઠૂંઠવી નાખનારી ટાઢથી બચવા ધાબળા ઓઢેલા બરાતીઓના ઓછાયા સરકી રહ્યા હતા. કોઈ એક ચોક્કસ દિશા તરફ. 'મિશન શાદી' પાર પાડવા.

અચાનક બરાતમાં મક્કમ પગલે સૌથી આગળ ચાલી રહેલા રહેમતમિયાંએ

હાથ ઊંચો કરીને બધાને રોક્યા. અવાજ નહીં કરવાનો ઇશારો કર્યો. બધાના જીવ તાળવે ચોંટી ગયા. કદાચ બકરો કોઈ ગરબડ કરી બેસે. ઉસ્માને એને પોતાની સાથે ધાબળામાં ઢબૂરી દીધો. રહેમતમિયાંએ દૂરથી દેખાતી બે દેશોને ભૌગોલિક રીતે અલગ પાડતી કાંટાળી વાડ અને એની પાસે આંટા મારતા ફૌજીઓને જોઈ લીધા હતા. એણે એક પણ સેકન્ડ ગુમાવ્યા વિના હાથમાંની ટૉર્ચથી ત્રણવાર ઝબકારા કર્યા. સામેથી પણ ત્રણ ઝબકારા થયા. રહેમતમિયાંએ આત્મવિશ્વાસ સાથે ડગલાં આગળ માંડવાનું શરૂ કર્યું એની પાછળ બરાત પણ ચાલી, પણ કોણ જાણે કેમ જેમજેમ સરહદની કાંટાળી વાડ નજીક આવતી ગઈ તેમતેમ રેતીમાં ચાલવા ટેવાયેલા પગલાં હવે ભારે થવા લાગ્યાં. બરાતીઓને રહેમતમિયાં પર અને ટૉર્ચના ઝબકારા પર વિશ્વાસ હતો, પણ એક જરાસરખી ગરબડ બરાતીઓના ધબકારા બંધ કરવા માટે પૂરતી હતી. થોડે આગળ પહોંચતા રહેમતમિયાંએ ફરી ટૉર્ચનો એક ઝબકારો કર્યો. સામેથી ઝબકારાનો જવાબ ઝબકારાથી મળ્યો. હવે બરાતીઓમાં જોમ આવી ગયું. ભારતની સરહદે ટૉર્ચનો ઝબકારો કરનારા સૂબેદાર નેગીએ બરાતીઓનું સ્વાગત કર્યું.

'ચલો, ચલો, જલદી કરો.' સાંભળતા જ દુલ્હાનો બાપ કાંટાળી વાડમાંથી ઝૂકીને પેલે પાર ગયો.

'મીઠાઈ લાયે હો?' સૂબેદાર નેગીનો રૂઆબદાર અવાજ રણને ચીરતો દૂર નીકળી ગયો, પણ સૂબેદાર નેગીને એની દરકાર ન હતી. અહીં એ ફરજ પર હતા, અહીં એનું સામ્રાજ્ય હતું, અહીં એની આણ વર્તાતી હતી.

કાંઈ પણ બોલ્યા વિના દુલ્હાના બાપે મીઠાઈનું બૉક્સ એના હાથમાં પકડાવ્યું. બરાતીઓ એક પછી એક જરાય ખરોચ ન પહોંચે એમ કાંટાળી વાડ ઊંચી કરીને દાખલ થવા લાગ્યા. સૌથી છેલ્લે ઉસ્માન બકરા સાથે ઘૂસ્યો.

'અરે ઓય... તૂ બરાત મેં યે બકરા લેકે કહાં ઘૂસા જા રહા હૈ?'

'બિરિયાની કે બગૈર શાદી-બ્યાહ કા મઝા હી કહાં હૈ, સૂબેદાર સા'બ.'

ઉસ્માન ટાઢમાં બત્રીસી ડગડગાવતો બોલ્યો. એણે બકરો ફરી પીઠ પર ચડાવ્યો. બરાતે હજી પાકિસ્તાની ફૌજની બાજનજર હેઠળથી પસાર થવાનું હતું. માંડ હેઠા બેઠેલા ધબકારા ફરી તેજ થઈ ગયા.

ભારત બે ટુકડામાં વહેંચાયું એ વખતે કેટલાક આ તરફ તો કેટલાક એ તરફ રહ્યા. બે પડોશી દેશો વચ્ચેના બે યુદ્ધો અને બે ઊભા ટુકડા પણ સરહદ નજીકના ગામોના રહેવાસીઓ વચ્ચેની રિશ્તેદારીના ભાગલા પાડી શક્યા નહોતા. એમની વચ્ચે રોટી-બેટીનો વહેવાર હજી ચાલુ રહ્યો હતો. સરહદની પેલે પાર ગામનાં ઘેટાં-બકરાં ચરી આવે એમ લોકો પણ ત્યાં જ વસી ગયેલા પોતાના

રિશ્તેદારોને દુઆ-સલામ કરી આવતા. છોકરા-છોકરીઓના શાદી-બ્યાહનું પણ ગોઠવી આવતા, સરહદ પાર કરીને શાદી પણ કરી આવતા, પણ આ બધું બંને બાજુ સરહદ પર તૈનાત સૈનિકોની મીઠી રહેમ નજર હેઠળ થતું. જોકે આજકાલ બે દેશો વચ્ચેની તંગદિલીએ સરહદ પરની કાંટાળી વાડને જરા વધુ તંગ કરી દીધી હતી. બંને બાજુ જાપ્તો વધી ગયો હતો. એટલે જ આ બરાત અંધારી રાતમાં નીકળી હતી, ગુપ્ત મિશન શાદી પાર પાડવા.

'દુલ્હન રાહ દેખતી હોગી... કદમ બઢાઓ.' નિકાહ માટે ઉતાવળો થયેલો દુલ્હામિયાં બોલ્યો અને રેતીમાં બરાતીઓનાં પગલાં ઊંટની જેમ ખાબકવા લાગ્યાં.

પાકિસ્તાનની બોર્ડર નજીક આવવામાં હતી. હવે ખરી કસોટી હતી. કેમ કે પાકિસ્તાની સૈનિકોએ ઘણીવાર બરાતને પાછી ધકેલી હતી અને દુલ્હામિયાંએ વીલે મોઢે પાછા ફર્યા હોવાના દાખલા બન્યા હતા, પણ આજે દુલ્હામિયાં ખુશખુશાલ હતા. એની નિગાહ નિકાહ પર હતી અને બરાતીઓમાં એને પરણાવવાનો ભારે હરખ હતો. દરમિયાન હરખઘેલા દુલ્હામિયાંએ બરાતના સુકાની અને પોતાના વાલિદ સાથે આગળ જઈને કાંઈક ગુસપૂસ પણ કરી લીધી.

અચાનક સામેથી એક મોટી ફ્લડલાઇટ ઝબકી ને બધાના પગ રેતીમાં ખોડાઈ ગયા. એકમાત્ર રહેમતમિયાં કોઈ પણ જાતના ખૌફ વિના આગળ વધી રહ્યા હતા. એણે ટૉર્ચના આગળના કાચ પર લીલા રંગનું પ્લાસ્ટિક મૂકીને ટૉર્ચ ઑન કરી. બરાત અટકી પણ એ ચાલતા રહ્યા. થોડી ક્ષણોમાં ફ્લડલાઇટ બંધ થઈ અને સામેથી લીલી ઝંડી ફરકાવતી ટૉર્ચનો લીલો રંગ પથરાયો. રહેમતમિયાંએ બરાતીઓને ચાલતા રહેવાનો ઇશારો કર્યો. પાક સરહદે કાંટાળી વાડ પર બરાત થોભી. બે પાક સિપાહીઓ બંદૂકો તાણીને ઊભા રહી ગયા. વાડની પેલે પારથી એક અફસરનો અવાજ આવ્યો.

'મિયાં, શાદી કરને જા રહે હો ઔર ઇતને હી લોગ?'

'સા'બ આજકાલ બરાતમેં ઝાઝા માણસો પોસાતા નહીં હૈના. લો મોઢા મીઠા કરો.' વાલિદ સા'બે પાકિસ્તાની અફસરની સામે મીઠાઈનાં બે બૉક્સ ધર્યાં.

'મત ખોલો... ઇસમેં બૉમ્બ હો સકતા હૈ.' ફફડી ઊઠેલો એક પાક સિપાહી બરાડી ઊઠ્યો.

'અરે, યે લોગ... યે લોગ ક્યા બૉમ્બ બનાયેંગે.' કહીને અફસરે રહેમતમિયાંએ ધરેલું બૉક્સ ખોલી નાખ્યું. મીઠાઈ જોઈને ઘોર અંધારી રાતમાં અફસરની આંખો ચમકી ઊઠી. રહમતમિયાં એની આંખોની ચમક પામી ગયા.

'શાદી મેં મોઢા મીઠા તો કરના પડતા હૈના. ઘરવાલી ભી ખુશ હો જાયેગી. સબ લોગ આપસ મેં વહેંચ લેના.' રહેમતમિયાંએ કહ્યું.

'મિયાં, આતે વક્ત ઐસી હી મીઠાઈ લાના... મેરી ડ્યૂટી ઇસી બોર્ડર પર લગી રહેતી હૈ.' અફસર મીઠાઈના બૉક્સમાં મૂકેલી પાકિસ્તાની કરન્સી નોટોનાં બંડલો જોતાં જોતાં બોલ્યોઃ 'ઓય, જાને દો બરાતીઓં કો.' અફસરનો અવાજ સાંભળતાં જ સિપાહીઓએ બંદૂકો નીચી કરી. હરખાતો દુલ્હો શાદીને માંડવે પહોંચવા અધીરો હતો. ત્યાં ફરી અફસરનો અવાજ ધણધણ્યો.

'અરે, રુકો રે... ઇનકા મથ્થા ગિન લો... આતે વક્ત ઇતને બરાતી હી આને ચાહિયે.'

'પાંચ બરાતી હૈ.' એક પાક સિપાહીએ ઉતાવળે ગણીને કહ્યું.

'શાદી કરને જા રહા હૂં... વાપસી મેં મેરી બીવી હોગી. છેહ લોગ હોંગે... ચલેગાના?' દુલ્હામિયાંએ મજાકમાં કહ્યું.

અફસરનો ભોંઠો પડી ગયેલો અવાજ ટંગડી ઊંચી રાખવા માગતો હોય એમ ફરી બોલ્યોઃ 'એક બકરા ભી હૈ.'

'સા'બ, બકરા તો બિરિયાની કે લિયે હૈ.' ઉસ્માને ફોડ પાડ્યો અને પાકિસ્તાની અફસરની અક્કલના લીરા ઊડી ગયા.

પાક સરહદ પાસેનું એક નાનકડું ગામ વટાવીને બરાતીઓ રોડ પર આવ્યા પછી હાશકારો લીધો. હવે શાદીમાં કોઈ રૂકાવટ નહીં આવે. વાલિદસા'બ મનોમન બબડ્યા. ત્યાં જ અચાનક એક કાળા રંગની કાર ધસી આવી. મોં પર બુકાની બાંધેલા બે જણ કારમાંથી ઊતર્યા, દુલ્હામિયાંનું મોઢું કાળા કપડાથી ઢાંકીને એને કારમાં ધકેલી દીધો અને આંખના પલકારામાં પલાયન થઈ ગયા. દુલ્હાના ધમપછાડા કોઈ કામ ન આવ્યા. આ શું થઈ ગયું એની કોઈને ભણક આવે તે પહેલાં તો કાર અંધારામાં ગરકી ગઈ. બેબાકળા વાલિદસા'બ અને ઉસ્માન પાછળ દોડ્યા, પણ વ્યર્થ હતું. ચોરીછૂપીથી મિશન શાદી માટે આવેલા દુલ્હાના અપહરણની ફરિયાદ ક્યાં જઈને કરે? હવે શું કરવું? ક્યાં જવું? લગનને માંડવે કયા મોઢે જવું. સામેવાળા કોઈ સ્વાગત તો જવા દો, લેવા પણ ન આવ્યા એની ચિંતા સાથે રહેમતમિયાંએ બધાને ચાલતા રહેવાનો ઇશારો કર્યો. બધા ધીમે ધીમે આગળ ચાલવા લાગ્યા. સામેની સાઇડમાં ફૂલોથી શણગારેલી એક કાર ઊભી હતી. થોડીવાર પહેલાંનો અનુભવ જોઈને ડરેલા બરાતીઓ આમતેમ થવા લાગ્યા, પણ અંદરથી અવાજ આવ્યો. "મિશન શાદી." કોડવર્ડ સાંભળીને રહેમતમિયાંના જીવમાં જીવ આવ્યો.

'મૈં હાફીઝ હૂં. હમ આપકો લેને કે લિયે આયે હૈ. ચલો, જલદી બૈઠ જાઓ. સબ રાહ દેખ રહે હૈં.' કારનો દરવાજો ખૂલ્યો. બધા ફફડતા હૈયે ગોઠવાયાં.

'દુલ્હા કહાં હૈ?' કાર સ્ટાર્ટ કરતાં હાફીઝે પૂછ્યું.

'કોઈ ઉસકો હમારી આંખો કે સામને ઉઠા કે લે ગયા.'

'ક્યા? ફિર શાદી કૈસે હોગી? કિસ સે હોગી?' થોડીવાર મૌન રહ્યા પછી કાંઈક વિચારીને બોલ્યોઃ 'લેકિન આપ ફિકર ના કરે. હમ કુછ કરતે હૈં.'

શાદીના સાક્ષી બનવા આવેલા સલામત અલીને હવે અસલામતી લાગવા માંડી. એ ડરનો માર્યો એટલું જ બોલ્યોઃ 'પહેલાં મને મારા ચાચાજાનના ઘરે મૂકી જાવ.'

હાફીઝે રહેમતમિયાં સામે જોયું. રહેમતે સલામત અલીના ચાચાનું સરનામું બતાવ્યું. હાફીઝે ગાડીનો યુ ટર્ન લીધો. થોડીવારમાં કાર એક સૂમસામ મહોલ્લામાં પહોંચી. પીળી લાઇટથી બિહામણી લાગતી ગલીને નાકે જ સલામત અલીએ કાર થોભાવીને કહ્યુંઃ 'બસ, મને અહીં જ ઉતારી દો. હવે હું ઘર શોધી લઈશ.'

સલામત અલી ઊતર્યો. ઉસ્માને કહ્યુંઃ 'લે, આ બકરો પણ લેતો જા. હવે આ બકરો અમારા કોઈ કામનો નથી. તમે લોકો બિરિયાની બનાવીને ખાજો.'

સલામત અલી બકરાને દોરીને લઈ જવા લાગ્યો. એ થોડાં ડગલાં ચાલ્યો ત્યાં પાછળથી અવાજ આવ્યોઃ 'સલામત અલી.' તેણે પાછળ ફરીને જોયું. ઉસ્માને પોતાના શરીર પર વીંટાળેલો ધાબળો ફગાવીને સાઇલન્સરવાળી રિવૉલ્વરથી બે ગોળી સલામત અલીના શરીરમાં ધરબી દીધી. એક ઊંહકારા સાથે સલામત અલી ઢળી પડ્યો. ઉસ્માનની પાછળ મરિયમ આવીને ઊભી રહી ગઈ. 'મોં ખોલે તે પહેલાં જ મોં બંધ કરવું પડે. ભરોસો ન કરાય.' ઉસ્માન બોલ્યો.

બીજી તરફ કારમાં બેઠેલા રહેમતમિયાંએ બનાવટી સફેદ દાઢીમૂછ કાઢ્યાં. મુસલમાની ટોપી બાજુ પર મૂકીને બોલ્યાઃ 'મારી પાસે બીજો કોઈ રસ્તો ન હતો. અમે બરાત માટે સલામત અલીના ઘરનો ઉપયોગ કર્યો. એને ભારત પરથી ભરોસો ઊઠી ગયો હતો. કોઈ પણ ભોગે એને પાકિસ્તાનમાં આવીને વસવું હતું.'

ઉસ્માને બકરા પર ગોળી છોડવા નિશાન તાક્યું, પણ મરિયમે અટકાવ્યો. 'છોડી દે. આ મોઢું ખોલશે તો પણ આની બોલી કોઈ સમજવાનું નથી.'

બંનેએ આસપાસ નજર કરી. કોઈ નથી એની ખાતરી કરીને ઝડપથી પાછાં કારમાં બેઠાં. કાર સ્ટાર્ટ થઈ. 'મને દુલ્હામિયાંની ફિકર થાય છે.' રહેમતમિયાંની વાત સાંભળીને હાફીઝે કારની સ્પીડ વધારી.

✣

એક જૂના ખખડધજ મકાનની કિચૂડ કિચૂડ કરતી લિફ્ટ સૌથી ઉપરના ચોથા માળે એક ઝટકા સાથે ઊભી રહી. અપહરણકારોએ દુલ્હામિયાંને એક ધક્કા સાથે રૂમમા ધકેલી દીધો. અંદરથી બારણું વાસી દીધું. એક જણે એના મોઢા પરથી કાળું કપડું હટાવ્યું. દુલ્હાએ આંખો ચોળતાં ચોળતાં બંને સામે જોયું

અને બેમાંથી એકનો અવાજ સંભળાયો.

'"મિશન શાદી." વેલકમ કબીર. આઇ એમ સુશાંત.'

'અને હું શેખર.'

'આઇ એમ શ્યોર, તમારાં આ નામ સાચાં નહીં હોય કારણ આપણાં કોઈ નામ નથી હોતાં, માત્ર કામ હોય છે.' કબીરે કહ્યું.

'એની વેયઝ કેવી રહી સરપ્રાઇઝ દુલ્હેમિયાં?' સુશાંત બોલ્યો અને બંને હસી પડ્યા.

'ઓહ માય ગૉડ... મારો તો જીવ અધ્ધર થઈ ગયો હતો. પહેલાં મને આ જરકસી જામો કાઢવા દો. આ અત્તરે તો પત્તર ફાડી નાખી છે. સસ્તા અત્તરથી માથું ફાટફાટ થાય છે.'

'ગો ઇન સાઇડ. બધું તૈયાર છે તમારા માટે.' શેખરે કહ્યું. કબીર સેહરો કાઢતો અને હાર ઉતારતો અંદર ગયો. જરા ઝૂકીને ફરવાળી ટોપી ઉતારીને અંદરથી રિવૉલ્વર કાઢીને કબાટના અંદરના ખાનામાં મૂકી. બહાર સુશાંતે સીસમના ટેબલ પર મૂકેલા ટેલિફોનનું ડાયલ ઘુમાવ્યું.

દિલ્હીમાં ઇન્ડિયન ઇન્ટેલિજન્સ એજન્સી (આઇઆઇએ)ની ઑફિસની ઘંટડી રણકી ઊઠી. આઇઆઇએના ચીફ ગોપીનાથ રાવે ફોન ઊંચક્યો.

'દુલ્હા પહોંચ ગયા હૈ.' ચીફે સાંભળીને ફોન કાપી નાખ્યો અને સિગારેટ સળગાવીને ઊંડો કશ લીધો.

2

આઇઆઇએના ચીફ ગોપીનાથ રાવ. ઇન્ટેલિજન્સ વર્લ્ડનું એક ઊજળું નામ. લગભગ છ ફૂટની હાઈટ, ગોરો વાન, તીણું નાક, ચિત્તા જેવી ચકળવકળ થતી આંખો. વિચક્ષણ બુદ્ધિ, તેજ દિમાગ, ટાઢો કોઠો, વિશ્વભરની રાજકીય ઊથલપાથલ અને ઇન્ટેલિજન્સ વર્લ્ડની ચહલપહલ પર સતત રહેતી બાજનજર. અમેરિકાની સેન્ટ્રલ ઇન્ટેલિજન્સ એજન્સી (સીઆઇએ), રશિયન જાસૂસી એજન્સી કેજીબી, ઇઝરાયલી ગુપ્તચર સંસ્થા મોસાદના આકાઓ સાથે અંગત ઘરોબો ધરાવતા આઇઆઇએના ચીફે કંઈક વિચારતાં વિચારતાં સિગારેટના બે-ચાર કશ માર્યા. પછી એક ફોન લગાવ્યો. થોડીવારે સામે છેડેથી ફોન ઊંચકાયો.

'હેલ્લો.' ડિફેન્સ સેક્રેટરી રામ મોહનનો ઊંઘથી ભરેલો ભારે અવાજ આવ્યો.

'સર, દુલ્હા પહોંચ ગયા હૈ.'

'ઑલ ધ બેસ્ટ ચીફ.'

'ઑલ ધ બેસ્ટ ટુ યુ ઓલ્સો સર.'

ચીફ સિગારેટ બુઝાવીને ઑફિસના વિશાળ રૂમમાં આંટા મારવા લાગ્યા. ટેબલ પર પડેલું થરમોસ ખોલ્યું. બરાતીઓના સમાચારની રાહ જોવામાં કૉફીનું થરમોસ ખાલી થઈ ગયું હતું. થરમોસ બંધ કરીને સિગારેટનું પૅકેટ ખોલવા ગયા, પણ કાંઈક વિચારીને પાછું મૂકી દીધું.

✣

હાફીઝની કાર પૂરઝડપે દોડી રહી હતી. થોડો સૂમસામ રસ્તો જોઈને આગળ બેઠેલા રહેમતમિયાંને હાફીઝ પર શંકા ગઈ. આપણે દુલ્હાને શોધવાનો છે. 'આપણે ક્યાં જઈ રહ્યા છીએ?'

હાફીઝે સ્પીડ વધુ તેજ કરી. હવે ત્રણેયની શંકા વધુ તેજ થઈ. આ માણસ આપણો નથી. નક્કી કોઈ જાળ બિછાવાઈ છે. પહેલાં દુલ્હાને કિડનેપ કર્યો. હવે આપણું કિડનેપિંગ. મિશન શાદીનો કોડવર્ડ જાણી જનારો આ કોણ છે? નક્કી કોઈ મોટી જાળમાં ફસાઈ ગયા છીએ. ત્રણેયના દિમાગમાં વીજળીની ગતિએ એકીસાથે વિચાર ઝબક્યો. પાછળ બેઠેલી મરિયમે હાફીઝને લમણે રિવૉલ્વર મૂકીઃ 'કોણ છે તું? જલદી બોલ, નહીંતર ખુદા હાફીઝ સાંભળવા પણ જીવતો નહીં રહે.'

'મેડમ, તમારો દુલ્હો ક્યાં છે એની ફક્ત મને જ ખબર છે.' રહેમતમિયાં પરિસ્થિતિ પામી ગયા. એણે મરિયમની સામે જોયું. મરિયમે રિવૉલ્વર હટાવી. હાફીઝ કઈ હસ્તી છે, કિડનેપ કરીને ક્યાં લઈ જાય છે અને કઈ હદ સુધી જાય છે એ જોવા-જાણવાના ઇરાદે ત્રણેય ચૂપ રહ્યાં. હાફીઝે ઉસ્માન અને મરિયમ પાસેથી રિવૉલ્વરો માગી લીધી. પછી રહેમતમિયાં પાસેનું હથિયાર માગવા હાથ લંબાવ્યો. 'મને કોઈ શસ્ત્રની જરૂર પડતી નથી.' જવાબમાં હાફીઝ ખંધુ હસ્યો.

✣

કબીરે ઘરમાં બધે ફરીને નજર કરી. એક રૂમના કબાટમાં પુરુષોનાં કપડાં હતાં. બીજી રૂમના કબાટમાં લેડીઝનાં કપડાં હતાં. બહાર આવીને પૂછ્યું, 'આ કોનું ઘર છે?'

'ખબર નથી. અમને એટલી જ ખબર છે કે બરાતીઓને અહીં ઉતારો આપવો.' શેખરે કહ્યું.

'અમારું આવું ભયાનક સ્વાગત કરવાની સૂચના તમને ક્યાંથી મળી અને કોણે આપી?'

'પાકિસ્તાનની ધરતી ફાટીને એમાંથી એક ગેબી અવાજ આવ્યો કે બરાત આવે છે, ભવ્ય સ્વાગત થવું જોઈએ.' સુશાંતે હસીને ચાલાકીભર્યો જવાબ આપ્યો.

'મને લાગે છે આપણે આ ઘર જલદી છોડી દેવું જોઈએ.' કબીરે કહ્યું ને દરવાજે ટકોરા પડ્યા. કબીરે રિવૉલ્વર કાઢીને બંનેને છુપાઈ જવાનો ઇશારો કર્યો. બેઉ દરવાજાની પાછળ લપાઈ ગયા. હાથમાં રિવૉલ્વર તાકીને ઊભા રહેલા કબીરે દરવાજો ખોલ્યો.

હાફીઝ ત્રણેયની પાછળ રિવૉલ્વર મૂકીને અટ્ટહાસ્ય કરતો ઊભો હતો.

'હમ બરાતીઓં કા સ્વાગત ઐસે કરતે હૈં.' હાફીઝ હજી હસતો હતો ત્યારે આંચકો ખાઈ ગયેલા રહેમતમિયાં, ઉસ્માન અને મરિયમ અંદર દાખલ થયાં. થોડી ક્ષણો પહેલાં જાળમાં ફસાઈ ગયા હોવાનું માનતા ત્રણેયના ચહેરા કબીરને જોઈને મલક્યા, પણ કબીરને ગમ્યું નહોતું.

'આવો ખતરનાક ખેલ નહીં કરવાનો હાફીઝભાઈ, તમારે લમણે મૂકેલી રિવૉલ્વરનું ટ્રિગર દબાવ્યું હોત તો?' કહીને મરિયમ પણ હસવા લાગી.

ખતરનાક ખેલ તો હજી બાકી છે. બોલીને હાફીઝે હાથ લંબાવ્યો: 'આઇ એમ વિજય.' 'અને હું માયા.' 'આ દુલ્હાના વાલિદ રહેમતમિયાં ઉર્ફ રાહુલ અને હું મહેશ.' ઉસ્માન બોલ્યો. દરવાજાની પાછળથી બહાર આવીને શેખર અને સુશાંતે પણ પોતાનાં નામો કહ્યાં. શેકહેન્ડ થયા.

કબીરે પેન્ટની પાછળ રિવૉલ્વર ભરાવતાં કહ્યું: 'સુશાંત, શેખર, વિજય, ઇસ શાનદાર-જાનદાર-ખૌફનાક સ્વાગત કે લિયે શુક્રિયા, પણ આ આપણી પહેલી અને છેલ્લી મુલાકાત હતી. આપણે એકબીજાને ઓળખતા કે જાણતા નથી.'

'યસ સર,' ત્રણેએ કહ્યું. જાનની વિદાયનો સમય થઈ ગયો હતો, પણ લગ્ન કરવા આવેલા જાનૈયાઓનો નહીં, પણ માંડવાવાળાઓનો.

શેખરે કાંડા ઘડિયાળ પર નજર કરી. 'વહેલી સવારના લગભગ ત્રણ થવા આવ્યા છે. તમે થોડો આરામ કરી લો.'

'ભારતમાં બહુ આરામ કરી લીધો. હવે થોડું કામ કરીએ.' કબીર બોલ્યો. એણે બધા સાથે હાથ મિલાવ્યા. સુશાંત, શેખર અને વિજય પાછળના દરવાજેથી બહાર નીકળીને સીડી ઊતરી ગયા ને અંધારામાં અલોપ થઈ ગયા.

'આ લોકોએ આવું નહોતું કરવું જોઈતું.' કબીરે સુશાંત, શેખર અને વિજયે બતાવેલી બાલિશતાની વાત છેડી. 'કિડનેપિંગ કરવાના નાટકમાં કોઈવાર સાચે જ કિડનેપ થઈ જતાં વાર ન લાગે. સ્ક્રીપ્ટમાં લખી હોય એટલી જ ભૂમિકા

ભજવવાની... ઓવરએક્ટિંગ નહીં કરવાની.' એના અવાજમાં ચીડ હતી.

'વિજયને એનું નાટક મોંઘું પડ્યું હોત. હું એને ઉડાવી દેવાની હતી, પણ એણે લૉજિકલ જવાબ આપ્યો કે દુલ્હાનું સરનામું મને જ ખબર છે.' માયાએ પર્સમાં રિવૉલ્વર મૂકી.

'એટલે એમને જરૂર પડે તો જ સામેલ કરવાના.' રાહુલે કહ્યું.

'અને હા, સલામત અલીનું શું કર્યું?' કબીરને સલામત અલી યાદ આવ્યો.

'સલામત અલીને ભારતમાં અસલામતી લાગતી હતી. મેં એને સલામત જગ્યાએ મોકલી દીધો.' મહેશે પોતાની રિવૉલ્વર બતાવતાં કહ્યું.

✣

સલામત અલીની લાશની ફરતે લોકોનું ટોળું જમા થઈ ગયું હતું. એકઠા થયેલા લોકોમાં આમ તો કાજી મહોલ્લાના રહેવાસીઓ જ હતા. વહેલી સવારે દૂધ લેવા નીકળેલા કોઈ બંદાએ લાશ જોઈને લોકોને જગાડ્યા. પોલીસને પણ જાણ કરી. પોલીસ આવી પહોંચે તે પહેલાં રહેવાસીઓ લાશ કોની હશે એની અટકળ અને પૂછપરછ કરવા લાગ્યા. અચાનક આધેડ ઉંમરનો એક શખસ લાશ જોઈને ટોળામાંથી પાછા પગે બહાર સરકી ગયો. દોડતો ઘરે પહોંચ્યો. અંદરથી ડેલી બંધ કરીને બીવીને જગાડી.

'ફાતિમા, બહાર નાકા પર આપણા ભતીજા સલામત અલીની લાશ પડી છે.'

'યા અલ્લા.' ફાતિમા મોટેથી બોલી કે તરત જ સલામત અલીના ચાચા સુલેમાને એના મોં પર હાથ દાબી દીધો.

'પણ... એ અહીં ક્યાંથી ને કેવી રીતે આવ્યો?' ફાતિમા ધીમેથી બોલી.

'અહીં આવવા માટે છૂપી રીતે સરહદ પાર કરી હશે, પણ એને ગોળી કોણે મારી? શા માટે મારી? સમજમાં એ નથી આવતું.'

ડેલી પરની સાંકળ જોરથી ખખડી. બંનેના દિલના ધબકારા વધી ગયા.

'હું જોઉં છું.' અંદરથી ફફડી ગયેલા સુલેમાને ડેલી ખોલી. સામે ઊભેલા પોલીસ ઇન્સ્પેક્ટર જાવેદને જોઈને થથરી ગયો.

'મિયાં, બહાર લાશ પડી હૈ... પહેચાનતે હો? દેખ કર બતાઓ.'

'જનાબ, મૈં અભી દેખ કર આયા... હમ ઉસે નહીં જાનતે.' સુલેમાનના ચહેરા પર ભય હતો, ભતીજાની રહસ્યમય કતલનું દુઃખ હતું, સગ્ગો ભતીજો હોવા છતાં ઓળખતો નથી એવું કહી દેવાની લાચારી હતી, બેબસી હતી.

પોલીસ ઇન્સ્પેક્ટરના ગયા પછી ફાતિમાએ પૂછ્યુંઃ 'તમે ઓળખવાની કેમ ના પાડી દીધી? આપણો ભતીજો હતો એ.'

'અરે, મરવું છે આપણે... પોલીસનો ભરોસો નહીં. સલામત અલી જાસૂસ હતો એવું સાબિત કરી દે અને સાથે આપણને પણ જાસૂસ ચીતરી દે. આપણું તો જીવવું હરામ થઈ જાય.'

પોલીસે આસપાસ-પડોશમાં પૂછતાછ કરી. ટોળામાં પણ બધાને પૂછ્યું. કોઈને જાણ નહોતી. કોઈ ઓળખતું નહોતું. અંતે પોલીસે કારવાહી કરીને ઍમ્બ્યુલન્સ બોલાવી, લાશને પોસ્ટમોર્ટમ માટે મોકલવા.

'જનાબ, લાશ લાવારિસ હૈ... ફિર પોસ્ટમાર્ટમ ક્યું?' હવાલદારે ઇન્સ્પેક્ટરને પૂછ્યું.

'કૌન હૈ યહ બંદા. ક્યું ગોલી મારી હૈ. રિવૉલ્વર કૌન સી હૈ, લાશ ઇસી મહોલ્લે મેં પડી હૈ ઔર કોઈ ઉસે પહેચાનતા તક નહીં. યહ બાત કુછ જમી નહીં, મિયાં. શનાખ્ત કે લિયે કોઈ આગે આયા તો ઠીક હૈ... વરના લાવારિસોં કા કબ્રસ્તાન તો હૈ હી.' ઇન્સ્પક્ટરે ઍમ્બ્યુલન્સને થપથપાવી. ઍમ્બ્યુલન્સ સ્ટાર્ટ થઈ. એની પાછળ બકરો દોડી રહ્યો હતો.

❖

'પ્લાન શું છે? આપણે હવે શું કરવાનું છે?' રાહુલે પૂછ્યું.

'ચીફના ઑર્ડરની રાહ જોવાની.' કબીરે કહ્યું.

'શેખર અને સુશાંતે કાંઈ કહ્યું નહીં?' રાહુલે પૂછ્યું.

'ના, એના રોલ અહીં પૂરા થઈ ગયા.'

'આપણા ધંધામાં જરૂર પૂરતી જ જાણકારી રાખવી. પહેલો પડાવ પાર કર્યો, નાવ વેઇટ ફૉર ધી નેક્સ્ટ ઑર્ડર.' માયા મલકાતી મલકાતી બોલી.

હકીકત તો એ હતી કે ચીફ ગોપીનાથ રાવ પોતાની છાતીસરસા ચાંપી રાખેલા પત્તાંમાંથી એક જ પત્તું ઊતર્યા હતા. 'મિશન શાદી' એમનો એક ગુપ્ત પ્લાન હતો. કબીરને ચીફે બોલાવેલી પહેલી મીટિંગ યાદ આવી.

ત્રણ-ચાર મહિના પહેલાં આઇઆઇએની કેબિનમાં ચીફની સામે માયા, મહેશ અને રાહુલ બેઠાં હતાં. ત્રણેય એકબીજાથી અપરિચિત હતાં. ચીફે પરિચય કરાવ્યો નહીં છતાં કોઈને અજીબ ન લાગ્યું. કબીરની મોડા આવવાની આદતથી અકળાયેલા ચીફ વારેવારે ઘડિયાળ જોતા હતા, પણ કબીર એક ખૂબ જ વિશ્વાસુ એજન્ટ હતો એટલે એને સાંખી લેતા અને આ ઑપરેશનની મોટી જવાબદારી એના ખભા પર લાદવાની હતી. કેબિનના ડોર પર બે ટકોરા મારીને કબીર હાંફતો હાંફતો દાખલ થયો. અંદર બેઠેલા બીજા ત્રણેય જણ પર અછડતી નજર કરી. એ કોઈને ઓળખતો નહોતો. સૉરી અને ગુડ મૉર્નિંગ કહીને બેઠો, ચીફના

ઑર્ડરની રાહ જોતો. ચીફ ઔપચારિક ઓળખવિધિમાં માનતા નહીં, કારણ તેઓ માનતા કે મિશન દરમિયાન એજન્ટો આપસમાં ક્યારેક જરૂરતથી વધુ ઓળખ અને સંબંધ કેળવી લેતા હોય છે. છતાં પણ એમણે સ્કૂલના માસ્તરની જેમ સામે બેઠેલા તમામને પોતપોતાની ટૂંકમાં ઓળખ આપવાનું કહ્યું અને સમજદાર એજન્ટોએ માત્ર પોતાનાં નામ કહ્યાં.

'મિશન શાદી. કબીરનાં લગ્ન પાકિસ્તાનમાં કરવાં છે. ડિસેમ્બરમાં બરાત કચ્છની બોર્ડરથી રવાના થશે. આપણી પાસે ચારેક મહિના છે. હમણાંથી જ તૈયારી શરૂ કરી દો.'

'મારી પાસે એક પ્લાન છે.' મહેશે એક આજ્ઞાંકિત શિષ્યની જેમ આંગળી ઊંચી કરતાં કહ્યું.

✣

'ધાબળા લઈ લો ધાબળા.' વરસાદની સીઝનમાં ઝાયલા ગામની ગલીઓમાં એક અવાજ ગુંજવા લાગ્યો. લોકોને નવાઈ લાગી કે ચોમાસામાં ધાબળા વેચવા નીકળેલા આ ફેરિયાના ધાબળા કોણ લેશે, પણ એમ કહેવાય છે ને કે ઉનાળામાં ધાબળા વેચી બતાવે એ સાચો સેલ્સમૅન. ધાબળા લો ધાબળાની બૂમ સાંભળીને એક ઘરનો દરવાજો ઊઘડ્યો અને ફેરિયાનું નસીબ ઊઘડ્યું.

'આ વખત ટાઢ બહુ પડવાની છે.' મહેશે ખભા પરથી ધાબળાની થપ્પી ઉતારતાં કહ્યું.

'આપણા કચ્છમાં ટાઢની કોઈ નવાઈ નથી.' સલામત અલીએ ફળિયામાં ખાટલો ઢાળ્યો.

'પણ... આ વખતે ટાઢ દરવખત કરતાં વધુ પડવાની છે. કેટલા ધાબળા લેવા છે?'

'હું એકલો માણસ છું. અબ્બુ અને અમ્મી ગયા વરસે ખુદાને પ્યારાં થઈ ગયાં. બીજા કોઈ રિશ્તેદાર નથી. એક ચાચા છે પાકિસ્તાનમાં.'

'તું પાકિસ્તાન જતો રહેને.'

મહેશે છેલ્લા થોડા મહિનાથી ગામમાં ફરીને સલામત અલીની રજેરજની બાતમી મેળવી લીધી હતી. પાકિસ્તાનમાં ચાચા પાસે જવાનાં એનાં હવાતિયાંની એને ખબર હતી. સલામત અલીને હવે પાકિસ્તાન વધુ સલામત લાગતું હતું. એણે ગયા વરસે કડકડતી ઠંડીમાં ધાબળો ઓઢીને સરહદ પાર કરવાની કોશિશ કરી જોઈ હતી, પણ ફૌજીઓએ એને ગોળી ન મારી અને ધરપકડ પણ ન કરી માત્ર એનો ધાબળો છીનવી લઈને સજારૂપે પાછો ધકેલી દીધો હતો. રણની ગાત્રો

થીજવતી ઠંડીમાં ઠૂંઠવાતો સલામત અલી માંડ જીવતો ઘરે પાછો ફર્યો હતો.

'જતા રહેવું છે અહીંથી, પણ મેળ પડતો નથી.'

'હું મેળ પાડી દઉં તો.' ઉસ્માને આસપાસ નજર કરીને એના કાનમાં કહ્યું.

સલામત અલીને લાગ્યું કે આ ફેરિયો નહીં, પણ ફરિશ્તો છે. એને ખુદાએ મોકલ્યો છે. મહેશે ધાબળાની ગાંસડી બાજુ પર હડસેલીને એને મિશન શાદીનો પ્લાન સંભળાવ્યો. સલામત અલીને આ રસ્તો સૌથી સસ્તો અને સલામત લાગ્યો હતો.

✣

ફોનની ઘંટડીએ કબીરનો વિચારતંતુ તોડ્યો. કોનો ફોન હશે. સૌના ચહેરા પર સવાલ હતો. કબીરે ધીમા પગલે જઈને ફોન ઉઠાવ્યો.

'હેલો,' કબીર દબાયેલા અવાજે બોલ્યો.

'એ જગ્યા છોડી દો. રાહુલ ઇસ્લામાબાદ જશે, માયા લાહોર અને મહેશ રાવલપિંડી. કબીર, યુ વેઇટ ફૉર માય કોલ.' ચીફે ફોન મૂકી દીધો.

3

'રાહુલ ઇસ્લામાબાદ જશે, માયા લાહોર અને મહેશ રાવલપિંડી. કબીર, યુ વેઇટ ફૉર માય કોલ.' કબીરે ચીફનો ઑર્ડર કહી સંભળાવ્યો.

પછી ત્રણેયને રૂમ બતાવતાં કહ્યું. 'અંદર કબાટમાં કપડાં અને પૈસા છે.' કબીરે માયાને એનો રૂમ બતાવ્યો. માયા, મહેશ અને રાહુલ બહાર આવીને ઊભાં રહ્યાં તો ખુદ કબીર પણ એમને ઓળખી શક્યો નહીં એવા મુસ્લિમ લિબાસમાં સજ્જ હતા. કાળા રંગનો બુરખો પહેરીને બહાર આવેલી માયાએ સ્ટાઇલથી ચહેરા પરથી નકાબ હટાવ્યો. હસીને બધાને ભેટીને ખુદા હાફીઝ બોલી. સૌથી પહેલાં એ નીકળી. થોડીવાર પછી રાહુલ અને છેલ્લે મહેશ નીકળ્યો. છૂટા પડતાં પહેલાં સૌના મનમાં એક સવાલ સળવળતો હતો કે, મિશન શું છે. કબીરે કહ્યું કે, 'આ ચિંતા આપણી એકલાની નથી, ચીફની પણ છે.'

✣

એકાદ વર્ષ પહેલાં આઇઆઇએના ચીફ ગોપીનાથ રાવ ડિફેન્સ સેક્રેટરી રામ મોહનને મળવા ધસી ગયા હતા. સામાન્ય રીતે સ્વસ્થ અને શાંત રહેતા

ચીફના ચહેરા પર રોષ હતો. બંને વચ્ચે દોસ્તી હોવા છતાં જ્યારે પણ ડિફેન્સ સેક્રેટરીને મળવું હોય ત્યારે ચીફ પ્રોટોકોલને ફોલો કરીને અપોઇન્મેન્ટ લઈને જ મળતા, પણ એ દિવસે પ્રોટોકોલને પણ ફગાવી દીધો. અંદર પ્રવેશતા પહેલાં દરવાજા પર બે ટકોરા મારવાની પણ દરકાર ન કરી. અચાનક ધસી આવેલા ચીફને જોઈને રામ મોહનને નવાઈ લાગી. કંઈક ગંભીર બાબત હોય એવું પણ લાગ્યું. સેક્રેટરીને ડિક્ટેશન આપી રહેલા રામ મોહને ઇશારો કર્યો. સેક્રેટરી બહાર નીકળી ગઈ. ચીફ ખુરસી પર બેઠા.

ચીફ કાંઈ પણ કહે તે પહેલાં જ રામ મોહને કહ્યું: 'રિઝાઇન કરવાની વાત નહીં કરતો.'

આઇઆઇએના ચીફ ગોપીનાથ રાવ દેશના વર્તમાન રાજકીય સિનારિયોથી ખુશ નથી એ વાત ડિફેન્સ સેક્રેટરી રામ મોહન સારી રીતે જાણતા હતા. પોતાનો આ મિત્ર આઇઆઇએ સાથે થઈ રહેલા ઓરમાયા વર્તનથી કંટાળી ગયો છે અને કોઈ પણ ઘડીએ રાજીનામું આપી દેશે એવી દહેશત પણ એમના મનમાં સતત રહ્યા કરતી. ગોપીનાથ રાવ એક અચ્છો દોસ્ત હોવા ઉપરાંત ઇન્ટેલિજન્સની દુનિયાનો એક બાહોશ, વિચક્ષણ, નખશિખ પ્રોફેશનલ સ્પાય માસ્ટર છે. વિશ્વભરમાં એના કૌશલ્ય અને કાબેલિયતની સુવાસ છે. એમના મોટા અને નાના મગજમાં ઇન્ટેલિજન્સ નેટવર્ક ગોઠવાયેલું છે. ડિફેન્સ સેક્રેટરી રામ મોહન એટલે જ દેશની સલામતી કાજે કામ કરતી આઇઆઇએના આ કાબેલ અને જાંબાઝ સુકાની અને પોતાના દોસ્તને ગુમાવવા માગતા નહોતા.

'નો, નો, રિઝાઇનની વાત નથી.' ચીફે ડિફેન્સ સેક્રેટરીની શંકા અને ભયને બે શબ્દોમાં નકારી કાઢ્યા.

તો પછી ધસી આવવાનું અને ચહેરા પરના રોષનું કારણ શું છે? રામ મોહન પૂછે એ પહેલાં જ ચીફે કહ્યું: 'આઇ વૉન્ટ ટુ શેર સમ વેરી ઇમ્પોર્ટન્ટ ઇન્ફો વિથ યુ.'

ડાબા હાથની કીમિયાગીરીની જમણા હાથને પણ ખબર ન પડવા દેનારા ચીફની આદતથી વાકેફ રામ મોહનને સાંભળીને નવાઈ લાગી. "વેરી ઇમ્પોર્ટન્ટ ઇન્ફો." આ ત્રણ શબ્દો એમના કાનના પરદા પર ચોંટી ગયા હતા. એમણે ફોન ઉઠાવીને સેક્રેટરીને કહ્યું: 'આઇ એમ ઇન એ મીટિંગ. ડોન્ટ ડિસ્ટર્બ.' ફોન મૂકીને ઊભા થયા: 'કમ લેટ્સ સીટ ઍન્ડ ટૉક ઇન માય એન્ટ ચેમ્બર.' બંને ડિફેન્સ સેક્રેટરીની કેબિનની અંદર આવેલી બીજી એક ખાનગી અને ગુપ્ત વાતચીત કરવા માટેની કેબિનમાં ગયા.

'પાકિસ્તાન ન્યૂક્લીઅર બૉમ્બ બનાવી રહ્યું છે.' ચીફે બેસતાંની સાથે ધડાકો કર્યો.

'વૉટ?' ક્યારેય, કોઈ પણ બાબતે ઓવર રિએક્ટ નહીં કરનારા મુત્સદ્દી ડિફેન્સ સેક્રેટરી રામ મોહનના મોંમાંથી નીકળેલા આ શબ્દમાંથી આશ્ચર્યની સાથે ચિંતા પણ ટપકી.

'યસ, પાકિસ્તાન તેના મરહૂમ વજીર-એ-આઝમનું "ઇસ્લામિક બૉમ્બ" બનાવવાનું સપનું પૂરું કરી રહ્યું છે.'

રામ મોહનને ચીફની ગુપ્ત માહિતી મેળવવાની કાબેલિયત પર ક્યારેય શંકા નહોતી. એમણે થોડું વિચારીને કહ્યુંઃ 'ઇન ધીસ કેસ, આ વાત તારે વડા પ્રધાન સાથે શેર કરવી જોઈએ. બીકોઝ યુ આર ડાયેરેક્ટલી વર્કિંગ અન્ડર હિમ.'

'ડુ યુ થિંક, આઇ વિલ બ્રેક ધ પ્રોટોકોલ... મેં એમની સાથે વાત કરી. હું એમને મળીને જ આવું છું.'

'શું કહ્યું વડા પ્રધાને?'

✣

ચીફ વડા પ્રધાનને ઇસ્લામિક બૉમ્બની ખુફિયા બાતમી આપ્યા પછી એમના અપેક્ષિત પ્રતિસાદની રાહ જોતા બેઠા હતા.

'હું યોગ્ય પ્લૅટફૉર્મ પર આ મુદ્દો ઉપાડીશ.' વડા પ્રધાને ગીરનારની તળેટીમાં ધૂણી ધખાવીને બેઠેલા કોઈ સંત મહાપુરુષની જેમ જવાબ આપ્યો.

'સર, પાકિસ્તાન ન્યૂક્લીઅર શસ્ત્રોમાં પાછળ રહેવા માગતું નથી અને સૌથી અગત્યની વાત એ છે કે તે આપણને તો ન્યૂક્લીઅર બૉમ્બથી ડરાવવા માગે જ છે, સાથે સાથે સાઉથ એશિયન દેશો પર પણ પોતાની ધાક જમાવવા માગે છે. ઍન્ડ સર, ટૉપ ઑફ ઇટ... ચીન એને ન્યૂક્લીઅર ગ્રેડનાં શસ્ત્રોનું ઉત્પાદન કરવા માટે યુરેનિયમને પ્યૉરીફાઈ કરી આપવામાં... એન્રિચમેન્ટ પ્રોસેસિંગમાં મદદ પણ કરી રહ્યું છે. મારી પાસે પાક્કી ખબર છે.'

'હું ડિફેન્સ મિનિસ્ટરને કહીને યોગ્ય જગ્યાએ યોગ્ય રજૂઆત કરીશ.'

આખા દેશને હચમચાવી મૂકનારી આવી ગુપ્તચર માહિતી ખુદ આઇઆઇએના વડાના મોઢેથી સાંભળ્યા પછીય વડા પ્રધાનનું લોહી ઊકળ્યું નહીં. ગુસ્સામાં એમની નસો ફુલાઈ નહીં, આકરાં પગલાં લેવાની તૈયારી બતાવી નહીં. ચીફ જોકે પોતાના પ્રત્યેના પીએમના પક્ષપાતી વલણથી વાકેફ હતા, તેમ છતાં ચીફને કમસેકમ આ મુદ્દે તેઓ રાગદ્વેષ ભૂલીને આગળ વધવા પરમિશન આપશે એવી અપેક્ષા હતી.

'હું જાણું છું આવી બધી ઉપજાવી કાઢેલી ગુપ્ત બાતમીઓ આપીને તમે મારો વિશ્વાસ જીતવા માગો છો. આમ તો સત્તા પર આવ્યા પછી મેં ક્યારની તમારી બદલી કરી નાખી હોત, પણ થેન્ક્સ ટુ ડિફેન્સ સેક્રેટરી રામ મોહન...

યુ આર સ્ટીલ ઇન ધીસ પોઝિશન... એની વેયઝ, તમે શું કરવા માગો છો?'

'સર, હું મારા એજન્ટોને...'

વડા પ્રધાને વાત કાપી. 'ના, એવું કાંઈ કરવાની જરૂર નથી. દેશને ખોટા ખર્ચ કરવા પોસાતા નથી.'

✣

'મને વડા પ્રધાન સાથે આ વિશે વધુ ચર્ચા કરવાનું યોગ્ય ન લાગ્યું. 'થેન્ક્યુ ફૉર યૉર ટાઇમ' બોલીને બહાર નીકળી ગયો.' ચીફે ટૂંકમાં રામ મોહનને બ્રીફ કર્યા.

આઇઆઇએ સાથેના સાવકા વર્તન, ચીફ સાથેના પક્ષપાતી વલણ અને પીએમની જડતાથી સુપેરે પરિચિત રામ મોહન ઇન્ડિયન એડમિનિસ્ટ્રેટિવ સર્વિસ (આઇએએસ)ના એક ખૂબ જ હોનહાર ઑફિસર હતા. ડિફેન્સ સેક્રેટરી તરીકે રાજકીય મંચ અને અમલદારશાહીના તખ્તા વચ્ચે રહીને એક મુત્સદ્દી અધિકારી તરીકેની સમતોલ ભૂમિકા ભજવવામાં ખૂબ જ માહેર હતા. હા, પોતે પણ વડા પ્રધાન અને સંરક્ષણ પ્રધાનના એક મહત્ત્વના જવાબદેહ અધિકારી છે એ વાત પણ ખૂબ સારી રીતે જાણતા હતા.

'ઓહ, એટલે તું ગુસ્સામાં છો.'

'ગુસ્સામાં ન હોવાનું બીજું કોઈ કારણ છે મારી પાસે? મને એમની પાસેથી આવા જ જવાબ અને વર્તનની અપેક્ષા હતી, પણ મેં એક ચાન્સ લીધો.'

'નાઉ વૉટ ડુ યુ વોન્ટ ફ્રોમ મી?' રામ મોહને પૂછ્યું.

'હું મારા એજન્ટોને પાકિસ્તાન મોકલવા માગું છું. ન્યૂક્લીઅર પ્લાન્ટ ક્યાં છે એની ગુપ્ત માહિતી મેળવવા. ઍન્ડ યુ નો ધીસ કે આઇ ટ્રસ્ટ યુ ઑનલી ઇન ધીસ પોલિટિકલ અરીના.'

'ધારો કે... તને બધી ગુપ્ત માહિતી મળી ગઈ પછી શું? વિધાઉટ ધ નૉલેજ ઍન્ડ પરમિશન ઑફ પ્રાઇમ મિનિસ્ટર ઍન્ડ ડિફેન્સ મિનિસ્ટર તું શું કરીશ?'

'એ મેં હજી વિચાર્યું નથી, પહેલાં તો મારે છૂપો પ્લાન્ટ ક્યાં છે એની બાતમી મેળવવી છે. વડા પ્રધાને સત્તા પર આવ્યા પછી આઇઆઇએની પાંખો ભલે કાપી નાખી, પણ હું દેશની સલામતી માટે પાંખો વિના પણ ઊંચી ઉડાન ભરી બતાવીશ.'

એ દિવસે મોડી રાતે ચીફે ફોન કરીને "દુલ્હા પહોંચ ગયા હૈ" કહ્યું ત્યાર બાદ ડિફેન્સ સેક્રેટરી રામ મોહનની ઊંઘ હરામ થઈ ગઈ હતી. ગોપીનાથ રાવે વડા પ્રધાન અને ડિફેન્સ મિનિસ્ટરની જાણ બહાર ઉઠાવેલા આવડા મોટા

જોખમનું પરિણામ શું આવશે? એમણે પાકિસ્તાનમાં ઘુસાડેલા અનામી એજન્ટોની સલામતી કેટલી? ડિફેન્સ સેક્રેટરી રામ મોહન ખુદ હેરાન હતા.

✣

રાહુલ અજાણ્યો નહીં હોવાનો અભિનય કરતો ઇસ્લામાબાદની એક નાનકડી હોટલમાં ગયો. વેઇટર આવીને ઊભો રહ્યો કે તરત જ એણે નિહારી અને સાથે બે કડક રોટીનો ઑર્ડર આપી દીધો. ભરપેટ આરોગ્યા પછી દાંત ખોતરતો અને કાંઈક વિચારતો બેઠો હતો. વેઇટરે ટેબલ પર બિલ મૂક્યું. રાહુલે બિલની રકમ વાંચ્યા પછી કુતૂહલ ખાતર બિલની પાછળ જોયું. વાંચીને કાઉન્ટર પર બેઠેલા શખસની સામે જોયું. બંનેની આંખો મળી. પછી તરત જ એ પૈસા ગણવામાં બિઝી થઈ ગયો. રાહુલ બિલ લઈને કાઉન્ટર પર ગયો. પૈસા ચૂકવ્યા પછી બિલ ખિસ્સામાં મૂકતાં પૂછ્યુંઃ 'યે કાદર મંજિલ કહાં હૈ બતાયેંગે?'

'બાજુ કી બિલ્ડિંગ.' કાઉન્ટર પરથી ટૂંકો જવાબ મળ્યો. રાહુલ ઝડપભેર નીકળીને બાજુની બિલ્ડિંગમાં ગયો. અંદર પ્રવેશતાં જ એણે ખિસ્સામાંથી બિલ કાઢીને ફરી વાંચ્યું. એ ધીમે ધીમે દાદરા ચડી રહ્યો હતો. એણે જોયું કે કોઈ શખસ બિલ્લી પગે પીછો કરી રહ્યો છે. એ બીજે માળે પહોંચીને પેલા શખસની હિલચાલ જોવા ઊભો રહ્યો. 'મેરે પીછે આઓ...' બોલતો પેલો શખસ એની બાજુમાંથી પસાર થઈ ગયો. રાહુલ એની પાછળ પાછળ છેક છેવાડાની રૂમ સુધી ગયો. ખુલ્લી રૂમનું બારણું હડસેલી પહેલા શખસ અંદર ગયો, એની પાછળ રાહુલ પ્રવેશ્યો. કબાટમાંથી કપડાની એક જોડ કાઢીને રાહુલ તરફ ફેંકતાં બોલ્યોઃ 'કલ સે હોટલ મેં આ જાના. સુબહ આઠ સે રાત કો આઠ બજે તક.' આટલું બોલીને એ શખસ ઝડપથી જતો રહ્યો. રાહુલે કપડાં ખોલીને જોયું વેઇટરનો યુનિફૉર્મ હતો.

✣

માયા લાહોર જતી બસમાં ચડી. બહુ પેસેન્જરો નહોતા. હા, એ બધા અજાણ્યા જરૂર હતા, પણ માયાને દુશ્મનો જેવા બિલકુલ ન લાગ્યા. એણે જોયા એ બધા ચહેરાઓ માસૂમ હતા. એ બારી પાસેની સીટ પર બેઠી. આખી રાતનો ઉજાગરો કોઈ પણ ઘડીએ ઊંઘ એને પોતાની આગોશમાં લઈ લેશે એની સાવચેતી સાથે આંખો પટપટાવતી એ બારી બહાર જોવા લાગી. સૂરજ તેનું પહેલું કિરણ પાકિસ્તાની સરઝમીન પર પાથરવાની તૈયારીમાં હતો અને લીલીછમ વનરાઈ પર બાઝેલી ઝાકળ સૂર્યના કિરણમાં, એની હૂંફમાં લીન થવા બેતાબ હતી. માયાની આંખો સામેથી નૈસર્ગિક નજારો પસાર થઈ રહ્યો હતો

બરાબર એ જ વખતે એની મનની આંખો સામેથી એનો પોતાનો તાજો ભૂતકાળ ફિલ્મની પટ્ટીની જેમ સરકવા લાગ્યો.

માયાના પિતા પ્રીતમ ચૌધરી દિલ્હી પોલીસ ફોર્સમાંથી ઑફિસર તરીકે નિવૃત્ત થયા હતા. માયાએ પિતાની નારાજગી છતાં પોલીસમાં નોકરી લીધી હતી. એણે દિલ્હી ક્રાઇમ બ્રાન્ચમાં ફરજ બજાવતાં ગુનાખોરીની દુનિયા નિકટથી જોઈ હતી. ખૂનખાર ગુંડા-મવાલીઓને ઝડપીને એનાં હાડકાં ખોખરાં કર્યાં હતાં. એને મજા પડતી હતી ખુફિયાજાળ બિછાવવાની, પીછો કરવાની, ગુનેગારોને પકડવાની, જાસૂસી કરવાની, બાળપણમાં વાંચેલી જાસૂસકથાઓને જીવવાની, પણ આટલાથી એનું મન ભરાતું નહીં. કાંઈક નવું સાહસ કરવાની વૃત્તિ, ધગશ અને મહદ્અંશે ઘેલછા એને ચેનથી બેસવા દેતી નહોતી. નાની ચોરીચપાટી, લૂંટફાટ કે ખૂનખરાબા કરનારાઓ એને મગતરાંઓ લાગતાં. આવાં મગતરાંઓને પકડવાથી શું વળે? જીવનમાં કાંઈક મોટું કરી બતાવવાનું સપનું એને જાસૂસીની માયાવી દુનિયામાં લઈ ગયું. ક્રાઇમ બ્રાન્ચમાં નોંધાતા ગુનાખોરીના કેસ ઉકેલવામાં ખૂંપેલી રહેતી નિષ્ઠાવાન માયાએ પિતાનો લગ્ન કરી લેવાનો પ્રસ્તાવ ઠુકરાવ્યો. આટલું પૂરતું ન હોય એમ અચાનક પિતાને આઇઆઇએમાં જોડાવાની વાત કરીને એમને ચોંકાવી દીધા.

'મારી મરજી વિરુદ્ધ તું પોલીસ ફોર્સમાં જોડાઈ. હું કાંઈ ન બોલ્યો. હવે તારે વધુ ખતરનાક ખેલમાં પડવું છે. હું રાવને કહીને કેન્સલ કરી નાખીશ. એ મને સારી રીતે ઓળખે છે. એ મારી વાત સમજશે.'

'ડેડી, તેઓ તમને ઓળખે છે એના કરતાં વધુ સારી રીતે હવે મને ઓળખે છે. એ તમારી વાત નહીં માને. ઊલટું તમને સમજાવશે અને હા, હું તમારી એકની એક દીકરી છું એટલે કોઈને પણ નહીં કહેવાની વાત... ગુપ્ત રાખવાની વાત તમને કહી રહી છું. બાકી હું આ વાત તમારાથી છુપાવી શકી હોત.'

'પણ આવડું મોટું કદમ ઉઠાવતા પહેલાં તેં મારો જરાય વિચાર ન કર્યો? હવે મારે શું કરવાનું?' પિતાનો કાયમ કરડાકીભર્યો રહેતો અવાજ ઢીલો પડી ગયો.

'મોઢું કઈ રીતે બંધ રાખવું અને કઈ રીતે ખોલાવવું એ વાત એક નિવૃત્ત પોલીસ ઑફિસરથી વધુ સારી રીતે કોણ જાણી શકે? ડેડી, આ વાત આપણા બે જણ વચ્ચે જ રહેવી જોઈએ.' કહીને માયા નીકળી ગઈ હતી. બાપ-દીકરી વચ્ચેની આ ગુપ્ત વાતચીતના થોડા દિવસ પછી માયાએ અચાનક ડેડીને ફોન કરીને ગુડ બાય કર્યું, પણ 'મિશન શાદી' વિશે કાંઈ કહ્યું નહીં અને પિતાએ પૂછ્યું પણ નહીં.

દીકરી દરેક બાપની કમજોરી રહી છે. પોલીસ ઑફિસર રહી ચૂકેલા પ્રીતમ ચૌધરી દીકરી સામે કમજોર બની ગયા હતા, અંદરથી તૂટી ગયા હતા.

'મોહતરમા, ટિકિટ.' બસ કન્ડક્ટરે ટિકિટ પંચ કરવાના મશીનથી ટીક ટીક કર્યું અને અતીતમાં સરી પડેલી માયા બહાર આવી.

'લાહોર બસ ડેપો.' પર્સમાંથી પૈસા કાઢીને આપતાં માયા બોલી.

કન્ડક્ટરે ટિકિટની સાથે એક ચિઠ્ઠી આપી. માયાએ લઈને મુઠ્ઠી ભીડી દીધી.

4

માયાએ ટિકિટની સાથે ચિઠ્ઠી પણ સાચવીને પર્સમાં મૂકી. બસ થોભી કે તરત જ એ ઉતાવળે નીચે ઊતરી. આસપાસ નજર દોડાવી અને બસ ડેપોના લેડીઝ ટોઇલેટમાં ઘૂસી ગઈ. ચિઠ્ઠી વાંચીને બહાર આવી ત્યારે એ મૂંઝાયેલી હતી. બુરખાથી ચહેરો ઢાંકી દઈને એક રિક્ષાવાળા પાસે ગઈ. ચિઠ્ઠી બતાવતાં કહ્યુંઃ 'મૈંનું ઉર્દૂ પઢના નહીં આતા જી.' રિક્ષાવાળાએ ચિઠ્ઠી વાંચી. પછી બુરખા પાછળનો અજાણ ચહેરો જોવાની ઇન્તેજારી સાથે બોલ્યોઃ 'આઓજી, હમ તુસી ઇસ પતે પર છોડ દેતે હૈ.'

'શુક્રિયા.' માયા ઓટોમાં બેસી ગઈ. ગલીકૂંચીઓમાંથી પસાર થતી રિક્ષા એક ઇમારત પાસે જઈને ઊભી રહી. 'લો જી, આ ગઈ આપ કી મંઝિલ.' માયાએ ભાડું ચૂકવ્યું કે તરત ઓટોવાળો બોલ્યો. 'તીસરી મંઝિલ.' માયાએ કાંઈ પણ પ્રતિભાવ આપ્યા વિના ઊંચે નજર કરીને આખી ઇમારત જોઈ. ત્રણ માળની ઇમારત જૂની જરૂર હતી, પણ એનું આર્કિટેક્ચરલ વર્ક આલા દરજ્જાનું હતું. આખાય વિસ્તારમાં એ બેનમૂન બિલ્ડિંગ અલગ તરી આવતું હતું. કોઈ કલાકાર જીવનો બહેતરીન કસબ ઊડીને આંખે વળગતો હતો. માયાએ સૌથી છેલ્લા માળે જવાનું હતું. પહોળા દાદરા ચોખ્ખાચણાક હતા. દરેક માળ પર એક જ ફ્લૅટ અને પૅસેજ વિશાળ. એ જેમજેમ દાદર ચડતી ગઈ તેમતેમ એક ગીત એને નજીકથી સંભળાવા લાગ્યું. એણે ગીતના શબ્દો સાંભળવા કાન સરવા કર્યા.

"યે કૌન આજ આયા સવેરે સવેરે,
કે દિલ ચૌંક ઊઠા સવેરે સવેરે..."

ગીતના શબ્દો માયાને ચોંકાવી ગયા. પોતાના માટે ગવાતા હોય એવા શબ્દો સાંભળીને એ થોડી ક્ષણો થોભી. ગીતના બીજા શબ્દો સંભળાયા.

"કહા રૂપને ચાંદ હૈ ચૌદવી કા, મગર ચાંદ કૈસા સવેરે સવેરે" ગાયકનો માદક કંઠ સાંભળીને અનાયાસે એણે ચહેરા પરથી નકાબ હટાવ્યો ને આગળના શબ્દો

સાંભળવા હળવા પગલે ચાલવા લાગી. અવાજ હવે વધુ નજીક આવતો લાગ્યો.

"ગયા મન કા ધીરજ, બઢી બેકલી ભી,
યે મુઝકો હુઆ ક્યા સવેરે સવેરે..."

યે કૌન આજ આયા સવેરે સવેરે..." ગીત પૂરું થયું અને માયા દરવાજે ઊભી હતી. એણે એક ઊંડો શ્વાસ લઈને દરવાજો ખખડાવ્યો. લગભગ સાંઠેક વર્ષના એક સજ્જને દરવાજો ખોલ્યો. વિશાળ રૂમના એક ખૂણામાં ગ્રામોફોન પર વાગતી રેકોર્ડનું એ ગીત પૂરું થયું હતું. પીન ઘસાઈને કર્કશ અવાજ કરી રહી હતી.

'મરિયમ, આ જાઓ અંદર.' કોઈ કરીબી રિશ્તેદાર હોય એમ ઉમળકાથી બોલાયેલું પોતાનું નામ સાંભળવું ગમ્યું ખરું, પણ એનું દિલ ચોંકી ઊઠ્યું. "કે દિલ ચૌંક ઉઠા સવેરે સવેરે." એને થોડીવાર પહેલાં જ સાંભળેલા શબ્દો યાદ આવ્યા. સજ્જને દોડીને રેકોર્ડ પરથી પીન હટાવી લીધી. કર્કશ અવાજ બંધ થયો.

'મૈં બરકતુલ્લાખાન.' છાતી પર પોતાનો ડાબો હાથ રાખીને સહેજ ઝૂકીને બોલ્યા. પછી રંગબેરંગી કાચની ભૂંગળીવાળો પરદો લગાડેલા ઓરડા તરફ મોં કરીને ઊભા રહ્યાઃ 'હંજી સૂનતી હો બેગમ સાહેબા, દેખો કૌન આયા હૈ. તશરીફ રખીએ. બેગમ સાહિબા આતી હી હોંગી.'

માયાએ ઓરડામાં નજર ફેરવી. મસ્ટર્ડ રંગની વૉલ ટુ વૉલ જાજમ. ચાર માણસ બેસી શકે એવું લાંબું દીવાન. વચ્ચે ગોઠવીને મૂકેલા ચોરસ તકિયા. કોડીજડિત ગલેફ ચડાવેલા ગોળ ઢોલિયા. હાથીદાંત અને લાકડાથી બનેલું ગોળ ટેબલ. કોતરણીવાળા મેજ પર પડેલું અધખુલ્લું કુર્રાન. બાજુમાં સાચવીને મુકાયેલી તસ્બી. એની બરાબર સામેના ટેબલ પર શાહી મિજાજ દર્શાવતો પિત્તળનો ચકચકિત હુક્કો. સંગેમરમરમાં નકશીકામ કરીને ખાસ બનાવેલી બારીઓમાં જડેલા લીલા, પીળા અને બ્લૂ રંગના બેલ્જિયન કાચ. સીસમના લાકડાની કળાત્મક અલમારીઓમાંથી ઝાંખતી કોડી અને કાચની ક્રોકરી. આદમ કદના લાંબા પારદર્શક કાચના કબાટમાંથી સૂર છેડતું સિતાર અને ગ્રામોફોનની નીચેના ભાગે કતારબંધ ગોઠવેલી રેકોર્ડ્સ. બધું જ શાહી, બેનમૂન અને કળાત્મક. માયાએ આમાંની એક પણ ચીજ ક્યારેય જોઈ નહોતી, પણ એની આંખ ઠરી. ખાં સાહેબે રેકોર્ડને સાચવીને ફોલ્ડરમાં નાખતાં કહ્યુંઃ 'હિન્દુસ્તાન સે હમારા બહુત હી કરીબી રિશ્તા રહા હૈ. યહ ગાના જો અભી બજ રહા થા. પંકજ મલિક સા'બ કા ગાયા હુઆ હૈ. ફિલમથી નર્તકી.' માયા વિચારવા લાગી કે, આ સવેરે સવેરે... મારા જનમથી પણ પહેલાંના જમાનાનું રોતલ ગીત હતું. હું ક્યાં આવી ગઈ અહીં સવેરે સવેરે...

'હમારે વાલિદ બડે મશહૂર ગવૈયે થે... ગ્વાલિયર ઘરાના સે. ફિર હમ ભી શોકિયા સિતાર બજાને લગે. ફિલમ ઇન્ડસ્ટ્રીમેં બહુત સારે સંગીતકારો કે ગાનોં મેં હમને સિતાર બજાયા. નૌશાદઅલી, મદન મોહન સાબ, રોશન સાબ...' ખાં સા'બની રેકોર્ડ હજી વાગતી રહેત જો બેગમ બહાર ન આવ્યાં હોત. બેગમ સાહિબાએ કાચની ભૂંગળીવાળો પરદો હટાવ્યો ને એકબીજા સાથે અથડાતી ભૂંગળીઓ રણકી ઊઠી.

'યે હૈ હમારી બેગમ સાહિબા હમીદાબાનુ.' પાછળ કાચની ભૂંગળીઓનો મીઠો રણકો સંભળાતો રહ્યો. સફેદપોશ સલવાર કમીઝમાં સજ્જ બેગમને જોઈને માયાને લાગ્યું, જાણે દિવસે ચાંદ ઊગ્યો અને ચાંદની પથરાઈ ગઈ... સવેરે સવેરે. એમને જોઈને ઉંમરનો અંદાજ લગાડવો મુશ્કેલ હતો. ઉંમરનો આંકડો જાણે એમને જોઈને આગળ વધવાનું નામ જ લેતો નથી. કદાચ ખાં સા'બના આ ત્રીજાં બેગમ હોય... "તીસરી શાદી... તીસરી મંજિલ." બરકતુલ્લાખાંના સંગીતપ્રેમ અને હમીદાબાનુના રૂપથી અંજાયેલી માયા અસમંજસમાં હતી.

'હમારી બેગમ સાહિબા જૂનાગઢ સે તાલ્લુક રખતી હૈ. ઔર હાં, ગુજરાતી બહુત અચ્છી બોલ લેતી હૈ.' માયાને હવે કોઈ થોડું પોતીકું લાગ્યું. બેગમ સાહેબાનું સ્મિત એને એમના સૌંદર્યની જેમ જ સ્પર્શી ગયું.

'આવ, હું તને તારો રૂમ બતાવું.' બેગમ માયાને એના રૂમમાં લઈ ગયાં.

દરવાજો અંદરથી બંધ કરતાં બોલ્યાં: 'તું કરાચીમાં રહેતી મારી બહેન ફિરોઝાની દીકરી મરિયમ છો અને મારી પાસે રહેવા આવી છો. લંડનમાં મોટી થઈ છો, ત્યાં જ ભણી છો એટલે ઉર્દૂ આવડતું નથી.' કબાટ ખોલીને માયાનો બનાવટી પાસપોર્ટ આપ્યો. સ્માર્ટ માયાને બધું ફટાફટ સમાજાવા લાગ્યું. 'આમાં તારાં કપડાં વગેરે છે. સાઇઝ ચેક કરી લેજે. બારી બંધ કરી દે.' માયાને આ ન સમજાયું, પણ બારી બંધ કરી. બેગમ સાહિબાએ કબાટના ચોરખાનામાંથી મોર્સકોડ મશીન કાઢીને મૅસેજ આપવાનું શરૂ કર્યું. બેગમ સાહિબાની નાજુક તર્જની મશીન પર ટીક ટીક ટીક અવાજ કરવા લાગી અને સામે છેડેના મશીન પરથી બી...પ બીપ... બી...પ...ના લાંબા અને ટૂંકા ધ્વનિ સાથે મૅસેજ ઊતરવા લાગ્યો.

✣

કબીરે મોટી બેગ કાઢીને એમાં બરાતીઓનાં કપડાં ભર્યાં. રૂમાલથી કબાટનું બારણું અને હેન્ડલ લૂછી નાખ્યાં. ટેલિફોન પર કપડું ફેરવ્યું. બહારથી હોર્નનો અવાજ આવ્યો એટલે ફોનનું દોરડું ખેંચીને પાછળના દરવાજેથી બહાર નીકળી ગયો. રાહ જોઈ રહેલી કારનો દરવાજો ખોલીને અંદર જોયું. ડ્રાઇવરને જોઈને

આંચકો ખાઈ ગયો. ડ્રાઇવિંગ સીટ પર વિજય એટલે કે હાફીઝ હતો. હજી થોડીવાર પહેલાં જ એણે કહેલું કે, "શેખર, સુશાંત અને વિજયને બહુ જરૂર લાગે તો જ સામેલ કરવાના." અને આ શું? આ ફરી હાજર થઈ ગયો.

'આ જાઓ દુલ્હેમિયાં.' વિજયે હસીને કહ્યું. કબીર બેગ પાછળની સીટ પર મૂકીને બેઠો.

'હું આ વિસ્તારમાં જ હતો. મારે તારી રાહ જોવાની હતી. તારો ઉતારો મારા ઘરે છે.' વિજયે કાર સ્ટાર્ટ કરી. કબીર ચૂપ બેસી રહ્યો. માયા, મહેશ અને રાહુલના ગયા પછી સારી વારે ચીફનો ફોન આવ્યો. ચીફે થોડા શબ્દોમાં કહી દીધું હતું કે, 'નીચે કાર રાહ જુએ છે. બધું પૅક કરીને, ફોનનું કનેક્શન કાપીને નીકળી જા.' અલબત્ત, એમણે વિજયનો ઉલ્લેખ કર્યો નહોતો.

'હું વિજય બત્રા. આપણી એમ્બેસીના કલ્ચરલ વિભાગનો હેડ છું, પ્રતિનિધિત્વ કરું છું. છેલ્લાં થોડાં વરસોથી અહીં ડેપ્યુટેશન પર છું. પાર્ટટાઇમ કલ્ચર એક્ટિવિટી અને ફુલ ટાઇમ ઇન્ટેલિજન્સ વર્ક.' સહેજ હસીને ગંભીર થઈ ગયો. 'અહીંનો માહોલ હાલ ઠીક નથી. પાકિસ્તાન ઇન્ટેલિજન્સ બ્યૂરો (પીઆઇબી) બહુ જ એક્ટિવ છે. એનો એક જ મંત્ર છે, હલાલ. જરાસરખી પણ શંકા ગઈ કે તરત જ હલાલ... ખતમ કરી નાખો. આપણી એમ્બેસીના દરેક માણસ પરની વૉચ વધી છે છતાંય યુ વિલ બી સેફ ઇન માય પ્લેસ.'

સાંભળીને કબીરનું રૂંવાડું પણ ફરક્યું નહીં. એ બહાર મોં રાખીને બહારની દુનિયા જોતો હતો, પણ એનું ધ્યાન વિજયના દરેક શબ્દ પર હતું. વિશાળ વિલામાં કાર પ્રવેશી. પૉર્ચમાં ઊભી રાખીને બંને ઊતર્યા. કબીરે બેગ લીધી.

'આટલા મોટા ઘરમાં હું એકલો જ છું. વાઇફ અને છોકરાંઓને અહીં લાવીને જોખમ વધારવાનો કોઈ મતલબ નથી. ઘણીવાર એકલતા કોરી ખાય છે, પણ...' એટલું બોલીને અટકી ગયો. કબીરને એનો રૂમ બતાવ્યો.

'નાઉ રિલેક્સ.'

'મારે મિશન શું છે એ જાણવું છે.' કબીરે મોં ખોલ્યું.

'રાતે નિરાંતે વાત કરીશું.'

વિજયના ગયા પછી કબીર એક પછી એક બધા રૂમમાં ફરી આવ્યો. કેટલીક વસ્તુઓ ઉપરતળે કરીને પણ જોઈ-ચકાસી. અચાનક રસોડામાંથી વાસણ ખખડવાનો અવાજ આવ્યો. ધીમે પગલે ત્યાં ગયો. આધેડ વયની એક બાઈ રસોઈ બનાવતી હતી. કબીરને જોઈને સહેજ પણ ગભરાયા વિના બોલીઃ 'મૈં ઝાહીરા. ઘર કા સારા કામ કરતી હૂં ઔર સા'બ કે લિયે ખાના બનાને આતી હું.' કબીર એના રૂમમાં ગયો. પલંગ પર પડીને છતને તાકતો રહ્યો.

કબીરનાં માતા-પિતા બંને સ્વાતંત્ર્યસેનાની. પિતાનું છત્ર તો વરસો પહેલાં એણે ગુમાવી દીધું હતું. મોટો ભાઈ અભિમન્યુ પાકિસ્તાન સામેની લડાઈમાં શહીદ થઈ ગયો ત્યાર પછી કબીર અને મા - બંનેમાં એક કૉમન વાત એ હતી કે એમણે ક્યારેય આંસુ સાર્યાં નથી. "અભિમન્યુ મર્યો નથી, એ શહીદ થયો છે." મા-દીકરો કાયમ આ વાત કહેતાં, જાણતાં અને માનતાં. કબીરના અંગત જીવન વિશે માતા સરોજાદેવી બસ એટલું જ જાણતી કે એ કોઈ બિઝનેસ કરે છે અને અવારનવાર બિઝનેસના કામે બહારગામ કે વિદેશ જાય છે. આ વખતે માએ લગન કરવાની વાત કાઢી એટલે એણે કહેલું કે, બિઝનેસ ટૂર પરથી આવું પછી ધામધૂમથી લગન કરી લઈશ. કબીરને લગન કરતાં વિશેષ મહત્ત્વ "મિશન શાદી"નું હતું. એ કાયમ કહેતોઃ મારા માટે બે જ મા છે. એક તું અને બીજી ભારતમાતા. સ્વાતંત્ર્યસેનાની મા સરોજાદેવી દીકરાના કહેવાનો મર્મ સમજતી નહીં.

એ રાતે બૅકયાર્ડમાં તાપણું કરીને વિજય અને કબીર હાથ શેકતા બેઠા હતા. વચ્ચે વચ્ચે ગ્લાસમાંથી રમનો એક ઘૂંટ પણ મારી લેતા હતા. કબીર થોડો બેચેન હતો. એને મિશન વિશે જાણવામાં વધુ રસ હતો. વિજય જલદી વાત કાઢે તો ઠીક છે, નહીંતર મારે જ પૂછવું પડશે એવું વિચારીને એણે એક ઘૂંટ ભર્યો કે અચાનક બે જણ ક્યારે બાજુમાં આવીને ઊભા રહી ગયા એની બેમાંથી એકેયને ખબર ન પડી.

એક જણે વિજયને પોતાનું કાર્ડ બતાવતાં કહ્યુંઃ 'પાકિસ્તાન ઇન્ટેલિજન્સ બ્યૂરો.'

5

પાકિસ્તાન ઇન્ટેલિજન્સ બ્યૂરો (પીઆઇબી) સાંભળ્યા બાદ પણ વિજયના પેટનું પાણી પણ ન હલ્યું. એણે આરામથી ગ્લાસ ઉઠાવ્યો અને એક ઘૂંટ માર્યો.

'ગુસ્તાખી માફ જનાબ, લેકિન હમને બહાર સે આગ ઔર ધૂંઆ દેખા તો અંદર આ ગયે.'

'કોઈ બાત નહીં જી.' વિજયને કહેવાનું મન થયું કે "આગ ભી હૈ ઔર ધૂંઆ ભી હૈ, લેકિન હમારે ભીતર હૈ."

'યહ જનાબ કૌન?' એક ઑફિસરે તાપણા તરફ મોં કરીને હાથ શેકી રહેલા કબીરનું મોઢું જોવા માગતો હોય એમ પૂછ્યું. કબીર સાવચેત થઈ ગયો. આ લોકો વધુ પૂછપરછ કરશે. કોઈ પણ ઘડીએ કાંઈ પણ થઈ શકે છે. તાપણાંમાં

પોતાની હથેળીઓ શેકીને મોઢા અને કમર પર લગાડવાને બહાને એણે પેન્ટની પાછળ ભરાવેલી રિવૉલ્વર પર પણ હાથ ફેરવી લીધો.

'દોસ્ત હૈ.' વિજય ચહેરા પર સ્મિત લાવીને બોલ્યો. કબીરે પાછળ ફરીને જોયું પણ નહીં અને તાપવાનું ચાલુ રાખ્યું.

'ક્યા નામ હૈ આપકા જનાબ?' બીજા ઑફિસરે પૂછ્યું. હવે કબીર પાસે એમને મોં બતાવ્યા સિવાય બીજો કોઈ માર્ગ નહોતો. એણે મોં બંનેની તરફ કરીને પોતાનું નામ કહ્યું.

'કબીર.'

વિજયને થયું કે સાચું નામ કહેવાની જરૂર નહોતી, પણ પછી વિચાર્યું કે કબીર એનું સાચું નામ છે કે ખોટું એની પોતાનેય ક્યાં ખબર છે.

'બડી મહેફિલ જમી હૈ, જનાબ.'

'આપ ભી આઇયે મહેફિલ મેં.' વિજયે તક ઝડપીને આમંત્રણ આપી દીધું.

'સરજી, ડ્યૂટી પર હૈ... વરના બૈઠ જાતે.'

વિજયે બાજુમાં પડેલી બે બૉટલોમાંથી એક ઉઠાવીને એના હાથમાં પકડાવતાં કહ્યુંઃ 'આપ દોનોં ભી મહેફિલ જમાના, ઘર પર.'

'શુક્રિયા.' કહીને એક જણે બૉટલ ઓવરકોટની અંદર બગલમાં દબાવી દીધી.

ચુપચાપ આવેલા પાકિસ્તાન ઇન્ટેલિજન્સ બ્યૂરોના માણસો ઉતાવળે ચાલ્યા ગયા. કદાચ મહેફિલ જમાવવાની ઉતાવળ હશે. બંનેના ગયા પછી વિજયે કહ્યુંઃ 'તારે સાચું નામ આપવાની જરૂર ન હતી.'

'નામમાં શું દાટ્યું છે? બહુ મોટી માથાકૂટ થઈ હોત તો એને અહીં જ દાટી દેત.' કબીરે રિવૉલ્વર કાઢીને ટિપોઈ પર મૂકી.

'બૉટલથી પતી જતું હોય તો બુલેટ શા માટે બગાડવાની?' વિજય બોલ્યો.

એ અંદર જઈને કબીરની બેગ લાવ્યો. અસલી આગ અને ધુમાડો તો હવે નીકળશે કહીને એક પછી એક કપડાં તાપણામાં નાખવા લાગ્યો.

'પાકિસ્તાન ન્યૂક્લીઅર બૉમ્બ બનાવી રહ્યું છે અને પ્લાન્ટ ક્યાં છે એ સિક્રેટ શોધવાનું છે.' વિજયે કહ્યું અને કબીર "મિશન શાદી"ના દુલ્હામિયાંના જરકસી જામાને ભડભડ બળતા જોઈ રહ્યો. સસ્તા રેશમી અને જરીવાલા કપડાંથી આગ વધુ પકડતા જ્વાળાઓ ઊંચે ઊઠવા લાગી.

'પાકિસ્તાન ભલે હદની બહાર ગયું, પણ ન્યૂક્લીઅર પ્લાન્ટ હશે તો પાકિસ્તાનની હદમાં જ ને? શોધી કાઢીશું.' કબીરે લાકડીથી કપડાને આગમાં ધકેલતાં ઠંડે કલેજે કહ્યું.

'પાકિસ્તાનના વડા પ્રધાન, લશ્કરનો ટોચનો વડો, પીઆઇબીના ચીફ અને

ન્યૂક્લીઅરના સાયન્ટિસ્ટ સિવાય કોઈને પ્લાન્ટની ખબર નથી. આપણું મિશન ન્યૂક્લીઅર પ્લાન્ટ શોધી કાઢવાનું છે. હું એમ્બેસીમાં અન્ડરકવર છું... તમને જોઈતી બધી મદદ કરતો રહીશ.

પાકિસ્તાનનો ખૂણેખૂણો જ નહીં, આસપાસનાં ગામડાં પણ ખૂંદી વળીશું.

અને હા, આપણી વચ્ચેના કોમ્યુનિકેશનનું શું અને કો-ઓર્ડિનેશન કોણ કરશે?'

'લાહોરના એક સિતારવાદકના ઘરમાંથી કોમ્યુનિકેશનનું મધુર સિતાર સંભળાશે, આપણે આલાપ છેડશું, મુખ્ય ગાયિકા માયા હશે. રાહુલ તથા મહેશ કોરસમાં જોડાશે.'

'ઓહ, તારું કલ્ચરલ કનેક્શન જબરું છે.' કબીર સહેજ હસ્યો.

✣

મહેશ રાવલપિંડીમાં પહોંચ્યો કે તરત જ એક માણસ એને ધાબળાની ગાંસડી સાથે મળ્યો. 'કંબલ લે લો, કંબલ. ઇસ સાલ બહુત ઠંડ પડ રહી હૈ.' મહેશને એની ભાષા જાણીતી લાગી. એમાંથી એને કોઈ ચોક્કસ સંકેત મળ્યો.

'એક, દો કિતને કંબલ લેના હૈ, આપકો?'

મહેશને માણસ અજાણ્યો, પણ સવાલ પણ જાણીતો લાગ્યો. આની પર વિશ્વાસ મૂકી શકાશે અને દિલ ખોલીને વાત પણ કરી શકાશે એવું એને લાગ્યું.

'મૈં અકેલા હૂં. મસ્જિદ-દરગાહ મેં સોતા હૂં. બસ, કામ ઔર રહેને કી જગા ઢૂંઢતા હૂં.' મહેશ આસપાસ કોઈ નથી એની ખાતરી કરીને બોલ્યો.

'અગર મૈં રહેને કા બંદોબસ્ત કર દૂં તો?'

'બડી મહેરબાની હોગી આપકી. ફિર તો એક કંબલ ખરીદને કી બાત છોડો, મૈં આપકા સારા માલ બેચ દૂંગા. મુઝે તજુરબા હૈ.'

'અચ્છા, તો ફિર આઓ મેરે સાથે.' મહેશને કડકડતી ઠંડીમાં ગરમ ધાબળા જેવો ગરમાટો મળ્યો. કંબલવાળો આગળ અને મહેશ એની પાછળ ચાલવા લાગ્યો. એક દુકાન પાસે અટક્યા. થડા પર બેઠેલા લાંબી ફરફરતી સફેદ દાઢીવાળા ચાચાએ બંનેને જોઈને મુંડી હલાવી. બંને દુકાનની બાજુની ગલીમાં ગયા. નાનકડી ઓરડી ખોલીને અંદર પ્રવેશ્યા. ઓરડીમાંથી સીધા દુકાનમાં જવાનો નાનો દરવાજો હતો. ગાંસડી મૂકીને તેઓ અંદરના રસ્તેથી દુકાનમાં ગયા.

'ચાચા, અબ સે યે કંબલ બેચેગા ઔર પીછે કી રૂમ મેં રહેગા.'

'જી જનાબ.' ચાચાએ મહેશની સામે જોઈને કહ્યું.

'ચલતા હૂં' કહીને પેલો માણસ જવા લાગ્યો. એની પાછળ જઈને મહેશે 'ખુદા હાફીઝ' કહ્યું.

'મૌસમ બદલતે દેર નહીં લગતી. શાયદ થોડે દિન ગુઝારને હૈ... અગલી ઇત્તિલ્લા મિલને તક.' અલાદિન ચરાગમાં પાછો જતો રહે એમ એ શખસ અદૃશ્ય થઈ ગયો. કંબલ વેચનારા એ ભલા આદમીનું નામ પૂછવાની મહેશે દરકાર ન કરી. કદાચ સમજીને જ. મહેશ રૂમમાં ધાબળાની ગાંસડીને ટેકે આડો પડ્યો. માણસ જ્યારે એકલો પડે ત્યારે સૌથી પહેલાં એ પોતાની સૌથી નિકટની વ્યક્તિને યાદ કરે છે. મહેશનું પોતાનું કોઈ નથી. ના મા-બાપ, ના કોઈ ભાઈ-બહેન. છતાંય આજે એને કોની યાદ સતાવી રહી હતી? અનાથાશ્રમમાં રહીને માંડમાંડ ગ્રેજ્યુએટ થયો, પણ ડિગ્રી મવાલીગીરીમાં મેળવી. શેરીકક્ષાએ ગુંડાગીરીમાં માસ્ટર ડિગ્રી હાંસલ કરી, પણ પછી કોઈ કારણસર એનું અચાનક હૃદયપરિવર્તન થયું અને પોલીસમાં ભરતી થઈ જવાની ઇચ્છા થઈ. કોશિશ કરી, પણ છાતીની પહોળાઈ અને ઊંચાઈ સહેજ ઓછી પડી. પોલીસમાં ભરતી થવાની જીદ પૂરી કરવા અંતે એ પોલીસખબરી બની ગયો. ગોપીનાથ રાવના એક ખાસ ઓળખીતા પોલીસ ઑફિસરે મહેશના ખબરી તરીકેનાં કારનામાં વર્ણવ્યાં. પોલીસ ઑફિસરના છૂપા આશીર્વાદથી મહેશ ઇન્ડિયન ઇન્ટેલિજન્સ એજન્સીમાં ભરતી થઈ ગયો. ગુપ્તચર વિભાગમાં જોડાવા માટે એણે જરૂરી પરીક્ષાઓ આપી. સઘન શારીરિક-માનસિક-ટેક્નિકલ તાલીમ લીધી અને છપ્પનની છાતી સાથે બહાર આવ્યો. મવાલીગીરીમાંથી પોલીસખબરી અને પછી જાસૂસી એજન્ટ બનેલા મહેશે અગાઉ બાંગલાદેશને ભારતે મદદ કરી ત્યારે ગુમનામીનો અંચળો ઓઢીને ગુપ્તચર એજન્ટ તરીકે અદ્ભુત કામગીરી બજાવીને ગોપીનાથ રાવનું દિલ જીતી લીધું હતું, પણ ચીફનું દિલ જીતનારા મહેશનું દિલ આંચલ નામની એક સુંદર અને સુશીલ છોકરીએ જીતી લીધું હતું. આજે એને આંચલની જ યાદ સતાવી રહી હતી. મહેશના પ્રેમ ખાતર ફના થવા તૈયાર આંચલ, દેશકાજે જીવ હથેળી પર લઈને નીકળેલા પોતાના પ્રેમીના ભેદી જીવનથી કંટાળી ગઈ હતી. એણે કેટલીયવાર મહેશને આ અંગે સવાલો કર્યા. અલગ અલગ રીતે પૂછ્યું, પણ બધુંય ગુપ્ત રાખવા બંધાયેલા મહેશના હાથ બંધાયેલા હતા અને મોંએ ડૂચો હતો. દુનિયાની કોઈ પણ ગુપ્તચર એજન્સીની પહેલી શરત ઓળખ છુપાવીને કામ કરવાની હોય છે. જાસૂસી એજન્ટો લલાટે ગુમનામી લખાવીને જનમે છે. એને યશ અને અપયશ પણ ગુપ્ત રીતે મળે. ચારેક દિવસ પહેલાં મહેશ અને આંચલ મળ્યાં ત્યારે આંચલે ફરી બળાપો કાઢેલો.

'મહેશ, તું શું કરે છે? ક્યાં જાય છે? કાંઈ કરતા કાંઈ કહેતો નથી. તારા વિશે મારાં માતા-પિતા પૂછે તો મારે શું કહેવું?'

'એમને કહેવાનું કે મહેશ એક પુરુષ છે, એનું નાનકડું ઘર છે ને દિલ મોટું

છે. ઘર ચાલે એટલું કમાય છે. હું કોઈ કંપનીમાં મૅનેજર હોઉં કે ફેરિયો બનીને ધાબળા વેચું એનાથી એમને શું ફરક પડે છે?'

'સ્ટેટસ... સમાજમાં સ્ટેટસનું અને પોઝિશનનું બહુ મહત્ત્વ છે. એનાથી જ ફરક પડે, મહેશ.'

'કયો સમાજ? કોના સમાજમાં ફરક પડે આંચલ? મારો કોઈ સમાજ નથી તું જાણે છે. જો તારાં માતા-પિતાને હું અનાથ છું એ વાતથી ફરક ન પડતો હોય તો હું શું કરું છું અને શું નથી કરતો એથી શા માટે ફરક પડવો જોઈએ?'

'મતલબ, તું શું કરે છે, તારો બિઝનેસ, તારો વ્યવસાય શું છે એ વાત તું મારાથી પણ આખી જિંદગી છુપાવીને રાખીશ, મહેશ?'

'હા, હાલ પૂરતું તો એમ જ સમજ.'

'તો પછી આપણાં લગ્ન પણ નહીં થઈ શકે એ વાત પણ સમજી લે, મહેશ.' આંચલે બે વર્ષના પાંગરેલા સંબંધ પર એકઝાટકે પડદો પાડી દીધો.

દુકાનનું શટર ડાઉન થવાનો અવાજ આવ્યો. ચાચા પાછલે દરવાજેથી બહાર નીકળી ગયા. મહેશે ઓઢવા માટે ગાંસડીમાંથી એક ધાબળો કાઢીને ખોલ્યો. અંદરથી એક ચબરખી પડી. મહેશે વાંચ્યુંઃ "વિજય બત્રા. ફોન નંબર" મહેશ નામ-નંબર ગોખીને ચબરખી ચાવી ગયો.

✣

માયાને મોર્સકોડ મશીન જોઈને કોઈ આશ્ચર્ય ન થયું, પણ બેગમ સાહેબાના ઘરમાં આ મશીન જોઈને અને બેગમને ખુદને ઑપરેટ કરતા જોઈને સહેજ નવાઈ લાગી. માયા મોર્સકોડની થોડીઘણી ભાષા ઉકેલવાનું શીખી ગઈ હતી. "માયા પહોંચી ગઈ" એવો મૅસેજ બેગમે મોર્સકોડથી આપ્યો એનો તરત જ જવાબ આવવા લાગ્યો હતો. મશીન પરથી ઊતરેલી પાતળી પટ્ટીને પોતાની નાજુક આંગળીઓથી પકડીને કોડ ઉકેલી રહેલાં જાજરમાન બેગમની કાબેલિયતથી પ્રભાવિત થઈ ગઈ. કોણ કહી શકે કે, આ સૌંદર્યવાન બેગમ સાહિબા અને ભારતમાં રહીને ફિલ્મીગીતોના રેકોર્ડિંગમાં સિતાર વગાડીને ખ્યાતિ મેળવી ચૂકેલા સિતારવાદક બરકતુલ્લા ખાન ચીફ ગોપીનાથ રાવના ખુફિયા માણસો છે અને ભારતના એક મોટા સિક્રેટ મિશનના મદદગાર છે?

'મૅસેજ છે કે આ ઘરમાં સંગીતનો જલસો ગોઠવવાનો રહેશે. એમ્બેસીનો કલ્ચરલ વિભાગ થોડા "વીઆઇપીઓ"ને ખાસ આમંત્રણ આપશે. કલ્ચરલ વિભાગના હેડ વિજય બત્રા બધું ગોઠવશે. એનો નંબર પણ આપ્યો છે.' બેગમ સાહિબાએ કહ્યું.

વિજય નામ સાંભળીને માયાના કાન ચમક્યા. નક્કી આ હાફીઝ જ હોવો જોઈએ જેના લમણે મેં રિવૉલ્વર મૂકી હતી. માયાએ બહાર પબ્લિક ફોનબુથ પરથી ફોન કરીને જાણવા નંબર નામ લઈ લીધાં.

✣

સરકારી હૉસ્પિટલની બહાર પોલીસ ઇન્સ્પેક્ટર જાવેદ અને હવાલદાર રસૂલ ખાનની જીપ આવીને ઊભી રહી. સલામત અલીનો પોસ્ટમોર્ટમ રિપોર્ટ આવી ગયા પછી પોલીસ ઇન્સ્પેક્ટર જાવેદે “હું ખુદ આવું છું” એવું ડૉક્ટરને કહ્યું હતું. સલામત અલીની લાશનો કબજો લઈને પોસ્ટમોર્ટમ માટે મોકલ્યા બાદ ઇન્સ્પેક્ટરને ચેન પડતું નહોતું. એના મગજ પર ભેદી લાશનું ભૂત સવાર હતું. પોલીસનો જીવ એટલે આ બેનામી લાશનો ભેદ ઉકેલવાની મથામણ એના મનમાં સતત ચાલ્યા કરતી હતી. ઇન્સ્પેક્ટર જાવેદની સામે રિપોર્ટની ફાઇલ મૂકતાં ડૉક્ટર બોલ્યાઃ

‘મર્ડર દેર રાત કરીબ કરીબ દો બજે હુઆ હૈ. ગોલી નઝદીક સે મારી હૈ. બૉડી સે દો ગોલી નીકલી હૈ. જર્મન મેઇડ નાઇન એમએમ રિવૉલ્વર થી. સુન્નત કરી હૈ. દાયનેં હાથ પર તાવીજ બાંધા હૈ. મતલબ બંદા મુસ્લિમ હૈ.’ ડૉક્ટર બોલી રહ્યા હતા ત્યારે ઇન્સ્પેક્ટરે કતલની જગ્યાએથી મળેલું કારતૂસનું ખોખું ખિસ્સામાંથી કાઢીને ડૉક્ટરને બતાવતાં કહ્યુંઃ ‘ફૉરેન્સિક ડિપાર્ટમેન્ટ ભી વો હી કહેતા હૈ. જર્મન મેઇડ રિવૉલ્વર કૌન વાપરતા હૈ અપને યહાં? ઢૂંઢના પડેગા. ડૉક્ટર, લાશ કો મોર્ગ મેં હી રહેનો દો. કભી કભી લાશ હમેં અસલી કાતિલ તક પહોંચાતી હૈ.’ કહીને ઇન્સ્પેક્ટર જાવેદે તાવીજ અને બૉડીમાંથી નીકળેલી બે કારતૂસ લઈને ખિસ્સામાં મૂક્યાં અને ખુદા હાફીઝ કર્યું. બહાર નીકળતી વખતે એમણે હવાલદારને કહ્યુંઃ ‘રસૂલમિયાં, લગતા હૈ કાતિલ કા રાઝ ઉસી મહોલ્લે મેં દફન હૈ.’ એ અચાનક ઊભો રહી ગયો. ‘મિયાં જરા દેખો તો યે વહી બકરા હૈના જો ઍમ્બ્યુલન્સ કે પીછે દોડતા થા?’

‘હા જનાબ, વો હી હૈ.’

‘ઇતને દિનોં સે યે યહાં હૈ... મતલબ મરનેવાલે કા રિશ્તેદાર હૈ.’

હવાલદારે હસવું રોકી રાખતાં કહ્યુંઃ ‘જનાબ, હો સકતા હૈ.’

‘એક કામ કરો. બકરે કો પકડ લો ઔર જીપ મેં ડાલ દો.’

અત્યાર સુધી ગુનેગારોને પકડીને જીપમાં ધકેલનારા હવાલદાર રસૂલ ખાન ઇન્સ્પેક્ટર જાવેદના તર્ક પર ખડખડાટ હસી પડ્યો, પણ ચિઠ્ઠીના ચાકરે જીપમાંથી દોરડું કાઢ્યું ને ગાળિયો બનાવીને બકરાને જાણ ન થાય એ રીતે ગળામાં ભેરવી

દીધું. બકરો બેં બેં કરતો ભાગવાની કોશિશ કરતો રહ્યો. રસૂલમિયાંએ બકરાને જીપમાં ચડાવ્યો ત્યારે આસપાસ એકઠા થયેલા લોકો હસી રહ્યા હતા. "આજકલ તો બકરા ભી ગુન્હા કરને લગા હૈ... તૌબા તૌબા."

6

જીપમાં બેઠા કે તરત જ ડ્રાઇવરે પૂછ્યું: 'જનાબ, કહાં જાના હૈ?'

'કાજી મહોલ્લા...' ઇન્સ્પેક્ટરે કહ્યું.

માંડ માંડ બકરાને સાચવીને બેઠેલા રસૂલમિયાંએ કહ્યું: 'જનાબ, ઉસ મહોલ્લે મેં તો ગરીબ ઔર શરીફો કી બસ્તી હૈ.'

'મિયાં, જ્યાદાતર ગુન્હા શરીફ ઔર ગરીબોં કી બસ્તી મેં હી હોતે હૈં.'

'લેકિન જનાબ, યહ બકરા ક્યા બોલેગા?'

'બકરા નહીં બોલેગા, બકરે કો દેખ કર વહાં કે લોગ અપની જબાન ખોલેંગે.'

કાજી મહોલ્લો આવ્યો. ઇન્સ્પેક્ટર જાવેદ ઊતરીને છાતી ફુલાવી, અક્કડ ચાલે ચાલતો ચાલતો આસપાસ જોવા લાગ્યો.

'જનાબ, બકરે કા ક્યા કરું?'

'સાથ લે લો.'

જીપમાંથી જબરજસ્તીથી ઉતારેલો બકરો અને હવાલદાર રસૂલમિયાં ઇન્સ્પેક્ટરની પાછળ ઢસડાવા લાગ્યા. ઇન્સ્પેક્ટર એક પછી એક ડેલી ખખડાવીને બકરો બતાવીને પૂછવા લાગ્યો કે, "આ તમારો બકરો છે? આ બકરાને કે એના માલિકને ઓળખો છો?" ડેલીઓ ખૂલવા લાગી. ડેલીઓ બંધ થવા લાગી, પણ બકરાનો કોઈ માલિક ન મળ્યો. ઇન્સ્પેક્ટરે સલામત અલીના ચાચા સુલેમાનની ડેલીએ ટકોરા માર્યા. ઇન્સ્પેક્ટરને જોઈને સુલેમાનને ખુદા યાદ આવી ગયા. એણે બકરાને જોયો.

'ઇસ બકરે કો યા ઇસ કે માલિક કો પહેચાનતે હો?' ઇન્સ્પેક્ટરે ડેલીની અંદર નજર કરતાં પૂછ્યું.

'નહીં જનાબ.' સુલેમાન પાસે જવાબ તૈયાર જ હતો. એ જ વખતે પાછળથી અવાજ આવ્યો: 'ઇન્સ્પેક્ટર સા'બ, મેરા નામ સલીમ હૈ... લોગ મુજે સલીમડા કેહ કે બુલાતે હૈં. મેરે સાથ આઇએ. મૈં બતાતા હૂં આપકો.'

સુલેમાનને થયું કે જાન બચી ગઈ, પણ બીજી જ ક્ષણે થયું કે આ સલીમડો

ઇન્સ્પેક્ટરની પાસે શું ભસી મારશે, ખબર નહીં. ધડકતા દિલે અને ધ્રૂજતા હાથે સુલેમાને ઝડપથી ડેલીનું બારણું વાસી દીધું.

ઇન્સ્પેક્ટર, હવાલદાર અને બકરો સલીમની પાછળ ગયા. એક મોટા ડેલાની સાંકળ ખખડાવી. આધેડ વયના એક માણસે જેવી ડેલી ખોલી કે તરત પાછળના વાડામાંથી બકરાઓનો અવાજ બહાર ધસી આવ્યો.

'જનાબ, યે ગફુરભાઈ હૈ. ભેડ-બકરિયાં ચરાતા હૈ... પાલતા ભી હૈ... બકરોં કી બહુત અચ્છી જાનકારી હૈ ઇન કો.' સલીમડો બોલીને બાજુમાં ખસી ગયો.

'જનાબ, બકરા ચાહિયે? જો જી મેં આયે લે લિજિયે.' બોલતો ગફુર એમને અંદર લઈ ગયો.

'ઇસ બકરે કો પહેચાનતે હો?' ઇન્સ્પેક્ટર જાવેદનો સવાલ સાંભળીને ગફુર બકરાને નજીકથી જોવા લાગ્યો. બકરાનાં શીંગડાં, કાન, પૂંછડી, રૂંવાટી, રંગ, આંખો બધા પર નજર ફેરવતાં બોલ્યો:

'અજી જનાબ, ક્યા બાત કરતે હૈં આપ. મૈં બકરે કી હર નસ્લ કો જાનતા હું. બીતાલ, બારબારી, કામોરી, નાચી, ચોલિસ્તાની...'

બકરાની દરેક નસ્લની જાણકારી હોવાનું અભિમાન આંખો અને જુબાનથી વ્યક્ત કરી રહેલા ગફુરમિયાંને અટકાવીને ઇન્સ્પેક્ટરે કહ્યું: 'ઇસ કી નસ્લ કો પહેચાનો મિયાં. હમે ઇસ બકરે કે જરિયે ઇસ કે માલિક કી નસ્લ તક પહોંચના હૈ.'

'યહ કાફિરોં કે મુલ્ક કા બકરા હૈ, જનાબ.' કોઈ ખુફિયા બાતમી દેતો હોય એમ ગફુર ઇન્સ્પેક્ટરના કાન પાસે જઈને બોલ્યો.

❖

રાહુલ વેઇટરનો યુનિફૉર્મ પહેરીને સવારે આઠને ટકોરે હોટલમાં પહોંચી ગયો. આગલે દિવસે કાઉન્ટર પર બેસેલા માણસની જગ્યાએ રાહુલને રૂમમાં મૂકી જનારો શખસ બેઠો હતો. રાહુલે કાઉન્ટર પર જઈને "સલામ વાલેકુમ" કહ્યું. હોટલમાં એકાદ-બે જણ બેઠા હતા. બે દરવાજાવાળી હોટલ પ્રમાણમાં બહુ જ નાની હતી. મુખ્ય દરવાજાની ડાબી બાજુ કાઉન્ટર હતું. કાઉન્ટરથી સીધો રસ્તો કિચનમાં જતો હતો. જમણી અને ડાબી બાજુએ લાકડાનાં ટેબલ-ખુરસીઓ ગોઠવેલાં હતાં. હાથા વિનાની ગોળ ખુરસીઓમાં પાછળ બૅક રેસ્ટ માટે માત્ર ચાર દાંડા જ હતા. ગ્રાહકે ટેબલ પર હાથ ટેકવીને ટટ્ટાર બેસવું પડે. દરેક ટેબલ પરના પારદર્શક કાચની નીચે છાપેલું મેન્યુ રહેતું. જોકે ગ્રાહક ભાગ્યે જ એમાં વાંચીને ઑર્ડર આપતા.

'રહેમત, અભી લોગ આના શુરુ હો જાયેગા. તુમ ઑર્ડર લેને કે લિયે તૈયાર હો જાઓ.'

'જી જનાબ', રાહુલ જે હવે ફરી રહેમત બની ગયો હતો એણે ટૂંકો જવાબ આપ્યો.

'આપકા નામ?' રહમતે પૂછ્યું.

'અલી. મૅનેજર ભી હૂં ઔર વેઇટર ભી.' સાંભળીને રહેમત એક ખાલી ટેબલની બાજુમાં જઈને ઊભો રહી ગયો.

લગભગ નવ વાગ્યાની આસપાસ એક પછી એક પાકિસ્તાની લશ્કરના સંખ્યાબંધ નાના મોટા સીનિયર-જુનિયર ઑફિસરો, કેડેટ્સ-સૈનિકો, સિપાહીઓનાં ધાડાં ઊતરી આવ્યાં. આવતાની સાથે ખીમા પાંવ, મટન કરી, મટન ચાંપ, નિહારી-રોટી, આમલેટ પાંવ, ભુરજી પાંવ જેવા જાતજાતના ઑર્ડરો આપવા લાગ્યા. વેઇટરોની દોડધામ વધી ગઈ. આ બધી ધમાચકડી અને કોલાહલની વચ્ચે રહેમત પણ નાસ્તાની ડિશો લઈને દોડાદોડી કરવા લાગ્યો. થોડીવારમાં આ નાનકડી હોટલ લશ્કરી કેન્ટિનમાં ફેરવાઈ ગઈ. આ હોટલનું નામ 'કેફે લશ્કરી' શા માટે છે, રહેમતને સમજાઈ ગયું. નક્કી હોટલની નજીકમાં કોઈ લશ્કરી થાણું હોવું જોઈએ. રહેમતની બાજનજર લગભગ બધા જ 'ગ્રાહકો' પર ફરી વળી.

'છેહ નંબર પર નિહારી ઔર દો કરારી રોટી લેકે જાઓ રહેમત.' કાઉન્ટર પર બેઠેલા અલીની જગ્યાએ ક્યારે એનો આગલા દિવસવાળો માલિક આવીને બેસી ગયો એની ખબર ન પડી. રહેમત દોડીને... સાચવીને... ડિશ સંભાળીને છ નંબરના ટેબલ પર લઈ ગયો. છ નંબરના ટેબલ પર માત્ર એક ઑફિસર બેઠો હતો.

'નયે હો?' જાળવીને ડિશે મૂકી રહેલા રહેમતને જોઈને ઑફિસર બોલ્યો.

'જી જનાબ.'

'ઇસલિયે... પહેલે કભી દેખા નહીં.'

'જનાબ, આજ પહેલા દિન હૈ.' કહીને રહેમત સાઇડમાં ઊભો રહીને ઑફિસરને જોવા લાગ્યો.

અંદાજે ચાળીસની ઉંમર, લગભગ પોણા છ ફૂટની ઊંચાઈ, પેન્સિલ કટ મૂછ અને સહેજ પાતળો પણ કડક અવાજ ધરાવતા ઑફિસરે બે હાથે કડક રોટી તોડતાં પૂછ્યું.

'પ્યાજ ખતમ હો ગયે ક્યા?'

'જી અભી લાયા, જનાબ.' કાંદા લાવવાનું ભૂલી ગયેલો રહેમત દોડીને સમારેલા કાંદાની ડિશ લાવ્યો. મરી અને નમકની ડબલીઓ લઈને કાંદા પર છાંટવા ગયો. ઑફિસરે અટકાવીને પૂછ્યું.

'નીંબુ પૂછને પર દોગે ક્યા?' રહેમત ફરી દોડ્યો. ચાર ટુકડા કરેલા લીંબુની પ્લેટ ટેબલ પર મૂકી. ઑફિસર જાતે કાંદા પર લીંબુ નિચોવીને મરી-મીઠું છાંટવા લાગ્યો. સાઇડમાં ઊભો રહીને રહેમત એને એકચિત્તે આરોગતાં જોઈ રહ્યો.

'ઓર રોટી લેંગે, જનાબ?'

'નહીં. પાયા સૂપ લાઓ.' રહેમતને આ ઑફિસર જરા વિચિત્ર લાગ્યો. પહેલાં સૂપ પીવાનું હોય. આ માણસ સૂપ છેલ્લે પીવે છે. રહેમત ઝડપભેર પાયા સૂપ લાવ્યો. ઑફિસરે સૂપ પીવાનું શરૂ કર્યું કે તરત જ રહેમતે ઑફિસરના યુનિફૉર્મની સામે જોયું. પાકિસ્તાની લશ્કરમાં એની મહત્ત્વની રેન્ક હોવી જોઈએ, કેમ કે દરેક જણ એના સામે ડોકું નમાવીને જતા-આવતા. કોઈ સલામ વાલેકુ પણ બોલતા. તો કોઈ અંગ્રેજીમાં ગુડ મૉર્નિંગ પણ કહેતા હતા. એનો અવાજ પાતળો હતો, પણ ઑફિસર રૂઆબદાર અને અકડુ હતો. સૂપ ખતમ થવા આવ્યું એટલે રહેમતે પૂછ્યું.

'ઓર કુછ જનાબ?'

'બિલ.' બોલીને ઑફિસર વૉશબેસીન પર હાથ ધોવા ગયો. રહેમત પાછળ નેપ્કિન લઈને ઊભો રહ્યો. એને ગમ્યું. અત્યાર સુધી કોઈ વેઇટરે આવી સેવા આપી નહોતી. રહેમત કાઉન્ટર પર જઈને તૈયાર પડેલું બિલ લઈને ઑફિસર પાસે ગયો.

'યે ક્યા?' બિલ વાંચીને ઑફિસરનું દિમાગ ફાટ્યું, જાણે બૉમ્બ ફૂટ્યો. આસપાસના લોકો જોવા લાગ્યા. રહેમત મૂંઝાયો. પહેલે જ દિવસે એણે લશ્કરી ઑફિસરના બિલમાં કોઈ મોટી ગરબડ કરી નાખી કે શું? એ માથું ઝુકાવીને ઊભો રહ્યો.

'પઢો તુમ. ઉર્દૂ નહીં આતી?' રહેમતે ઉર્દૂમાં લખેલું બિલ વાંચ્યું.

'જનાબ, ઉર્દૂ નહીં આતી. માફી ચાહતા હૂં. ક્યા હુઆ? કુછ રહ ગયા?' રહેમતે ભોળપણ બતાવ્યું.

રહેમતને ખખડાવી રહેલા ઑફિસરનો અવાજ સાંભળીને મદદે આવેલા અલીએ કહ્યુંઃ 'જનાબ, ગલતી હુઈ, પાયા સૂપ કા પૈસા જોડના રહ ગયા હૈ.' અલી બિલ સુધારીને આવ્યો.

'મૈં હરામ કી રોટી ઔર બોટી નહીં ખાતા.' ઑફિસર બોલીને નીકળી ગયો. જતાં જતાં રહેમતના હાથમાં ટીપ મૂકતો ગયો. પાકિસ્તાની ચલણી નોટને ગજવામાં સરકાવીને અલી પાસે ગયો.

'તુમ્હેં ઉર્દૂ નહીં આતી? કભી મદરસા નહીં ગયે હો ક્યા?'

'નહીં. મદરસા નહીં ગયા, લેકિન ઉર્દૂ આતી હૈ.'

'તો ફિર બિલ પઢ કર બતાયા ક્યું નહીં?' અલી દબાયેલા અવાજે બોલ્યો.

'અલી, કભી કભી ગવાર બને રહને કા ફાયદા હૈ.'

રહેમત શું કહેવા માગતો હતો એ અલીને સમજાયું નહીં, પણ રહેમત લશ્કરી ઑફિસરને જોઈને કોઈ જુદી જ ફિરાકમાં હતો.

✣

ગોપીનાથ રાવે એકધારી વાગી રહેલી ફોનની ઘંટડી વાગવા દીધી. એમણે જાણીબૂઝીને ફોન ઉપાડવાની ઉતાવળ ન કરી. કદાચ એમને જાણ હતી કે ફોન કોનો છે.

'હેલો.' રાવે ફોન કાને માંડતાં કહ્યું.

'ઓકે સર, જી સર, આઇ વિલ બી ધેર સર, રાઇટ સર.' ફોન મુકાઈ ગયો. રાવે ખુરસીની પાછળ ટાંગેલો કોટ પહેર્યો. સિગારેટ સળગાવી. બહાર નીકળીને સેક્રેટરીને કહ્યું: 'ગોઇંગ ફૉર એન અરજન્ટ મીટિંગ.'

સફાળી ઊભી થઈ ગયેલી સેક્રેટરીએ કહ્યું: 'સર, ઇસ સે પહેલે ચાર બાર ફોન આ ચૂકા થા.' ચીફે માથું ધુણાવ્યું. કારમાં બેસીને કાંઈક વિચારતા રહ્યા. કદાચ મીટિંગ વિશે.

'અપને દેશ મેં ગદ્દારોં કી કમી નહીં હૈ.' ચીફ બબડ્યા.

'કુછ કહા સર આપને?' ડ્રાઇવરે પૂછ્યું.

'નહીં, તુમ કો નહીં.'

✣

ગોપીનાથ રાવની રાહ જોઈ રહેલા વડા પ્રધાન કેબિનમાં આંટા મારી રહ્યા હતા. કેબિનને દરવાજે પડેલા બે ટકોરા બાદ અંદર પ્રવેશેલા રાવને જોઈને પીએમ બોલ્યા: 'ગુપ્તચર વિભાગના હેડ એટલા બધા ભેદી કે ગોત્યા ન જડે. ક્યાં જાય છે એની ખુદ પીએમને પણ જાણ ન હોય.' પીએમ ખુરસીમાં બેસતાં બોલ્યા. એમની વાણીમાં વ્યંગ હતો.

'આઇ એમ સૉરી સર, હું ક્યાંક અટવાઈ ગયો હતો અને ફોન પર અવેલેબલ ન હતો.'

'મને એક બાતમી મળી છે કે મારી ઇચ્છા વિરુદ્ધ જઈને તમે પાકિસ્તાનમાં આપણા એજન્ટો મોકલ્યા છે.'

'નો સર. તમને મળેલી માહિતી ખોટી છે. જેણે પણ તમને કહ્યું હોય એને સાબિત કરવાનું કહો.' ચીફને ખાતરી હતી કે પીએમ કોઈ કાળે પોતાના સોર્સનું

નામ નહીં આપે અને એમના કે એમના સોર્સને માટે સાબિત કરવાનું મુશ્કેલ બની રહેશે.

'મને ચિંતા છે તમે ત્યાં મોકલેલા આપણા એજન્ટોના જીવની.'

ઓહ, તો હવે પીએમ સાહેબે ઇમોશનલ ગેમ શરૂ કરી.

'સર, પહેલી વાત તો એ કે મેં કોઈ એજન્ટને પાકિસ્તાન મોકલ્યો નથી. બીજું, સર, હું જેનો હેડ છું એ ઇન્ડિયન ઇન્ટેલિજન્સ એજન્સીની ફરજ અને જવાબદારી છે દેશની સુરક્ષા અને સલામતી માટે ગુપ્ત માહિતી એકઠી કરી આપવાની અને સર, એજન્ટે પોતાનો જીવ જોખમમાં મૂકીને જ ફરજ બજાવવાની હોય છે. આ મુદ્દો ઇન્ટેલિજન્સ એજન્સીના વણલખેલા આંતરિક-ગુપ્ત બંધારણમાં છે જ.'

'રાવ, આઇ નો યુ આર એક્ટિંગ સ્માર્ટ પણ હું સાબિત કરી દઉં તો?'

'સર, તો હું એ જ ઘડીએ રાજીનામું આપી દઈશ.'

✣

ઇન્સ્પેક્ટર જાવેદ સલામત અલીના અત્તર છાંટેલાં કપડાં, ધાબળો, બોડીમાંથી નીકળેલી કારતૂસનાં ટુકડા, કારતૂસનાં ખોખાં, તાવીજને તપાસી રહ્યો હતો. પ્લાસ્ટિકની નાની થેલીમાં પડેલા ને કાળા દોરામાં બાંધેલા તાવીજની સાઇઝ એને જરા મોટી લાગી. એણે તાવીજ બહાર કાઢીને બારીકીથી ચકાસ્યું. નાનકડી ડબી જેવા તાવીજને ટેબલ પર ધીમેથી પછાડ્યું. તાવીજ સહેજ ખૂલી ગયું. એણે આખું ખોલી નાખ્યું. અંદર એક નાની ચબરખી હતી. એણે ચબરખી બહાર કાઢીને વાંચી, પણ કઈ ભાષામાં લખાણ હતું એ ન સમજાયું.

'યહ કુછ કામ કી ચીજ હૈ.'

'રસૂલ ખાન.' એણે હવાલદારને હાક મારી. હવાલદાર દોડતો આવ્યો.

'જી જનાબ.'

'ઇસે પઢ સકતે હો?'

'યહ તો ગુજરાતી મેં લિખા હૈ, જનાબ. અપના ટાઇપિસ્ટ યાકૂબ કરાચીવાલા પઢ લેતા હૈ.'

'જલદી બુલાઓ ઉસકો.' યાકૂબ કરાચીવાલાએ લખાણ વાંચી સંભળાવ્યું. હવાલદારે લખી નાખ્યું.

'ચલો, જીપ નિકાલો. અસલી બકરે કી નસ્લ મિલ ગઈ હૈ.' ઇન્સ્પેક્ટર જાવેદના મોઢા પર વિજયની લીલી ધજા ફરકી. ફૂલેકું કાજી મહોલ્લામાં પહોંચ્યું. સુલેમાનની ડેલી ખખડાવી. અંદરથી કોઈ જવાબ ન મળ્યો, પણ બાજુમાં જ

ઊભેલા સલીમડાનો અવાજ આવ્યોઃ 'ઇન્સ્પેક્ટર સા'બ, જરા દેખિયે તો સહી... તાલા લગા હુઆ હૈ. કલ રાત કો હી નિકલ લિયે.'

'ભાગ ગયા સાલા...' ઇન્સ્પેક્ટર જાવેદનો અવાજ આખા કાજી મહોલ્લામાં ફરી વળ્યો.

7

ઇન્સ્પેક્ટરે હથેળી પર મુક્કો માર્યો. સલીમની સામે એક કાતિલ નજર નાખી.

'ઇસ કો જીપ મેં ડાલો.' હવાલદારે સલીમનું બાવડું પકડીને જીપમાં બેસાડ્યો. બાજુમાં ઇન્સ્પેક્ટર જાવેદ બેઠો.

'સલીમડા, તૂ બહુત કુછ જાનતા હૈ, ઇસ મહોલ્લે ઔર યહાં કે લોગોં કે બારે મેં. યે જો ફરાર હો ગયે ઉનકે બારે મેં બતાઓ. ચલો, શુરુ કરો.'

'સુલેમાન ચાચા ઔર ફાતિમાબાઈ દો હી હૈ. કોઈ બચ્ચે નહીં હૈ. બહુત હી અચ્છે લોગ હૈ. પાંચ બાર નમાઝ પઢતે હૈં. ધોબી કા કામ કરતે હૈં. કપડે લા કર ઘર મેં હી ધોતે હૈં ઔર સુખાકર ઇસ્ત્રી કરતે હૈં. બટવારે સે પહેલે ઉનકે ખાલીદ-વાલિદ-ખાવિંદ સબ કચ્છ મેં રહેતે થે.'

'બસ...બસ...' ઇન્સ્પેક્ટર જાવેદે પઢાવેલા પોપટની જેમ બોલી રહેલા સલીમને અટકાવ્યો. પછી હવાલદાર રસૂલની સામે જોઈને બોલ્યોઃ 'કચ્છ કનેક્શન. ચલો ઊતરો નીચે. હવાલદાર, તુમ ભી ચલો. સુલેમાન કે ઘર કા તાલા તોડના હૈ.' સલીમડો મોટો પથ્થર લાવ્યો. હવાલદાર રસૂલ ખાને તાળું તોડ્યું. છ આંખો ચોમેર ફરી વળી. સુલેમાન અને ફાતિમા મોટા ભાગની ઘરવખરી લઈને પલાયન થઈ ગયાં હતાં. બાકી રહેલો થોડો બિનઉપયોગી સરસામાન વેરવિખેર હતો. 'કાશ કોઈ સુરાગ મિલ જાયે.' ઇન્સ્પેક્ટર આમતેમ નજર દોડાવી રહ્યો હતો. અંદરના રૂમનું માળિયું બતાવીને હવાલદારને ઉપર ચડવા કહ્યું. હવાલદાર નાની સીડી લાવીને ઉપર ચડ્યો. એક જૂની ફાટલીતૂટલી બેગ નીચે ફેંકી. ઇન્સ્પેક્ટરે બેગ ફંફોસી. એક જર્જરિત કાગળ હાથ લાગ્યો. હવાલદારને બતાવતાં કહ્યુંઃ 'યાકુબ કરાચીવાલે કી મદદ લગેગી.'

બાજનજર ધરાવતા સલીમે કાગળમાં મોં નાખી દીધું.

'યહ તો જનાબ, ગુજરાતી મેં લિખા હૈ.'

'તુમ ગુજરાતી પઢ લેતે હો?' ઇન્સ્પેક્ટરે ઝીણી નજર કરી.

'હાં જનાબ.'

'ચલ, પઢના શુરુ કર. સાથ સાથ મેં હમે સમઝાના.'

સલીમે કાગળ વાંચવાની શરૂઆત કરી:

'આદાબ ચાચાજાન,

આપણા હંધાય રિશ્તેદાર લોગ ધીરેધીરે અલ્લાહને પ્યારા થૈ ગ્યા... હું આંય એકલો પડી ગ્યો છું. ખુદાને વાસ્તે મુને તમારી પાહેં બોલાવી લ્યો. આયાંનો માહોલ પન સારો નથી રિયો. મારે પાકિસ્તાન આપણા લોગની વચ્ચે આવી જાવું છે. તમે કાંય નહીં કરો તો હું ભારતનો જાસૂસ બનીને ઘૂસી આવીશ. તમે જોજો એક દારો હું તમુને આંચકો આપવાનો.

અલ્લાહા હાફીઝ.

તમારો સલામત અલી.'

ઇન્સ્પેક્ટર જાવેદે કાગળ જાળવીને ખિસ્સામાં મૂકી દીધો. પોલીસ સ્ટેશન પહોંચતા સુધીમાં દુશ્મનની મશીનગનમાંથી વછૂટતી ગોળીઓની જેમ ફૂટી રહેલા વિચારોએ એના દિમાગના ફુરચા બોલાવી દીધા હતા. આ મામલો ખાલી મર્ડરનો નથી. સલામત અલી જાસૂસ બનીને ઘૂસ્યો એ જ રાતે એનું કોઈએ મર્ડર કર્યું. ચાચા સુલેમાન અને ચાચી ફાતિમાએ સગ્ગા ભતીજા સલામત અલીની લાશને ઓળખવાનો ઇન્કાર કરી દીધો. શા માટે? કદાચ ચાચા-ચાચી ભારત માટે જાસૂસી કરતાં હોય અને પોતાનો ભાંડો ફૂટી ન જાય એટલે રફુચક્કર થઈ ગયાં. સલામત અલી તો મરીને બચી ગયો, પણ સુલેમાન અને ફાતિમા બચવાં નહીં જોઈએ.

'રસૂલમિયાં, અસલી બકરે કી નસ્લ તો જાસૂસ નીકલી. યહ કેસ અબ ઇન્ટેલિજન્સ બ્યૂરો કા મસલા હૈ.'

❖

ગોપીનાથ રાવ પીએમ ઑફિસમાંથી નીકળ્યા બાદ સીધા ઇન્ડિયન ઇન્ટેલિજન્સ બ્યૂરો (આઇઆઇબી)ની ઑફિસમાં ધસી ગયા.

સમગ્ર દેશમાં ઇન્ટેલિજન્સ નેટવર્ક ધરાવતા આઇઆઇબીની જવાબદારી દેશની આંતરિક સુરક્ષાની હતી. ગુપ્ત માહિતીનું એનાલિસિસ કરવું, ક્લાસિફાઇડ માહિતી વડા પ્રધાન અને ગૃહપ્રધાનને પહોંચાડવી અને ચર્ચાવિચારણા બાદ યોગ્ય પગલાં - વળતા પગલાં લેવાનું કામ આ બ્યૂરોનું હતું.

ભૂતપૂર્વ વડા પ્રધાને મૂળ ગુપ્તચર એજન્સીમાંથી ઇન્ડિયન ઇન્ટેલિજન્સ

એજન્સીની રચના કરીને તેના ચીફ તરીકે પોતાના વિશ્વાસુ ગોપીનાથ રાવની પસંદગી કરી એનો ખટકો આઇઆઇબીના ચીફ અજય અહુજાને રહી ગયો હતો. કાયમ શૂળની જેમ ભોંકાયા કરતો હતો. પોતે એક અચ્છા ઇન્ટેલિજન્સ ઑફિસર હોવા છતાં આઇઆઇએના ચીફ બનવાની એમની મહત્ત્વકાંક્ષા પૂરી થઈ નહોતી. એટલે મોકો મળ્યે અજય અહુજા રાવને ખરાબ ચીતરવાનું ચૂકતા નહીં. એકતરફી ઝનૂની પ્રેમ જેવી આ પ્રોફેશનલ રાઇવલરી આટલી હદે પહોંચી શકે છે એનો અંદાજ ગોપીનાથ રાવને હતો જ.

રાવને જોઈને આઇઆઇબીના ચીફ અજય અહુજા ઊભા થઈ ગયા. પાંચ ફૂટ છ ઇંચ હાઇટ, ગોળ ચહેરો, માંજરી આંખો, અડધી ટાલ અડધા વાળ, નાક અને હોઠ વચ્ચેની પહોળી જગ્યા પર કાળી-જાડી મૂછ, ફ્રેન્ચ કટ દાઢી. રાવ ક્યારેય એમને સામે ચાલીને મળવા ગયા ન હતા.

'વૉટ એ સરપ્રાઇઝ. વેલકમ રાવ વેલકમ.'

માણસ જ્યારે અંદરથી કોઈ ગિલ્ટ ફીલ કરતો હોય ત્યારે એનો આવકારો મીઠો અને મોટો હોય છે.

'પીએમ કહે છે કે, મેં પાકિસ્તાનમાં મારો એજન્ટ મોકલ્યો છે. તમને શું લાગે છે.' ગોપીનાથ રાવ ખુરસી ઢસડીને બેઠા.

'આઇ ડૉન્ટ નો. મને કેમ ખબર પડે?' અહુજાએ કહ્યું.

'પીએમએ મને વાત કરી તો થયું કે તમને ખબર જ હશે.'

'પીએમએ મારું નામ લીધું?'

'ના, પીએમએ પોતાના કોઈ સોર્સનો હવાલો આપ્યો.'

'તો યુ શુડ ફાઇન્ડ આઉટ ધેટ સોર્સ.'

'ધેટ્સ વ્હાય આઇ એમ હિયર.'

'રાવ, યુ મીન એમ આઇ ધેટ સોર્સ?'

'અહુજા આપણે સાથે કામ કર્યું છે... તમારા ઇન્ટેલિજન્સ, દેશ-વિદેશના તમારા સોર્સ, નેટવર્ક અને પ્રોફેશનલ રાઇવલરી બધાથી હું વાકેફ છું. એટલે તમારે મારા ઇન્ટેલિજન્સ નેટવર્ક અને એજન્ટોની ચિંતા કરવાને બદલે દેશના જાસૂસી તંત્રને મજબૂત કરવા પર વધુ ધ્યાન આપવાની જરૂર છે. આપણા બંનેનાં તળાવ અલગ અલગ છે. બહેતર એ છે કે તમે તમારા પોતાના તળાવમાં જાળ નાખીને માછલાં પકડો.'

'વેઇટ રાવ, તમે બહુ લાંબું ખેંચી રહ્યા છો. મારા પર બ્લેમ કરવાને બદલે યુ ટેલ મી... તમે ખરેખર એજન્ટ મોકલ્યો છે?' ખંધા અહુજાએ અલગ રીતે મુદ્દો મૂક્યો, પણ રાવના દિમાગ પાસે અહુજાના મગજનું પાંચિયું પણ ઊપજે નહીં.

'ના, નથી મોકલ્યો.'

'તો તમે નાહકની ચિંતા કરો છો.'

અહુજા અને રાવ બંને જૂઠું બોલી રહ્યા હતા, પણ રાવના જૂઠમાં સચ્ચાઈ હતી અને અહુજાના જૂઠમાં હળાહળ જુઠ્ઠાણું.

'હું તમારો દુશ્મન નથી.' અહુજાએ ઠંડે કલેજે કહ્યું.

'તમારી દુશ્મની મારી સાથે છે, દેશ સાથે તો નથીને? કમસેકમ દેશ સાથે તો ગદ્દારી ન કરો.'

જે માણસ બધું સમજવા છતાં ન સમજે એની આંખો સમજીને બધું કહી આપતી હોય છે. અહુજાની આંખો વાંચીને ચીફને ગળા સુધીની ખાતરી થઈ ગઈ કે આ કામ અજય અહુજાનું છે. એણે જ પીએમને માહિતી આપી છે, પણ અહુજાને મિશન શાદીની જાણ કઈ રીતે થઈ એ શોધવાને બદલે ચીફને પાકિસ્તાનમાં પોતાના એજન્ટોના જાનમાલના રક્ષણની ચિંતા વધુ હતી.

✣

માયા બેગમ સાહેબાના મોઢે વિજય બત્રાનું નામ સાંભળીને ચમકી ગઈ હતી. એને એવી શંકા હતી કે આ વિજય બત્રા પહેલે દિવસે ખોટી હોશિયારી કરનારો હાફીઝ હોવો જોઈએ અને જો એ ખરેખર હાફીઝ હોય તો એ ભરોસામંદ કેટલો. કબીરે પણ સુશાંત, શેખર અને વિજયની વાત છેડતાં કહ્યું હતું કે, 'આ લોકોને જરૂર પડે તો જ સામેલ કરવાના.' વિજય બત્રા અન્ડર કવર નહીં, પણ ડબલ એજન્ટ હોઈ શકે છે. જાસૂસીની ગેમમાં સૌથી ખતરનાક ખેલંદો ડબલ એજન્ટ હોય છે. એમ્બેસીમાં રહીને કલ્ચરલ કૉન્ટેક્ટના નામે એ કદાચ ઉસ્તાદ બરકતુલ્લાખાં સાહેબ અને બેગમ સાહિબાનો યુઝ કરતો હોય, ફસાવતો હોય, ગુપ્ત માહિતી જાણી લેવી હોય. બેગમ સાહિબાના ઘરમાં જ મોર્સકોડ મશીન છે. આગળ ઉપર મુશ્કેલી વધવાના પૂરા ચાન્સ છે. એક ડબલ એજન્ટ આખા મિશનને તબાહ કરી નાખવા માટે પૂરતો હોય છે. વિજય બત્રા ડબલ એજન્ટ હોય તો એનો રસ્તો કરવો પડે. વિચારમાંને વિચારમાં પબ્લિક ફોનબુથ આવ્યું. માયાએ નંબર ડાયલ કર્યો. વિજય બત્રાના બેડ રૂમમાં રિંગ વાગી. એણે પોતાના બેડરૂમમાં ખાનગી ફોન રાખેલો જેના પર ખાસ લોકોના કોલ આવતા. વિજયે બેડરૂમનો દરવાજો બંધ કરીને ફોન ઊંચક્યો.

'હેલ્લો.' વિજય ધીમા અવાજે બોલ્યો.

માયા અવાજ પારખી ન શકી. એ ધીમેથી બોલીઃ 'મૈં મરિયમ.'

'કૌન મરિયમ?' વિજય નામથી ઓળખી ગયો, છતાં પણ ખાતરી કરવા પૂછ્યું.

'મૈં આપકો આપકા નામ બતાતી હૂં... ફિર પહેચાન જાઓગે... તુમ હાફીઝ હો ના.'

'નહીં. કૌન હાફીઝ?'

માયાને થયું કદાચ આ હાફીઝ નથી લાગતો. આ એમ્બેસીના કલ્ચરલ વિભાગનો હેડ વિજય બત્રા છે.

'મહોતરમા, કૌન હાફીઝ... કુછ આગે પીછે નામ તો હોગા. નામ નહીં તો કોડ નામ...'

કોડ શબ્દ સાંભળીને માયાને બત્તી થઈ. આ હાફીઝ જ છે.

'મૈં પહલા લબ્ઝ બોલતી હૂં... આપ ઉસકો પૂરા કરના.'

'મિશન.' માયા બોલી.

'શાદી.' સામેથી વિજયનો જવાબ આવ્યો.

મરિયમ હકીકતમાં માયા જ છે એની વિજયએ પણ ખાતરી કરી લીધી, પણ માયાના મનમાં વિજય બત્રા ડબલ એજન્ટ હોવાની શંકાનો કીડો સળવળી રહ્યો હતો. હવે જ્યારે હાફીઝ જ વિજય બત્રા નીકળ્યો છે તો એની સાથે ઓળખાણ વધારીને ભેદ ઉકેલવો જરૂરી છે.

'મારે તમને મળવું છે.' માયાએ થોડી ઉતાવળ બતાવી.

'મારે પણ તને મળવું છે.'

'અરે વાહ, મળવાની ઇચ્છા આપણને બંનેને એકીસાથે થઈ. બોલો, ક્યાં મળવું છે?'

'હું ઇસ્લામાબાદ છું અને તું લાહોરમાં.'

ઓહ, વિજય ઉર્ફે હાફીઝ બડો ચાલાક છે. એ જાણે છે કે હું લાહોરમાં રહું છું અને કદાચ એ પણ જાણતો હશે કે હું બરકતુલ્લાખાં સાહેબને ત્યાં રહું છું.

'ક્યાં મળવું છે?' માયાએ સવાલ દોહરાવ્યો.

'ઇસ્લામાબાદ આવી જા. મારે એક ખાસ વાત કરવી છે.' વિજય બત્રાએ સરનામું આપ્યું.

વિજય બત્રાની અસલિયત જાણવા જાનપહેચાન વધારવી પડશે. માયા મનોમન બબડી. એણે ઘરે જઈને બેગમને બીજા દિવસે ઇસ્લામાબાદ જવાની વાત જણાવી નહીં, પણ એટલું કહ્યું કે એકાદ-બે દિવસ બહાર જાઉં છું.

બીજે દિવસે માયા પોતાને અન્ડર કવર ગણાવતા એમ્બેસીના કલ્ચરલ વિભાગના હેડ વિજય બત્રાના આલિશાન બંગલે પહોંચી. વિજય એના સ્વાગત માટે તૈયાર જ હતો.

'મારે એક બહુ જ મહત્ત્વની વાત શેર કરવી છે. તું પ્રોમિસ આપ કે વાત

આપણા વચ્ચે જ રહેશે.' વિજય બત્રાએ કહ્યું.

'સમજ્યા વિના પ્રોમિસ આપવું જોખમી હોઈ શકે છે, પણ આ દેશમાં જોખમ લેવા તો આવી છું. એક ઓર જોખમ સહી. આમેય જખમ અને જોખમ સાથ સાથ ચલતે હૈં. કદાચ આ બહાને અન્ડર કવરના દિલની વાત જાણી શકાશે.' માયા વિચારી રહી હતી.

'મને પૂરેપૂરી ઓળખ્યા વિના મારા પર આટલો વિશ્વાસ છે?'

'માણસને ઓળખવાનો ક્યારેય કોઈએ દાવો કરવો નહીં. ખબર નહીં કેમ પણ, તને જોઈને ભરોસો કરવાનું મન થાય છે.' બત્રા બોલ્યો.

'ઓકે, હું પ્રોમિસ આપું છું. વાત આપણી વચ્ચે જ રહેશે.'

'મહેશ, રાહુલ અને કબીરમાંથી કોઈ એક ડબલ એજન્ટ છે.' વિજય બત્રાએ બૉમ્બ ફેંક્યો.

8

'શું? મહેશ, રાહુલ અને કબીરમાંથી કોઈ એક ડબલ એજન્ટ છે?' સપનામાં પણ ન વિચારી શકાય એવી વાત સાંભળીને માયા ચિત્કારી ઊઠી.

શું વિજય બત્રાની વાત સાચી હશે? એને કઈ રીતે ખબર પડી? હું તો વિજય પોતે જ ડબલ એજન્ટ હોવાની શંકા સાથે આવી છું, પણ એણે તો શંકાની બંદૂકનું આખું નાળચું ફેરવી નાખ્યું. ભારતમાં એનું નેટવર્ક હશે જ. એ અહીં બે વર્ષથી છે એટલે એના નેટવર્કની જાળ વિશાળ હોઈ શકે છે. નક્કી કોઈ ડબલ બેનિફિટ હોવો જોઈએ. ડબલ એજન્ટ, ડબલ બેનિફિટ, પણ મને વિશ્વાસમાં લેવાનું કારણ શું. મને જ આ વાત શા માટે કરી? માયાના દિમાગમાં વિચાર-વીજળી ચમકી.

'ત્રણમાંથી કોઈ એક ડબલ એજન્ટ છે એટલી ગુપ્ત માહિતી તમને મળી છે, તો એ માણસ કોણ છે એ બાતમી મેળવતાં તમને વાર નહીં લાગે.'

'મારી કોશિશ ચાલુ જ છે, પણ મેં તને ચેતવવા માટે આ વાત કરી છે.'

'મને ચેતવવાની જરૂર નથી. આ વાત જો સાચી હોય તો આપણે ચેતી જવાની જરૂર છે. મારે એકલીએ નહીં અને હા, તમને જેણે કહ્યું એણે મારું નામ કેમ ન લીધું. હું પણ ડબલ એજન્ટ હોઈ શકું છું.'

'જેણે મને કહ્યું એણે તારું નામ નથી લીધું.'

'હું ક્યાં રહું છું એની તમને ખબર છે તો મહેશ, રાહુલ અને કબીર ક્યાં છે એની પણ ખબર જ હશે તમને.'

'ના, મને ખબર નથી.'

'પહેલાં એ શોધો કે ત્રણેય જણ ક્યાં છે અને એમાંથી ડબલ એજન્ટ કોણ છે.' બોલીને માયાએ વિજયની આંખોમાં આંખ નાખીને કહ્યુંઃ 'જે કોઈ ડબલ ગેમ ખેલતું હશે એનો ખેલ હું ખતમ કરીશ.'

'કોનો ખેલ ખતમ કરવો છે, મેડમ?' કબીરે એન્ટ્રી કરી.

કબીર વિજયના ઘરમાં શું કરે છે? માયા માની શકતી નથી. બેકગ્રાઉન્ડમાં વિજય બત્રાના ખડખડાટ હસવાનો અવાજ આવ્યો. માયા વિજય બત્રાની નૌટંકી સમજી ગઈ.

'યુ ચીટર... તમે ફરી નાટક કર્યું. તમારી આ મજાક કરવાની ખતરનાક આદત... ક્યારેક મોંઘી પડશે.'

'સૉરી, સૉરી, પણ આ વખતે નાટક ભજવવામાં મારો સાથી કલાકાર કબીર છે.' કબીર ખડખડાટ હસી પડ્યો.

'મને ખાતરી હતી કે વિજય નામ સાંભળીને તું મને મળવા ફોન કરીશ.'

મિ. ડબલ એજન્ટ, હું પણ તમને મળવા ઉતાવળી હતી એની તમને ક્યાં ખબર હતી. માયા બોલી નહી, પણ એના હોઠ પર સ્મિત ફરક્યું.

ત્રણેય જણ ગોઠવાયાં. ચા-કૉફી અને બિસ્કિટ મુકાયાં. માયા ચાની સીપ મારતાં વિચારી રહી હતી કે વિજયે બીજું કાંઈ નહીંને ડબલ એજન્ટનું નાટક શા માટે કર્યું. માણસ પોતે જેવો હોય એવું વિચારે. એણે કબીરને પોતાને ત્યાં રાખ્યો, જેથી ગુપ્ત માહિતીની સૌથી પહેલાં એને જાણ થાય. હું જ્યાં રહું છું એમના વિશે એને બધી જ ખબર છે. દિલ્હીમાં એના ઊંચા કૉન્ટેક્ટ છે. માયાએ ગરમ ચાની બીજી સીપ મારી અને ગરમાગરમ ચાનો ચટકો લાગ્યો. એનો વિચાર તૂટ્યો.

'શું વિચારે છે માયા?' વિજયે પૂછ્યું.

'કાંઈ નહીં, ચાની મજા માણી રહી છું.'

'હું કહું તને કે તું શું વિચારે છે.'

'અચ્છા, કહો હું શું વિચારું છું?'

'તું વિચારે છે કે હું ડબલ એજન્ટ છું.' વિજય હસ્યો.

માયા હબક ખાઈ ગઈ. આ માણસને કેમ ખબર પડી. એ મજાકિયો છે કે પછી મજાકમાં બધું કહીને શાણો બને છે. પહેલા દિવસથી જીવ જોખમમાં મૂકતી મજાક કરતો આવ્યો છે. એ ખડખડાટ હસી પડી, પણ એના હસવા પાછળ ગંભીરતા છુપાઈ હતી.

'ના રે, હું એવું કાંઈ વિચારતી નહોતી.' કબીર ચૂપ હતો.

'એક મિનિટ તમે બંને અંદર આવશો?' વિજયે કહ્યું.

માયાએ કબીરની સામે જોયું. બંને ઊભાં થયાં અને વિજયની સાથે અંદર એના બેડરૂમમાં ગયાં. વિજયે સામેની દીવાલ પર જડેલો અરીસો ખસેડીને અંદર ખાનામાંથી મોર્સકોડ મશીન કાઢ્યું. વિજયે કાંડા ઘડિયાળ પર નજર કરતાં કહ્યું: 'મૅસેજનો ટાઇમ થઈ ગયો છે.'

'બી...પ બી...પ બી...પ...' લાંબા અને ટૂંકા બીપના અવાજ સાથે મૅસેજ ઊતરવા લાગ્યો. વિજયે માયાને મૅસેજ વાંચવા ઇશારો કર્યો.

'મિશન શાદીની પ્રાયોરિટી ન્યૂક્લીઅર પ્લાન્ટ શોધવાની છે, પણ આ એકમાત્ર મિશન નથી. મિશનની પાછળ બીજું મિશન જોડાયેલું હોય છે. જે અણધાર્યું મિશન હોઈ શકે. કદાચ લીડ મળશે. એ લીડ કદાચ મિસલીડ પણ હોઈ શકે. ભારતમાં બેઠેલા કેટલાક દુશ્મનો એક્ટિવ થયા છે. કોઈ પણ મિશન સંપથી પૂરું કરી શકાય, શંકાથી નહીં.' માયાએ મૅસેજ સંભળાવ્યો. છેલ્લી લાઇન જરા મોટે અવાજે બોલીને વિજયની સામે જોયું. ડબલ એજન્ટની એની શંકા વિખેરાઈ ગઈ, પણ ચીફનો સંપથી રહેવાનો અને શંકા નહીં કરવાનો ઇશારો કરતો મૅસેજ મગજમાં ઘૂમરાયા કર્યો.

'ચીફે સંપની વાત શા માટે કરી?' માયાએ પૂછ્યું.

'ચીફનો અનુભવ બોલતો હશે.' વિજયે કહ્યું.

'મને કોઈ પર શંકા નથી.' માયા બોલી.

'આપણે ન્યૂક્લીઅર પ્લાન્ટ સુધી પહોંચવું છે અને એ પણ જલદી.' શંકા-કુશંકાથી પર રહેલા કબીરે કહ્યું.

'મહેશ અને રાહુલ ક્યાં છે?' માયાએ વાતનો દોર બદલ્યો.

'રાહુલ ઇસ્લામાબાદની એક હોટલમાં વેઇટર છે અને મહેશ રાવલપિંડીમાં ધાબળા વેચે છે. એની પાસે મારો નંબર પહોંચી ગયો છે, પણ એનો ફોન આવ્યો નહીં એટલે સહેજ ચિંતા થાય છે.' વિજયે મોર્સકોડ મશીન અંદર મૂકતા ને અરીસો પાછો ખસેડતાં કહ્યું.

✣

એ દિવસે પેલો શખસ મહેશને દુકાનમાં મૂકીને બહાર નીકળ્યો. પછી એણે એક પબ્લિક ફોનબુથ પર જઈને કોલ લગાડ્યો. પાંચ જ સેકન્ડમાં ફોન મૂકીને એ અદૃશ્ય થઈ ગયો.

મહેશ આંચલ સાથેની વાતો વાગોળતો સૂવાની તૈયારી કરતો હતો ત્યાં

અચાનક કોઈનો અવાજ આવ્યો. એ સટ્ટાક ઊભો થઈ ગયો. મોં પર કાળું કપડું વીંટીને આવેલો એક શખસ સામે રિવૉલ્વર તાકીને ઊભો હતો. ગોળી મારે એ પહેલાં મહેશે એના હાથ પર લાત મારી. રિવૉલ્વર દૂર પડી ગઈ. પેલા માણસે ધસી જઈને મહેશના માથામાં પોતાનું માથું અફળાવ્યું. મહેશને તમ્મર આવી ગયાં. એણે માથું ઝકઝોર્યું ને એક મુક્કો પેલા શખસના જડબા પર માર્યો. એ રિવૉલ્વર પાસે જઈને પડ્યો. રિવૉલ્વર લેવા જાય તે પહેલાં મહેશે લાત મારીને રિવૉલ્વર દૂર હડસેલી અને એની ગરદન ફરતે હાથ વીંટાળી દીધો. પેલા શખસે મહેશની ચુંગાલમાંથી છૂટવાના ખૂબ પ્રયાસ કર્યા, પણ શ્વાસ રૂંધાવા લાગ્યો. પગ પછડાવા લાગ્યો. એ તરફડવા લાગ્યો. અંતે એણે આખરી શ્વાસ લીધો, પરંતુ મહેશ પાસે નિરાંતનો શ્વાસ લેવાનો સમય નહોતો. એ પેલા શખસને ધાબળો ઓઢાડીને ત્યાંથી સરકી ગયો. પોતાને ખતમ કરવા આવેલો આ માણસ કોણ હતો એ જાણવું જરૂરી હતું. એણે થોડા દિવસ દુકાનની આસપાસ, ચોરાહા પર વૉચ રાખી. ચાર રસ્તાને ખૂણે આવેલા ફોનબુથ પર નજર માંડીને બેઠો. દુકાનમાં ન દુકાનદાર ચાચા આવ્યો, ન પોલીસ આવી કે ન કોઈ લાશ લઈ ગયું. એને આશ્ચર્ય ન થયું, પોતાને ખતમ કરવાનું કાવતરું કોણે ઘડ્યું હતું. પેલા માણસને કોણે મોકલ્યો હતો એ જાણવું જરૂરી હતું. અચાનક એણે દુકાને મૂકી જનારા શખસને ફોનબુથમાં જતાં જોયો. વાત પતાવીને એ પાંચેક સેકન્ડમાં બહાર આવ્યો. નજીકની એક સાંકડી ગલીમાં ગયો. મહેશે એનો પીછો કર્યો. પેલો શખસ એક જૂના મકાનમાં ગયો. અંદર રૂમના એક ખૂણામાં મોંએ ડૂચો અને હાથપગ બાંધી રાખેલો એક માણસ પડ્યો હતો. પેલો માણસ એને છોડવા માટે કરગરવા લાગ્યો. એની આંખોની વિનવણીની દરકાર કર્યા વિના પેલા શખસે એને ગોળી મારી ખતમ કર્યો. કામ ખતમ કરીને એ પાછળ ફર્યો. મહેશ એની પીઠ પર રિવૉલ્વર મૂકીને ઊભો હતો. મહેશે એના હાથમાંથી રિવૉલ્વર આંચકી લીધી. હવે બે રિવૉલ્વર એની સામે તકાઈ હતી.

'બતાઓ. કૌન હો તુમ? જ્યાદા વક્ત નહીં હૈ મેરે પાસ.'

એ શખસ અચકાયો. 'મુઝે કુછ પતા નહીં' બોલીને છોડી દેવાની વિનંતી કરવા લાગ્યો, પણ લમણે મુકાયેલી રિવૉલ્વરનું ટ્રીગર દાબતાં વાર નહીં લાગે એવી આખરી મહેતલ મળ્યા પછી એની જુબાન ખૂલી.

'યહ આદમી કંબલ બેચને વાલા થા. ઇસકો પકડ કે મૈંને યહાં બાંધ દિયા. ફિર કંબલ બેચનેવાલા બન કર તુમકો દુકાન પર છોડ આયા. તુમકો ખતમ કરને કે બાદ ઇનકો ખતમ કરને કા ઑર્ડર થા. બસ મુઝે ઇતના હી કરના થા.'

'કિસકા ઑર્ડર થા? દુકાનમેં આયા થા વો આદમી કૌન થા?'

એ બોલવા તૈયાર ન હતો.

'મૈં પાંચ તક ગીનતી કરતા હૂં. આગે કી ગીનતી મુઝે નહીં આતી.'

મહેશે ત્રણ સુધી ગણતરી કરી પછી એ બોલ્યો.

'પાકિસ્તાન ઇન્ટેલિજન્સ બ્યૂરો કા.'

'અભી કિસકો ફોન કિયા?'

'ખુફિયા એજન્સી કો...'

'ઉસ આદમી કા નામ બતાઓ.'

'હરગિઝ નહીં બતાઉંગા.'

'મેરે પાસ વક્ત નહીં હૈ.'

'નામ નહીં બોલૂંગા... ગોલી માર દો મુઝે...'

મહેશે એ શખ્સની જ રિવૉલ્વરમાંથી ગોળી ધરબી દીધી.

'મેરે પાસ વક્ત નહીં હૈ...' બોલતાં એણે રિવૉલ્વર પરથી પોતાના આંગળાની છાપ ભૂંસીને એ શખ્સના હાથમાં થમાવી દીધી.

પાકિસ્તાન ઇન્ટેલિજન્સ બ્યૂરોને મિશન શાદીની બાતમી મળી ગઈ છે. કોઈ તો જાણભેદુ છે, જે અમારું પગલેપગલું દાબી રહ્યો છે. એનાં પગલાં ભૂંસતાં જવું પડશે. પાકિસ્તાનની ધરતી પર રહીને પોતાને મદદ કરનારો એક સાચો ધાબળાવાળો માર્યો ગયો એના ક્ષણિક અફસોસ સાથે મહેશ ત્યાંથી નીકળી ગયો.

✣

કાફે લશ્કરીમાં નિહારી, બે કરારી રોટી અને છેલ્લે પાયા સૂપનો ઑર્ડર આપનારા ઑફિસરને રહેમતની સેવાની આદત પડી ગઈ હતી. રહેમત પણ એના આવવાના ઇન્તેજારમાં રહેતો. ઑફિસર આવે કે તરત જ એનું ટેબલ ચકચકિત કરી આપતો, ઠંડા પાણીનો ગ્લાસ મૂકતો અને ઑર્ડરની રાહ જોયા વિના કિચનમાં દોડી જતો. નાસ્તો કર્યા પછી વૉશબેસીન પાસે એમની પાછળ નેપ્કિન લઈને ઊભો રહી જતો. ઑફિસરને રહેમતની આ લશ્કરી શિસ્ત ગમતી, પણ ક્યારેય એની પ્રશંસા કરતો નહીં. છેલ્લે ટીપ આપતી વખતે એ એની કરારી રોટી જેવી કડક નજરે રહેમતને જોઈ લેતો. રહેમત વફાદાર લશ્કરી સિપાહીની માફક, શિસ્તબદ્ધ ઑર્ડરલીની જેમ નજર નીચી રાખતો, પણ એના ધ્યાનમાં ઑફિસરની દરેક હિલચાલ, વર્તન, રીતભાત રહેતાં. જોકે ઑફિસરની આ લશ્કરી ઢબમાં કોઈ ફરક દેખાતો નહીં. એ જ ચાલ, એ જ ઢાલ, એ જ નજર અને એ જ હાવભાવ. આમ છતાં રહેમતને એમની કડક નજરમાં પોતાના પ્રત્યેના નજરિયામાં ફરક પડતો દેખાતો. રહેમત એ જ ઇચ્છતો હતો. રહેમતની આમાં

કોઈ ચાલ હતી એમાં બેમત નથી, પણ ચાલ શું હતી? કારણ કે રહેમતે એનું નામ પણ પૂછવાની કે જાણવાની હજી સુધી દરકાર કરી ન હતી. એક સવારે ઑફિસર મૂડમાં નહીં હોવાનું રહેમતને લાગ્યું. રાબેતા મુજબ એણે નાસ્તો કર્યો. હાથમાં ટીપ પકડાવી. પછી હોટલમાલિક પાસે જઈને કહ્યુંઃ 'સબ કો કિચનમેં સે બહાર નિકાલો.' હોટલમાલિકનો આદેશ સાંભળીને અલીએ બધાને કિચનમાંથી બહાર કાઢ્યા. 'ચલો અંદર.' ઑફિસરનો કડક અવાજ રહેમતના કાને અફળાયો. આ બધું શું થઈ રહ્યું હતું એની કોઈને સમજ ન પડી. કદાચ પહેલીવાર કેફે લશ્કરીમાં આવી ઘટના બની હતી. બંને કિચનમાં ગયા.

'રહેમત, મેરા નામ કેપ્ટન અખ્તર હુસેન હૈ. ઇસ કિચનમેં ક્યા પક રહા હૈ? બતાઓ મુઝે.' રહેમતને થયું કે પોતે પકડાઈ ગયો છે. આ ઑફિસરને અસલિયતની ખબર પડી ગઈ લાગે છે. રહેમતે સહેજ પણ વિચલિત થયા વિના ભોળો બનીને તપેલામાં પડેલી વાનગીનાં નામ આપ્યાં, 'યહ નિહારી હૈ... યહ મટન કુરમા હૈ... યહ પાયા સૂપ હૈ... યહ ખીમા હૈ...'

'અબ તુમ અપને બારેમેં સચ બતાઓ. વરના માર માર કે તુમ્હારા ખીમા બના દૂંગા.' હવે રહેમતને સામે કયામત ઊભેલી લાગી.

9

'અબ તુમ અપને બારે મેં બતાઓ વરના માર માર કે ખીમા બના દૂંગા' સાંભળીને રહેમતને થયું કે નક્કી આ ઑફિસરને પોતાના વિશે કોઈ ચોક્કસ બાતમી મળી ગઈ છે. "અપને બારે મેં બતાઓ વરના માર માર કે ખીમા બના દૂંગા અને ઇસ કિચન મેં ક્યા પક રહા હૈ" આવું ચોખ્ખેચોખ્ખું તો જ બોલે. બીજું આ ઑફિસરને કિચનમાં જ ટપકાવી દેવાનું પણ મુશ્કેલ છે, કેમ કે બહાર બધા લશ્કરના માણસો છે. મને કિચનમાં લાવવા પાછળનો આ અડિયલ, અકડુ, મિજાજી, તરંગી, ધૂની અને લોંબડી જેવા ચાલાક ઑફિસરનો ઇરાદો શું હશે. જલ્દબાજીમાં બાજી ગુમાવી દેવાનો વારો આવે. એટલે બને ત્યાં સુધી સલૂકાઈથી કામ લેવું પડશે અને છતાંય જો કોઈ ગરબડ કરશે તો કિચનનો છરો એને હલાલ કરવા માટે પૂરતો છે. રહેમતે મોટા છરા પર નજર ફેરવી લીધી.

'જનાબ, મૈં તો એક મામૂલી આદમી હૂં. પઢાલિખા નહીં હૂં. ઇસલિયે હોટલમાલિક કી મહેરબાની સે વેઇટર બન ગયા. વૈસે મુઝે ખાના બનાને કા

શોખ હૈ. મૈં ખાનસામા બનના ચાહતા થા. તો સોચા પહેલે વેઇટર બન કે શુરુ કરું. મેરી કોઈ ખતા હુઈ હો તો માફ કરના. ઇસ સે જ્યાદા ક્યા બતાઉં.'

ઑફિસર મોટેથી હસવા લાગ્યો.

'ખાનસામા બનના હૈ ના તુઝે. ચલ મૈં તુઝે મૌકા દેતા હૂં. કલ સે પાંચ દિન તક તૂ રોઝ મેરે લિયે નાસ્તા બનાયેગા. રોઝ એક નયી ડિશ. અગર મુઝે પસંદ નહીં આયા ઔર તૂ નહીં બના પાયા તો મૈં તેરા પાયા સૂપ બના કે પી જાઉંગા.' ઑફિસરે રહેમતની પીઠ થપથપાવીને કહ્યું.

ગજબનો મિલિટરીવાળો છે આ... તરંગી કે ધૂની નથી, પણ સાવ ગાંડો માણસ છે. બધાને કિચનની બહાર કાઢીને 'યહાં ક્યા પક રહા હૈ' કહીને મને ગભરાવી મૂક્યો અને હવે કહે છે કે, તું રોજ મારા માટે નાસ્તાની નવી નવી ડિશ બનાવ. રહેમતને થયું જીવ તો બચી ગયો, પણ રોજેરોજ નવીનવી નાસ્તાની ડિશ કેમ બનાવવી, પણ એની પાસે ચેલેન્જ ઉપાડી લેવા સિવાય બીજો કોઈ રસ્તો ક્યાં હતો. ઑફિસરની નિકટ પહોંચવાનો આ એકમાત્ર રસ્તો હતો.

ઑફિસર કિચનની બહાર આવ્યો. રહેમત એની પાછળ જ હતો. ઑફિસરે કાઉન્ટર પર જઈને મોટેથી એલાન કર્યું, 'તુમ્હારી નિહારી રોટી સે તંગ આ ચૂકા હૂં. કલ સે પાંચ દિન તક રહેમત મેરા ખાનસામા હૈ... મેરા નાસ્તા યહ બનાયેગા.'

પાછળ ઊભેલા રહેમતના હાથમાં પાકિસ્તાની નોટની ટીપ મૂકીને ઑફિસર નીકળી ગયો. કેફે લશ્કરીમાં બેઠેલા સૌ દંગ હતા. કદાચ કેફે લશ્કરીના ઇતિહાસની આ પહેલી આવી ઘટના હતી. રહેમતે ટીપ ખિસ્સામાં મૂકતાં વિચાર્યુંઃ 'તારા પેટમાં કોઈ મેલી રમત છે. કદાચ એટલે તું મને અજમાવી રહ્યો છે અને હું તને. ઓ મેરે જાનીદુશ્મન, હું પેટને માર્ગે તારા દિલમાં અને પછી ત્યાંથી તારા દિમાગમાં પહોંચીશ.'

✣

પાકિસ્તાન ઇન્ટેલિજન્સ બ્યૂરો (પીઆઇબી)ના એજન્ટની હત્યા થઈ હોવાના તાબડતોબ મળેલા સમાચારને પગલે પીઆઇબીના ચીફ હબીબ અન્સારીએ ગુપ્ત મીટિંગ બોલાવી હતી. આ મીટિંગમાં વિજયના ઘરના બૅકયાર્ડમાં એ રાતે ઘૂસી આવેલા અને રમની બાટલી લઈને જતા રહેલા બે એજન્ટો પણ હતા. હબીબ અન્સારીને દુકાનમાં પોતાના એજન્ટની થયેલી હત્યાના દુઃખ કરતાં વધુ તકલીફ આખાય મામલાથી પોતાને વંચિત રખાયા એની હતી. જેનો ગુસ્સો એના ચહેરા પર સ્પષ્ટ વરતાતો હતો.

'દુશ્મન દેશ કા એજન્ટ ઘૂસ આયા હૈ યહ બાત કિસ કો પતા થી?'

કોઈએ જવાબ ન આપ્યો.

'ભારત મેં બૈઠે અપને કોઈ ખાસ દોસ્તને બતાયા યા ડબલ એજન્ટને?'

ફરી કોઈ જવાબ ન મળ્યો.

'ઇતના બડા હાદસા હુઆ, મુઝે પતા નહીં? અપને બંદે કો દુકાન પર ભેજને કા ઑર્ડર કિસને દિયા થા?"

બધા મૌન રહ્યા. હવે એમનો પિત્તો ગયો. તેમણે ટેબલ પર મુક્કો પછાડ્યો.

'મુઝે જવાબ ચાહિયે વરના મૈં પીઆઇબી મેં સે સબ કો નિકાલ દૂંગા ઔર નયે લોગોં કી ભરતી કરુંગા.'

એક ઑફિસરે એવું કહ્યું કે, એ આપણો એજન્ટ નહોતો. બીજાએ કહ્યું કે, કોઈ આપસી ઝઘડાને લીધે માર્યો ગયો હશે.

'જનાબ, પડોસી મુલ્ક કા કોઈ એજન્ટ હમારે મુલ્ક મેં નહીં ઘૂસા. અગર ઐસા હોતા તો ક્યા હમ આપકો ઇત્તિલા નહીં કરતે?' એ રાતે રમની બાટલી બગલમાં દબાવનારો એજન્ટ બોલ્યો.

'દુકાન મેં જો હુઆ યહ ઇત્તિફાક હો સકતા હૈ. હમારી જાંચ ચલ રહી હૈ.' એનો જોડીદાર જરા નરમાશથી બોલ્યો.

જોકે દુકાનમાં રહેલો માણસ ભારતનો જાસૂસ હતો એવી કોઈ ચોક્કસ બાતમી હોવાની વાતનો જવાબ કોઈએ આપ્યો નહીં.

મીટિંગમાં બેઠેલા બધાના ચહેરા કહી રહ્યા હતા કે કોઈને દેશમાં ભારતીય એજન્ટની ઘૂસણખોરીની કોઈ ખબર નહોતી અથવા તો એમાંનો કોઈ વાત છુપાવે છે. એ પણ શક્ય છે કે ચાચાની દુકાનમાં બનેલો કિસ્સો પાકિસ્તાન ઇન્ટેલિજન્સ બ્યૂરોના કોઈ એકલદોકલ એજન્ટને મળેલી સાચીખોટી બાતમીનું પરિણામ હોઈ શકે અને એણે એકલે હાથે અંજામ આપવાનું નક્કી કર્યું હોઈ શકે.

'દુશ્મન દેશ કા જાસૂસ મુલ્ક પર કા ખતરા હૈ. એક પરિંદા ભી હોલે હોલે બડા ચબૂતરા બના સકતા હૈ. ચૌકન્ને રહો. મુઝે જો મરા ઉસકા ગમ નહીં, લેકિન જો જાલિમ બચ ગયા, ઉસકી ફિકર હૈ.' પીઆઇબીના વડા અન્સારીએ કહ્યું.

જાસૂસોના જીવનમાં બનતું આવ્યું છે એમ એ મીટિંગમાં મોતનો અફસોસ કરાયો નહીં કે અંજલિ ન અપાઈ. પાકિસ્તાની એજન્ટની લાશની સાથે આખો મામલો દફનાવી દેવાયો. બીજી બાજુ દુકાનદાર ચાચાની મુસીબત વધી ગઈ હતી. આવતા-જતા બધા લોકો શંકાથી જોવા લાગ્યા. કોઈ ખાલી ભાવતાલ કરવાને બહાને અંદર ડોકિયું કરી જતું. અચાનક એક દિવસ દુકાનમાંથી ચાચાની લાશ મળી આવી. છૂપી રીતે ભારતીય ગુપ્તચર વિભાગને મદદ કરનારા ચાચાનું મર્ડર કોણે કર્યું હશે. પાકિસ્તાનમાં પનપતા ભારતના જાસૂસી નેટવર્કનો મામલો

પાકિસ્તાન ઇન્ટેલિજન્સ બ્યૂરો જાણી ન લે એવી દહેશતને લીધે ભારતીય નેટવર્કના જ કોઈએ કર્યું કે પછી પીઆઇબીના જ કોઈ એજન્ટે મામલો રફેદફે કરવા ચાચાને માર્ગમાંથી ઉડાવી દીધા. આ રહસ્ય ધાબળાની અંદર ઢબૂરાઈ જતી ઠંડીની જેમ પડ્યું રહ્યું.

✣

હબીબ અન્સારીએ મીટિંગ પૂરી કરી કે તરત જ એની સેક્રેટરીએ ફોન કરીને કહ્યું કે, "કોઈ ઇન્સ્પેક્ટર જાવેદ આપસે મિલને આયે હૈં." પીઆઇબીની મહત્ત્વની મીટિંગ ચાલે છે એવું કહીને સેક્રેટરીએ એમને બહાર બેસાડી રાખેલા. પોતે કેટલું મોટું તીર માર્યું છે એની પીઆઇબીને જાણ કરવા આવેલો ઇન્સ્પેક્ટર જાવેદ ટટ્ટાર બેસીને પોતાને મળનારા માનઅકરામ અને મેડલના હવાઈ કિલ્લા બાંધી રહ્યો હતો.

"આપ જાઈએ" સાંભળીને સટ્ટાક ઊભા થઈને ઇન્સ્પેક્ટર જાવેદ અંદર ગયો.

પીઆઇબીના વડા હબીબ અન્સારી ઇન્સ્પેક્ટર જાવેદને પહેલીવાર મળી રહ્યા હતા.

'તશરીફ રખીયે જનાબ. કૈસે આના હુઆ?' હબીબ અન્સારીએ હાથ લંબાવ્યો. જાવેદે શેકહેન્ડ કર્યું અને પોતાની સાથે લાવેલી ફાઇલ અને પુરાવાઓનું બંડલ ટેબલ પર મૂક્યાં. કોઈ કિસ્સો સંભળાવવાની જાવેદની ઉતાવળ હબીબ અન્સારી પામી ગયા.

'બતાઈએ, ક્યા લાયે હો હમારે લિયે?' હબીબ અન્સારીએ પૂછ્યું.

બસ, ઇન્સ્પેક્ટર જાવેદને આટલું જ જોઈતું હતું. એણે સલામત અલીની કાજી મહોલ્લામાંથી મળી આવેલી લાશ, ચાચા સુલેમાન અને ચાચી ફાતિમાનું ફરાર થઈ જવું, સલામત અલીનો કાગળ, બકરાની નસ્લ, કચ્છનું કનેક્શન... બધું એકીશ્વાસે કહી દીધું ને એની સામે પુરાવા ખોલી ખોલીને મૂક્યા.

'ઇસ કે બારે મેં આપને કિસી સે બાત કી હૈ?' પહેલો સવાલ આવ્યો.

'નહીં જનાબ.'

'આપ મુઝસે મિલને આયે હો યહ બાત આપ કી ઉપર બૈઠે કિસી અફસર કો પતા હૈ?' બીજો સવાલ આવ્યો.

'નહીં જનાબ.' ઇન્સ્પેક્ટર જાવેદ મનમાં મુસ્કુરાતો હતો કે સારું થયું પોતે એકલા જ શ્રેય ખાટી જવા ઉપરી અફસરને વાત કરી નથી.

'લાશ અભી ભી મોર્ગ મેં હૈ?' ત્રીજો સવાલ.

'જી જનાબ.'

'ચાચા-ચાચી કી કોઈ તસવીર?' ચોથો સવાલ.

'નહીં જનાબ.'

'બકરા કહાં હૈ?' પાંચમો સવાલ.

'પોલીસ સ્ટેશન મેં બાંધ કે રખ્ખા હૈ.'

'બેવકૂફી કી આપને.' હબીબ અન્સારીએ થોડી નારાજગી બતાવી.

'બકરે કો આપકે ઘર પર રખના ચાહિયે.'

'સૉરી જનાબ.'

'તુમ્હેં સિર્ફ એક ચીઝ કરની હૈ... બાકી હમ સબ સંભાલ લેંગે.'

'ફરમાઈએ જનાબ.'

'ચાચા-ચાચી કો ઢૂંઢો. ઔર હમારે બીચ હુઈ ઇસ બાત કા જિક્ર કિસી સે મત કરના.' હબીબ અન્સારીએ જરા આગળ આવીને કહ્યું.

'જનાબ.' કહીને ઇન્સ્પેક્ટર જાવેદે સહેજ છાતી ફુલાવી.

'બહોત બહોત શુક્રિયા આપકા ઇન્સ્પેક્ટર જાવેદ, આપ જૈસે થોડે લોગ ઇસ મુલ્ક કી હિફાઝત કર રહે હૈં.' સાંભળીને જાવેદની છાતી ગજગજ ફૂલવા લાગી.

'કોઈ ભી હુકુમ કીજિયે જનાબ, બંદા હાજિર હૈ.' જાવેદ ઊભો થયો. હાથ મિલાવીને કડક ચાલે બહાર નીકળી ગયો.

પીઆઇબીના વડા હબીબ અન્સારી સામે પડેલા પુરાવા જોતાં જોતાં બબડ્યાઃ 'ચાચા કી દુકાન મેં અપને આદમી કી કત્લ, કચ્છ બોર્ડર સે બકરે કે સાથ ઘૂસે સલામત અલી કા મર્ડર, ચાચા-ચાચી ફરાર. હમારે બ્યૂરો કે બંદે કી દુકાન મેં કત્લ કિસને કી હોગી? સલામત અલી કો કિસને મારા ઔર ક્યું? ચાચા-ચાચી ફરાર ક્યું હો ગયે? મુઆમલા પેચીદા હૈ. દુશ્મન તો ઘૂસ ગયા હૈ, લેકિન અપને બ્યૂરો મેં ભી કોઈ ચૂહા હૈ.'

✣

મહેશે પબ્લિક બુથમાંથી ગોખી રાખેલો નંબર ઘુમાવ્યો. વિજય બત્રાના ઘરમાં માયા અને કબીર બેઠાં હતાં બરાબર એ જ વખતે રિંગ વાગી. વિજયે ફોન ઉપાડતા પહેલાં બંનેને ચૂપ રહેવાનો ઇશારો કર્યો.

'હેલો.' વિજય બોલ્યો.

સામે છેડે મહેશને માત્ર નંબર મળ્યો છે. કોનો ફોન છે. શું કરવાનું છે. શું વાત કરવાની છે. આગળ પાછળ કોઈ વિગતની ખબર નથી. છતાં ફોન નંબર આપ્યો એનો મતલબ કે કોઈ જાણીતા માણસનો નંબર હશે એવું ધારી લીધું, પણ બોલવું શું? કહેવું શું? પૂછવું શું? એની અવઢવમાં મહેશે 'હલો' કર્યું.

વિજયે અવાજ પારખવા ફરી હેલો કહ્યું.

'ધાબળાવાળો છું.' મહેશને આ ઓળખ આપવાનું સૂઝ્યું.

'મહેશ?' વિજય તરત જ બોલ્યો.

મહેશને આંચકો લાગ્યો. સામેવાળો માણસ પોતાનું નામ જાણે છે.

કોણ હશે આ? વિશ્વાસ કેમ કરવો? કોઈ કાવતરું પણ હોઈ શકે. દુકાનમાં બનેલી તાજી ઘટના હજી એની આંખોમાં તરવરતી હતી છતાંય એણે પૂછ્યું, 'તમે કોણ?'

'હું વિજય બત્રા. ઇન્ડિયન એમ્બેસીના કલ્ચરલ વિભાગનો હેડ.' શું પ્રતિભાવ આપવો મહેશને સૂઝ્યું નહીં.

'મને તમારો નંબર ધાબળામાંથી મળ્યો.'

'હા, એ ધાબળાવાળો અને નંબર મેં જ મોકલ્યા હતા.' વિજયે કહ્યું.

'એ ધાબળાવાળાનું મર્ડર થઈ ગયું અને મર્ડર કરનારને મેં ખતમ કરી નાખ્યો.'

'ઓહ માય ગૉડ, તું આ બધું ફોન પર ન બોલ. મને મળવા આવી જા. સરનામું લખી લે.'

ગોખણપટ્ટીમાં માસ્ટરી ધરાવનારા મહેશે સરનામું મગજમાં લખી લીધું, પણ શંકા સાથે કે પોતે જેને મળવા જાય છે એ પાકિસ્તાન ઇન્ટેલિજન્સનો માણસ તો નહીં હોય ને!

10

છેલ્લા થોડા દિવસમાં બનેલી ઘટનાઓથી સાવચેત થઈ ગયેલો મહેશ બે વાતે ચિંતિત છે. એક, કોઈ તો છે જેને 'મિશન શાદી'ની જાણ છે અને બે, ન્યૂક્લીઅર પ્લાન્ટ ક્યાં હશે? પ્લાન્ટ ક્યાં છે એ ઝડપથી શોધી કાઢવું જરૂરી છે, પણ હાલ એના દિમાગમાં ન્યૂક્લીઅર પ્લાન્ટ શોધવાના માર્ગમાં આવી પડેલી આ અડચણ દૂર કરવામાં લાગેલું છે. એમાંય જેણે ધાબળાવાળો અને ફોન નંબર મોકલ્યા એ ભેદી વિજય બત્રા કઈ હસ્તી છે એ જાણવું પડશે, એનું કનેક્શન સમજવું પડશે. વિજય બત્રા કોઈ જાળમાં ફસાવતો તો નહીં હોયને. હકીકત તો એ હતી કે મહેશને હજી સુધી એય ખબર નહોતી કે હાફીઝ જ વિજય બત્રા છે. માયાની જેમ એ પણ વિજય બત્રાની એક ઇમેજ લઈને પહોંચી રહ્યો હતો. વિજયના વિચારોની જાળમાં વીંટળાયેલા મહેશે પોતાની એક નાનકડી દુનિયામાં ઘાટ ઘાટનાં પાણી પીધાં છે અને જાત જાતની માટી ખૂંદી છે, પણ

આ ધરતી જુદી છે, માટી જુદી છે, પાણી અલગ છે. જાસૂસીનું ફલક વિશાળ છે. જાસૂસીનો પહેલો નિયમ છે કોઈના પર ભરોસો ન કરવો અને વિશ્વાસભંગ કરનારને ન છોડવો. પછી એ કોઈ પણ હોય. મહેશ વિજયે આપેલા સરનામે પહોંચ્યો. વિજય બત્રાને જોઈને બોલ્યોઃ 'હાફીઝ.'

મહેશે ઝીણી કરેલી આંખોમાં આશ્ચર્ય હતું, પણ વિજયને પોતાનું આ નામ સાંભળીને આશ્ચર્ય ન થયું.

'કેમ, દંગ રહી ગયોને મને જોઈને?' વિજયે કહ્યું.

'દંગ તો રહી ગયો, પણ હું મારી સાથે બનેલી ઘટનાઓથી તંગ થઈ ગયો છું.'

'તને હજુ વધુ તંગ કરવાનો બાકી છે.' 'વેઇટ' કહીને એણે તાળી પાડી અને એ સાથે જ અંદરથી કબીર અને માયા પ્રગટ થયાં.

'ઓહ માય ગૉડ, વૉટ એ સરપ્રાઇઝ?' મહેશ માયા અને કબીરને ભેટી પડ્યો. આ બંને અહીં છે અને વિજય બત્રા હાફીઝ જ છે એટલે કોઈ ખતરો લાગતો નથી એવું એણે ધારી લીધું. કદાચ માની નથી લીધું. એ વિજયની તરફ ફરીને બોલ્યોઃ 'હજી એકવાર તાળી પાડો એટલે રાહુલ બહાર આવે.'

'રાહુલ નથી. એ વેઇટરની ભૂમિકામાં છે.'

'વૉટ? વેઇટર?' મહેશને નવાઈ લાગી.

'એની વે... તારો કોલ ન આવ્યો એથી ચિંતા થઈ.' વિજયે કહ્યું.

મહેશ સાથે જે થયું એ જાણવામાં ત્રણેયને વધુ રસ હતો. મહેશે માંડીને વાત કરી. વાત કરતી વખતે એની આંખો આખી ઘટનામાં વિજય બત્રા સંડોવાયેલો હોવાના સંકેત શોધતી હતી. એણે વાત પૂરી કરીને કહ્યુંઃ 'કોઈએ "મિશન શાદી"ની ગુપ્ત વાત પાકિસ્તાની જાસૂસી એજન્સીને પહોંચાડી છે. કોણ હોઈ શકે?' મહેશે મોં વિજય બત્રા તરફ ફેરવ્યું.

'ખબર નથી પડતી કે આટલી સિક્રેટ વાત કઈ રીતે અને ક્યાંથી લીક થઈ?'

'આ કામ આઇઆઇબીના ચીફ અજય અહુજાનું છે. એણે પોતાના માણસોને ગોપીનાથ રાવની હિલચાલ પર સતત નજર રાખવાનું કહ્યું હતું. અહુજાએ વહાલા થવા માટે આ વાત સૌથી પહેલાં વડા પ્રધાનને કરી અને ગોપીનાથ રાવે જ્યારે એને પ્રશ્ન કર્યો તો વાતને ઉડાવી દીધી.' કબીરે ઠંડા પાણીનો ગ્લાસ મોંએ માંડતાં કહ્યું. કબીર સામે તાકી રહેલી છ આંખોમાં એક જ પ્રશ્ન હતો કે, કબીરને અહીં બેઠા આ બધી વાતની ખબર કઈ રીતે પડી? આઇઆઇબીના ચીફ અજય અહુજા આવું દેશદ્રોહી પગલું ભરે? માન્યામાં આવતું નથી, પણ કબીરનું ઇન્ટેલિજન્સ નેટવર્ક બહુ જ પાવરફુલ છે એ વાત અહીં બેઠેલા બધા જાણતા હતા. કદાચ વિજય બત્રા સિવાય.

'એની સામે દેશદ્રોહનો કાયદો લગાડીને સજા ફટકારવી જોઈએ.' માયા બોલી.

'કાલના ન્યૂઝ વાંચી લેજો.' કબીર ઠંડા પાણીના ગ્લાસની ગોળ કિનારી પર તર્જની ફેરવતા બોલ્યો.

'શું થવાનું છે કાલે કબીર?' વિજયે પૂછ્યું. જવાબમાં કબીર માત્ર હસ્યો. 'કાલે સૌને જાણ થઈ જશે.'

બીજા દિવસે સવારમાં માયાએ દોડતા આવીને ડાઇનિંગ ટેબલ પર બેસીને નિરાંતે ચા પી રહેલા વિજય, મહેશ અને કબીરને બ્રેકિંગ ન્યૂઝ આપ્યાઃ

'આઇઆઇબીના ચીફ અજય અહુજાનું માર્ગ અકસ્માતમાં મોત.'

બધાની આંખો કબીર પર હતી અને એનું સમગ્ર ધ્યાન બ્રેડ પર બટર લગાડવામાં હતું.

'કબીર, તું જાણતો હતો કે તેં આખી વાતને અંજામ આપ્યો?' માયા ખુરસી તાણીને એની બાજુમાં બેસી ગઈ.

'મને એટલી જ ખબર હતી કે દેશદ્રોહ કરનારનું શું કરવું.' કબીરે ચાના કપમાંથી સિપ મારી. કબીર ઠંડે કલેજે કામ કરનારો માણસ છે. બોલે ઓછું. એકવાર શંકા ગઈ એટલે ખતમ. એના સોર્સમાંથી અજય અહુજાનાં કરતૂતોની બધી માહિતી એના સુધી પહોંચી ગઈ હતી. એણે પાકિસ્તાનમાં બેઠા બેઠા... અહુજાનું કાસળ કઢાવી નાખ્યું. કબીરના મત મુજબ અજય અહુજાએ મિશન શાદીની માહિતી ફોડી નાખી હતી. ગોપીનાથ રાવની વિરુદ્ધ એણે કરેલું કૃત્ય પ્રોફેશનલ દુશ્મની ન હતી, દેશદ્રોહ હતો. ગોપીનાથ રાવ એના માટે ગુરુદ્રોણથી પણ વિશેષ હતા.

'પણ કબીર, અજય અહુજાને ઉડાવવાનો શું ફાયદો? મિશન શાદીનું સિક્રેટ અહીં પહોંચી ગયું છે. આપણી પરનું જોખમ વધ્યું છે એનું શું?' મહેશે કહ્યું.

'આ જાસૂસીનું મોટું જંગલ છે. આપણને ફાડી ખાવા માર્ગમાં આડા ઊતરનારા જંગલી જાનવરોને હણતા જવું પડશે.' કબીર બોલ્યો. માયા, મહેશ અને વિજય એની આંખમાં ઠંડી આગ જોઈ રહ્યાં.

✥

માયા એ જ દિવસે બરકતુલ્લાખાં સાહેબને ઘરે જતી રહી. વિજય બત્રાએ મહેશનો ઉતારો દુકાનમાં રાખ્યો હતો, પણ એમાં હિંસક અને અકલ્પ્ય વિઘ્ન આવ્યું. હવે જ્યાં સુધી નવો સંદેશો ન મળે કે કોઈ ગોઠવણ ન થાય ત્યાં સુધી મહેશે વિજયના ઘરે જ રહેવું એવું નક્કી થયું, પરંતુ વિજય બત્રા અને બેગમ સાહેબા હમીદાબાનુ દ્વારા થતો આ દોરીસંચાર કરે છે કોણ? એ રહસ્ય પરથી

પરદો ઊઠ્યો જ્યારે વિજયે કબીર અને મહેશને કહ્યું કે, "દોરી ચીફ ગોપીનાથ રાવના હાથમાં છે. આપણે માત્ર કઠપૂતળી છીએ."

અજય અહુજાના મૃત્યુને લીધે દિલ્હીથી ગોપીનાથ રાવનો કોઈ મૅસેજ ન આવ્યો. અહુજાના માઠા સમાચાર મળ્યા પછી પણ વિજય બત્રા અને બેગમ સાહેબા હમીદાબાનુ તરફથી કોઈ હિલચાલ ન થઈ. સામાન્ય રીતે અહીંથી કોઈ મૅસેજ નહીં મોકલવાનો શિરસ્તો છે. એટલે બંને ઘરે દિલ્હીના મૅસેજની રાહ જોવાઈ રહી હતી.

✣

એક રાતે વિજય, કબીર અને મહેશ બેઠા હતા ત્યારે કબીરે વાત છેડી.

'છેલ્લાં થોડાં વરસોમાં આસપાસના વિસ્તારોમાં, ગામોમાં કેટલી નવી ઇન્ડસ્ટ્રી નખાઈ એની વિગતો મળી શકે?'

'ઉદ્યોગખાતામાંથી મળી શકે, પણ પાકિસ્તાન ચારે બાજુથી ડેવલપ થઈ રહ્યું છે. એટલે થોડી મુશ્કેલી પડે.' વિજયે કહ્યું.

'મને ખબર છે ત્યાં સુધી હાલ અહીંની ઇન્ડસ્ટ્રીની હાલત ખરાબ છે. એટલે અત્યારે નવી ઇન્ડસ્ટ્રીનું કોઈ સાહસ નહીં કરતું હોય, આપણે છેલ્લાં પાંચેક વરસ પહેલાં સ્થપાયેલી ઇન્ડસ્ટ્રીની માહિતી જોઈએ. વિજય, મારી પાસે એક આઇડિયા છે.' કબીરે કહ્યું.

✣

આ વાતના થોડા જ દિવસ બાદ કબીર પાકિસ્તાનના ઇન્ડસ્ટ્રી મિનિસ્ટર અસગર મોહમ્મદની સામે ઇસ્લામાબાદની એક ફાઇવ સ્ટાર હોટલમાં બેઠો હતો. વિજય બત્રાએ ગોઠવેલી બ્રેકફાસ્ટ મીટિંગ માટે મિનિસ્ટર આવ્યા કે તરત જ વિજય બત્રાએ ઓળખાણ કરાવી.

'યહ હમારે અઝીઝ દોસ્ત અબુ અસલમ હૈ. હૈ તો હમારે હી મુલ્ક કે... લેકિન જ્યાદાતર દુબઈ... અબુધાબી મેં રહેતે હૈં.'

'બહુત ખુશી હુઈ આપસે મિલ કર... દરઅસલ બત્રાસા'બને આપકી બડી તારીફ કી હૈ. બતાઇયે, ક્યા પ્લાન હૈ આપકા?'

'પ્લાન તો બહુત બડા ધમાકા કરને કા હૈ. બસ આપકી રહેમનઝર હો તો કામિયાબ હોંગે.'

'ઇસ નાચીઝ કો ખિદમતકા મૌકા તો દિજિયે.' મિનિસ્ટરે કહ્યું.

'અબુધાબી કે હમારે કુછ દોસ્તલોગ હમારે મુલ્ક મેં કેમિકલ ઝોન ખડા

કરના ચાહતે હૈં.' મિનિસ્ટર ચાનો કપ મૂકીને ખુરસીમાં આલરીને બેઠા. એમની આંખોમાં કોઈ અલગ જ ચમક હતી. કબીરને લાગ્યું કે મિનિસ્ટર પ્લાન સાંભળવા ઉત્સુક છે.

'હમારે યહાં 12-15 કેમિકલ ફેક્ટરીઝ હૈ, જો સોડા એશ, કોસ્ટિક સોડા, સલ્ફરિક ઍસિડ, ક્લોરીન ગૅસ જૈસે કેમિકલ બનાતી હૈ... જિસ કા પ્રોડક્શન બહુત હી કમ હૈ... જિસકી વજહ સે હમે ઇમ્પોર્ટ કરની પડતી હૈ... નતીજન લાખો-અરબોં રૂપૈયા ફૉરેન એક્સચેન્જ કે પીછે ખર્ચ હોતે હૈં... કેમિકલ ઇન્ડસ્ટ્રી મેં સ્કોપ બહુત હૈ... કંપનિયાં પાર્ટનરશિપ મેં હોંગી જિસમેં આપકે હી રિશ્તેદાર હોંગે.' કબીરે હળવેકથી આંખ મીંચકારી. 'ઇસકે લિયે ચાહિયે શહેર સે દૂર બડી ઝમીન. આસપાસ કે લોગોં કો રોજગાર મિલેગા. સરકાર ઔર આપકા ફાયદા હૈ.' કબીરે અસગર મોહમ્મદની આંખમાં આંખ નાખીને કૉન્ફિડન્સથી ટૂંકમાં આખો પ્લાન સમજાવી દીધો. વિજયે જોયું કે મિનિસ્ટર કબીરની રજૂઆત અને વાક્પટુતાથી પૂરેપૂરા પ્રભાવિત હતા. હવે બંને એમના પ્રતિભાવની રાહમાં હતા.

'હમ પર ઇતની મહેરબાની ક્યું?' મિનિસ્ટર અસગર મોહમ્મદે કીટલીમાંથી ગરમ ચા કપમાં રેડતાં પૂછ્યું.

'ક્યું કી યહ મુલ્ક મેરા ભી હૈ. મૈં ચાહતા હૂં કી ચાય ગિરે તો કપ મેં ગિરે...' મિનિસ્ટરના સ્માઇલથી બંનેના ચહેરા પર સ્મિત ફરક્યું.

'હમેં થોડા વક્ત દો, કુછ કરતા હૂં.' બોલીને મિનિસ્ટરે "ખુદા હાફીઝ" કહ્યું.

'અલ્લાહ હાફીઝ.' કબીરે ઇસ્લામી તહઝીબ દર્શાવી.

✣

દિલ્હીમાં આઇઆઇબીના ચીફ અજય અહુજાના સમાચારે હલચલ મચાવી દીધી હતી. લાગતાવળગતા સૌએ આને અકસ્માતના સહજ સમાચાર માની લીધા હતા, પણ ગોપીનાથ રાવને ચેન પડતું ન હતું. એમને શંકા હતી કે અહુજાને ઉડાવી દેવાનું આ એક કાવતરું હતું. સવારે ઑફિસે જવા નીકળેલા અજય અહુજાની કારને એક ટ્રકે ટક્કર મારી અને ત્રીસ ફૂટ સુધી ઘસડીને લઈ ગઈ. અહુજા હૉસ્પિટલે પહોંચે તે પહેલાં જ એનું મૃત્યુ થયું. એમને આમાં કંઈક મેલી રમત જણાઈ હતી, પણ તેઓ પરિસ્થિતિને ધ્યાનમાં લઈને મૌન રહ્યા. સ્મશાનયાત્રા કઢાઈ. શોકસભા યોજાઈ. અંજલિઓ અપાઈ. એમની ઝળહળતી કારકિર્દીની પ્રશંસા કરાઈ. કોઈ જગ્યાએ, કોઈએ અકસ્માત વિશે શંકા કરી નહીં. બીજી બાજુ, ગોપીનાથ રાવનો જાસૂસી સ્વભાવ અકસ્માતની વાત માનવા તૈયાર ન હતો. એમણે આ કેસની તપાસ કરી રહેલા ઇન્સ્પેક્ટરની સાથે પણ

વાતચીત કરી હતી. પોલીસે પણ આને અકસ્માતનો કેસ ગણાવ્યો. ટ્રક ડ્રાઇવર ગિરધર સામે પોલીસ ફરિયાદ નોંધાઈ હોવાનું અને પાછળથી એને છોડી દીધો હોવાનું પણ જણાવ્યું.

શોકસભામાંથી પાછા વળતી વખતે ગોપીનાથ રાવ અહુજાના રહસ્યમય અકસ્માત વિશે વાત કરવાના ઇરાદે ડિફેન્સ સેક્રેટરી રામ મોહનની કારમાં બેઠા. રામ મોહન ચૂપ હતા. ગોપીનાથ રાવે કારના કાચ ઉતારીને સિગારેટ સળગાવી.

'મને નથી લાગતું કે આ અકસ્માત હતો.' રાવે સિગારેટની રાખ ખંખેરી.

'ગોપી, જે ઝડપથી તેં સિગારેટની રાખ ખંખેરી એ જ ઝડપથી આખીય વાત તારા દિમાગમાંથી ખંખેરી નાખ. ક્યારેક રાખમાંથી મડદાં બેઠાં થતાં હોય છે.'

'હું સમજ્યો નહીં.'

'આ કામ તારા જ કોઈ જાનૈયાએ ગિરધર પાસે કરાવ્યું છે.' સાંભળીને રાવે ઊંડો કશ લઈને ધુમાડો બહાર છોડ્યો, કારણ કે રાવ જાણતા હતા કે બરાતીઓમાં અર્જુન કોણ છે અને દિલ્હીમાં ગિરધર કોણ છે.

'એણે આવું પગલું ભરવાની જરૂર શું હતી? અહીં દિલ્હીમાં બનતી ઘટનાઓની ત્યાં એને કઈ રીતે ખબર પડી?' રાવે વિચાર્યું.

'હવે તું મને એ નહીં પૂછતો કે મને આ બધી ખબર કેમ પડી. કેટલીક વાત મારે પણ છૂપી રાખવી પડતી હોય છે. કેટલાંક રહસ્યો દાટી દેવા પડતાં હોય છે. પોલીસ ફાઇલ બંધ થઈ ગઈ છે. ડ્રાઇવર ગિરધરને પોલીસે છોડી દીધો છે અને એ કોઈ અજ્ઞાત જગ્યાએ પહોંચી ગયો હશે.'

'પણ પ્રાઇમ મિનિસ્ટરને મારી પર શંકા જશે, કારણ કે અમારી વચ્ચેની રાઇવલરીની એમને જાણ છે.'

'ના, પીએમની શંકાને પવિત્ર ગંગાના નિર્મળ જળમાં વહાવી દેવાઈ છે. યાદ રાખ, એ એક અકસ્માત હતો, આપણા સૌ માટે. ઍન્ડ ડૉન્ટ ડિસ્કસ એનિથિંગ વિથ બરાતીઓ ઓલસો.'

11

રામ મોહને કરેલી વાતોથી ગોપીનાથ રાવના મગજમાં રણની તોફાની આંધી સર્જાઈ હતી.

'હવે તું મને એ નહીં પૂછતો કે, મને આ બધી ખબર કેમ પડી. કેટલીક

વાત આપણે છૂપી રાખવી પડતી હોય છે. કેટલાંક રહસ્યો દાટી દેવા પડતા હોય છે. પોલીસ ફાઇલ બંધ થઈ ગઈ છે. ડ્રાઇવર ગિરધરને પોલીસે છોડી દીધો છે અને એ કોઈ અજ્ઞાત જગ્યાએ પહોંચી ગયો છે.'

શું રામ મોહને અહુજાનો અકસ્માત કરાવ્યો અને કબીર અને ગિરધર એમાં સામેલ હતા? રામ મોહનને બધી જાણ હતી? રામની આ વાતનો આવો જ સાર નીકળે છે. અગર એવું કોઈ પગલું ભરવાનું હતું તો કબીરે મને શા માટે વાકેફ ન કર્યો? રામે પણ મને કોઈ અણસાર ન આપ્યો અને ગિરધર, જે મને પૂછ્યા વિના પાણી નથી પીતો, એણે પણ મારાથી વાત છુપાવી. રામે વડા પ્રધાનની શંકાવાળી વાતને જે રીતે સિફતથી ઉડાવી દીધી એ પણ રાવના ધ્યાન બહાર નહોતું. રામે ઉચ્ચારેલા શબ્દો રાવના મનમાં ફરી રણની રેતીની ડમરી બની ઘૂમરાયા.

'પીએમની શંકાને પવિત્ર ગંગાના નિર્મળ જળમાં વહાવી દેવાઈ છે. યાદ રાખ, એ એક અકસ્માત હતો. આપણા સૌ માટે. ઍન્ડ ડૉન્ટ ડિસ્કસ એની થિંગ વિથ બરાતીઓ ઓલસો.'

મતલબ એ કે રામ મોહન અને કબીરે મારી જાણ બહાર આખો મામલો પતાવી દીધો અને શંકાની ચિનગારીને હવા અપાય અને ભડકો થાય એવું તેઓ ઇચ્છતા નથી. જોકે, ગોપીનાથ રાવ પીછો મૂકે એવા નહોતા. સિગ્નલ પાસે કાર ઊભી રહી. રાવે થોડી બચેલી સિગારેટનું ઠૂંઠું બહાર ફેંકીને કાચ ચડાવ્યો.

'તમે ડ્રાઇવર ગિરધરને ઓળખો છો?' એમણે સવાલ કર્યો.

'હું ઓળખતો નથી, હું તારા જાનૈયાઓને પણ ઓળખતો નથી. ગોપી, હું માત્ર તને ઓળખું છું.'

'રામ, તું મને ઓળખે છે, પણ હું તને ન ઓળખી શક્યો. તારાં મૂળિયાં ઘણાં ઊંડાં છે અને તળિયાંનો તાગ મળે એમ નથી.' આવું વિચારતાં ગોપીનાથ રાવે કારમાંથી ઊતરીને રામ મોહનને મીઠું છતાં ગૂઢ સ્માઇલ આપ્યું પછી સિગારેટ સળગાવતા વિચાર્યું: 'અજય અહુજાએ પાકિસ્તાનમાં વાત લીક કરીને ચાંપેલી દીવાસળી ભડકો કરશે એનું શું? બસ, મારા એજન્ટો દાઝવા ન જોઈએ.'

✣

પીઆઇબીના વડા હબીબ અન્સારીને મળીને, વાત કરીને પુરાવાઓ આપીને ગદ્‌ગદ થઈ ગયેલા ઇન્સ્પેક્ટર જાવેદના દિમાગમાં હવે એક જ કેસ ચકરાવો લઈ રહ્યો હતો. "સલામત અલી કા કાતિલ કૌન? ચાચા સુલેમાન ઔર ચાચી ફાતિમા કો કહાં ઔર કૈસે ઢૂંઢે?" એમણે પોતાના ખબરીઓને વિશ્વાસમાં લઈને

કામે લગાડવાનું નક્કી કર્યું ત્યાં યાદ આવ્યું કે, હબીબ અન્સારીએ ઉપરી પોલીસ અધિકારીઓને પણ આ સિક્રેટ નહીં કહેવાની તાકીદ કરી હતી. પોલીસ ખાતાની આટલાં વરસોની કારકિર્દીમાં પહેલો એવો કેસ જોયો હતો, જેમાં એણે હાથ-મોં બાંધીને કામ કરવું પડી રહ્યું હોય. ખેર, ચશ્મદીદ ગવાહ બકરાને તો એણે પોતાના ઘરે લઈ જઈને બાંધી દીધો અને રોજ પોતાને પૈસે ઘાસ ખવડાવવા લાગ્યો, પણ સુલેમાન અને ફાતિમાને કઈ રીતે શોધવાં એકલે હાથે... કોઈ ખબરીની મદદ વિના. ઇન્સ્પેક્ટર જાવેદમિયાં ખરા ફસાયા હતા. અચાનક એને કાજી મહોલ્લાનો સલીમ યાદ આવ્યો. એ બંદો બહુ કામની ચીજ છે. પોલીસ ખાતામાં બધાને ઓળખતા ખબરી કરતાં આ સલીમડો સારો. એને વિશ્વાસમાં લઈને આ કામ સોંપી શકાય. જાવેદ પોલીસ સ્ટેશનની બહાર આવીને ઊભો રહ્યો કે તરત જ હવાલદાર રસૂલમિયાં અને ડ્રાઇવરે દોડતાં આવીને પૂછ્યું: ‘જનાબ, કાજી મહોલ્લા જાના હૈ?’

‘હમારે પાસ કાજી મહોલ્લા કા એક હી કેસ હૈ ક્યા? અરજન્ટ કામ સે જા રહા હૂં.’ કહીને ડ્રાઇવર પાસેથી જીપની ચાવી માગી લીધી ને ખુદ ડ્રાઇવ કરીને કાજી મહોલ્લામાં પહોંચ્યો. નીચે ઊતરીને ટટ્ટાર થયો, છાતી ફુલાવી અને જે પહેલો માણસ મળ્યો એને પૂછ્યું: ‘સલીમડા કહાં રહેતા હૈ?’ કહેવું કે ન કહેવું એની ગડમથલમાં પેલા માણસે એક ઘર તરફ ઇશારો કર્યો. જાવેદે દરવાજો ખખડાવ્યો. દરવાજો ઊઘડ્યો. સામે ઊભેલા સલીમને જોઈને જાવેદના ચહેરા પર સુલેમાન અને ફાતિમાને રંગેહાથ પકડી લીધા હોય એવી ખુશી લહેરાઈ.

‘ચલો મેરે સાથ.’

‘હુઝુર, મૈંને કુછ નહીં કિયા.’

‘ચલો, કુછ પૂછતાછ કરની હૈ.’

‘પૂછતાછ કિસ બાત કી... જબ મૈંને કુછ કિયા હી નહીં, જનાબ.’

‘ચુપચાપ મેરે સાથ ચલ સબ બતાઉંગા.’ સલીમને જીપમાં બેસાડ્યો. એક સૂમસામ રસ્તે જીપ ઊભી રાખીને જાવેદે કહ્યું:

‘તુમ્હેં અપને મુલ્ક કે લિયે એક કામ કરના હૈ.’

સલીમને થયું કે મુલ્કના કામ માટે આ ઇન્સ્પેક્ટરને હું જ મળ્યો અને એવું કયું કામ છે જેના માટે એણે મને યાદ કર્યો. શાણા સલીમડાને પોલીસની ઝંઝટમાં પડવું ન હતું, પણ ઇન્સ્પેક્ટરનો ઇરાદો જાણવો હતો.

‘જનાબ, મૈં એક નાકામ ઔર કામચોર આદમી હૂં. મેરે ઘરવાલે ભી મુઝે કોઈ કામ નહીં સોંપતે. ક્યું કી મૈને અબતક કોઈ ભી કામ ઠીક સે નહીં કિયા.’

‘યહ બહુત બડા કામ હૈ.’ ઇન્સ્પેક્ટર બોલ્યો.

'કિસી કા મર્ડર કરના હૈ?' સલીમે આસપાસ નજર કરતાં પૂછ્યું.

'નહીં બેવકૂફ, ઇસ કે લિયે તો હમ પુલીસવાલે હી કાફી હૈ. યહ કામ હટકે હૈ. ઠીક સે કરોગે તો પૈસા મિલેગા, ઇનામ મિલેગા ઔર નામ હોગા.'

મુલ્ક માટે એવું તે શું કરવાનું છે, જેમાં પૈસા, નામ અને ઇનામ ત્રણેય મળે. સલીમે દિમાગી કસરત ચાલુ કરી.

'દિમાગ પર ઇતના જોર મત દો. મુઝે યકીન હૈ તુમ કર સકતે હો.'

'કામ બોલો.' સલીમના અવાજમાંથી આત્મવિશ્વાસ છલક્યો.

'સુલેમાન ઔર ફાતિમા કો ઢૂંઢના હૈ.'

સાંભળીને સલીમ ચૂપ થઈ ગયો. આવડા મોટા પાકિસ્તાનમાં એ લોકો ક્યાં છુપાઈ ગયાં હશે? સલીમ ના પાડી દેવાનું વિચારતો હતો.

'અબ દિમાગ પર જોર દેના શુરૂ કરો, મિયાં.'

'આપ કા કામ હો જાયેગા, જનાબ.'

'લેકિન એક શર્ત હૈ.' ઇન્સ્પેક્ટરે કહ્યું.

'ક્યા?'

'યહ બાત હમ દોનોં કે બીચ હી રહેગી. અગર કિસી કો ભી પતા ચલા યા તુમ બતાઓગે તો તુમ્હારા હશ્ર સલામત અલી જૈસા હોગા.'

સલીમે ઇન્સ્પેક્ટરની આંખમાં આંખ મિલાવી. સલીમની આંખમાં ખૌફ નહોતો.

✣

ભત્રીજા સલામત અલીનું રહસ્યમય મોત પોતાની જિંદગી તબાહ કરી નાખશે એવો અંદેશો સુલેમાનને આવી ગયો હતો. પોલીસ ઇન્સ્પેક્ટર જાવેદની તપાસનું પગેરું ગમે તે ઘડીએ પોતાના પગ તળે આવશે. સુલેમાન અને ફાતિમા પાસે ગામ છોડીને નાસી છૂટવાનો એકમાત્ર રસ્તો બચ્યો હતો અને એક અંધારી રાતે કાજી મહોલ્લો ભરઊંઘમાં હતો ત્યારે સુલેમાન અને ફાતિમાએ રડતી આંખે અને ફફડતા હૈયે કાજી મહોલ્લાને આખરી સલામ કરી હતી, પણ એ બંને નિર્દોષ જીવોને ક્યાં ખબર હતી કે સલીમે એમને જોઈ લીધા હતા.

✣

સલામત અલીનું સામાન્ય લાગતું મર્ડર જાસૂસી જગતનું એક મોટું કરોળિયાનું જાળું નીકળ્યું. ઇન્સ્પેક્ટર જાવેદ એના મૂળ સુધી ગયો, પણ જાસૂસીના નેટવર્કમાં કામ કરવાનું પોતાનું ગજું નથી એવું એણે સમજી લીધું. પોલીસ તપાસ એક બાબત છે અને ઇન્ટેલિજન્સ નેટવર્ક બીજી ઊંડી અને જટિલ બાબત છે. એને

આ કપરી કામગીરી ઇન્ટેલિજન્સ એજન્સીને સોંપવાનું જરૂરી લાગ્યું. એટલે જ એણે હબીબ અન્સારીને કેસ સોંપી દીધો. ઇન્સ્પેક્ટર જાવેદની કામગીરી અને દેશપ્રેમથી બેહદ ખુશ થયેલા અન્સારીએ ભારતીય એજન્ટોની ઘૂસણખોરી અને જાસૂસીના તાણાવાણા મેળવવાના હતા, એજન્ટોને જબ્બે કરવાના હતા. એમના ગુપ્તચર તંત્રને તહસનહસ કરવાનું હતું. એણે તરત જ ચક્રો ગતિમાન કરી દીધાં હતાં, પણ એ બધાં હવાતિયાં હતાં. એણે કંઈક વિચારીને પહેલો ફોન મિલિટરી ઇન્ટેલિજન્સના ચીફને જોડ્યો હતો. મુલાકાતનો સમય નક્કી થયો અને નક્કી કરેલા સમયે અન્સારી કેબિનમાં બેસીને મિલિટરી ઇન્ટેલિજન્સના ચીફની રાહ જોઈ રહ્યા હતા.

કેબિન પર ટકોરા પડ્યા. 'કમ ઇન' સાંભળવાની રાહ જોયા વિના જ અંદર ધસી ગયેલા મિલિટરી ઇન્ટેલિજન્સના ચીફ બોલ્યા.

'સલામ વાલેકુમ.'

અંદાજે ચાળીસની ઉંમર, લગભગ પોણા છ ફૂટની ઊંચાઈ, પેન્સિલ કટ મૂછ અને સહેજ પાતળો પણ કડક અવાજ. હા, આ એ જ રૂઆબદાર, અકડુ અને માથા ફરેલો મિલિટરી ઑફિસર કેપ્ટન અખ્તર હુસેન હતો જે 'કેફે લશ્કરી' હોટલમાં રોજ નાસ્તો કરવા જાય છે અને રાહુલને જેનો પરચો મળી ગયો છે. અખ્તર હુસેનની અસલિયત વિશે કેફે લશ્કરીનો માલિક, મૅનેજર કમ વેઇટર અલી, રાહુલ ઉર્ફે રહેમત સહિતના બીજા વેઇટરો તથા 'કેફે લશ્કરી'માં રોજેરોજ નાસ્તો કરવા જતા પાકિસ્તાની લશ્કરના સૈનિકોને તો શું, દેશમાં કોઈને પણ આ માણસ મિલિટરી ઇન્ટેલિજન્સનો વડો છે એની જાણ નથી. લશ્કરની અન્ય રેન્કની સરખામણીએ એની રેન્ક નાની, પણ મિલિટરી ઇન્ટેલિજન્સની એની કાબેલિયત કાબિલ-એ-દાદ. પીઆઇબીના હબીબ અન્સારીએ પણ એને એટલે જ યાદ કર્યા હતા. હબીબ અન્સારી અને કેપ્ટન અખ્તર હુસેન વચ્ચે પણ એક પ્રકારનું ઠંડું યુદ્ધ ચાલતું હતું. અન્સારી વજીર-એ-આઝમનો વ્હાલો હતો એટલે પાકિસ્તાન ઇન્ટેલિજન્સ બ્યૂરોનો વડો બની બેઠો હતો, જ્યારે કેપ્ટન વધુ લાયકાત ધરાવતો હતો. એને યાદ કરવા પાછળનું કારણ કેપ્ટનની કાબેલિયત હતી.

'વાલેકુમ સલામ' કહીને હબીબ અન્સારીએ પોતાનો અને અખ્તર હુસેનનો સમય ગુમાવ્યા વિના ઇન્સ્પેક્ટર જાવેદે સોંપેલા કેસની કડીબદ્ધ વાત માંડીને કરી.

અખ્તર હુસેને ફાઇલ ખોલીને વાંચવાનું શરૂ કર્યું. ખિસ્સામાંથી નાની ડાયરી કાઢીને થોડી ડિટેઇલ ટપકાવી. વાંચીને એનો ચહેરો તંગ થઈ ગયો. એક નજર હબીબ અન્સારી પર નાખીને આ કેસનો કોઈ છેડો એના હાથમાં આવી ગયો હોય એમ એક પણ શબ્દ બોલ્યા વિના નીકળી ગયા. હબીબ અન્સારીને એના

આવા બેહૂદા અને તરંગી વર્તનની નવાઈ નહોતી. અગાઉ અખ્તર હુસેને પોતાના આવા વિચિત્ર સ્વભાવનો પરિચય એમને પણ કરાવ્યો હતો. અખ્તર હુસેન નક્કી કોઈના ઢીમ ઢાળી દેશે અને કાં ઝડપી લેશે એવું વિચારી રહેલા હબીબ અન્સારીને એમની ઝડપી એક્ઝીટથી ખુશી થઈ હતી.

✣

અચાનક વિજય બત્રાના ઘરે એક રાતે પીઆઇબીના અગાઉ આવી ગયેલા બે એજન્ટોમાંનો એક એજન્ટ અલ્તાફ બખ્તિયાર આવી ચડ્યો. વિજય બત્રાના ઘરનો એ જ માહોલ હતો જે એ રાતે હતો. બૅકયાર્ડમાં તાપણું, રમની બૉટલ અને સામસામે બે ખુરસીઓ અને સાઇડમાં ટિપોઈ. ફરક માત્ર એટલો જ હતો કે કબીર નહોતો. વિજયને એમ કે દારૂની બાટલી લેવાના ઇરાદે આવ્યો હશે, પણ એનું અનુમાન ખોટું પડ્યું. એ રાતે બાટલી બગલમાં દબાવનારા એજન્ટે પૂછ્યુંઃ 'ઉસ રાત આપકે ઘર પર થા વો આપકા દોસ્ત કહાં હૈ.'

પીઆઇબીના હબીબ અન્સારી સાથેની મીટિંગમાં અલ્તાફ બખ્તિયારને વિજય બત્રાના ઘરમાં બેઠેલો અજાણ્યો દોસ્ત યાદ આવી ગયો હતો. એ વખતે મીટિંગમાં એણે એના વિશે અન્સારીને કાંઈ કહ્યું નહીં, પણ મનમાં શંકાના કીડાએ સળવળાટ શરૂ કરી દીધો હતો. એજન્ટ અલ્તાફ આજે એ દોસ્ત અને એને આશરો દેનારા અન્ડર કવર વિજય બત્રાને પકડી લેવાના ઇરાદે આવી પહોંચ્યો હતો.

'કહાં હૈ વો... ક્યા નામ થા ઉસકા. યાદ નહીં આ રહા?'

'શબ્બીર.' વિજય બત્રાએ ખોટું નામ આપ્યું.

'નહીં નહીં, શબ્બીર નહીં થા... કુછ ઓર થા.'

'શબ્બીર હી થા. દો દિન કે લિયે મુજસે મિલને આયા થા. આપ બૈઠિયે. ક્યા લેંગે આપ?' વિજય બત્રાએ રમની બૉટલ બતાવી.

'કહાં ચલા ગયા... આપકા દોસ્ત?'

'લાહોર. અપને ઘર.'

'હમેં ઉસકા પૂરા નામ-પતા... ફોન નંબર દો.'

વિજય બત્રા મનમાં ગોઠવી રહ્યો હતો કે શું કહેવું... કયું ઍડ્રેસ આપવું.

'મિ. અન્ડર કવર વિજય બત્રા, આપકા દોસ્ત કબીર કહાં હૈ?' એજન્ટે પૂછ્યું.

'મૈં યહાં હૂં.' કબીર પાછળ આવીને ઊભો રહી ગયો.

એજન્ટે પાછળ ફરીને જોયું. એક હાથમાં દારૂનો ગ્લાસ અને બીજા હાથમાં સાયલેન્સરવાળી રિવૉલ્વર પકડીને ઊભેલા કબીરે એક પણ સેકન્ડ ગુમાવ્યા વિના એની છાતીમાં ગોળી ધરબી દીધી.

12

'દારૂ પીતી વખતે પેશાબ લાગે ત્યારે હાથમાં ગ્લાસ લઈને બાથરૂમ જવાનો આ એક મોટો ફાયદો છે. ચીઅર્સ.' કબીરે ગ્લાસમાં બચેલો રમ ગટગટાવી જતાં કહ્યું. દિગ્મૂઢ બની ગયેલો વિજય બત્રા થોડી ક્ષણોમાં આ શું બની ગયું એની વિમાસણ અને ચિંતામાં હતો, કેમ કે એને સહેજેય કલ્પના નહોતી કે કબીર આમ અચાનક આવીને પીઆઇબીના એજન્ટને ખતમ કરી નાખશે અને એ પણ પોતાના ઘરના બૅકયાર્ડમાં... એજન્ટની લાશને જોતાં એ બોલ્યો:

'હવે શું કરીશું?'

'દફનાવશું. અહીં જ. કોદાળી-પાવડો છે ને?'

વિજય બત્રા કોદાળી-પાવડો લેવા ગયો એ દરમિયાન કબીર ગેટ પર ગયો. બહાર નજર કરીને બધું ચકાસી લીધું. કોઈ નથી એની ખાતરી કરી લીધી. ખોદવાનું શરૂ કરતાં પહેલાં બંનેએ ચીઅર્સ કર્યું.

'મિ. અન્ડર કવર વિજય બત્રા... જો આને પતાવી દીધો ન હોત તો એની જગ્યાએ આપણી લાશ પડી હોત અને કાં તો જેલમાં આ આપણી પર ટૉર્ચર કરતો હોત.'

'બહાર શેરીમાં કોઈ નથીને? કદાચ એનો જોડીદાર કારમાં બેઠો હોય અને આ એકલો જ પહેલાં અંદર આવ્યો હોય.' વિજય બત્રાએ શંકા વ્યક્ત કરી.

'હું જોઈને આવ્યો. શેરીમાં કોઈ નથી.'

'શક્ય છે આ માણસ પીઆઇબી ચીફને અહીંનું સરનામું આપીને આવ્યો હોય.' વિજય બત્રાને બીજી શંકા ગઈ.

'ઇન ધેટ કેસ... જે પણ આને શોધતું આવશે એને પણ... તારા બૅકયાર્ડમાં ઘણી જગ્યા છે.' કબીરે હસીને કહ્યું.

'કબીર, આઇ એમ સિરિયસ.'

'વિજય, હું પણ ગંભીર છું. જીવ બચાવવા જીવ લેવો પણ પડે. એ મિનિટે મને જે જરૂરી લાગ્યું એ કર્યું.'

કોદાળી ઝીંકાવા લાગી. માટી બાજુમાં ખડકાવા લાગી. રમ ગ્લાસમાં રેડાવાને બદલે બાટલીથી સીધો પેટમાં રેડાવા લાગ્યો. પરિશ્રમ અને રમને લીધે શિયાળાની કડકડતી ઠંડીમાંય કબીર અને વિજયના શરીરમાંથી પરસેવાના રેલા ઊતરવા લાગ્યા. લાશને સમાવી લે એવડો ઊંડો ખાડો ખોદાઈ ગયો. લાશ અંદર ધકેલાઈ ગઈ. એની પર માટી ઠલવાઈ ગઈ. કામ ખતમ, રમ ખતમ. બંને જણ અંદર જઈને શાવર નીચે ઊભા રહી ગયા. થાક અને નશો એકધારા વહી રહ્યા હતા.

એક પણ શબ્દ બોલ્યા વિના બંને પથારીમાં પડ્યા. કબીરને થોડીવાર ઊંઘ ન આવી. વિજય તરત જ સૂઈ ગયો. થોડીવાર પડખાં ઘસ્યા બાદ એની આંખ ક્યારે લાગી ગઈ ખબર ન પડી.

અચાનક ડોરબેલ વાગી. બંને સફાળા બેઠા થઈ ગયા. કોણ હશે? કદાચ પેલા એજન્ટનો જોડીદાર શોધતો આવ્યો હશે. વિજયને થયું નક્કી એનો જોડીદાર હશે. એણે ઓશીકા નીચેથી રિવૉલ્વર કાઢીને દરવાજો ખોલવા ગયો.

દરવાજો ખોલ્યો કે સામે ઊભેલી કામવાળી ઝહીરા અંદર ધસી આવતાં બોલીઃ 'સા'બ, મૈં કબસે બેલ બજા રહી હૂં... આપકો ઑફિસ નહીં જાના? તબિયત તો ઠીક હૈના?' વિજયે કાંડા ઘડિયાળમાં જોયું. દસ વાગ્યા હતા.

'પહેલે સફાઈ કરતી હૂં. બાદ મેં ખાના બનાઉંગી.' વિજય કાંઈ બોલ્યો નહીં. ઝહીરા ઝાડુ લઈને બૅકયાર્ડમાં ગઈ. એને ત્યાં જતી રોકવાના ઇરાદે વિજય એની પાછળ દોડ્યો, પણ ત્યાં સુધીમાં તો ઝહીરા પહોંચી ગઈ હતી.

'અરે, યે ક્યા. ફુલ-પેડ-પૌધે-પત્તે સબકો પાની કિસને દિયા? ઔર સાથ મેં પૂરે મૈદાન કો ભી પાની પાની કર દિયા.'

'મૈંને કિયા યે કામ... નીંદ ઊડ ગઈ તો સોચા કુછ કામ કરું.' પાછળ ઊભેલા કબીરે કહ્યું. હકીકતમાં રાતે કબીરે વિજય સૂઈ ગયા પછી, ખોદેલા ભાગને સમથળ કરવાના આશયથી આખાય ગ્રાઉન્ડ પર પાણી છાંટ્યું હતું અને સાથે બગીચાના ફૂલ-ઝાડને પાણી આપ્યું હતું.

✣

અજય અહુજા તો ગયો, પણ એણે પાકિસ્તાનમાં કયા માણસને બાતમી લીક કરી છે એ શોધી કાઢવા ગોપીનાથ રાવે પોતાનાં ચક્રો ગતિમાન કરી દીધાં હતાં. એમણે પાકિસ્તાનમાં સંખ્યાબંધ લોકોને પોતાની એસેટ બનાવી હતી. આ એસેટ ક્યારે... કઈ ઘડીએ કામ આવશે એની ખબર હોતી નથી. આવી ઊભી કરેલી એસેટ પાકિસ્તાન મોકલેલા પોતાના એજન્ટોને કોડવર્ડ આપીને મદદ કરતા હોય છે. મહેશને ધાબળા વેચનારો બનીને ચાચાની દુકાને લઈ જનાર અજાણ્યા શખસ અને ખુદ દુકાનવાળા ચાચા સહિતની કેટકેટલી નામી-અનામી એસેટ દેશકાજે શહાદત વહોરી લે છે, પણ આવા સાચા દેશભક્તોની કુરબાની એળે નથી જતી. સાચી રાહ પર ચાલનારાના માર્ગમાં અવરોધો આવે છે, પણ થોડીવાર માટે. અજય અહુજાની જગ્યાએ ઇન્ડિયન ઇન્ટેલિજન્સ બ્યૂરો (આઇઆઇબી)ના ચીફ તરીકે નિમાયેલા ડૅપ્યુટી ચીફ દર્શન ત્યાગી પદ સંભાળ્યા બાદ ગોપીનાથ રાવને મળવા ગયા હતા. ત્યાગીને ગોપીનાથ રાવ પ્રત્યે ભારોભાર માન. આઇઆઇએની

રચના થઈ ત્યારે એમની ઇચ્છા રાવની સાથે રહીને કામ કરવાની હતી, પણ ટેક્નિકલ કારણસર એમણે પોતાના અણમાનીતા બૉસ અજય અહુજા સાથે કમને કામ કરવાની નોબત આવી હતી. ત્યાગીને દુઃખી જોઈને ગોપીનાથ રાવે કહેલું કે, 'આપણા ગુપ્તચર બ્યૂરોના ભલે ભાગલા પડી ગયા, પણ કામ તો સાથે રહીને જ કરવાનું છે ને.' ત્યાગી અજય અહુજાનાં દેશદ્રોહી કરતૂતોથી વાકેફ હતા. નાની-મોટી ગુપ્ત બાતમીઓ આપીને દેશને ટુકડામાં વહેંચી નાખનારા અજય અહુજાના અકસ્માતનું દુઃખ ત્યાગીને નહોતું.

દર્શન ત્યાગીને પોતાની કૅબિનમાં પ્રવેશતા જોઈને ગોપીનાથ રાવનું મોં મલકી ઊઠ્યું.

'વૉટ એ સરપ્રાઇઝ, ત્યાગી? મને આ ગમ્યું.' રાવે આવકારો આપ્યો.

'તમારી ચા અને સિગારેટ પીવા આવ્યો છું.'

રાવે ખુરસીમાં આલરીને બેસતાં બેલ વગાડી. પ્યૂન આવ્યો. એને બે આંગળી બતાવી. ગોપીનાથ રાવે ત્યાગીને ટેબલ પર પડેલું સિગારેટનું પૅકેટ બતાવ્યું.

'નહીં, ચાની ચુસ્કી સાથે સિગારેટનો કશ લેવાની મજા જ કાંઈક જુદી છે.' ત્યાગીએ કહ્યું. કૅબિનના દરવાજે ટકોરા પડ્યા. પ્યૂન ચા મૂકી ગયો. દરવાજો બંધ થવાના અવાજની સાથે ત્યાગીએ સિગારેટ સળગાવી. ચાની હળવી ચુસ્કીનો અવાજ આવ્યો.

'રાવ, લાગે છે કે હવે તમારી સાથે કામ કરવાની મજા આવશે.'

'આપણે પહેલાં પણ સાથે હતા અને આજેય સાથે છીએ.' રાવે સિગારેટ સળગાવીને ચા પીવાનું શરૂ કર્યું.

દર્શન ત્યાગીએ કોટના ખિસ્સામાંથી એક કાગળ કાઢીને રાવને બતાવતાં કહ્યું: 'અજય અહુજાએ પાકિસ્તાનના આ માણસને ગુપ્ત માહિતી આપી હતી.' ગોપીનાથ રાવે નામ વાંચીને કાગળ પાછો આપી દીધો.

અજય અહુજાના કમોત પાછળનું કારણ ગોપીનાથ રાવ અને દર્શન ત્યાગી વચ્ચેનો ઘરોબો, ત્યાગીની રાવ સાથે કામ કરવાની મંછા, ડૅપ્યુટીમાંથી ચીફ બનવાની એની લાલસા તો નહીં હોયને? કદાચ કબીરે દર્શન ત્યાગીને સાધીને રામ મોહનના આશીર્વાદથી અજય અહુજાને માર્ગમાંથી હટાવ્યો હોય. જાસૂસોના મોત-કમોત-મર્ડરના કોઈ નક્કર પુરાવા નથી હોતા. જાસૂસીની અટપટી જાળમાં અટકળો અટવાયેલી અને શક્યતાઓ ગૂંચવાયેલી હોય છે, પણ એ સમયની સજ્જડ હકીકત એ હતી કે દર્શન ત્યાગીએ ગોપીનાથ રાવને એક નામ વંચાવીને રાવ પ્રત્યેની પોતાની લાગણી અને વફાદારી દર્શાવી હતી.

✥

વિજય બત્રા અને કબીર પલંગમાં પર સૂતાં સૂતાં વાતોએ વળગ્યા હતા. રાતના લગભગ દસેક વાગ્યા હતા. બહાર કાતિલ હવા ઠંડે કલેજે કતલ કરવા નીકળેલા કોઈ ખૂનીની જેમ વહેતી હતી. દબે પાંવ. ન કોઈ શોર, ન કોઈ અવાજ, ન કોઈ આહટ.

'તને શું લાગે છે? અલ્તાફ બખ્તિયારને શોધવા માટે કોઈ અહીં આવશે?' વિજયે પૂછ્યું.

'અલ્તાફે પોતે અહીં આવે છે એની જાણ જો પીઆઇબીને કરી હોય અથવા પીઆઇબીએ એને મોકલ્યો હોય અથવા તો એણે એના સાગરિતને કહ્યું હોય તો... કોઈના પણ પગલાં અહીં કોઈ પણ ઘડીએ પડી શકે છે.' કબીરે તાર્કિક વાત મૂકી.

અચાનક કબાટમાં પડેલા ગુપ્ત ફોનની રિંગ વાગી. બંને ચોંકી ઊઠ્યા. વિજયે કબાટમાંથી ફોન કાઢીને રિસિવર ઊંચક્યું.

'હલો.'

'કબીરને આપ.' વિજયે કબીરને ફોન આપતાં લાઇન પર ચીફ હોવાનો ઇશારો કર્યો. કબીરને થયું કે ચીફે અજય અહુજાના અકસ્માત બાબતે ફોન કર્યો છે. એણે જવાબ આપવાની પૂરી તૈયારી સાથે કહ્યું:

'સર.'

'પીઆઇબીમાં કોઈ અલ્તાફ બખ્તિયાર છે. આપણા ગદ્દારોએ આ શખસને વાત લીક કરી હતી.'

અલ્તાફનું નામ સાંભળીને કબીરે બારી ખોલી નાખી ને બૅકયાર્ડમાં ભીની માટીની નીચે ખોદેલી તાજી કબરને જોતાં બોલ્યો: 'એને તો મેં કાયમ માટે દફનાવી દીધો છે.'

'ગુડ, કદાચ બીજી ઘણી કબર ખોદવી પડશે.'

'મહેશ ક્યાં છે?'

'મહેશ એની પર હુમલો કરનારાનું પગેરું શોધવા ગયો છે.'

ચીફે ફોન કટ કરી નાખ્યો. વિજય બત્રા ચીફ સાથેની આખી વાત સાંભળવા વ્યાકુળ હતો અને કબીર એને કહેવા.

રાતે ટહેલવાને બહાને ગોપીનાથ રાવ કબીર સાથે વાત પતાવીને ફોનબુથમાંથી બહાર નીકળ્યા. સિગારેટના ધુમાડાથી જાસૂસીની ગૂંચવાયેલી જાળને ઉકેલતા ઉકેલતા ધીમા પગલે રાવ ઘરે પહોંચ્યા ત્યારે એમનું આખું વિશ્વ ગાઢ નિદ્રામાં હતું.

'કૉફી બનાવી આપું? દિમાગ ઓર તેજીથી દોડશે.' પત્નીની મીઠી ટકોરથી

તેઓ મીઠું હસ્યા. ગોપીનાથ રાવનું અનુમાન ખોટું પડ્યું. એમનાં પત્ની પતિના પાછા આવવાની રાહમાં જાગતાં હતાં.

'ના, યુ ટેક રેસ્ટ નાવ.' રાવે એલાર્મ સેટ કરતાં કહ્યું.

✣

કેપ્ટન અખ્તર હુસેને પીઆઇબીના ચીફ હબીબ અન્સારીને મળીને આવ્યા બાદ તાબડતોબ મિલિટરી પોલીસના ચીફ હારુન અહમદને ફોન જોડ્યો હતો.

'જનાબ, આપ હુકુમ કિજિયે મૈં હાજિર હો જાઉંગા.' મિલિટરી પોલીસ ચીફ હારુન અહમદ પણ કેપ્ટન અખ્તર હુસેનના મિજાજથી વાકેફ હતા. કંઈક તો મોટી ગરબડ હશે જ એમ માનીને તેઓ તરત જ એમને મળવા પહોંચી ગયા હતા.

'15 ડિસેમ્બર, 1977 કી રાત કચ્છ બોર્ડર ચોકી પર એક હાદસા હુઆ થા.' કેપ્ટન અખ્તર હુસેને હારુન અહમદ બેઠા કે તરત જ કહ્યું.

'જી જનાબ. હુઆ થા.'

'ફાઇલ હૈ?'

'હાં જનાબ.'

'નિકાલો.'

હારુન અહમદે ફાઇલ ખોલીને વાંચવાનું શરૂ કર્યું.

'ઉસ રાત તૈનાત અસદ નવાઝ ચોકી ઇન્ચાર્જ થે. સાથ મેં દો સિપાહી- ફૈઝલ ખાન ઔર ઇજાઝ ખાન થે. અસદ નવાઝ ઔર ફૈઝલ કે બીચ કુછ ઝઘડા હુઆ... ગુસ્સે મેં દોનોંને આમને-સામને ગોલી ચલાઈ. દોનોં મર ગયે.'

'આપને પૂરી તહેકીકાત કી થી?'

'જી જનાબ. ઐસા હી હુઆ થા. ઇજાઝ ખાન ચશ્મદીદ ગવાહ થા. ઉસને ખુદ જુબાની દી થી.'

'પતા કરો, ઇજાઝ ખાન કહાં હોગા ઇસ વક્ત?'

હારુન અહમદે ફોન લગાડીને કોઈને કહ્યું: 'કચ્છ બોર્ડર કેસ નંબર 99-ઈસ્ટ ઝોન મેં ફોન કર કે ઇજાઝ ખાન કી ડ્યૂટી કે બારે મેં પતા કરો.'

'જી જનાબ, ફોન પર રહીએ. અભી પતા કરતા હૂં.'

થોડીવારે જવાબ આવ્યો. સાંભળીને હારુન અહમદે કેપ્ટનની સામે જોતા કહ્યું: 'શુક્રિયા.'

'જનાબ, ઇજાઝ ખાન ડ્યૂટી પર નહીં હૈ. મિલિટરી ક્વાર્ટર્સ મેં... અપને ઘર પર હોગા.'

'ચલિયે. ઉસ કે ઘર પર ચલતે હૈ.' કેપ્ટન અખ્તર હુસેને ઊભા થતાં કહ્યું.

'લેકિન જનાબ, યહાં સે ક્વાટર્સ કાફી દૂર હૈ. ઉસ કો ફોન કર કે યહાં બુલા લેતે હૈં.'

'કભી કભી પહાડ ખુદ ચલ કર મહમ્મદ કે પાસ જાયે તો અચ્છા લગતા હૈ. આપ કો રાઝ જાનને કી ઇન્તેઝારી હૈના.'

રસ્તામાં બંને ચૂપ હતા અને મૌન સફરમાં રસ્તો લાંબો કરી દેતું હોય છે. હારુન અહમદ વિચારતો હતો કે લશ્કરના બે માણસો સરહદે બાખડ્યા અને બંને ખતમ થઈ ગયા. મામલો મિલિટરી ઇન્ટેલિજન્સ સુધી પહોંચ્યો છે અને કેપ્ટન ખુદ કબરમાંથી મડદાં બહાર કાઢવા આવ્યા છે એટલે નક્કી આમાં કોઈ મોટો રાઝ છે. ઇજાઝ ખાનનું ઘર આવે તે પહેલાં જાણી લેવાની હારુન અહમદની ઇન્તેજારી કેપ્ટન અખ્તર હુસેને એના ચહેરા પર વાંચી લીધી હતી.

'જનાબ, મામલા ક્યા હૈ?' અંતે હારુન અહમદે મૌન તોડ્યું.

'આપ ખુદ દેખ લેના. મૈં ઇજાઝ ખાન કો આપકે સામને પૂછુંગા.'

હારુન અહમદને પૂછવાની ભૂલ કરી હોવાનો અહેસાસ થયો. એ બીજી બાજુ મોં ફેરવીને બેસી રહ્યા.

મિલિટરી ઇન્ટેલિજન્સ અને મિલિટરી પોલીસના બેઉ ચીફની જીપ મિલિટરી ક્વાર્ટર્સના ગેટમાંથી પસાર થઈ ત્યારે ચોકીદારોએ આંખોમાં આશ્ચર્યની ચમક સાથે કડક સલામ ઝીંકી હતી.

ઇજાઝ ખાનના ઘરની સામે જીપ ઊભી કરીને કેપ્ટન અખ્તર હુસેને હારુનને દરવાજો ખખડાવવાનો ઇશારો કર્યો.

હારુન અહમદે દરવાજા પર ટકોરા માર્યા. કોઈ જવાબ ન મળ્યો. બીજીવાર જોરથી દરવાજો ખખડાવ્યો. ફરી કોઈ ઉત્તર ન મળ્યો. કેપ્ટને હવે દરવાજો તોડવાનો ઇશારો કર્યો. હારુન અહમદે એક લાત મારીને દરવાજો તોડ્યો. બંને અંદર દાખલ થયા. સામે પંખા પર ઇજાઝ ખાનની લાશ લટકતી હતી.

13

ઇજાઝ ખાનની લટકતી લાશ જોવા મળશે એવી બેમાંથી એકેયને કલ્પના નહોતી. કેપ્ટન અખ્તર હુસેન અને હારુન અહમદ એકમેક સામે જોઈ રહ્યા.

કેપ્ટનની આંખો શંકાથી ઝીણી થઈ ગઈ હતી અને હારુનની આંખો પહોળી.

'ગેટ પર ફોન કર કે સિક્યોરિટી કો બુલાઓ.' હારુન અહમદે આમતેમ

નજર ફેરવી. ખૂણાના એક ટેબલ પર પડેલો ફોન ઊંચકીને રિંગટોન આવે છે કે નહીં એની ખાતરી કરીને ફોન જોડ્યો.

'અરજન્ટ ઇજાઝ ખાન કે ક્વાર્ટર સી-16 મેં આ જાઓ.' સિક્યોરિટીવાળો ગેટ પરથી બાઇક પર આવ્યો અને લાશ જોઈને સેલ્યુટ કરવાનું ચૂકી ગયો.

'કિસી કો અંદર આતે દેખા હૈ તુમને?' કેપ્ટન અખ્તર હુસેને સીધો સવાલ કર્યો.

'નહીં જનાબ.' આઘાતમાંથી બહાર આવવા મથી રહેલા સિક્યોરિટીવાળાએ કહ્યું.

'ઇજાઝ ખાન કો લાસ્ટ કબ દેખા થા?' હારુન અહમદે પૂછ્યું.

'ઠીક સે યાદ નહીં, લેકિન શાયદ દો દિન પહેલે દેખા થા, વો જ્યાદા બહાર નહીં નિકલતે થે. ડ્યૂટી કરકે ઘરમેં હી રહેતે થે.'

'ઇજાઝ ખાન કી ફેમિલી નહીં હૈ?' કેપ્ટન અખ્તર હુસેને હાથમોજાં પહેરતાં પૂછ્યું.

'જનાબ, અકેલા હી રહેતા થા. શાદી નહીં હુઈ થી.' આ વખતે હારુન અહમદે જવાબ આપ્યો.

કેપ્ટનની નજર સિલિંગ ફેન સાથે બાંધેલા દોરડા પરથી લટકતી લાશ પર થઈને બાજુમાં હડસેલી દેવાયેલા સ્ટૂલ સુધી પહોંચી.

'અકેલા થા. શાયદ ડિપ્રેશન મેં હોગા, ખુદકુશી કરલી.' હારુન અહમદે કહ્યું.

'ઇજાઝ ખાનને ખુદકુશી નહીં કી હૈ, કિસીને મર્ડર કિયા હૈ.'

હારુન અહમદ અને સિક્યોરિટીવાળો એકબીજાની સામે જોતા રહી ગયા. કેમ કે નજર સામે ઇજાઝ ખાનની લટકતી લાશ હતી. ગળામાં ગાળિયો હતો અને સાઇડમાં હડસેલી દેવાલેયું સ્ટૂલ હતું.

'ખુદકુશી કરનેવાલા સ્ટૂલ કો અપને પૈર સે સામને કી ઓર ધકેલતા હૈ. ઇસ કેસ મેં સ્ટૂલ લેફ્ટ સાઇડ મેં ગિરા પડા હૈ. અગર ઉસને લેફ્ટ સાઇડ મેં ધક્કા મારા ભી હૈ તો સ્ટૂલ ઇતની દૂર નહીં ગિરતા.'

મિલિટરી ઇન્ટેલિજન્સ મિલિટરી પોલીસ કરતાં એક ડગલું કેમ આગળ છે એવું એક જ સેકન્ડમાં કેપ્ટન અખ્તરે પુરવાર કરી બતાવ્યું, છતાં પણ હારુન અહમદે પોતાની ટંગડી ઊંચી રાખવા દરવાજો બતાવતાં કહ્યું:

'જનાબ, લેકિન દરવાજા અંદર સે બંધ થા. રૂમ મેં કુછ ટૂટાફુટા નહીં હૈ.'

કેપ્ટન અખ્તર હુસેન ચાલતાં ચાલતાં બારી પાસે પહોંચ્યા. ઉઘાડ-બંધ થતી બારી બતાવતાં કહ્યું: 'કોઈ યહાં સે અંદર આયા હૈ.' એમણે બારીની બહાર બંને બાજુ નજર કરી.

'ગ્રીલ લોહે કી હૈ... લેકિન સ્ક્રૂ સે ફીટ કી હૈ. સ્ક્રૂ ડ્રાઇવર સે ગ્રીલ નિકાલી હૈ. એક સ્ક્રૂ ગાયબ હૈ. ચલો બહાર સે દેખતે હૈં.'

ત્રણેય બહાર નીકળીને બારી પાસે પહોંચ્યા. લશ્કરી કૉમ્પ્લેક્સની ફરતે 10 ફૂટની ઊંચી દીવાલ બાંધેલી હતી. સ્ક્રૂ શોધવા એમણે નીચે-આસપાસ જોયું. નીચે પડેલો એક સ્ક્રૂ ઉપાડીને હારુન અહમદને બતાવ્યો. 'ઇસ દિવાર સે કૂદા હોગા.' એમણે બૂટ ઉતારીને સિક્યોરિટીવાળાને બે હાથની આંગળીઓ એકબીજામાં ભેરવીને ઊભા રહેવા કહ્યું. ભેગી થયેલી હથેળી પર પગ મૂકીને બહાર નજર કરી. દૂર સુધી પથરાયેલા મેદાનમાં સૂકું ઘાસ ઊગેલું હતું. એમણે લાંબે સુધી નજર દોડાવી. ત્રણેય અંદર આવ્યા. લાશ પાસે જઈને કૅપ્ટને એના પગનાં તળિયાં જોયા. કૅપ્ટનના ઇશારે ત્રણેયે ભેગા મળીને લાશને નીચે ઉતારી. કૅપ્ટને ગળાની આસપાસ જોયું. પછી હારુન અહમદને જોઈને કહ્યુંઃ 'દેખ સકતે હો યહ નિશાન. ગલા ઘોંટ કર કતલ કી હૈ... ફિર લટકાયા હૈ... પૈર એડિયાં દેખો... ધૂલ લગી હૈ... ઉસકો ઘસીટા ગયા હૈ... ગલે કે નિશાન, એડિયો પર ધૂલ, ખુલ્લી ખીડકી ઔર સ્ટૂલ કા ઇતની દૂર ગિરના. ખુદકુશી નહીં, મર્ડર હૈ... જનાબ, પૂરી ઇન્કવાયરી કિજિયે... ઔર ઇસકો પોસ્ટમોર્ટમ કે લિયે ભેજને કા બંદોબસ્ત કિજિયે...'

'જનાબ, ઇસ તરહા કી રસ્સી મિલિટરી પુલીસ યુઝ કરતી હૈ.' હારુન અહમદની વાતથી કૅપ્ટનનાં ભવાં ઊંચાં થયાં.

'હમ યહાં આને વાલે થે યે કિસ કો પતા થા?'

'કિસી કો નહીં, જનાબ.'

'અભી આપને ઇજાઝ ખાન કી ડ્યૂટી કે બારે મેં કિસકો ફોન કિયા થા?'

'હેડ કૉન્સ્ટેબલ જલાલ અકબરી કો...'

'હમમમમમ, અબ હમેં જલાલ અકબરી કો પૂછના પડેગા. મેરા તજુર્બા કહેતા હૈ કી મર્ડર હુએ દેર નહીં હુઈ. યહ આપકા કચ્છ બોર્ડર કેસ નંબર 100 હો ચૂકા.'

વધારાની પોલીસ અને ઍમ્બ્યુલન્સ બોલાવાઈ. પંચનામું થયું. ઇજાઝ ખાનના ઘરની ફરતે ક્રાઇમ સીનની પટ્ટી લાગી ગઈ.

✣

પાછા વળતાં કૅપ્ટન અખ્તર હુસેન અને હારુન અહમદની સામે ઇજાઝ ખાનની લટકતી લાશ તરવરતી હતી. ઇજાઝ ખાનની લાશે હારુન અહમદને વિચારતો કરી દીધો હતો. કૅપ્ટન અખ્તર હુસેન પગેરું કાઢતા અહીં સુધી આવી પહોંચ્યા

છે એટલે સરહદ પરની ઘટના સપાટી પર દેખાય છે એના કરતાં વધુ ઊંડી છે, પણ કેપ્ટન અખ્તર હુસેન મને કેમ ફોડ પાડીને કાંઈ કહેતા નથી. બીજી બાજુ, કેપ્ટનને ઇજાઝ ખાનની લાશ જોયા બાદ સરહદ પર સામસામે ગોળી મારીને એકબીજાને ખતમ કરનારા મિલિટરીના બે સૈનિકોના મોત પાછળનું રહસ્ય વધુ ઘેરું લાગવા માંડ્યું હતું, જે રાતે સલામત અલીની લાશ મળી એ રાતે સરહદ પર અસદ નવાઝ, ફૈઝલ ખાન અને ઇજાઝ ખાન ડ્યૂટી પર હતા. આમાંથી બે ઝઘડ્યા અને સામસામે ગોળી ચલાવી અને ઇજાઝ ખાનનું મર્ડર થઈ ગયું. મતલબ કે ઇજાઝ ખાન રાઝદાર હતો. જેને માર્ગમાંથી હટાવવો પડ્યો. મિલિટરી પોલીસ ફાઇલમાં દર્જ હકીકત ખોટી છે. આ મામલો ઘૂસણખોરીનો છે, પણ ઘૂસણખોર સામાન્ય નથી.

કેપ્ટને અડધે રસ્તે પહોંચ્યા પછી હારુન અહમદને સરહદે બનેલી ઘટનાને સલામત અલીના મર્ડર તથા ઇજાઝ ખાનના કહેવાતા સુસાઇડ સાથે જોડતી વાત કરીને એની ઇન્તેજારીનો અંત લાવી દીધો. જોકે, હારુન અહમદના દિલને ટાઢક થઈ, પણ પોતે ખોટા પડશે અને પોતાની તપાસ ખોટી સાબિત થશે એની ચિંતા વધી ગઈ.

'લગતા હૈ ઇજાઝ ખાન બહુત કુછ જાનતા થા. ઇસલિયે હી ઉસકો રાસ્તે સે હટાયા હૈ. લેકિન ઇજાઝ ખાનની કતલ કરનેવાલા કૌન હો સકતા હૈ?' કેપ્ટન અખ્તર હુસેન વિચારી રહ્યા હતા.

✣

ઇજાઝ ખાનની લાશ મળી એના લગભગ ત્રણેક કલાક પહેલાં હારુન અહમદે મિલિટરી પોલીસના હેડ કૉન્સ્ટેબલ જલાલ અકબરીને ફોન કરીને ઇજાઝ ખાન વિશે પૂછ્યું એ વખતે શેખ મુલ્તાનીએ આખી વાત સાંભળી લીધી હતી. આ શેખ સુલ્તાની બીજો કોઈ નહીં, પણ 'મિશન શાદી'ના દુલ્હામિયાંનું અપહરણ કરનારા સુશાંત અને શેખરમાંનો શેખર પોતે હતો. ગોપીનાથ રાવે મિલિટરી પોલીસમાં ગોઠવી રાખેલી અમૂલ્ય એસેટ હતી. પોલીસખાતામાં એ કોઈ મોટા હોદ્દા પર નહોતો, પણ રૂઆબ જબરજસ્ત હતો. કામકાજમાં એક નંબર. ભલભલા ઇન્સ્પેક્ટરો એને પૂછે. બધાનો માનીતો અને લોકપ્રિય. કચ્છની સરહદે બનેલી આખીય ઘટનાથી એ વાકેફ હતો. સરહદ પર અસદ નવાઝ અને ફૈઝલ ખાને સામસામે બંદૂક ચલાવીને એકબીજાને ખતમ કર્યા અને નજરે જોનારા સાક્ષી ઇજાઝ ખાનની જુબાનીને આધારે ફાઇલ બંધ થઈ ગયેલી એ ફાઇલ શેખ મુલ્તાનીએ ચોરીછૂપીથી વાંચી લીધી હતી. એને એક વાતે સંતોષ થયો હતો કે,

પાકિસ્તાનમાં ઘૂસેલા બરાતીઓને માથે કોઈ ખતરો નથી, પણ ઇજાઝ ખાનની તપાસ કરતો ફોન આવ્યો કે, તરત હારુન અહમદ અને કેપ્ટન અખ્તર હુસેન પહોંચે એ પહેલાં બાઇક પર ઇજાઝ ખાનના ઘરે પહોંચી ગયો હતો. મેઇન ગેટમાંથી નહીં, પણ પાછળના રસ્તેથી. એણે સ્ક્રૂ ડ્રાઇવરથી બારી ખોલી. એક હાથમાં રસ્સી અને બીજા હાથમાં રિવૉલ્વર સાથે અંદર ઘૂસ્યો. બરાબર એ જ વખતે બીજા રૂમમાંથી ઇજાઝ ખાન દાખલ થયો. અજાણ્યા માણસના હાથમાં રસ્સી અને રિવૉલ્વર જોઈને મિલિટરીનો એ માણસ સહેજેય ડર્યો નહીં.

'કૌન હો તુમ?' એણે પૂછ્યું.

'તારો જીવ ખતરામાં છે. હું કહું એટલું કર અને પૂછું એનો જવાબ આપ.' શેખરે કહ્યું.

'મેં કાંઈ કર્યું નથી તો ખતરાનો સવાલ જ ક્યાં આવે છે?'

'તેં કાંઈ કર્યું નથી તો મિલિટરી ઇન્ટેલિજન્સ તને શા માટે શોધતી આવી રહી છે?'

ઇજાઝ ખાન ચૂપ થઈ ગયો.

કચ્છની સરહદે એ રાતે ખરેખર શું બન્યું હતું સાચેસાચું કહી દે તો તારો જીવ હું બચાવીશ.

'એ ફાઇલ તો બંધ થઈ ગઈ છે. તું કોણ છો એ મને કહે.' ઇજાઝે ખાને કહ્યું.

'દાટેલા મડદાં બહાર કાઢવા પડે છે તો આ તો ફાઇલ છે... તારી ફાઇલ ખૂલી ગઈ છે. સમજી લે કે હું તારો મસીહા છું અને તારી પાસે બહુ સમય નથી.'

સાંભળીને ઇજાઝ ખાનને વાતની ગંભીરતા સમજાઈ. એ ખૂણામાં પડેલું સ્ટૂલ ખેંચીને બેઠો. ઇજાઝ ખાને એક લાંબો શ્વાસ લઈને એ રાતે બનેલી ઘટનાનો સાચો ચિતાર આપવાની શરૂઆત કરી.

'એ રાતે બરાતીઓને ઘુસાડ્યા પછી ફૈઝલ ખાને મીઠાઈનો ડબ્બો જોવા માગ્યો, પણ અસદ નવાઝે ના પાડીને કહ્યું કે, 'મીઠાઈ મારા માટે છે.' અમને ખબર હતી કે મીઠાઈના ડબ્બામાં પૈસા હતા અને દુલ્હાના બાપે આપસમાં વહેંચી લેવાનું કહ્યું હતું. અસદ નવાઝની નિયતમાં ખોટ હતી.

ફૈઝલ ખાને અસદ નવાઝને કહ્યું: 'જનાબ, જે ગુનો તમે કર્યો છે એ જ ગુનો અમે કર્યો છે, પકડાઈ ગયા તો સજા એકસરખી જ થશે તો મજા પણ સરખે ભાગે વહેંચવી પડેને?'

'તારે જે ઉખાડવું હોય તે ઉખાડી લે. પૈસાના ભાગ નહીં પડે.'

'હું ફરિયાદ કરીશ કે પૈસા ખાઈને લગ્નની જાનને જવા દીધી હતી.' ફૈઝલ બોલ્યો કે તરત જ અસદ નવાઝ વૉકીટૉકી બતાવીને બોલ્યો: 'હું જ કમ્પલેઇન

દઉં છું કે હું સૂતો હતો ત્યારે આ બંનેએ બરાતને જવા દીધી છે.'

'હું જોઉં છું તમે કેમ ફરિયાદ કરો છે તે.' ફૈઝલ અસદની સામે ધસી ગયો. બંને પોતપોતાની બંદૂકો બાજુએ મૂકીને બથંબથી આવી ગયા.

'આ બંનેની લડાઈમાં હું હોમાઈ જઈશ એવા ડરને લીધે મેં કંઈક બીજું જ વિચારી લીધું. અસદની બંદૂકથી ફૈઝલ પર અને ફૈઝલની બંદૂકથી અસદ નવાઝ પર ગોળી છોડીને બંનેની લાશ પાડી દીધી. મારા હાથની છાપ મિટાવીને એમની પોતાની બંદૂકો એમના જ હાથોમાં પકડાવી. પૈસા ભરેલું બૉક્સ મારી બેગમાં મૂકી દીધું અને વૉકીટૉકી પર જાણ કરી કે બંને બાખડ્યા અને માર્યા ગયા. જુબાની આપી દીધી અને ફાઇલ બંધ થઈ ગઈ.' ઇજાઝે વાત ખતમ કરી.

'પૈસા ક્યાં છે?' શેખરે પૂછ્યું.

'અંદર છુપાવીને રાખ્યા છે.'

'ચાલ, આપ મને.'

'તું મને કઈ રીતે બચાવીશ એ કહે પહેલાં.'

'ના, પહેલાં પૈસા.' શેખરની સામે ઝૂકવા સિવાય ઇજાઝ પાસે બીજો કોઈ માર્ગ નહોતો. બંને અંદર ગયા અને પૈસાનું બૉક્સ લઈને પાછા ફર્યા.

'અબ બતાઓ તુમ મુઝે કૈસે બચાઓગે?' ઇજાઝ ખાને સ્ટૂલ પર બેસતાં કહ્યું.

શેખર સ્ટૂલ પર બેઠેલા ઇજાઝની પાછળ ગોળ ગોળ ફરતાં બોલવા લાગ્યો.

'યહ રૂપૈયા હી તુમ્હેં બચાયેગા. જિસ રૂપૈયોં સે બરાતી અંદર આયે... જિસ રૂપૈયોને દોનોં કી જાન લી... જિસ રૂપૈયોં સે તુમ્હારી જાન બચ જાયેગી યહ વો હી રૂપૈયા હૈ... ઇસસે ઉનકા મુંહ બંધ હોગા... લેકિન પહેલે તુમ્હારા મુંહ બંધ કરના હોગા...' કહીને સ્ટૂલ પાછળ ઊભા રહેલા શેખરે એની ગળચી પકડી લીધી. ઇજાઝ ખાન સ્ટૂલ પરથી ગબડી પડ્યો. એણે સ્ટૂલને લાત મારી. સ્ટૂલ દૂર જઈને પડ્યું. ઇજાઝ તરફડવા લાગ્યો. એના પગની એડીઓ ઘસડાવા લાગી. ઘસડાતા પગ ઢીલા પડવા લાગ્યા. આંખો ઉપર ચડી ગઈ. છાતીની ધમણ ધીમી પડવા લાગી. ઇજાઝ ખાનના છેલ્લા શ્વાસ સાથે શેખરની પક્કડ ઢીલી પડી. ઇજાઝના ગળામાં કચકચાવીને ગાળિયો નાખ્યો. પંખે લટકાવીને પોતાનાં કપડાં ઝાટક્યાં. માથાના વાળ સરખા કર્યા. પૈસાનું બૉક્સ અંદર જઈ જ્યાંથી લીધું હતું ત્યાં જ મૂકી આવ્યો. ઇજાઝ ખાને સુસાઇડ કરી લીધું હોવાનો પરફેક્ટ સિનારિયો ગોઠવીને શેખર બારીની બહાર નીકળ્યો અને ઘાસમાં સરકતા સાપની જેમ દૂર પાર્ક કરેલા બાઇક પર ચુપચાપ સરકી ગયો, પણ સ્ટૂલ ગોઠવવાનું ચૂકી ગયો.

14

પાકિસ્તાન ઇન્ટેલિજન્સ બ્યૂરોના ચીફ હબીબ અન્સારીએ અલ્તાફ બખ્તિયારના જોડીદાર રિયાઝ ખાનને બોલાવીને પૂછ્યું કે, 'તુમ્હારા જોડીવાલા કહાં હૈ?' હકીકતમાં રિયાઝને ખુદને ખબર નહોતી અલ્તાફ ક્યાં છે. છેલ્લા બે દિવસથી મળ્યો નહીં એટલે એને ચિંતા હતી જ. ડિપાર્ટમેન્ટમાં કોઈ અલ્તાફ વિશે પૂછતું ન હતું એટલે એ પણ ચૂપ હતો. એમની જુગલજોડી ડિપાર્ટમેન્ટમાં સૌ કોઈ જાણે. કેટલાક લોકો તો એમની દોસ્તીને સમલિંગી સંબંધ કહીને મજાક કરતા. અલ્તાફ છેલ્લા થોડા દિવસથી જરા અળગો રહેતો હોવાનું રિયાઝે નોંધ્યું હતું... એનું કારણ પૂછેલું, પણ અલ્તાફે જવાબ ઉડાવી દીધો હતો.

'ફેમિલી મેં કોઈ તકલીફ હૈ?'

'નહીં યાર, ઐસા કુછ નહીં...'

'તો ક્યા મુઝસે છૂપા કે કોઈ બડા ઑપરેશન કર રહા હૈ?'

'અરે યાર, અબતક જો કુછ ભી કિયા હૈ સાથ મિલ કર હી કિયા હૈ.'

જોકે એ ખોટું બોલી રહ્યો હતો. ચીફ સાથેની મીટિંગમાં જ એણે પોતાના દોસ્તને સાથે રાખ્યા વિના વિજય બત્રાના ઘરે રેડ પાડવાનું નક્કી કર્યું હતું. એની પાછળનો એનો ઇરાદો બૉસની વધુ નિકટ જવાનો હતો. અલ્તાફે એકલે હાથે રેડ પાડવાનું જોખમ તો ઉપાડ્યું, પણ કોઈ આંસુ ન સારે કે ચાર ફૂલ ન ચડાવે એ રીતે ગુમનામીની કબરમાં દફન થઈ ગયો.

ચીફે એના વિશે પૂછપરછ કરી ત્યારે રિયાઝ ખાનને ફરી ચિંતા અને ભય ઘેરી વળ્યાં. ચિંતા પોતાના દોસ્તની અને ભય કદાચ કાલ સવારે પોતાને પણ કોઈ ગુમ કરી દે એની.

હબીબ અન્સારીએ રિયાઝનું ચિંતાગ્રસ્ત મોં જોઈને એને બેસવાનું કહ્યું. એની સામે પાણીનો ગ્લાસ ધર્યો.

'ક્યા હુઆ અલ્તાફ કો? તૂ જાનતા હૈ તો બતા.'

'મુઝે કુછ પતા નહીં. સિર્ફ ઇતના પતા હૈ કિ વો દો દિન સે ગાયબ હૈ... મુઝે મિલા નહીં.'

'હમ પહેલે અપના એક એજન્ટ ગવાં ચૂકે હૈં. મુઝે લગતા હૈ... કોઈ તો હૈ જો અપને એજન્ટો કો ટાર્ગેટ કર રહા હૈ.' ચીફની વાતથી રિયાઝના શરીરમાં લખલખું પસાર થઈ ગયું. અચાનક ફોનની ઘંટડી વાગી.

'હેલો.' કેપ્ટન અખ્તર હુસેનનો અવાજ સાંભળીને ચીફે રિયાઝને ચૂપ રહેવાનો ઇશારો કર્યો.

'જી જનાબ, ફરમાઈએ.'

'કચ્છ બોર્ડર કેસ નંબર 99 અબ કચ્છ બોર્ડર કેસ નંબર 100 હો ચૂકા હૈ. અપના તીસરા સિપાહી ઇજાઝ ખાનના કા મર્ડર હો ગયા હૈ.'

'ક્યા?' ચીફે ડાબા હાથની મુઠ્ઠી ભીડી દીધી. સામે બેઠેલો રિયાઝ ચીફના ચહેરા પરનો દબાયેલો ગુસ્સો સાફ જોઈ શકતો હતો.

'કોઈ કાફિર કચ્છ સરહદ સે ઘૂસા હૈ. અપને બોય્ઝ કો એલર્ટ કરો.' બંધ કેબિનમાં અખ્તર હુસેનના શબ્દો રિયાઝના કાને પણ પડ્યા. ફોન કટ થયો. રિયાઝની વિસ્ફારિત આંખો ચીફની સામે તાકી રહી હતી. ચીફને કાંઈ પૂછવાની એની ઔકાત નહોતી. કારણ એ એક અદનો એજન્ટ હતો. છતાં ચીફ કાંઈક તો કહેશે એવી આશાભરી નજરે જોતો રહ્યો.

'રિયાઝ, એલર્ટ રહેના. ઓર હાં, કિસી પર ભી જરા સા શક હો... વો ચાહે અપના હી ક્યોં ના હો... ઉડા દો.'

રિયાઝ ત્યાં જ બેસી રહ્યો. હવે એને પોતાના દોસ્તની સાથે પોતાનો પણ જીવ જોખમમાં હોય એવું લાગ્યું. એનું કારણ દીવા જેવું ચોખ્ખું હતું. જેમ અલ્તાફે એકલા જઈને વિજય બત્રાને ઘરે રેડ પાડવાનું નક્કી કરેલું એ જ રીતે રિયાઝે પણ અલ્તાફને અંધારામાં રાખીને મહેશને ઉડાવવાનું ઑપરેશન એકલે હાથે પાર પાડવાનું ધારેલું, જેમાં એને સરેઆમ નિષ્ફળતા મળી હતી. મહેશે ધાબળાવાળા ચાચાની દુકાનમાં જેને પતાવી દીધો હતો એ સાદીક પીઆઇબીમાં રિયાઝની સાથે જ કામ કરતો હતો. એક રાતે રિયાઝને દિલ્હીથી અજય અહુજાનો ફોન આવ્યો હતો. રિયાઝ અહુજાએ પાળી રાખેલો પીઆઇબીનો શ્વાન હતો. અહુજાએ મહેશની હિલચાલની બાતમી રિયાઝને આપી દીધી. રિયાઝે પોતાના જિગરી દોસ્તથી આ વાત છુપાવીને ઑપરેશનમાં સાદીકનો સાથ લીધો હતો. ચીફ સાથેની મીટિંગમાં સાદીકના મોતથી હચમચી ગયો હોવા છતાં એ કાંઈ બોલી શક્યો નહોતો, કારણ એણે આખીય વાત કોઈ અકળ કારણસર પીઆઇબીના ચીફથી પણ છુપાવી હતી. હવે આજે જ્યારે અલ્તાફ ગુમ છે અને ચીફે એલર્ટ રહેવાની તાકીદ કરી ત્યારે એને પેટમાં ફાળ પડી કે કોઈ પણ ઘડીએ એનું મોત થઈ શકે છે. રિયાઝ પેટમાં છુપાવી રાખેલા પાપની પીડાથી પીડાતો હતો.

✣

ફાઇવ સ્ટાર હોટલની બ્રેકફાસ્ટ મીટિંગમાં અબુ અસલમ બનીને પોતાની વાક્પટુતાથી ઇન્ડસ્ટ્રી મિનિસ્ટર અસગર મોહમ્મદની કોણીએ ગોળ ચોંટાડ્યા બાદ કબીર એમના તરફથી બીજીવાર મળવાનું ઇજન મળે એની રાહમાં હતો.

એ દરમિયાન એણે વિજય બત્રા મારફત પાકિસ્તાનના કયા વિસ્તારમાં ઉદ્યોગો સ્થપાયા છે, કઈ પ્રકારની ઇન્ડસ્ટ્રીઓ આવેલી છે એની માહિતી એકઠી કરી લીધી હતી. વિજય બત્રાએ ઉદ્યોગ મંત્રાલયમાંથી ચોરીછૂપીથી લિસ્ટ કઢાવીને કૉપી લઈ લીધી હતી. મિનિસ્ટર અસગર મોહમ્મદની સામે બેસે ત્યારે પોતાના મનમાં આખું ચિત્ર સ્પષ્ટ હોવું જરૂરી હતું. કારણ એને વિશ્વાસ હતો કે અસગર મોહમ્મદ બીજા રાજકારણી જેવો જ લાલચુ અને લાંચિયો હતો. પૈસા ભલભલાને પીગળાવી દે છે. કબીરે એના મોંમાંથી ટપકતી લાળ જોઈ હતી. એની અપેક્ષા મુજબ મિનિસ્ટર ઝડપથી પાછો આવવાનો હતો... કોઈ નક્કર પ્રપોઝલ લઈને અને એવું જ થયું. વિજય બત્રા મારફત ફરી બ્રેકફાસ્ટ મીટિંગ ગોઠવાઈ. એ જ ફાઇવ સ્ટાર હોટલમાં એ જ ટેબલ પર... સર્વિસ ટી, બ્લેક-કૉફી, બ્રેડ બટર જામ, ટોસ્ટ બટર, જાતજાતના ફળોના જ્યૂસ, સમારીને ગોઠવેલાં વિવિધ પ્રકારનાં ફળોની સાક્ષીમાં.

સલામ વાલેકુમ અને વાલેકુમ સલામના મીઠા આદાનપ્રદાન બાદ અસગર મોહમ્મદની અજગર જેવી આંખો આખેઆખા અરબી ઊંટને ગળી જવા અધીરી હતી. આરબોના અબજો રૂપિયાથી પાકિસ્તાનમાં ઉદ્યોગો સ્થપાવીને મલાઈ ઉતારી લેવાની મુરાદ એની બોડી લેન્ગવેજમાં સાફ દેખાતી હતી. અસગર મોહમ્મદને એમ હતું કે શિકાર ખુદ સામેથી આવ્યો છે તો ઓહિયાં કરી જાઉં, પણ હકીકત ઊલટી હતી. અહીં તો શિકારીનો જ શિકાર થવાનો હતો. કબીર એને ધીમે ધીમે ગલીમાં આવવા દેતો હતો. કબીર ચપળ ચિત્તાની જેમ આગળ વધી રહ્યો હતો. બંને શિકાર શિકાર રમતા હતા. મિનિસ્ટર અસગર મોહમ્મદને નાણાંની લાલચ હતી અને કબીરને ન્યૂક્લીઅર પ્લાન્ટ શોધવો હતો.

'ક્યા સોચા હમારી પ્રપોઝલ પર?' કબીરે શરૂઆત કરી.

ઇન્ડસ્ટ્રી મિનિસ્ટર મરુન રંગની બેગમાંથી મોટો નકશો કાઢીને ટેબલ પર બિછાવતાં બોલ્યોઃ 'હમારે મુલ્ક કે આસપાસ કે સારે ગાંવ-શહેરો ઔર ઇન્ડસ્ટ્રી ઇસમેં હૈ. લેકિન કમનસીબી દેખો... ઇતની જગહ કહીં ભી નહીં જિતની આપકો દે સકેં.'

મિનિસ્ટરે ઉદ્યોગનાં નામ લઈલઈને ગામના નામ લેવાની શરૂઆત કરી અને વિજય બત્રા પોતે લિસ્ટમાં વાંચેલા એ બધા ઉદ્યોગ અને ગામના નામને સંભારતો ગયો અને મનોમન ટેલી કરતો ગયો. અચાનક કબીરે નકશામાં લીલા રંગનો ઝોન બતાવતાં પૂછ્યુંઃ 'યહ ક્યા હૈ?'

'યહ ફોરેસ્ટ લેન્ડ હૈ.' મિનિસ્ટરે જવાબ આપ્યો.

'હમેં ફોરેસ્ટ લેન્ડ નહીં મિલ સકતી?'

'મિલ તો સકતી હૈ... મગર ઇસ કે લિયે હમેં આગે બહુત લોગોં કો શામિલ

કરના પડેગા. ફોરેસ્ટવાલોં કા કાનૂન બહુત કડક હૈ. જિતના કડક કાનૂન ઉતની ઊંચી કિંમત ચુકાની પડતી હૈ.'

'કોઈ બાત નહીં જનાબ, આપ ફોરેસ્ટ લેન્ડ કી કોશિશ કિજિયે... હમ જો કુછ ભી કરતે હૈં ઉસકી કિંમત તો હમેં ચુકાની પડતી હૈના. ક્યોં બત્રાસાબ?'

'હાં, સહી ફરમાયા આપને.' વિજય બત્રા પાનો ચડાવતો હોય એમ બોલ્યો.

'લેકિન ઉસસે પહેલે આપકો અપની પૂરી આઇડેન્ટિટી બતાની હોગી.' અચાનક કબીરે કરેલી લીલા ઝોનની વાતથી અસગરમિયાંની અજગર જેવી આંખોમાં આછેરી લાલાશ ઊતરી આવી.

'ક્યું નહીં જનાબ, બંધ પત્તોંમેં ખેલને કા મઝા થોડી દેર કા હૈ. અસલી રોમાંચ તો પત્તે ખૂલને પર મિલતા હૈ. જબ આપને હમારે સામને ઇતના બડા નકશા ખોલ દિયા... તો હમ ભી હમારા પૂરા અરબ ડેલિગેશન આપકે સામને રખ દેંગેં... આપકો સાઉદી લે જાયેંગે... સમજ લો જન્નત કી સૈર હોગી... દુનિયા કી મશહૂર, હૂર હી હૂર હોગી આપકી બાંહોમેં...' કબીરવાણી સાંભળીને મિનિસ્ટર સાહેબ પગની આંટી મારીને બેસી રહ્યા.

નોટોની થપ્પીઓ અને પરીઓ જેવી લલનાઓના ખ્વાબમાં રાચતા મિનિસ્ટરને ખયાલ ન હતો કે કબીરની આંગળી લાલ રંગથી ખાસ માર્ક કરેલા એક અલાયદા ગ્રીન ઝોન પર ફરી રહી હતી. મિનિસ્ટરે વિદાય લીધી પછી કબીરે જ્યૂસનો છેલ્લો ઘૂંટડો ભર્યો.

'નકશાની રેડ બોર્ડરવાળો ગ્રીન ઝોન જોયો?' કબીરે પૂછ્યું.

'હા.' વિજય બત્રાની નજર લાલ કિનારીવાળા ગ્રીન ઝોન પર ફરી ચૂકી હતી.

'ગામનું નામ વાંચ્યું?'

'હા, તબરોઝા.'

નકશામાં આખાય ગ્રીન ઝોનમાંથી તબરોઝા ગામના એક ચોક્કસ ગ્રીન ઝોનની ફરતે લાલ રંગની બોર્ડર શા માટે? કબીરની આંખમાં રમતો આ સવાલ વિજય બત્રા વાંચી ચૂક્યો હતો.

✣

ઇજાઝ ખાનના ઘરેથી નીકળીને હારુન અહમદ અને અખ્તર હુસેન સીધા પોલીસ હેડ ક્વાર્ટર પહોંચ્યા. બંનેને જલાલ અકબરીને મળવાની ઉતાવળ હતી. હારુન અહમદે કેબિનમાં બેસતાંની સાથે જ બેલ મારીને હેડ કૉન્સ્ટેબલ જલાલ અકબરીને બોલાવવા કહ્યું. હાંફળોફાંફળો જલાલ અકબરી આવીને નતમસ્તકે ઊભો રહી ગયો.

'જી જનાબ.'

'ફોન પર હમારી બાત હુઈ તબ કોઈ આસપાસ થા?' અહમદે પૂછ્યું.

'નહીં જનાબ, કોઈ નહીં થા.'

'યાદ કરો, કોઈ તો થા.' અખ્તર હુસેને કહ્યું.

'જનાબ, મૈંને કિસીકો નહીં દેખા.'

કેબિન પર ટકોરા પડ્યા. હારુન અહમદે કહ્યું: "આ જાઓ."

ટેલિફોન ઑપરેટર હતો. એણે બધા પર નજર નાખી.

'બોલો ક્યા કામ હૈ?' હારુન અહમદે પૂછ્યું.

'જનાબ, મુઝે કુછ કહના હૈ.' કહીને એણે જલાલની સામે જોયું. હારુન અહમદ સમજી ગયો કે જલાલની હાજરીમાં કહેવા નથી માગતો.

'જલાલ, તુમ બહાર જાઓ.' જલાલ ટેલિફોન ઑપરેટર સામે જોતાં જોતાં બહાર નીકળી ગયો. અખ્તર હુસેનને લાગ્યું કે ઇજાઝ ખાનના મર્ડરમાં કદાચ જલાલ અકબરીનો હાથ હોય. ફોન પરની વાતચીત પછી એણે કોઈને બાતમી આપી દીધી હોય એવું પણ બને. કદાચ હારુન અહમદને પણ એવું જ લાગ્યું હતું, પણ જલાલ અકબરી ટેલિફોન ઑપરેટરના આગમનને સમજી શક્યો નહોતો.

'બોલ,' હારુન અહમદના કહેવાની રાહ જોઈ રહેલા ઑપરેટરે કહ્યું: 'જનાબ, શેખ મુલ્તાની પીછે સે બાતેં સૂન રહા થા.'

'કૌન હૈ યે, શેખ મુલ્તાની?' અખ્તર હુસેનના અવાજમાં બેતાબી હતી.

'જનાબ, હમારે ડિપાર્ટમેન્ટ કા બહુત હી હુશિયાર બંદા હૈ.'

'હુશિયાર હી નહીં, બડા ચલાક ઔર ગદ્દાર ભી હૈ. બુલાઓ ઉસકો.' અખ્તર હુસેનનો અવાજ જરા ઊંચો થયો.

'જનાબ, વો તો કબ સે નિકલ ચૂકા. આપકી બાતચીત કે બાદ મૈંને ઉસકે ટેબલ પર જા કર દેખા... વો નહીં થા.' ટેલિફોન ઑપરેટરે કહ્યું અને હારુન અહમદ અને અખ્તર હુસેનની નજર મળી. બંનેની આંખોની ભાષા એક જ હતી: 'બડા ચાલાક ઔર ગદ્દાર હૈ.'

15

'શેખ મુલ્તાની કહાં મિલેગા ઇસ વક્ત?' અખ્તર હુસેને પૂછ્યું.

'હોગા અપને ઘર પર.' હારુન અહમદે કહ્યું.

'નહીં જનાબ, વો અપને ઘર પર નહીં હોગા.' એવું કહીને ટેલિફોન ઑપરેટર હારુન અહમદની નજીક જઈને એના કાનમાં કાંઈક બોલ્યો.

'પતા લિખ કર દો.' હારુન અહમદે કહ્યું. ટેલિફોન ઑપરેટરે સરનામું લખીને આપ્યું. અખ્તર હુસેનને આ કાનાફુસી સમજાઈ નહીં. એને તો બસ શેખ મુલ્તાનીને પકડી લેવાની ઉતાવળ હતી.

કાગળિયું બતાવતાં હારુન અહમદે કહ્યું: 'ચલિયે જનાબ.' અખ્તર હુસેન તૈયાર જ હતા. બંને બહાર નીકળ્યા પછી ટેલિફોન ઑપરેટર બોલ્યો: 'શેખ મુલ્તાની, તુને મેરે ઘર પર ડાકા ડાલા હૈના... અબ તેરા ખેલ ખતમ.'

જીપમાં બેસતાંની સાથે અખ્તર હુસેને પૂછ્યું: 'યે ટેલિફોન ઑપરેટર જો ઇતના ફૂદક રહા થા ઉસ મેંડક કા નામ ક્યા હૈ?'

'ગુલ મોહમ્મદ, ક્યું ક્યા હુઆ?'

'યે હમેં કોઈ ગુલ તો નહીં ખિલા રહા ના?'

'ઐસા હુઆ તો હમ ઉસ ટેલિફોન ઑપરેટર કી ઘંટી બજા દેંગે.'

રસ્તો કપાતો રહ્યો. પવન સુસવાટા મારતો રહ્યો. બંને વચ્ચેનું મૌન રસ્તા પર પથરાતું રહ્યું.

'હમ કહાં જા રહે હૈં?' અખ્તર હુસેને પૂછી લીધું.

'વો જગહ જહાં શેખ મુલ્તાની અપની મહેબૂબા સે મિલતા હૈ.'

કહીને હારુન અહમદે એક શાર્પ વળાંક સાથે જીપને એક વિશાળ કમ્પાઉન્ડમાં વાળી જેમાં બેઠા ઘાટનાં ગણ્યાગાંઠ્યાં ઘરો હતાં. ઘર પર લખેલો નંબર વાંચીને હારુન અહમદ બારણે ટકોરા મારવા ગયા. અખ્તરે એમને રોક્યા.

'ઉસકો એલર્ટ નહીં કરના હૈ... દરવાજા તોડના હૈ...' હળવેથી બોલીને એણે આંગળીઓથી એક, બે અને ત્રણની સાઇન બતાવી. બંનેએ ધડામ દઈને દરવાજો તોડ્યો. સામે જ પલંગ પર શેખ મુલ્તાની એની માશુકાની બાંહોમાં હતો અને બે રિવૉલ્વરો એની સામે તકાયેલી હતી.

'શેખ મુલ્તાની, તૂ તો પૂરા નંગા હો ચૂકા અબ. તૂ ઐસે હી ચલ. મોહતરમા, આપ જલદી સે કપડેં પહન લો... તાકી હમ આપકો હથકડી પહેના સકે. ક્યું કી અગર હથકડી પહેલે પહેનાઈ તો આપ કપડે કૈસે પહેન પાઓગી.' હારુન અહમદે કહ્યું. કઢંગી હાલતમાં ઝડપાયેલાં બંનેનાં મોં ઊતરી ગયાં હતાં. શેખ મુલ્તાની વિચારતો હતો કે આ બંનેને અહીંનું સરનામું કોણે આપ્યું? અત્યાર સુધી કોઈને પણ આ સરનામાની ખબર નથી. આ સંબંધની ખબર નથી. આ સંબંધ અને આ સરનામાનો જાણભેદુ કોણ હશે? શેખ મુલ્તાનીએ દુપટ્ટો મોં પર બાંધીને બેઠેલી મહેબૂબાની આંખોમાં જોયું. અફસોસનાં આંસુ વહી રહ્યાં હતાં.

હારુન અહમદ અને અખ્તર હુસેન બંનેને લઈને મિલિટરી પોલીસના હેડ ક્વાર્ટર પહોંચ્યા ત્યારે રાત પડવા આવી હતી. અખ્તર હુસેનને કચ્છની સરહદે બનેલી ઘટનાના મૂળમાં જવાની જલદી હતી, જેનું પગેરું ઇજાઝ ખાનની કતલ સુધી પહોંચ્યું હતું. આમ તો ઇજાઝ ખાનની હત્યા પછી અખ્તર હુસેનને આ કેસમાં કોઈ સુરાગ મળશે એવી આશા નહીંવત્ હતી. સરહદે જે કાંઈ પણ બન્યું એને નજરે જોનાર એકમાત્ર સાક્ષી ઇજાઝ હતો, પણ ટેલિફોન ઑપરેટર ગુલ મોહમ્મદે શેખ મુલ્તાનીનું છૂપું સરનામું આપીને મોટું કામ કર્યું હતું. હેડ ક્વાર્ટરમાં ગુલ મોહમ્મદ અને જલાલ અકબરી બે જ જણ મોડે સુધી બેઠા હતા. કોઈની જબરજસ્તી નહોતી, કદાચ ફરજપરસ્તી હશે. બેઉને જોઈને હારુન અહમદને જરા નવાઈ તો લાગી, પણ એનું સમગ્ર ધ્યાન શેખ મુલ્તાની પર હતું. શેખ મુલ્તાનીને એક લૉકઅપમાં ધકેલી દેવાયો અને બીજી લૉકઅપમાં એની માશૂકાને... થોડીવારમાં અખ્તર હુસેન લૉકઅપના નાનકડા ટેબલ પર શેખ મુલ્તાનીની સામે બેઠા. અખ્તરની આંખોમાં રણની ધગધગતી રેતીનો તાપ હતો અને શેખ મુલ્તાનીની આંખોમાં ઠંડી આગ.

'ઇજાઝ ખાન કા કત્લ ક્યું કિયા?'

'મૈંને નહીં કિયા.'

'તુમને ઇજાઝ કો માર કર જિસ રસ્સી સે ઉસકો લટકાયા હૈ... વો રસ્સી મિલિટરી પુલીસ કી હૈ... ફોરેન્સિકવાલોં કો રસ્સી પર તુમ્હારે હાથોં કે નિશાન મિલ જાયે... તુમ્હારી બાઇક કે પૈયોં પર લગી મિટ્ટી... વહાં કી મિટ્ટી સે મિલ જાયે... ઉસસે પહેલે અપના મુંહ ખોલ દો તો અચ્છા હોગા.'

'મૈંને ઇજાઝ કા મર્ડર નહીં કિયા.'

'બોર્ડર પર ક્યા હુઆ થા?'

'મૈં કુછ નહીં જાનતા બોર્ડર કે હાદસે કે બારેમેં, જનાબ.'

અચાનક અખ્તર હુસેન ખુરસીને પાછળ હડસેલીને ઊભા થયા અને ટેબલ પર પડેલા હન્ટરથી શેખ મુલ્તાનીની પીઠ પર ફટકારવાનું શરૂ કર્યું.

'તુમને ઇજાઝ કા મર્ડર કિયા... મુઝે ઇસસે કોઈ મતલબ નહીં... બાજુ કે લૉકઅપ મેં બંધ મહેબૂબા સે તુમ્હારે ચક્કર સે ભી મુઝે કુછ લેનાદેના નહીં... મુઝે સિર્ફ યે બતાઓ કી બોર્ડર પર હુઈ અસદ નવાઝ ઔર ફૈયાઝ ખાન કી મોત કા રાઝ ક્યા હૈ? ઔર વો રાઝ સિર્ફ ઇજાઝ જાનતા થા. તુમ જાનતે થે... ઇસલિયે ઇજાઝ ખાન કો રાસ્તે સે હટાયા.'

અખ્તર હુસેનની જીભ અને હન્ટર બંને ચાલી રહ્યાં હતાં. એક-એક શબ્દ

પર હન્ટર વીંઝાતું રહ્યું. લૉકઅપમાં શેખ મુલ્તાનીના ઝીણા ઊંહકારા અને સિસકારાની વચ્ચે એક જ અવાજ ગુંજી રહ્યો હતોઃ 'મુઝે કુછ માલૂમ નહીં... કુછ માલૂમ નહીં... કુછ માલૂમ નહીં...'

અસ્સલ ચામડામાંથી બનેલું મિલિટરી પોલીસનું હન્ટર શેખ મુલ્તાનીનું શર્ટ ફાડીને પીઠ પર વિંઝાતું રહ્યું, લોહી નીગળતી પીઠ થરથરતી રહી... અખ્તર હુસેને હન્ટર ફગાવીને ત્રાડ પાડી. 'નમક લાઓ.' જલાલ અકબરી નમક લઈને હાજર થયો. અખ્તર હુસેને મુઠ્ઠી ભરીને શેખની પીઠ પર નમક ચોપડ્યું. કાળી બળતરાથી શેખ મુલ્તાની તરફડવા લાગ્યો, પણ થોડા ઊંહકારા સિવાય મોંમાંથી એક હરફ કાઢ્યો નહીં. અકબરી નજર ફેરવીને બહાર નીકળી ગયો. અખ્તર હુસેને લોહીથી ખરડાયેલો હાથ શેખ મુલ્તાનીના શર્ટ પર લૂછ્યો. 'હથકડી ખોલ દો.' કહીને બહાર નીકળી ગયો. જલાલ અકબરીએ હાથકડી ખોલી ને લૉકઅપને તાળું માર્યું.

બાજુની લૉકઅપમાં ઘૂંટણમાં મોં રાખીને રડી રહેલી શેખ મુલ્તાનીની મહેબૂબાનો રડવાનો અવાજ સાંભળીને અખ્તર હુસેન ત્યાં જ ઊભા રહી ગયા. એટલીવારમાં હારુન અહમદ પણ આવી પહોંચ્યો.

'ખોલો ઇસે.' જલાલ અકબરીએ લૉકઅપનું તાળું ખોલ્યું. હારુન અહમદ અને અખ્તર હુસેન અંદર ગયા. જલાલ અકબરી ત્યાંથી રવાના થઈ ગયો. ઔરતને જોઈને અખ્તર હુસેનનો ચહેરો એકદમ સૌમ્ય બની ગયો. જાણે બાજુની કેબિનમાં શેખ મુલ્તાનીને ફટકારનારો કોઈ બીજો જ હતો. અખ્તર હુસેન ચહેરા પર સ્મિત લાવતાં બોલ્યોઃ 'મહોતરમા, મૈં લેડીઝ કી બહુત ઇજ્જત કરતા હૂં. અબ આપકી બદનસીબી દેખો. શેખ મુલ્તાની આપકી બાંહોમેં પાયા ગયા. મૈં લેડીઝ પર હાથ નહીં ઉઠાતા. અગર આપ કુછ કહેના ચાહો તો કહો.' થોડીવાર પહેલાં અખ્તર હુસેનની ગર્જનાઓ, હન્ટરના સટ્ટાકા અને શેખ મુલ્તાનીના ઊંહકારા સાંભળીને થરથર ધ્રૂજતી મહેબૂબાએ મોં ઊંચું કર્યું.

'વૈસે ક્યા નામ હૈ આપકા?' અખ્તર હુસેને પૂછ્યું.

'નફીસા ગુલ મોહમ્મદ.' લૉકઅપની બહાર સળિયા પકડીને ઊભેલા ગુલ મોહમ્મદે જવાબ આપ્યો. 'મેરી બીવી હૈ યે.'

સાંભળીને અખ્તર હુસેન હબક ખાઈ ગયા. એની આંખોના ભવાં ઊંચાં થયાં. એની ચબરાક નજર તેજ ગતિએ ગુલ મોહમ્મદ અને એની બીવી પર ફરીને પાછી ગુલ મોહમ્મદ પર આવીને અટકી. આ માણસને ખબર હતી કે એની પત્ની શેખ મુલ્તાની સાથે સૂતી છે તેમ છતાં એણે સરનામું શા માટે આપ્યું? એણે પોતાની પત્નીને શા માટે પકડાવી દીધી? શેખ મુલ્તાની વિશે

આ માણસ શું જાણે છે? શક્ય છે કે એની બીવી પણ સરહદ પરની ઘટના વિશે જાણતી હોય. જે ઔરત આવા ભેદી માણસનું પડખું સેવે છે એ બીજાં ઘણાંબધાં સિક્રેટ સેવતી હોઈ શકે. અખ્તર હુસેનના દિમાગમાં વિચારોનું ઘોડાપૂર આવ્યું. એણે લૉકઅપનો દરવાજો ખોલીને ગુલ મોહમ્મદને અંદર ખેંચી લીધો. હારુન અહમદની સામે જોઈને બોલ્યાઃ 'મૈં કહેતા થા ના કિ યહ હમેં કોઈ ગુલ તો નહીં ખિલા રહા?' હારુન અહમદ ચૂપ રહ્યા.

'ગુલ મોહમ્મદ, તુમ બતાઓ તુમ ક્યા જાનતે હો શેખ મુલ્તાની કે બારેમેં?'

'યહી કી ઉસકા મેરી બીવી કે સાથ ચક્કર થા ઓર મૈં કુછ નહીં કર સકતા થા.'

'ઇતના બડા કામ કર દિયા... દોનોં કો પકડવા કે ઔર કહેતે હો કુછ નહીં કર સકતા થા?'

'બદલા લેના થા.' ગુલ મોહમ્મદે કહ્યું.

'અપની બીવી કો સૂલી પે ચડા કે?' કૅપ્ટને પૂછ્યું.

'મેરે પાસ કોઈ રાસ્તા નહીં થા.' ગુલ નીચું જોઈ ગયો.

'મૈં કૈસે માન લૂં કિ તુમ ઇન લોગોં સે મિલે નહીં હો ઔર તુમ્હેં સરહદ કે હાદસે કા પતા નહીં હૈ?'

'જનાબ, મુઝે ઓર કુછ માલૂમ નહીં હૈ... મૈંને મેરા મકસદ પૂરા કર દિયા.' ગુલ મોહમ્મદે બીવીની સામે જોતાં કહ્યું.

અત્યાર સુધી વાત સાંભળી રહેલા હારુન અહમદે હન્ટર ઉપાડ્યું અને અચાનક જ ગુલ મોહમ્મદની પીઠ પર ફટકારવાનું શરૂ કર્યું.

'મેરે ડિપાર્ટમેન્ટ મેં યહ ક્યા હો રહા હૈ? ગદ્દાર લોગ ભરે હુએ હૈં. બતાઓ સરહદ પર ક્યા હુઆ થા.' લૉકઅપમાં ગુલ મોહમ્મદની ચીસાચીસ, કાકલૂદી અને નફીસાનાં ધ્રુસકાં પડઘાતાં રહ્યાં. અખ્તર હુસેન ગુલ મોહમ્મદ અને નફીસાના હાવભાવ જોતા રહ્યા.

બાજુની લૉકઅપમાં શેખ મુલ્તાનીએ બબડવાનું શરૂ કર્યુંઃ 'મુઝે ફસાને નિકલા થા... બેવકૂફ ગુલ મોહમ્મદ, અબ તૂ જિંદગીભર જેલ મેં સડેગા. મુઝે માફ કરના નફીસા.' એણે દાંતેથી શર્ટની બાંયનું બટન તોડ્યું... બાંયની સિલાઈ ઊતરડીને એમાંથી સાઇનાઇડની ગોળી કાઢીને મોંમાં મૂકી.

'જય હિન્દ' બોલ્યો... ને મોંમાંથી ફીણ નીકળ્યું, આંખો ઉપર ચડી ગઈ.

16

હારુન અહમદે હન્ટર ફટકારવાનું ચાલુ રાખ્યું. ગુલ મોહમ્મદની ચીસો સંભળાતી રહી. 'અલ્લાહ કસમ, મૈં નહીં જાનતા, મૈં નહીં જાનતા...' બોલતો રહ્યો, પણ અહીં કોઈ એની વાત માનવાનું ન હતું. હારુન અહમદે હન્ટર ફગાવીને કહ્યું: 'મુંહ નહીં ખોલેગા તો હમારે પાસ ઔર ભી તરીકે હૈં.'

ગુલ મોહમ્મદને શેખ મુલ્તાની સામે બદલો લેવાનું પગલું મોંઘું પડ્યું. મામલો મર્ડરનો અને સરહદ પરની કોઈ ઘટનાનો હશે એનો અંદાજ ન હતો. બીવીને ઉઘાડી પાડવાના અને શેખ મુલ્તાનીને પકડાવી દેવાના ચક્કરમાં પોતાની ચામડી ઊતરડાઈ ગઈ. બીવીના યારને સપડાવી દેવા ગયો, પણ ખુદ સાણસામાં સપડાઈ ગયો. જાણ્યા વિના આગમાં કૂદી પડ્યો. અધૂરી વાત સાંભળીને સરનામું આપી દીધું. ભોંય પર ટૂંટિયું વાળીને પડી રહેલો ગુલ મોહમ્મદ આવું જ કંઈક વિચારી રહ્યો હતો.

'ઇસકો શેખ મુલ્તાની કે સાથ લૉકઅપ મેં ડાલ દો.' હારુન અહમદનો હુકમ છૂટ્યો. બહાર જ ઊભેલો જલાલ અકબરી એને ઢસડીને બાજુની લૉકઅપમાં લઈ ગયો. એણે બહારથી જ બૂમ મારી: 'જનાબ, જલદી યહાં આઇયે.'

બંને ઑફિસરો દોડી ગયા. શેખ મુલ્તાનીના મોં પર થીજેલાં ફીણ જોઈને અખ્તર હુસેન બોલ્યા: 'જનાબ, આપ કે ડિપાર્ટમેન્ટ મેં મુલ્ક કે દુશ્મનોં ઔર ગદ્દારોં કી કમી નહીં હૈ. સાઇનાઇડ ખા કર સુસાઇડ કર લિયા.' અખ્તર હુસેને બાજુમાં પડેલું બટન અને ફાટેલી બાંય જોઈ. 'યે મિયાં-બીવી ભી મિલે હુએ હૈં.' એ બોલ્યા કે તરત જ હારુન અહમદે ગુલ મોહમ્મદને લાત મારી: 'મુલ્ક કે ગદ્દારોં... જિંદગીભર જેલમેં સડોગે તુમ લોગ.'

'કેસ બનાઓ કી શેખ મુલ્તાની, નફીસા ઔર ઉસકા ખાવિંદ ગુલ મોહમ્મદ તીનો જાસૂસ થે. શેખ કા નફીસા કે સાથ નજાયઝ રિશ્તા થા. તીનોં કો સરહદ પર હુએ હાદસે કા પતા થા. અગર રાઝદાર ઇજાઝ ખાન પકડા જાતા તો સબ મારે જાતે. ઇસલિયે ઉસકા મર્ડર કિયા. જિસ રસ્સી પર ઇજાઝ કો લટકાયા વો મિલિટરી પુલીસ કી રસ્સી ઉસકા સબૂત હૈ. પૂછતાછ કે દૌરાન એક ગદ્દારને સાઇનાઇડ ખા કર સુસાઇડ કર લિયા. અબ મિયાં-બીવી જેલમેં સડેગેં.' અખ્તર હુસેને ચુકાદો સંભળાવી દીધો. મિલિટરી ઇન્ટેલિજન્સની ખુદની અદાલત હોય છે. આપખુદશાહીની અદાલત. પોતાનું જજમેન્ટ, ખુદનો ફેંસલો ને પોતાનો ચુકાદો હોય છે. એમાં બચાવપક્ષ નથી હોતો કે નથી ચાલતી કોઈની દલીલબાજી.

'ઇન દોનોં કે પાસ ભી સુસાઇડ કી ગોલી હો સકતી હૈ.' હારુન અહમદને વિચાર આવ્યો.

'હો સકતી હૈ... તલાશી લેની પડેગી.' અખ્તર હુસેને ખૂણામાં પડેલો ધાબળો લેતાં જલાલ અકબરીને કહ્યું. 'ઇસકે કપડે ઉતારો ઔર યહ કંબલ દે દો.' જલાલે ગુલ મોહમ્મદના એક પછી એક કપડાં ઉતારાવ્યાં. ધાબળો ઓઢાડ્યો. કપડાં લઈને ત્રણેય બાજુની લૉકઅપમાં ગયા.

'જલાલ,' અખ્તરે ફરી હાકલ કરી.

'જી જનાબ.'

'મોહતરમા કો ભી એક કંબલ દો ઔર સારે કપડે ઊતરવા લો.' જલાલે નફીસાની સામે ધાબળો ફેંક્યો અને કપડાં ઉતારવા કહ્યું. દરમિયાન ત્રણેય જણ ઊલટું મોં કરીને ઊભા રહ્યા. નફીસા એક પછી એક તમામ વસ્ત્રો લૉકઅપના દરવાજે ફેંકતી ગઈ. જલાલે નફીસાની આંખમાંથી ટપકતાં આંસુ જોયા વિના કપડાં લીધાં. લૉકઅપને લૉક લગાડ્યું.

નફીસા અને ગુલ મોહમ્મદનાં કપડાની સિલાઈ ઊતરડીને, ચીરીને, કફકોલર, નેફા ફાડીને, આંતરવસ્ત્રોને કાતરીને તલાશી લીધી. કદાચ સાઇનાઇડ મળી આવે, પણ હાથ લાગી નિરાશા અને હતાશાને પગલે આવેલા ગુસ્સાનું પરિણામ વધુ ખતરનાક હોય છે. બીજે દિવસે, જ્યાં જેલરની પરવાનગી વિના સૂર્યનું કિરણ પણ પ્રવેશી ન શકે એવી અભેદ્ય કિલ્લા જેવી જેલમાં નફીસા અને ગુલ મોહમ્મદને ધકેલી દેવાયાં. અલબત્ત, અલગ અલગ જેલમાં.

✣

વિજય બત્રા, રાહુલ અને સુશાંત એક નાનકડી હોટલ ગુલિસ્તાનના ખૂણામાં બેસીને આસપાસ કોઈ સાંભળે નહીં એમ વાતો કરી રહ્યા હતા. થોડીવાર પછી બુરખો પહેરીને મહેશની સાથે માયા આવીને બેઠી અને મોડા પહોંચવાની આદત મુજબ સૌથી છેલ્લે કબીર પહોંચ્યો. બધાં જ આવી ગયાં. સુશાંતે બધાને અહીં બોલાવ્યાં હતાં. શું હશે? એવી કઈ અગત્યની વાત સુશાંત શેર કરવા માગતો હશે એની અટકળો દરેકના મનમાં ચાલ્યા કરતી હતી. બધા જ લોકો સુશાંત કંઈ ફોડ પાડે એની રાહમાં હતા.

'આપણો શેખર ગયો.' સુશાંતે ખૂબ ધીમા અવાજે કહ્યું.

'વૉટ?' કબીરનો ઉદ્ગાર ધીમો, પણ તીવ્ર હતો. બાકી બધા અવાચક હતા. કબીરની આંખો સામે બરાતીઓના ચોંકાવનારા સ્વાગત વખતનું દૃશ્ય પસાર થઈ ગયું. દુલ્હાનું અપહરણ, અજાણી જગ્યાએ લઈ જવું, રૂમમાં ધકેલી દેવો અને પછી કેવું રહ્યું સ્વાગત કહેવું, 'હમ બરાતીઓં કા સ્વાગત ઐસે હી કરતે હૈં' કહીને બધાનું ખડખડાટ હસવું.

સુશાંતે સરહદે બનેલી ઘટનાથી લઈને ઇજાઝ ખાનના મર્ડર અને શેખરના સુસાઇડ સુધીની આખીય વાત ટૂંકમાં કહી સંભળાવી. ત્યાં બેઠેલા તમામને શેખરને ગુમાવ્યાનું દુઃખ તો થયું, પણ સૌથી વધુ આશ્ચર્ય એ વાતે થયું કે સરહદ પાર કરીને બરાત પાકિસ્તાનમાં ઘૂસી ગયા પછી ત્યાં બનેલી ઘટનાની કોઈને ખબર હતી.

'આપણો એક જણ શહીદ થઈ ગયો.' રાહુલ બોલ્યો.

'ચીફ ગોપીનાથ રાવને જાણ છે આની?' વિજય બત્રાએ પૂછ્યું.

'હા, મેં બધી વાત કરી દીધી. એમને જોકે સરહદ પર બનેલી ઘટનાની પહેલેથી જ ખબર હતી, પણ આપણને કોઈને કહી નહોતી.' સુશાંતે કહ્યું ત્યારે બધા એકબીજાની સામે જોતા હતા.

'ઇજાઝ ખાન આ રહસ્ય જાણતો હતો. જો એ મોઢું ખોલી દે તો સરહદમાં ભારતીય જાસૂસો ઘૂસ્યા છે એ સબિત થઈ જાય અને આપણા જીવ જોખમમાં આવી પડે એટલે શેખરે એને ખતમ કર્યો, પણ કમનસીબી એ થઈ કે એ પકડાઈ ગયો. બરાત ઘૂસી છે એવું કહેવાની નોબત આવે તે પહેલાં એણે મોત પસંદ કર્યું.' સુશાંતે વાત પૂરી કરી ત્યારે બધાની સામે એ રાતે બરાતીઓના સ્વાગત વખતે જોયેલો શેખરનો હસમુખો ચહેરો તરવરવા લાગ્યો.

'આપણને બચાવવા એણે પોતાનો જીવ આપી દીધો.' માયા બોલી.

'આગલે દિવસે મળ્યો ત્યારે એણે મને ન્યૂક્લીઅર પ્લાન્ટની કોઈ બાતમી મળી હોવાની હિન્ટ આપી હતી. કદાચ એ ઉતાવળમાં હતો તેથી વાત નહીં કરી. એક દિવસ વધુ રહ્યો હોત તો કદાચ આપણી પાસે ન્યૂક્લીઅર પ્લાન્ટની માહિતી હોત.' સુશાંતના અવાજમાં અફસોસ હતો.

'શેખરને પકડનારા કોણ હતા?' રાહુલે પૂછ્યું.

'એને રંગેહાથ પકડનારા બીજા કોઈ નહીં, પણ ખુદ મિલિટરી પોલીસનો વડો અને મિલિટરી ઇન્ટેલિજન્સનો ચીફ હતો.'

'એની કોઈ તસવીર છે?' રાહુલે પૂછ્યું.

સુશાંતે પાકિટમાંથી એક તસવીર કાઢીને રાહુલને બતાવતાં કહ્યુંઃ 'આ છે મિલિટરી ઇન્ટેલિજન્સનો સૌથી ખતરનાક માણસ.'

રાહુલ તસવીર જોઈને છળી ઊઠ્યો. 'ઓહ, આ છે મિલિટરી ઇન્ટેલિજન્સનો ચીફ... આ... આ તો હું જ્યાં કામ કરું છું એ કેફે લશ્કરીમાં રોજ નાસ્તો કરવા આવે છે. અમે એકબીજાની બહુ નિકટ પહોંચી ગયા છીએ... હવે આમનેસામને આવી જઈશું.'

✣

દરમિયાન ઇજાઝ ખાનનું પંચનામાથી લઈને પોસ્ટમોર્ટમ સુધીનું કામ આટોપી લેવામાં આવ્યું. મિલિટરી પોલીસ અને મિલિટરી ઇન્ટેલિજન્સના વડાઓએ કેસને પોતે ધારેલો ઘાટ આપી દીધો. મિલિટરી પોલીસે મર્ડરના દિવસે ઇજાઝ ખાનના ઘરની તલાશી લીધી હતી અને એને મળી આવ્યું હતું મીઠાઈનું બૉક્સ જેમાં પાકિસ્તાની ચલણી નોટો હતી. શેખરે કરેલી એ બીજી ભૂલ હતી. પહેલી ભૂલ મર્ડર માટે મિલિટરી પોલીસની રસ્સીનો ઉપયોગ અને બીજી ભૂલ પૈસા ભરેલું મીઠાઈનું બૉક્સ ત્યાં જ મૂકી આવવાની. તલાશી લેનારી પોલીસે બૉક્સ જમા કરાવી દીધું હતું, પણ કોઈ કારણસર પોલીસ ચીફ હારુન અહમદે ઇજાઝ ખાનના ઘરમાંથી મળી આવેલી વસ્તુઓ કે પુરાવાઓને ખોલવાની તસદી લીધી નહોતી.

અચાનક પોતાની ઑફિસમાં આવી ચડેલા કૅપ્ટન અખ્તર હુસેનને જોઈને હારુન અહમદને નવાઈ લાગી, પણ આ માણસ ક્યારેય આમ અચાનક આવે નહીં.

‘આઇએ જનાબ.’ એમણે આવકારો આપ્યો.

‘ઇજાઝ ખાન કે ઘર સે ક્યા ક્યા બરામદ હુઆ?’ અખ્તર હુસેનનો આત્મા જંપીને બેસી રહે એમાંનો નહોતો. એમણે બેસતાંની સાથે કહ્યું.

‘કુછ ચીજેં હૈ...’ કહીને હારુન અહમદે બાજુના કબાટમાંથી એક નાનકડું પોટલું કાઢીને ટેબલ પર મૂક્યું.

‘આપને અબતક દેખા નહીં ઇસમે ક્યા હૈ?’ અખ્તર હુસેને એમ કહીને પોટલું ખોલ્યું: ‘કઈ બાર મૌકા-એ-વારદાત પર મિલિ એક છોટી પેન્સિલ ભી હમેં બડા પેઇન્ટિંગ બનાને મેં મદદ કરતી હૈ.’

‘મીઠાઈ કા ડિબ્બા...’ અખ્તર હુસેને આશ્ચર્યથી બૉક્સ ખોલ્યું.

‘યા ખુદા, મીઠાઈ’ હારુન અહમદનું ધ્યાન અંદર પડેલા પૈસા પર પડ્યું અને અખ્તર હુસેનની કાતિલ નજર બૉક્સ પરનું લખાણ વાંચવાની કોશિશ કરવા લાગી.

‘ઇસે પઢ સકતે હો આપ?’ એમણે પૂછ્યું.

‘થોડા પઢ સકતા હૂં...’ હારુન અહમદે બૉક્સ પર છાપેલું લખાણ વાંચ્યું: “નવનીતરાય જીવનલાલ જોશી મીઠાઈવાળા. આંબલી ચોક, ભૂજ-કચ્છ.”

‘કુછ સમજે?’ અખ્તર હુસેનના મનમાં એક નાનકડી પેન્સિલ મોટું ચિત્ર દોરવા લાગી.

✣

બીજે જ દિવસે મિલિટરી ઇન્ટેલિજન્સના ચીફ અખ્તર હુસેનની કૅબિનમાં પીઆઇબીના વડા હબીબ અન્સારી અને મિલિટરી પોલીસ ચીફ હારુન અહમદ બેઠા હતા.

એક છોટી સી પેન્સિલ બડા પિક્ચર બના સકતી હૈ... 15 ડિસેમ્બર, 1977 કી રાત કો સરહદ પર હુઆ હાદસા કોઈ મામૂલી ઝઘડા નહીં થા. હમારે મુલ્ક મેં ઘૂસને કે લિયે દી ગઈ રિશ્વત કો બાંટને કા મામલા થા. ઇજાઝ ખાનને અપને દો બંદો કો માર ગિરાયે. ફિર જુબાની ભી દી કિ દોનોંને આમનેસામને ગોલિયાં ચલાઈ ઔર મર ગયે. ફાઇલ બંધ હો ગઈ. લેકિન ઉસી રાત સલામત અલી કા ભી ખૂન હોતા હૈ... ઉસકી લાશ મિલતી હૈ. ખૂની પકડા નહીં ગયા... ઉસી મોહલ્લે મેં રહેનેવાલે ઉસકે ચાચા-ચાચી ફરાર હો ગયે. ઇસ હકીકત કા... કહાની કા એક હી રાઝદાર થા ઇજાઝ ખાન. ઉસકા ભી મર્ડર હો ગયા. અબ યહ કહેને કી જરૂરત નહીં હૈ કી શેખ મુલ્તાનીને સુસાઇડ ક્યું કર લિયા? શેખ મુલ્તાની, નફીસા, ગુલ મોહમ્મદ, સલામત અલી, ઉસકે ચાચા-ચાચી સબ કે સબ મિલે હુએ થે... સબ જાસૂસ થે યા ઉન લોગોં કે મદદગાર. અન્સારી સાબ, મૈંને કહા થા ન કી... હમારે મુલ્ક મેં જાસૂસ ઘૂસે હૈં.' અખ્તર હુસેને આખું ચિત્ર દોરી આપ્યું.

17

કેપ્ટન અખ્તર હુસેને દોરી બતાવેલું ચિત્ર પીઆઇબી ચીફ હબીબ અન્સારી અને મિલિટરી પોલીસના વડા હારુન અહમદના ચિત્તમાં 70 એમએમનું બનીને ચોંટી ગયું.

"નવનીતરાય જીવનલાલ જોશી મીઠાઈવાળા, આંબલી ચોક, ભુજ." પીઆઇબીના ચીફ હારુન અહમદે બૉક્સ ઉઠાવીને ફરી નામ વાંચ્યું.

'ઇસ દુકાનવાલે કો પૂછના પડેગા... મીઠાઈ કૌન ખરીદને આયા થા.' હારુન અહમદે કહ્યું.

'અપને બંદોં કો કામ પે લગાઓ.' અખ્તર હુસેનના અવાજમાં કરડાકી હતી. તરત જ હારુન અહમદે ઊભા થઈને કબાટમાંથી મોર્સકોડ મશીન કાઢીને મૅસેજ આપવાની શરૂઆત કરી, "કચ્છ કનેક્શન, સરહદે બનેલી ઘટના, તારીખ, ભુજના મીઠાઈવાળાનું નામ સરનામું, જાસૂસોની જોઈતી માહિતી..." સહિતની બધી વિગતો બીપના લાંબા ટૂંકા અવાજ સાથે દિલ્હીની આઇઆઇબીની ઑફિસમાં ઊતરવા લાગી. અજય અહુજાની જગ્યાએ નવા નિમાયેલા દર્શન ત્યાગીના સતર્ક કાને ઝીણો ઝીણો અવાજ અફળાયો. એ ચોંકી ઊઠ્યા. કેબિનમાં કોઈ ગુપ્ત જગ્યાએ મોર્સકોડ મશીન છે. એમણે અવાજની દિશામાં કાન માંડ્યા. કેબિનની

અંદર આવેલી બીજી એક નાની કેબિનમાંથી અવાજ આવતો હોવાનું લાગ્યું. એ અંદર ગયા. સામે પુસ્તકો ગોઠવેલી કેબિનેટમાંથી સરકીને અવાજ આવી રહ્યો હતો. એમણે હળવેકથી કેબિનેટને હડસેલીને બાજુમાં કરી. સામે પડેલું મોર્સકોડ મશીન શાંત થઈ ગયું હતું, સંદેશો ઊતરી ચૂક્યો હતો. અવાજ બંધ થઈ ગયો હતો. એમણે મોર્સકોડ લિપિ ઉકેલવાની શરૂઆત કરી. વાંચીને એક ઊંડો શ્વાસ લીધો ને પછી ટૂંકો સંદેશો મોકલ્યોઃ

'જનાબ, આપકા કામ હો જાયેગા.'

વળતો સંદેશો વાંચીને પાકિસ્તાની છાવણીની ત્રિપુટીમાંથી બે જણનો હરખ મીઠાઈ વહેંચવાની અણી પર પહોંચી ગયો હતો. એકમાત્ર અખ્તર હુસેનનો ચહેરો ખરબચડા પથ્થરમાંથી કોતરેલી ભાવહીન મૂર્તિ જેવો હતો. કદાચ એમને હજી અસંતોષ હતો. ક્યાંક કાંઈક ખૂટતું હોય એવું લાગતું હતું. જે હોય તે મોઢામોઢ કહી દેવાનો સ્વભાવ ધરાવતા અખ્તર હુસેને જતા પહેલાં કહ્યુંઃ 'તબાહી હમસે પૂછ કર નહીં મચતી. કચ્છ કે રેગિસ્તાન કી આંધી હમારે ઘર મેં ઘૂસ ચૂકી હૈ... વો તબાહ કર દે ઉસસે પહેલે ઉસે રોકના હોગા. ખુદા હાફીઝ.'

દિલ્હીમાં દર્શન ત્યાગીએ સાચવીને મશીન અંદર મૂક્યું અને સંદેશો ખિસ્સામાં. ગુપ્ત પુસ્તકોની રેકને ફરી મૂળ સ્થાને ખસેડીને મૂકી. થોડા સ્વસ્થ થયા. કેબિનનો દરવાજો બંધ કરીને બહાર આવીને જોયું તો એમની ખુરસીની સામે ગોપીનાથ રાવ બેઠા હતા. દર્શન ત્યાગી હૃદયનો ધબકારો ચૂકી ગયા, પણ કોડ મશીનનો છેલ્લો છેલ્લો અવાજ સાંભળીને સમજી ચૂકેલા, પામી ગયેલા રાવ સ્થિતપ્રજ્ઞ હતા. એમની આંખોમાં પ્રશ્નો ન હતા, પણ પ્રતિભાવો જાણવાની ઇન્તેજારી હતી. દર્શન ત્યાગી પણ અજય અહુજાને માર્ગે ચાલી રહ્યો હોય એવું એને લાગ્યું. ગુપ્તચરોની દુનિયામાં પોતાના માણસો પર વિશ્વાસ મૂક્યા વિના ચાલતું નથી અને વિશ્વાસભંગ કોણ કરશે એની કોઈ ખાતરી નથી હોતી. દગાખોર ઘરનો જ માણસ હોય છે. રાવના દિમાગમાં હજીય પેલો બીપ બીપ અવાજ આવ્યા કરતો હતો. દર્શન ત્યાગીના ચહેરાને તાકતા રહ્યા.

'થૅન્ક ગૉડ, તમે આવી ગયા.' દર્શન ત્યાગી બોલ્યા.

'તેં જ કહેલું કે મહત્ત્વના કામ માટે મળવું છે તેથી આવી ગયો. કદાચ ખોટા ટાઇમે આવ્યો.'

'બિલકુલ નહીં સર, યોગ્ય સમયે જ આવ્યા છો તમે... હમણાં જ કોડ મશીન પર મૅસેજ ઊતર્યો.' એમણે ખિસ્સામાંથી સંદેશો કાઢીને રાવને આપ્યો.

રાવે સંદેશો વાંચીને ત્યાગીની સામે જોયું. ખાતરી કરવા કે આ સંદેશો બતાવીને દર્શન ત્યાગી પોતે દગાબાજ નથી. દેશદ્રોહી નથી આવું દર્શાવીને

વિશ્વાસ જીતવાની કોશિશ તો નથી કરતો ને...

'સર, મને પહેલાં તો વિશ્વાસ ન બેઠો, પણ પછી થયું કે કૅબિનમાં જ કોઈ જગ્યાએથી અવાજ આવી રહ્યો છે. અંદરની કૅબિનમાં પુસ્તકોના રૅકની પાછળ મશીન મૂક્યું છે. ચાલો બતાવું.'

બેઉ જણ અંદર ગયા. રાવે મશીન જોયું. ત્યાગીની સામે જોઈને અહુજા માટે મનમાં ધરબી રાખેલો ગુસ્સો દબાયેલા સ્વરે બહાર આવ્યોઃ 'ઓહ, તો અજય અહુજા આટલી નિમ્નસ્તરે પહોંચી ગયો હતો.'

'એ તો ક્યારનું સાબિત થઈ ચૂક્યું છે અને એનો બદલો પણ અહુજાને મળી ગયો. સવાલ ત્યાં ગયેલા આપણા બોય્ઝના જીવનો છે... પગેરું કચ્છ સુધી પહોંચી ચૂક્યું છે, સર.'

'દર્શન, આપણા એજન્ટો એમને કેટલા ખતરનાક સાબિત થશે એનો તને અંદાજ નથી. એક મિનિટ... આ રીતે અહુજાને મૅસેજ મોકલ્યો. મતલબ કે સામેવાળાને અજય અહુજાના મોતની હજી સુધી ખબર નથી.'

'હા સર, કદાચ...'

'નાઉ યુ ડુ વન થિંગ દર્શન, તું અજય અહુજા બનીને મૅસેજ મોકલતો રહે અને મિસગાઇડ કરતો રહે.'

'સર, મેં ઑલરેડી એ કામ શરૂ કરી દીધું છે.' દર્શન ત્યાગીએ... પોતે મોકલેલો જવાબ વંચાવ્યો.

રાવના ચહેરા પરનું સ્મિત દર્શન ત્યાગી પરનો વિશ્વાસ બની અંકિત થઈ ગયું. બંને બહાર આવીને બેઠા કે તરત જ ત્યાગીએ પૂછ્યુંઃ

'સર, કૉફી મગાવું?'

'નેકી ઓર પૂછપૂછ... આઇ મીન કૉફી ઓર પૂછપૂછ... મગાવ.'

દર્શન ત્યાગીએ ફોન જોડીને સેક્રેટરીને બે કૉફીનું કહ્યું.

'સર, મારે તમને એક માહિતી આપવી છે.'

'બોલ દર્શન.' રાવે સિગારેટ સળગાવી.

'મેં એક્સટર્નલ ઇન્ટેલિજન્સમાં માથું માર્યું છે. આઇ એમ સૉરી ફૉર ધેટ... બટ આઇ હેવ સમથિંગ ટુ શેર વિથ યુ.' ત્યાગીએ એમની સામે એશ્ટ્રે મૂકી.

'ગો અહેડ.'

ત્યાગીએ વાત આગળ ચલાવી.

'સર, પાકિસ્તાનના સાયન્સ અને ટેક્નોલૉજી મિનિસ્ટ્રીમાં એક માણસની ક્યારેક જ અવરજવર રહી છે, પણ એણે વિદેશભ્રમણ બહુ કર્યું છે. ફ્રાન્સ, ચીન, અમેરિકા, યુકે, અને આજકાલ નૉર્થ કોરિયા.' ત્યાગીએ ચાવીથી ટેબલનું સૌથી

છેલ્લું ખાનું ખોલ્યું. પીળા રંગના એન્વલપમાંથી એક ફોટો કાઢીને રાવની સામે મૂકતાં કહ્યું. 'ડૉ. અહેસાન ઝકરિયા. ન્યૂક્લીઅર ફિઝિસિસ્ટ ઍન્ડ મેટાલર્જિકલ એન્જિનિયર. સમાચારોમાં બહુ નહીં રહેતો આ માણસ પાકિસ્તાનના મરહૂમ વઝીરે આઝમનું ન્યૂક્લીઅર બૉમ્બ બનાવવાનું સપનું પૂરું કરી રહ્યો છે.'

ફોટો જોઈને રાવે પોતાના ખિસ્સામાંથી એક ફોટો કાઢીને ત્યાગીની સામે મૂકતાં કહ્યું, 'નૉર્થ કોરિયાના પ્રમુખ વૉન્ગ લી બૉન્ગ સાથેની એની આ તાજી તસવીર.'

'દર્શન, મને પાકિસ્તાનની વિદેશી તમામ ચાલ અને હિલચાલની ખબર છે. આપણને ન્યૂક્લીઅર પ્લાન્ટનું લોકેશન જોઈએ છે અને એટલે જ માય બોય્ઝ આર ધેર.'

'ન્યૂક્લીઅર પ્લાન્ટ ક્યાં છે એ જાણવાની કોશિશમાં મેં સાયન્સ ઍન્ડ ટેક્નોલૉજી મિનિસ્ટ્રીમાં મારો એક માણસ પ્લાન્ટ કરી દીધો છે.' ત્યાગીએ કહ્યું.

'અને મેં અહેસાન ઝકરિયાના આ અહેસાનનો બદલો ચૂકવવા એક તગડો પ્લાન બનાવ્યો છે.'

18

પાકિસ્તાનના ઇન્ટરનેશનલ ઍરપોર્ટ પર માયા ટ્રોલી બેગ સાથે ઊભી હતી. બીજના ચંદ્રાકારની ડિઝાઇનવાળો લાલ મીડી ડ્રેસ, સ્કીન કલરના સ્ટોકિંગ્સ, ઊંચી એડીના લાલ પટ્ટીવાળાં સેન્ડલ, મેચિંગ કલરનું નાનું પર્સ, ખભા સુધીના સતત ઊડતા વાળ, આંખ પર કાળાં ચશ્માં પહેરીને માયા ટેક્સી રોકવાના પ્રયાસ કરતી હતી, પણ એક પણ ટેક્સી ઊભી રહેતી નહોતી. કંટાળીને એણે અંગૂઠો બતાવીને લિફ્ટ માગવાની શરૂઆત કરી, તો પણ એકેય કાર રોકાઈ નહીં. એ નિરાશ થઈ ગઈ. એવામાં એની બાજુમાંથી પસાર થઈ ગયેલી એક ટેક્સી જરા આગળ જઈને ઊભી રહી. માયાએ ટેક્સીને રિવર્સ આવતાં જોઈ. ટેક્સી ઊભી રહી. પાછલી સીટનો કાચ નીચે ઊતર્યો અને અંદર બેઠેલા એક માણસે થોડું ડોકું બહાર કાઢીને માયાને પગથી માથા સુધી જોતાં કહ્યુંઃ 'યહાં ટેક્સી નહીં મિલેગી મોહતરમા... મૈં આપકો કહીં છોડ દૂં?'

'જી, બહોત બહોત શુક્રિયા આપકા. કબ સે કોશિશ કર રહી હૂં.'

'ડ્રાઇવર, મોહતરમા કા સમાન ડીકી મેં રખ દિજિયે.' કહીને એ ટેક્સીની અંદરની બાજુ સરક્યો એટલે માયા અંદર એની બાજુમાં બેઠી. ટેક્સી સ્ટાર્ટ થઈ.

'કહાં જાયેગી આપ?'

'જી, સંગેમરમર હોટલ.'

'ક્યા બાત હૈ... બેસ્ટ ફાઇવ સ્ટાર હોટલ. મેરે રાસ્તે મેં હી હૈ... છોડ દૂંગા... વૈસે મેરા નામ ડૉ. અહેસાન ઝકરિયા હૈ.'

માયાએ એને ધારીને જોવા માટે ગોગલ્સ ઉતાર્યાં. ગોળ ચહેરો, ગોરો વાન, રીમ ગ્લાસના ચશ્માંની પાછળ બે ચમકતી આંખો, કાનપટ્ટી પર આછી સફેદી પકડી રહેલા વાળ, મશરૂમ કલરનો કોટ, જમણા હાથની ત્રણ આંગળીઓમાં વિવિધ રંગની વીંટીઓ, ગળામાં લટકતું 786 નંબરનું પેન્ડન્ટ.

'ઓહ, પ્લેઝર મીટિંગ યુ... આઇ એમ મરિયમ ફ્રૉમ લંડન.' માયાએ હાથ મિલાવ્યો ને ઝકરિયાનું આખું શરીર ઝણઝણી ઊઠ્યું.

'ડૉ. ઝકરિયા રાઇટ... તો તો તમે ગુજરાતી બોલતા હશો નહીં? અમારા લંડનમાં ઘણા ઝકરિયાઓ ગુજરાતી બોલે.' માયાએ હળવેકથી હાથ છોડાવ્યો.

'યસ યસ... ગુજરાતી, ઇંગ્લિશ, ઉર્દૂ, પુશ્તુ, ફ્રેન્ચ... જર્મની... આ બધી લેન્ગ્વેજ...'

'અરે, બસ બસ... આટલી બધી લેન્ગ્વેજીસ બોલી શકો છો તમે... મને ગિલ્ટી ફિલ ન કરાવો પ્લીઝ... કારણ મને તો ઉર્દૂ પણ નથી આવડતું. લંડનમાં જન્મી ને મોટી થઈ છું ને એટલે.' માયાની આંખોમાં અલ્લડ છોકરીની મસ્તી હતી.

'ડૉ. ઝકરિયા, તમે શું કરો છો?'

'હું કાંઈ નથી કરતો.'

'મોટા માણસોની આ જ મહાનતા હોય છે. બહુ મોટાં કામ કરતા હોવા છતાં કાંઈ કરતા નથી એવું કહે.' મસ્તીખોર માયા અચાનક ફિલસૂફ બની ગઈ. ડૉ. ઝકરિયા હસી પડ્યો.

'લો મોહતરમા, તમારી મંજિલ આવી ગઈ, હોટલ સંગેમરમર.'

'થેન્ક્યુ સો મચ ડૉ. ઝકરિયા. આ અહેસાન જિંદગીભર યાદ રહેશે અને હા, જીવનમાં કાંઈ નહીં કરનારા માણસનો કૉન્ટેક્ટ નંબર તો હશેને?'

નંબર શેર કરવાની અધીરાઈ સાથે ડૉ. ઝકરિયાએ તરત જ પાકીટમાંથી વિઝિટિંગ કાર્ડ કાઢ્યું તો ખરું, પણ કાંઈક વિચારીને પાછું મૂકી દીધું.

'તમે મારો નંબર લખી લો.' નંબર લખાઈ ગયો. પર્સમાં મુકાઈ ગયો. મારકણી આંખ મિલાવીને માયાએ ફરી ગોગલ્સ પહેરી લીધાં.

અને તમારો કૉન્ટેક્ટ નંબર...

જવાબમાં માયા ખડખડાટ હસીને ચાલતાં ચાલતાં બોલીઃ 'મારા કોલનો ઇન્તેજાર કરજો અને ન આવે તો આપણી મુલાકાતને સપનું સમજીને જિંદગીભર

યાદ કરજો... બાય...'

ટૅક્સી સ્ટાર્ટ થઈ. ડૉ. ઝકરિયા પાછળ ફરીને, લચકતી ચાલે ચાલી રહેલી માયાને જોતા રહ્યા.

બસ, એક નજર પીછે મૂડ કે દેખ કુડિયે... માયાએ પાછળ જોયું અને ડૉ. ઝકરિયાના મોંમાંથી શબ્દો નીકળ્યાઃ 'કિસીને સચ કહા હૈ... અગર લડકીને પીછે મૂડ કે દેખા તો સમજો વો પટ ગઈ.'

માયા ટ્રોલી બેગ ઘસડતી હોટલમાં પ્રવેશી અને લૉન્જમાં બેઠેલાં બેગમ સાહેબાની બાજુમાં જઈને બેસી ગઈ.

"ઑપરેશન હની ટ્રેપ"ની શરૂઆત થઈ ચૂકી છે. માયાએ કહ્યું ને બંને એકબીજાને તાળી આપતાં ખડખડાટ હસી પડી.

❖

કૅપ્ટન અખ્તર હુસેનની કેફે લશ્કરીમાં ગેરહાજરી રાહુલ એટલે કે રહેમતમિયાંને સ્વાદિષ્ટ ભોજનમાં નમકની ગેરહાજરી સમાન લાગી. છેલ્લે પોતાના પર રોજેરોજ નાસ્તો બનાવવાની વિશેષ જવાબદારી નાખીને પોતે ગુમ થઈ ગયા એથી રાહુલને જ નહીં, પણ કેફે લશ્કરીના માલિકથી લઈને મૅનેજર કમ વેઇટર અલી સુધીનાને નવાઈ લાગી. રાહુલ રોજ એમના માટે કોઈ ને કોઈ નવો નાસ્તો બનાવે અને બારણે નજર માંડીને એની રાહ જુએ. નિયમિત નિશ્ચિત સમયે આવી પહોંચનારો આ માથાફરેલ મિલિટરી ઑફિસર આવતો કેમ નથી. એ જાણવા રાહુલે માલિકનેય પૂછી જોયું, પણ અગાઉ આવું ક્યારેય બન્યું નથી એવી ખબર પડી. જોકે તેઓ એમની ગેરહાજરીનું કારણ જાણતા પણ હોત તો સાચું કહી દેત એવું જરૂરી પણ નથી. રાહુલને એક વાતે સંતોષ હતો, કેમ કે એણે આ દરમિયાન બીજા રસોઇયાઓ પાસેથી નવી નવી વાનગીઓ બનાવતાં શીખી લીધી હતી. છતાંય એને ચિંતા રહેતી કે નાસ્તામાં જરા સરખી પણ ગરબડ થઈ તો એ હાડકાં ખોખરાં કરી નાખશે. જોકે રાહુલ ઈમાનદારીથી રોજ એમના માટે કોઈ ને કોઈ નવો તાજો નાસ્તો બનાવી રાખતો અને એના આવવાની રાહ જોતો. રાહ જોવા પાછળનું કારણ એની વધુ ને વધુ નજીક પહોંચીને ન્યૂક્લીઅર પ્લાન્ટનો રાઝ જાણવાનો હતો. કૅપ્ટનની ભેદી હિલચાલ... એનો મિજાજ જોતાં એની પાસે ન્યૂક્લીઅર પ્લાન્ટની માહિતી હોવી જોઈએ એવું રાહુલ માનતો હતો.

એક સવારે કૅપ્ટન અખ્તર હુસેન એમના નિયત સમય કરતાં થોડા વહેલા કેફે લશ્કરીમાં પહોંચી ગયા. આસપાસ નજર કરીને પૂછ્યુંઃ 'વો મેરા ખાનસામા કહાં હૈ?'

કિચનમાંથી પ્રવેશતાં જ રાહુલે કહ્યું: 'બંદા હાજીર હૈ જનાબ.'

કૅપ્ટને એને શંકાથી પગથી માથા સુધી જોયો. પછી કાંઈક વિચારતાં બેસી રહ્યા. એણે આંખો મીંચી દીધી. કચ્છના રણનું તોફાન એની ફરતે ચકરાવો લઈ રહ્યું હતું. ચોમેર રેતીની ડમરીઓ ઊડી રહી હતી. તેઓ હવામાં હાથ વીંઝીને રેતીને દૂર કરવા લાગ્યા.

કૅપ્ટનને હાથ હલાવતા જોઈને રાહુલે પૂછ્યું: 'ક્યા હુઆ જનાબ?'

'કુછ નહીં.' કહીને તેઓ વૉશબેસીન પર જઈને મોં ધોઈ આવ્યા. રાહુલે એમને નેપ્કિન આપ્યો ત્યારે એણે એની આંખોમાં આંખ નાખીને જોયું. રાહુલ અંદરથી જરા હલી ગયો, પણ દેખાવા ન દીધું. આ રીતે પોતાની સામે જોવાનું કારણ એક જ હોઈ શકે, શંકા... અને આ માણસને શંકા ગઈ તો ગયા કામથી.

'જનાબ, ક્યા ખાસ બનાઉં આપકે લિયે આજ?'

કૅપ્ટન કદાચ તાજેતરની ઘટનાઓમાંથી હજી બહાર નથી આવ્યા. કદાચ દરવાજે ટકોરા મારીને પલાયન થઈ ગયેલા દુશ્મનોને પકડવાની આ છટપછાહટ હતી.

'જો તૈયાર હૈ તેરે પાસ વો લા.' રાહુલ કૅપ્ટન અખ્તર હુસેનના કેસમાં... આજના એમના વર્તનમાં કોઈ જ અનુમાન કરી શકવા સમર્થ નહોતો. સ્વસ્થતા રાખીને ખેલ જોવા સિવાય બીજો કોઈ માર્ગ નહોતો. એ અંદર ગયો. ઝટપટ કોઈક વાનગી બનાવીને લાવ્યો. માત્ર પાંચ જ મિનિટમાં ટેબલ પર નાસ્તાની ડિશ જોઈને કૅપ્ટનને આશ્ચર્ય થયું.

'યહ ક્યા બના કે લેકે આયા હૈ તૂ?'

'જનાબ, આપકે લિયે એકદમ નઇ ડિશ... આમલેટ, ઇસકે ઉપર ખીમા, ઇસકે ઉપર હાફ ફ્રાઈ ઓર આસપાસ બિછાયે હૈં બોટી કબાબ કે ચંદ ટુકડે... સાથ દે રહે હૈં... કરીમ ચાચા કી બેકરી કે પાંઉ... થોડે નરમ થોડે કડક... બિલકુલ આપકે મિજાજ કી તરહા.'

કૅપ્ટને એક નજર ડિશ પર ફેરવી. પછી વિશ્વાસ ન બેઠો હોય એમ પૂછ્યું.

'યહ સબ તુમને બનાયા હૈ?'

'જનાબ...' કહીને રાહુલે ડોકું નમાવ્યું. કૅપ્ટને ખાવાની શરૂઆત કરી. થોડીવારમાં લગભગ બધું ઝાપટી ગયા. રાહુલને થયું કે કૅપ્ટન ખુશ હુઆ હૈ... હવે કૅપ્ટનના પેટમાં ઘૂસવાનો માર્ગ મોકળો થયો છે. ત્યાં જ કૅપ્ટને પૂછ્યું: 'તુમને કભી કાફિરોં કો દેખા હૈ?'

રાહુલને પોતે અજાણતાં વીજળીનો વાયર પકડી લીધો હોય એવો ઝટકો લાગ્યો.

'નહીં જનાબ... ક્યું?'

'બસ, ઐસે હી પૂછ લિયા.'

'યહ જો કબાબ તુમને બનાયા હૈ વો બિલકુલ લખનઉ સ્ટાઇલ કા હૈ... કહાં સે સીખા હૈ?'

કોઈએ પોતાના બંને હાથ ઊકળતા તેલની કડાઈમાં ઝબોળી દીધા હોય એવું રાહુલને લાગ્યું. કૅપ્ટને પહેલાં કાફિરો વિશે પૂછ્યું અને હવે કબાબના મૂળ સુધી પહોંચ્યો. એના દિમાગમાં શંકાના કીડાએ સળવળાટ શરૂ કર્યો છે.

'જનાબ, આપકો ખુશ કરને કે લિયે... જો ઝહેન મેં આયા... જૈસે આયા બનાતા ગયા... ગુસ્તાખી માફ... લેકિન મૈં કોઈ પૈદાશી ખાનસામા નહીં હૂં... બસ શોખ હૈ...'

'હરામી કે પિલ્લુ... તૂ જો દિખતા હૈ વો હૈ નહીં... ચલ ખાનસામા, મૈં તેરા શોખ પૂરા કરુંગા.' કૅપ્ટને રાહુલને બાવડેથી ઝાલી લીધો. કેફે લશ્કરીમાં સોપો પડી ગયો. બધાના હાથમાં કોળિયો રહી ગયો. કોઈ તો મોંમાં મૂકેલો કોળિયો ચાવવાનું ભૂલી ગયા. કેફે લશ્કરીના માલિકને થયું કે રાહુલ પૂછપરછમાં મદદગારોનાં નામ આપી દેશે તો બધું છોડીને ભૂર્ગભમાં જતું રહેવું પડશે. એણે ઇશારો કરીને મૅનેજરને બોલવીને કાઉન્ટર પર બેસાડી દીધો અને પોતે સરકી ગયો. કૅપ્ટન રાહુલને જીપમાં બેસાડીને નીકળી ગયા.

19

કૅપ્ટન આખે રસ્તે લાલઘૂમ ચહેરે બેઠો હતો. એ એક પણ શબ્દ બોલ્યો નહીં. રાહુલે એની સામે જોવાની હિંમત કરી નહીં. માણસને પોતાની જાત પર ગમે તેટલો વિશ્વાસ હોય, પણ એ પકડાઈ જાય કે મોત સામે હોય ત્યારે એનો આત્મવિશ્વાસ ડગમગી જવો સ્વાભાવિક છે. રાહુલના મનમાં ફફડાટ હતો કે હવે શું થશે. મને ક્યાં લઈ જશે અને શું કરશે. બરાત સરહદ પાર કરીને પાકિસ્તાનમાં ઘૂસી છે એની પૂરી જાણકારી એની પાસે હોવી જોઈએ. નક્કી એને મારી બાતમી મળી હોવી જોઈએ એટલે જ મને ખાનસામા બનાવીને સાણસામાં લીધો છે. હવે જીવ હથેળી પર છે અને રાફડામાં હાથ નાખ્યો જ છે તો ભોરિંગ ભરડો લે તે પહેલાં એનું ભોડું દાબી દેવું પડે. રાહુલ કોઈ એક મોકાની તલાશમાં હતો અને વારેવારે કૅપ્ટનની કેડે ભરાવેલી રિવૉલ્વર જોઈ લેતો હતો, પણ રિવૉલ્વર ખેંચીને કૅપ્ટનને ઠાર કરવાનો મોકો મળતો નહોતો. જીપ એક વગડા જેવા વિસ્તારમાં જઈને ઊભી રહી. સામે જ એક જુનવાણી બંગલા

જેવું ઘર હતું. કૅપ્ટને ઝડપથી નીચે ઊતરીને રાહુલને બહાર આવવા હુકમ કર્યો.

'ચલ અંદર, અંદર ચલ...' તેઓ બે વાર બોલ્યા. રાહુલે કાળજું કઠણ રાખવાનો પ્રયાસ કર્યો, પણ હૃદય એના મનનો ડર પામી ગયું હતું. એના ધબકારા વધી ગયા હતા. બંગલામાં કોણ હશે? એને શું થશે? એનો અંદાજ લગાડવા જેટલો પણ સમય એની પાસે નહોતો. એ ગરીબ ગાયની જેમ પાછળ દોરવાયો. તાળું ખોલીને કૅપ્ટને રાહુલને અંદર દરવાજો ધકેલીને બંધ કરી દીધો. કૅપ્ટને રાહુલની આંખમાં જોયું. રાહુલ નીચું જોઈ ગયો. 'ખાનસામા, મેરે સામને દેખ...' રાહુલે આંખ ઊંચી કરી.

'સચ બતા... યે લખનવી સ્ટાઇલ કા ખાના બનાના તૂને કહાં સે સિખા હૈ?'

રાહુલ સમજ્યો કે નક્કી લખનવી કબાબ બનાવવાની એણે ભૂલ કરી નાખી. પોતાને કાફિર સાબિત કરી દેશે. હવે જોવાનું એ રહે છે કે સાબિત કરવા માટે... માહિતી ઓકાવવા માટે કૅપ્ટન કયા હથિયારનો ઉપયોગ કરે છે.

'જનાબ, મૈંને પહેલે હી બતાયા... શોખિયા ખાનસામા હૂં... ગલતી હુઈ.'

'અરે બેવકૂફ, ઐસા કબાબ તો હમારે મિલિટરી કી મેસ ભી નહીં બનતા.' કૅપ્ટન મોટેથી હસ્યો.

અજીબ માણસ છે આ... એના જીવમાં જીવ આવ્યો... ધબકારા નૉર્મલ થવા લાગ્યા... પણ એક સવાલ થયો કે આટલી જ અમસ્તી વાત કહેવી હતી તો પછી આ ગાંડો માણસ મને કાફે લશ્કરીમાં કહેવાને બદલે છેક અહીં સુધી લાવીને શા માટે કહી રહ્યો છે?

'અબ તૂ યહાં રહેગા... મેરે સાથ... મેરા ખાનસામા બન કર... અગર તૂ લખનવી સ્ટાઇલ કા ખાના બના સકતા હૈ તો... બાકી ખાના ભી બઢિયા બનાતા હોગા... મૈં યહાં અકેલા રહેતા હૂં... તેરા બાકી સબ ઇન્તેજામ હો જાયેગા...'

બની બેઠેલા ખાનસામાને તો 'ભાવતું હતું ને વૈદ્યે બતાવ્યું' જેવો ઘાટ થયો. કૅપ્ટન માત્ર અતરંગી નથી, સતરંગી પણ છે... એને રંગ બદલતાં વાર નથી લાગતી. એના પાગલપણાંમાં એક મેથડ છે. આ પાગલ સાથે પનારો પાડવો પડશે એવું વિચારી રહેલા રાહુલે રાફડામાંથી હાથ બહાર ખેંચી લીધો, પણ એને ખબર નથી કે એ ખુદ આખેઆખો રાફડામાં આવી પડ્યો છે. કૅપ્ટન નામના ભોરિંગના ભરડાથી બચતા રહીને કામ પાર પાડવું પડશે.

❖

મહેશ ધાબળાવાળા ચાચાની દુકાનમાં પોતાની સાથે બનેલી ઘટનામાંથી બહાર આવ્યો નહોતો. કોઈક તો છે, જે પીછો કરતું હતું અને કદાચ હજી કરતું હશે.

એને ચેન પડતું નહોતું. પોતાના વિશે આટલી સચોટ માહિતી આપનારો કોણ હશે. આ રહસ્ય પરથી પરદો ઉઠાવવાની મથામણની વચ્ચે એને એક ઝબકારો થયો. કોઈ ઘટના બને ત્યારે મૂળ ઘટનાસ્થળે પહોંચી જવું... અવારનવાર જવું... પર્દાફાશ કરવાનો આ એક સરળ માર્ગ છે... રસ્તો કદાચ ત્યાંથી જ મળી આવે. એ ચાચાની દુકાને ગયો. જોયું તો એના આશ્ચર્યની વચ્ચે દુકાન ખુલ્લી હતી. એણે દૂરથી નજર કરી. બંને કાનની ફરતે મફલર બાંધેલો એક માણસ બેઠો હતો. મહેશને જોઈને એણે પાછલા દરવાજેથી અંદર આવવાનો ઇશારો કર્યો. મહેશે ચાલ મંદ કરીને અંદર જવાના ખતરા અને સલામતી વિશે વિચારી લીધું.

'તું મહેશ છોને?' પેલા માણસે પૂછેલા સવાલનો જવાબ આપવાને બદલે મહેશે સામો સવાલ કર્યો 'તું કોણ છો?'

'હું મરહૂમ દુકાનદાર ચાચાનો બેટો ઇન્ઝેમામ છું.'

'મને અંદર કેમ બોલાવ્યો?'

'મારે એક બાતમી આપવી છે.'

'બોલ... ફટાફટ બોલ...' મહેશને વિશ્વાસ બેઠો.

'તને ખતમ કરવાનું કાવતરું કોનું હતું એની મને ખબર છે. મારા વાલિદને પણ એણે જ ઉડાવ્યા છે.'

'કોણ છે એ?'

ઇન્ઝમામે એને કાનમાં કાંઈક કહ્યું. મહેશના કાન ચમક્યા. પછી ઇન્ઝમામે એને ખિસ્સામાંથી ફોટો કાઢીને આપ્યો.

'ક્યાં મળશે?'

'મોટી મસ્જિદમાં રોજ સવારે નમાઝ પઢવા આવે છે.' મહેશે ફોટો ધ્યાનથી જોઈને ખિસ્સામાં મૂક્યો.

'શુક્રિયા...' કહીને મહેશ ઝડપથી નીકળી ગયો.

❖

બીજે દિવસે સવારે મોટી મસ્જિદમાં એક બુઝુર્ગે નમાઝ અદા કર્યા બાદ એક બંદાને કહ્યું: 'ભાઈ, મુઝે બહાર તક છોડ દોગે?'

પેલા ભલા માણસે એને ટેકો આપ્યો. હળવે હળવે ચાલતા બુઝુર્ગે એના કાનમાં કહ્યું: 'તુમ રિયાઝ ખાન હોના?'

'હાં ચાચાજાન, લેકિન મૈંને આપકો પહેચાના નહીં.'

'મૈં કાસિદ હૂં, અજય અહુજા કા... એક ખાસ સંદેશા લાયા હૂં તેરે લિયે.'

રિયાઝના પગ થંભી ગયા. આજુબાજુ જોઈને કોઈ સાંભળતું નથી એની

ખાતરી કરી. એને મૅસેજ જાણવાની ઉતાવળ હતી, પણ બુઝુર્ગ માણસને બિલકુલ જલદી નહોતી.

'બહાર નિકલ કર બાત કરતે હૈં ચાચાજાન.' રિયાઝ ધીમેથી બોલ્યો.

બહાર નીકળીને રિયાઝે બુઝુર્ગને એક ઓટલા પર બેસાડ્યા.

'ક્યા સંદેશ હૈ?'

'આજ નહીં, યહાં નહીં... ગુલેબાબા કી દરગાહ પર. કલ શામ કો આ જાના... એક ચદ્દર ભી લાના દરગાહ પર ચડાને કે લિયે.'

બુઝુર્ગ માણસ અને અજય અહુજાનું નામ આપ્યું તેથી રિયાઝને ક્રોસ ચેક કરવાનું યોગ્ય ન લાગ્યું.

'મૈં આપકો કહીં છોડ દૂં ચાચાજાન?'

'નહીં... શુક્રિયા... તૂ નિકલ... મેરા બેટા લેને આયેગા... મૈં થોડા આરામ કર કે નિકલૂંગા.'

રિયાઝ બાઇક સ્ટાર્ટ કરીને રવાનો થઈ ગયો. એ રસ્તામાં વિચારતો રહ્યો કે અજય અહુજાનો મૅસેજ શું હશે. એણે જેને પતાવી દેવાની વાત કરેલી એ મહેશ નામનો માણસ તો બચી ગયો છે. ઉપરથી પીઆઇબીના એક એજન્ટને ખતમ કરતો ગયો છે. કદાચ અહુજાએ મહેશ વિશે જાણકારી આપવી હશે. અગર મહેશનો પત્તો મળી જાય તો સૌથી પહેલાં એને ખતમ કરવો છે. બીજા દિવસની રાહ જોવામાં એ મોડી રાત સુધી પડખાં ઘસતો પડ્યો રહ્યો.

✣

રિયાઝને સંદેશો જાણવાની તાલાવેલી એટલી બધી હતી કે એ ગુલેબાબાની દરગાહ પર સમય કરતાં વહેલો પહોંચી ગયો. સૂમસામ જગ્યાએ આવેલી દરગાહ પર ભાગ્યે જ કોઈ આવતું હશે. ન ધૂપની સુગંધ... ન કોઈ સાફસફાઈ. દરગાહ પર ચડેલી રંગ ઊડી ગયેલી જર્જરિત ચાદર જોઈને ગુલેબાબાની અવદશાનો ખયાલ સહેજેય આવતો હતો. રિયાઝે જોયું કે ગળામાં જાતજાતના રંગોની માળાઓ તથા લીલી ચોકડીવાળી લૂંગી અને ઘેરા લીલા રંગનો ઝભ્ભો પહેરેલો મોટી વયનો એક ફકીર દરગાહથી એકાદ ફૂટ ઉપર મોરપિચ્છનો ગુચ્છો હળવે હાથે ફેરવતો સતત કાંઈક બબડી રહ્યો હતો. રિયાઝે આમતેમ જોઈને કહ્યું: 'કોઈ બુઝુર્ગ આદમી આયા થા યહાં?'

'યહાં કોઈ નહીં આતા... તુમ આયે હો તો ચદ્દર ચડા દો... ગુલેબાબા તુમ્હારી મન્નત પૂરી કરેંગે...'

રિયાઝને પણ થયું કે બુઝુર્ગ આવે ત્યાં સુધીમાં ચાદર ચડાવી દઈને પછી

રાહ જોઉં તો સમય બચી જાય. એણે ચાદર ચડાવી કે તરત જ ફકીર બોલ્યોઃ 'ગુલેબાબાને તેરે મન કી બાત જાન લી હૈ... તેરા બુઢ્ઢા કાસિદ મેરે અંદર હૈ. તુઝે ઉસકા સંદેશા બતાઉં?'

રિયાઝની આંખો ગુલેબાબાના સતને માની શકતી નહોતી. એણે દરગાહ પર નજર કરી. ફકીરની સામે જોયું... ચાદર ચડાવી કે તરત જ ચમત્કાર વાહ... એણે માથું ટેકવી દીધું ને ફકીર બોલ્યોઃ 'તૂ જિસકે લિયે કામ કરતા થા વો અજય અહુજા મર ગયા હૈ... કત્લ હો ગઈ ઉસકી... લેકિન મહેશ અભી ભી ઝિંદા હૈ, વો તુઝે ઢૂંઢ રહા હૈ.'

દરગાહને ટેકવી રાખેલું રિયાઝનું માથું સટ્ટાક કરતુંક ઊંચું થયું. ત્યાં ફકીરે બુલંદ અવાજે કહ્યુંઃ 'મથ્થા ટેક કર રખ્ખ બચ્ચે... ઔર એક સચ્ચ બતા રહા હૂં. તેરે સાથી અલ્તાફ બખ્તિયાર કો મહેશ કે સાથીને માર દિયા હૈ.' રિયાઝના ચહેરા પર ચિંતા તરવરવા લાગી અને આંખોમાં ભય ભમવા માંડ્યો. હવે ખુફિયા એજન્ટ રિયાઝ ખાન ગુલેબાબાના ગેબી ચમત્કારના ભ્રમમાંથી થોડો બહાર આવ્યો. એને ફકીર પર શંકા ગઈ... એણે ફકીરને જોવા માથું ઊંચું કર્યું કે તરત જ પાછળ ઊભેલા ફકીરે મોરપિચ્છના ગુચ્છામાંથી ધારદાર ચાકુ કાઢીને એનું ગળું ચીરી નાખ્યું. દરગાહ પરથી ચાદર ઊંચકીને રિયાઝને ઓઢાડી. ચાદરથી આંગળાની છાપ લૂછીને મિટાવી નાખી. ખિસ્સામાંથી ઇન્ઝમામે આપેલો ફોટો કાઢીને જોતા જોતા બોલ્યોઃ 'મહેશ કો મિટાને ચલા થા. રિયાઝમિયાં, અગલે જનમ મેં મુઝે મારને કે લિયે... રિયાઝ કર કે આના.'

"વાહ મહેશબાબુ, દિલ્હીમાં ખબરી તરીકે બહુરૂપિયો બનીને કેટકેટલા વેશપલટા કર્યા છે તમે... એમાં બુઝુર્ગ અને ફકીર-બેનો વધારો કર્યો. જય હો ગુલેબાબા કી..."

20

મહેશ અવાવરુ દરગાહમાં રિયાઝને પતાવી દીધા પછી તરત જ આસપાસ નજર કરતાં કરતાં ફકીરના વેશમાંથી બહાર આવ્યો. કોઈ સુરાગ છોડી નથી એની ખાતરી કરવા ત્યાં પડેલી તમામ વસ્તુઓ પર ફરીથી એક નજર કરી ને એ ઝડપથી નીકળી ગયો. એક પબ્લિક ટેલિફોનબુથ પરથી કબીરને કોલ કર્યો.

'ભાઈ, મેરી મન્નત પૂરી હો ગઈ. દરગાહ પર ચદર ચડા દી હૈ.'

'બસ, ઐસે હી... મન્નત પૂરી હોતે હી દરગાહ પર ચદ્દર ચડાના મત ભૂલો ઓર યાદ રખના... આખિર મેં હજ કો જાના હૈ.'

મહેશ ન્યૂક્લીઅર પ્લાન્ટ શોધવાની કબીરની ઇશારત સમજી ગયો.

'બસ, અલ્લાહ મિયાં કી રહેમત સે હમારી વો ખ્વાહીશ ભી પૂરી હો જાયેગી.'

'તબરોઝા. ઇસ ગાંવ કા નામ યાદ રખો.' ફોન મુકાઈ ગયા.

✣

અગાઉ હોટલમાં મળ્યા ત્યારે કબીર, રાહુલ, મહેશ અને માયા વચ્ચેની ચર્ચામાં એક બાબત સ્પષ્ટ હતી કે પ્લાન્ટ શહેરથી દૂરના કોઈ અંતરિયાળ ગામમાં હશે... પણ આવડા મોટા દેશની ભાગોળે ફરી ફરીને શોધવું પ્રેક્ટિકલી મુશ્કેલ કામ હતું એટલે કબીર ઇન્ડસ્ટ્રી મિનિસ્ટરને વિશ્વાસમાં લઈને શોધખોળ કરી રહ્યો હતો અને નકશામાં એની નજર તબરોઝા ગામના એક ચોક્કસ વિસ્તારમાં ફોરેસ્ટની જગ્યાએ કરેલી લાલ બોર્ડર પર પડી હતી. આખાય ગ્રીન ઝોનમાં તબરોઝા ગામના એ વિસ્તારને નકશામાં લાલ રંગ શા માટે કરવામાં આવ્યો હશે. શંકાનું નિવારણ કરવા માટે કબીરે મહેશને તબરોઝા ગામ યાદ કરાવ્યું હતું.

કબીર અને બત્રા ઇન્ડસ્ટ્રી મિનિસ્ટર અસગરનો નકશો જોઈને લાલ બોર્ડરનું રહસ્ય શોધવાની પાછળ લાગી ગયા હતા, પણ એમને શંકા હતી કે અગર લાલ બોર્ડરવાળી જગ્યાએ પ્લાન્ટ હોય તો ઇન્ડસ્ટ્રી મિનિસ્ટર એની આસપાસની ગ્રીન ઝોનની જગ્યા અપાવવાની વાત શા માટે કરી ગયો? મિનિસ્ટર એટલો બેવકૂફ ન હોઈ શકે. એવું પણ બને કે ઇન્ડસ્ટ્રી મિનિસ્ટરને કબીર અને બત્રા પર શંકા ગઈ હોય અને એણે કબીરનો ખેલ જોવા રમત માંડી હોય. શક્ય છે ઇન્ડસ્ટ્રી મિનિસ્ટર કબીરની કોણીએ ગોળ ચોંટાડતો હોય. જોકે કબીર મીટિંગમાં અસગરની આંખોમાં રૂપિયા અને સેક્સની ભૂખ જોઈ ગયો હતો. પૈસો અને સેક્સ - આ બે ચીજથી ઇન્ડસ્ટ્રી મિનિસ્ટરનું પેટ ક્યારેય ભરાવાનું નથી એની કબીરને ખાતરી હતી.

✣

નવનીતરાય જીવનલાલ જોશી મીઠાઈવાળાના માલિક નવનીતભાઈએ સવારમાં દુકાન ખોલી. અગરબત્તી કરી અને પોતાના ઇષ્ટદેવની છબીને પગે લાગીને ગ્રાહકની રાહ જોતા થડા પર બેઠા. ગ્રાહક ન આવ્યા, પણ મીઠાઈ ચાખવા માખીઓ આવવા લાગી. એણે ઝાપટિયાથી માખીઓ ઉડાવવાનું શરૂ કર્યું. ઝભ્ભો-લેંઘો પહેરેલો એક માણસ હાથમાં થેલી ઝુલાવતો આવ્યો. નવનીતભાઈનો ચહેરો ખીલી ઊઠ્યો.

'આવો, શું આપું?'

પેલા માણસે કાચ પાછળ ગોઠવેલી જાતજાતની મીઠાઈઓ પર નજર ફેરવી.

'મારો એક દોસ્ત અહીંથી ખાસ મીઠાઈ લઈ ગયો હતો. એ શોધું છું.'

'મીઠાઈ શોધો છો કે દોસ્તને શોધો છે?'

'બેઉને શોધું છું, કારણ કે એણે આપેલી મીઠાઈ ખાધી, પણ નામ ખબર નથી... અને પછી એ ભાઈ ગુમ થઈ ગયો છે.'

'અહીં ગુમ થયેલા માણસો નથી મળતા શું... તમે મીઠાઈનું નામ બોલો. બાકી રોજ અહીં કેટલાય ઘરાકો આવે શું... આપણને ઇ કોઈના નામ ખબર નો હોય. મોઢેથી બધાને ઓળખીએ શું...' નવનીતભાઈને વાક્યે વાક્યે શું બોલવાની આદત અને શું શબ્દને લંબાવીને બોલે.

ફરી પેલા માણસની નજર મીઠાઈઓ પર ફરવા લાગી.

'મીઠાઈનું નામ કિયો તો ખબર પડે શું...' નવનીતભાઈને બોણી કરવાની ઉતાવળ હતી.

પેલો માણસ નીચો નમીને મીઠાઈઓને ધારી ધારીને જોવા લાગ્યો.

'આમાંથી કોઈ પસંદ પડે તો ઇ લઈ જાવ. આપણો માલ ઠેઠ મુંબઈ સુધી જાય છે શું.'

'એનું નામ સલામત અલી... કદાચ સરહદ નજીકના કોઈ ગામમાં રહેતો હતો.' પેલા માણસે વાત પૂરી કરી ત્યાં જ બાઇક પર આધેડ વયનો એક માણસ આવ્યો. એને બાઇક પરથી ઊતરીને દુકાને આવતા જોઈને નવનીતભાઈ બોલ્યાઃ 'આવો હાજીભાઈ.'

'એક કિલો અડદિયા આપો... બેટીના ગામ જાઉં છું... લેતો જાઉં.'

'યાદ આવી ગયું... અડદિયા... શું' હવે પેલો માણસ મોટેથી બોલ્યો.

'બોલો, તમારા કેટલા કિલો કરું?' નવનીતભાઈને હાશકારો થયો. પેલા માણસે કોઈ જવાબ ન આપ્યો.

હાજીભાઈના અડદિયા જોખતાં જોખતાં બોલ્યાઃ 'આ ભાઈને ક્યારનું મીઠાઈનું નામ યાદ નો'તું આવતું શું. અડદિયા ખવરાવીને એનો દોસ્ત ગુમ થઈ ગ્યો છે... શું નામ કીધું તમે ભાઈ?'

'સલામત અલી' પેલો માણસ બોલ્યો. હાજીભાઈ પેલા માણસને ઉપરથી નીચે સુધી જોવા લાગ્યા.

'સરહદ પાંહેના કોઈ ગામે રહેતો તો... હાજીભાઈનું ઝાયલા ગામ પણ સરહદ પાહેં જ છે શું. એને પૂછી જુઓ.' નવનીતભાઈએ કહ્યું.

સલામત અલી અને ઝાયલા ગામનું નામ સાંભળીને હાજીભાઈ પૈસા ચૂકવીને

ઝડપથી ચાલવા માંડ્યા. પેલો માણસ એની પાછળ ગયો.

'તમારા કેટલા અડદિયા? એક કિલો કરું?' પાછળથી નવનીતભાઈનો અવાજ સંભળાયો.

'હાજીભાઈ, એક મિનિટ.' હાજીભાઈ ઊભા રહી ગયા.

'તમે સલામત અલીને ઓળખો છોને?'

'ના, હું નથી ઓળખતો.'

'જૂઠું નહીં બોલો હાજીભાઈ, એનું નામ સાંભળીને તમે ચોંકી ગયેલા.'

'તમે કોણ છો?'

'એ હું નહીં કહી શકું, પણ એટલું કહું કે સલામત અલીનો જીવ જોખમમાં છે ને મારે એને બચાવવાનો છે.'

હાજીભાઈ વિચારમાં પડી ગયા. સલામત અલી આખા ઝાયલા ગામને સૂતું મૂકીને રાતોરાત પાકિસ્તાન સરકી ગયો એ વાત ગામના લોકોથી છૂપી રહી નહોતી, પણ તેરી ભી ચૂપ મેરી ભી ચૂપને લીધે આખું ગામ મોઢે પટ્ટી મારીને બેઠું હતું. અત્યારે હાજીભાઈને પોતાની બિરાદરીના માણસનો જીવ ખતરામાં હોવાનું જાણીને દયા ઊપજી, પણ સામેનો માણસ કોણ છે એ જાણ્યા વિના કેમ કહેવાય.

'તમે કોણ છો એ પહેલાં કહો.'

પેલા માણસે હાજીભાઈની નજીક જઈને પોતાનું કાર્ડ બતાવતાં કહ્યું: 'મારું નામ ભરતસિંહ છે. હું ભારતીય ગુપ્તચર વિભાગનો માણસ છું. મારે સલામત અલીને પાકિસ્તાનમાંથી સલામત રીતે પાછો લાવવો છે. એ અહીંનો વતની છે એવું સાબિત કરવા કેટલાક પુરાવા જોઈએ છે. કદાચ એના ઘરમાંથી મળે. પ્લીઝ, મને મદદ કરો.'

'બેસી જાઓ મારી પાછળ.' હાજીભાઈએ બાઇકને કિક મારી.

'તમારા કેટલા અડદિયા જોખું?' ક્યારના નજર માંડીને બેઠેલા નવનીતભાઈએ બૂમ મારી.

'વળતાં આવું છું.' ભરતસિંહે બાઇક પર બેસતાં કહ્યું.

✣

હાજીભાઈએ ઝાયલા ગામમાં સલામત અલીના ઘર પાસે બાઇક ઊભી રાખી. બંને ઊતર્યા.

'આ એનું ઘર.' ભરતસિંહે ઝાંપો ખોલ્યો. તાળું જોયું. હાજીભાઈ પાછળ ગયા.

'ક્યારે ગયો કાંઈ અંદાજ છે?'

‘15 ડિસેમ્બરની રાતે.’

‘એણે સરહદ ક્રૉસ શા માટે કરી?’

‘શાદી કરવા...’

‘ગામમાંથી કોઈ સાથે ગયું હતું?’

‘ના, બરાતમાં વધુ લોકો નથી લઈ જવા એમ કહેલું. જોકે બરાતમાં એક છોકરી સહિત ચાર સગાંસંબંધીઓ હતા.’

‘તમે એમને ઓળખી શકો?’

‘ના, કોઈને ઓળખતો નથી.’

‘એણે નવનીતભાઈની દુકાનેથી મીઠાઈ ખરીદી હતી?’

‘હા, પેંડા ખરીદ્યા હતા.’

‘તમને કેમ ખબર પડી કે પેંડા ખરીદ્યા હતા?’

‘હું એ દિવસે મારી બેટીને ત્યાં હતો. સલામત અલીએ પેંડાનું પૅકેટ એને પણ આપેલું.’

હાજીભાઈને ભરતસિંહના સવાલો શંકાસ્પદ લાગ્યા. એ સાવચેત થઈ ગયા.

‘સલામત અલીને પાછો લાવવામાં તમને આવી બધી બાતમીની કેમ જરૂર પડી એ સમજાયું નહીં.’

‘કારણ કે સલામત અલીએ સરહદ પર લશ્કરના માણસોને મીઠાઈના બૉક્સમાં પૈસા ભરીને લાંચ આપી. આપણી ચોકી પરથી તો એ લોકો નીકળી ગયા, પણ પાકિસ્તાની ચોકી પર પકડાઈ ગયા. સલામત અલી સિવાયના બાકીના બધા ખતમ થયા છે. સલામત અલી જાસૂસ છે એમ સમજીને એની પાસેથી માહિતી કઢાવવા એને જીવતો રાખ્યો છે. હાજીભાઈ, મારે પુરાવા મેળવવા તાળું તોડવું પડશે. તમારે પોલીસ, લશ્કર અને કોર્ટકચેરીના જમેલામાં ન પડવું હોય તો અહીંથી નીકળી જાઓ.’

હાજીભાઈને આવા કોઈ ચક્કરમાં પડવું ન હતું. એ ત્યાંથી ખસકી ગયા. એણે પાછળ ફરીને જોવાનીય તસ્દી ન લીધી. ભરતસિંહે તાળું તોડીને અંદર ખાંખાંખોળાં કર્યાં, આખું ઘર ફેંદી નાખ્યું. કાંઈ હાથ ન લાગ્યું. અંતે ગુસ્સામાં માટીના ખાલી માટલાને લાત મારીને નીકળી ગયો.

✣

એ જ દિવસે પીઆઇબીના ચીફના ફોનની ઘંટડી રણકી. હબીબ અન્સારીએ ફોન લીધો કે તરત જ ભરતસિંહ બોલ્યોઃ ‘જનાબ, બરાત હમારે મુલ્ક મેં ઘૂસ ચૂકી હૈ. સરહદ કે નઝદીક ઝાયલા ગાંવ કા સલામત અલી શાદી કરને આયા

હૈ. એક લડકી ઔર તીન લડકે બરાત મેં શરીક હૈ. બરાતી ઇસ ગાંવ સે નહીં હૈ... યહ લોગ કૌન હૈ જલ્દ પતા ચલ જાયેગા. નવનીતરાય જીવનલાલ જોશી કી દુકાન સે મીઠાઈ ખરીદી થી.'

ફોન ચાલુ હતો તે દરમિયાન અન્સારીની કેબિનમાં મોર્સકોડ મશીનની બીપ બીપ ચાલુ થઈ. એણે 'બાકી બરાતીઓં કા પતા લગાઓ.' કહીને ફોન મૂકી દીધો.

એ મૅસેજ દર્શન ત્યાગી મોર્સકોડ મશીન પર ટાઇપ કરી રહ્યા હતા. પીઆઇબીના ચીફ હબીબ અન્સારીએ શબ્દો ઉકેલવા માંડ્યા.

'જનાબ, યહાં સે ચાર-પાંચ લોગોં કી બરાત રવાના હુઈ થી. અગલે દિન નવનીતરાય જીવનલાલ જોશી કી દુકાન સે મીઠાઈ ખરીદી... મીઠાઈ નિકાલ કે બૉક્સ મેં પૈસે રખ દિયે થે... હમારી ચોકી પર પૈસે કે લિયે અસદ નવાઝ ફૈઝલ ખાન ઔર ઇજાઝ ખાન કે બીચ મેં ઝઘડા હુઆ... આમનેસામને ગોલિયાં ચલી... ઇસ ઝમેલે મેં બરાત ગભરા કર વાપિસ ચલી ગઈ.'

મૅસેજ વાંચીને અન્સારી ધૂંઆપૂંઆ થઈ ગયો. ટેબલ પર મુક્કીઓ પછાડી.

'એક કહેતા હૈ કી બરાત ઘૂસ ગઈ હૈ... દૂસરા કહેતા હૈ, બરાત વાપિસ ચલી ગઈ... યહ ક્યા હો રહા હૈ? કુછ સમજ મેં નહીં આતા.'

21

બે અલગ અલગ પ્રકારના મૅસેજથી પીઆઇબીના ચીફ હબીબ અન્સારીનું બોઇલર ગરમ હતું. કેબિનમાં આંટા મારવા લાગ્યા. આ બેમાંથી એક માણસ ખોટો છે... કોણ હશે એની અટકળો કરવા લાગ્યા. પોતે ભારતમાં ગોઠવેલો ભરતસિંહ ખોટો હોવાની શક્યતા નથી. એ વફાદાર છે જ્યારે ઇન્ડિયન ઇન્ટેલિજન્સ બ્યૂરોનો ચીફ ખરીદેલો માણસ છે. એની પરના વિશ્વાસનું આ પરિણામ હોઈ શકે. એણે એક નજર મોર્સકોડ મશીન પર નાખી. ત્યાં ફોનની ઘંટડી વાગી. એણે ફોન ઊંચક્યો. ફોન પર કૅપ્ટન અખ્તર હુસેન હતા.

એ લોકોની છેલ્લી મીટિંગમાં અખ્તર હુસેન ખુશ નહોતા. મિલિટરી ઇન્ટેલિજન્સના આ ચીફને અન્સારી સામે સખત વાંધો હતો. એ પોતાની નારાજગી વ્યક્ત કરતો નહીં, પણ અંદરખાને એને નીચું જોવડાવવાનું ચૂકતો નહીં. કારણ જૂની અદાવત કે પ્રોફેશનલ દુશ્મનાવટ.

અન્સારીએ 'હેલો' કહ્યું કે તરત જ અખ્તર હુસેને કહ્યું: 'આપને જિસ કો

મૅસેજ ભેજા થા વો આદમી અબ ઇસ દુનિયા મેં નહીં રહા... શાયદ આપકો પતા નહીં.'

'કિસ કી બાત કર રહે હૈં?' અન્સારીએ પૂછ્યું.

'અજય અહુજા કી. ઉનકો રોડ એક્સિડેન્ટ મેં ઉડા દિયા હૈ... જિસ કા આપકો પતા તક નહીં... શાયદ આપ દોનોં કે બીચ કા રાઝ ખૂલ ગયા હોગા.'

પાકિસ્તાનના આવડા મોટા ગુપ્તચર તંત્રના વડાને આટલા મોટા ખબર ન મળ્યા. મિલિટરી ઇન્ટેલિજન્સના વડાએ એનું નાક કાપીને હાથમાં દઈ દીધું.

'આપકા મૅસેજ ઉનકી જગહ પર આયે દર્શન ત્યાગી કો મિલા હૈ.'

મોર્સ મશીનની સામે તાકી રહેલા અન્સારીના મોંમાંથી એક હરફ ન નીકળ્યો.

'લેકિન આપ હેરાન મત હોઈએ... યહ બાત હમ દોનોં કે બીચ રહેગી... કાફિરોં કો પકડના હમારા મકસદ હૈ.'

'ખુદા હાફીઝ' કહીને એણે ફોન કાપી નાખ્યો. અન્સારીની હાલત 'કાપો તો લોહી ન નીકળે' એવી થઈ ગઈ. એ સમસમી ઊઠ્યો. ગુસ્સો કોના પર કાઢવો એની ખબર ન પડી. એટલે પોતાના માણસોને ફોન કરી કરીને ખખડાવવા માંડ્યો. ઘરમાં ઉંદર ઘૂસી જાય એને પકડી ન શકો તો કેવી હાલત થાય... કંઈક એવી જ હાલત અન્સારીની હતી.

એણે પોતાના નેટવર્કને સાબદું કર્યું. આખું તંત્ર હરકતમાં આવી ગયું. પોતાના રેગ્યુલર માણસો ઉપરાંત કેટલાક ખાસ બંદાઓને કામે લગાડ્યા છે.

અન્સારીએ એક મીટિંગમાં કૅપ્ટન અખ્તર હુસેનની હાજરીમાં મિલિટરી પોલીસ ચીફ હારુનને સવાલ કર્યોઃ 'સલામત અલી મર્ડર કેસ કા ક્યા હુઆ? ઉસકે ચાચા-ચાચી કા પતા ચલા? મુઝે ડાઉટ હૈ... ઇન સબ કે પીછે ઇન લોગોં કા હાથ હૈ.'

'જનાબ, ચાચા-ચાચી કો ઢૂંઢને કે લિયે એક આદમી કો કામ પર લગાયા હૈ... લેકિન અભી કોઈ ખબર નહીં...'

'કૌન આદમી? કહાં હૈ વો આદમી? ક્યા કર રહા હૈ વો આદમી?'

'જનાબ, પોલીસ ઇન્સ્પેક્ટર જાવેદને કોઈ સલીમ નામ કે બંદે કો કામ પે લગાયા હૈ.'

'ઉસ સલીમ કે બચ્ચે કો બોલો અગર નહીં ઢૂંઢ પાયા તો અનારકલી જૈસા હાલ કરુંગા.'

કૅપ્ટન અખ્તર હુસેન ખડખડાટ હસી પડ્યો, 'જહાંપનાહ, ઝીલે-ઇલાહી અકબર બાદશાહ, હમેં થોડા સબ્ર સે કામ લેના પડેગા... થોડી સી ઢીલ દે દો... ચૂહે અપનેઆપ બીલ મેં સે બહાર આયેંગે.'

ફોનની ઘંટડીએ મીટિંગમાં બધાને શાંત કરી દીધા. અન્સારીએ ફોન લીધો. 'જનાબ, ગુલેબાબા કી દરગાહ મેં સે રિયાઝ ખાન કી લાશ મિલી હૈ.' અન્સારીએ સાંભળીને ફોન કટ કર્યો. પછી અખ્તર હુસેનની સામે જોઈને કહ્યું: 'આપ જનાબ કહેતે હો કી ચૂહે બીલમેં સે અપને આપ બહાર આયેંગે... ચૂહે ખુલ્લેઆમ ઘૂમ રહે હૈ... હમારે બંદે કી લાશ મિલી હૈ...'

'ચલો, મોકા-એ વારદાત પર.' ત્રણેય દરગાહ પર પહોંચ્યા ત્યારે અન્સારીને ખબર આપનારો ત્યાં હાજર હતો. એની સાથે બીજો એક શખ્સ પણ હતો.

'જનાબ, ઇસને યહાં એક ફકીર કો દેખા થા.'

અન્સારીએ એની પૂછપરછ શરૂ કરી. અખ્તર આસપાસ બધે તપાસ કરવા લાગ્યો. મિલિટરી ચીફ હારુન રિયાઝના ગળા પરનો ઘા જોયો. લાશ પરની ચાદર જોઈ. એની પર લુછાયેલા લોહીના ડાઘ જોયા. અન્સારી પૂછપરછમાં વ્યસ્ત હતો. કૅપ્ટન અખ્તર હુસેન નજીકની જગ્યાએ નજર કરવા ગયા. હારુને જોયું કે એક પણ સુરાગ છોડી નથી. દરગાહની ફરતે જૂની કાટ ખાયેલા લોખંડની રેલિંગ હતી અને રેલિંગની બહારની સાઇડમાં ઝાડ આવેલું હતું. એણે ઝાડને નીચેથી જોવાની શરૂઆત કરી. નજર છેક ઉપરની બાજુ જઈને અટકી.

'જનાબ' એણે બૂમ મારી. અખ્તર અને અન્સારીને ઉપર જોવા કહ્યું. અન્સારીએ પોતાના બંદાને ઝાડ પરથી એ વસ્તુ ઉતારવાનો હુકમ આપ્યો. પેલો માણસ ઝડપથી ઝાડ પર ચડ્યો અને ત્યાંથી પોટલું ફેંક્યું.

અખ્તર હુસેને ફકીરના વેશનું પોટલું ખોલ્યું. "ફકીર કે ભેશ મેં કાફિર." અન્સારી બોલ્યો.

✥

ડૉ. ઝકરિયાને મરિયમને જોયા પછી ક્યાંય ચેન પડતું નહોતું... ઊંઘ હરામ થઈ ગઈ હતી અને જો ઊંઘ આવે તો સપનામાં પણ મરિયમ દેખાતી. કેટલી બધી છોકરીઓ આવી ને ગઈ, પણ ડૉ. ઝકરિયા આટલો પાગલ કોઈની પાછળ બન્યો નહોતો. એ રાત-દિવસ વિચારતો કે મરિયમ જાદુ કરી ગઈ. તડપાવી રહી છે. તડપ અને તલબમાં જે મજા છે એવી બીજા કશામાંય નથી. અકળાવનારી તલબ પછી પ્યાસ બુઝાવવાના ખ્વાબ જોતાં જોતાં સૂઈ જતો ને સવારે ઊઠીને ફરી વિચારતો કે એ હુસ્ન પરીને શોધવી ક્યાં, પણ એની પાસે એક જ માર્ગ હતો. એના ફોનનો ઇન્તેજાર. એક દિવસ ડૉ. ઝકરિયાના ઇન્તેજારનો અંત આવ્યો. એના ફોનની ઘંટડી રણકી. ડૉ. ઝકરિયા માટે તો જાણે મરિયમના કંઠની મધુર ઘંટડી રણકી. એને થયું કે સતત પૉઝિટિવ વિચારતા રહીને આકર્ષણ ઊભું

કરવાનું આ પરિણામ છે, પણ એને ક્યાં ખબર હતી કે આ એક માયાજાળ છે.

'હેલો, કેમ છો?' મરિયમના માદક અવાજમાં અનોખો ઉછાળો હતો. ડૉ. ઝકરિયાના પ્યાસા ગળામાં ઝમઝમ પાણીનું એક ટીપું પડ્યું.

'મને એમ કે તું મને ભૂલી જ ગઈ.'

'અરે, તમે ડૉક્ટરેટની ડિગ્રી લેનારા વિદ્વાન માણસ આવું નૅગેટિવ વિચારો તે કેમ ચાલે... બી પૉઝિટિવ.'

'યસ યસ, તું મારા પૉઝિટિવ વિચારોનું જ આ પરિણામ છો... મરિયમ... તને મળ્યો ત્યારથી હું તારા જ ખ્યાલોમાં રહું છું.' ડૉ. ઝકરિયા આવું બોલવા જતો હતો, પણ આટલી બધી ઉતાવળ સારી નહીં એવું વિચારીને વાક્ય ફેરવી નાખ્યું: 'આજે જ સવારે મેં તને યાદ કરી હતી.'

'કદાચ એટલે જ મેં ફોન કર્યો. બોલો, મને મળવાનું વિચારતા હતાને?'

ડૉ. ઝકરિયાએ આંખો મીંચી ને ખ્યાલોમાં ખોવાઈ ગયો. એ પલંગ પર સૂતો છે ને મરિયમ બાજુમાં બેસીને એના હોઠ સુધી દ્રાક્ષનું ઝૂમખું લાવી રહી છે. માયા બીજીવાર બોલી: બોલો, મને મળવાનું વિચારતા હતાને... ત્યારે ઝકરિયા ખૂબસૂરત ખ્યાલમાંથી બહાર આવ્યો.

'અલ્લા કસમ... હું તને મળવાનું જ વિચારતો હતો.'

'અરે, આટલી અમથી વાતમાં અલ્લાને વચ્ચે નહીં લાવવાના. લેટ્સ મીટ.'

'પણ એવી જગ્યા કે જ્યાં ભીડભાડ ન હોય ને બે દોસ્ત શાંતિથી દિલ ખોલીને ખૂબ વાતો કરી શકે.'

"દિલ ખોલીને વાતો કરવાની" વાતથી ભીંજાયેલા અવાજમાં ડૉ. ઝકરિયા એક ફાઇવ સ્ટાર હોટલની કૉફીશોપનું નામ બોલ્યો. ડૉ. ઝકરિયા નામના મગરમચ્છને ક્યાં ખબર હતી કે એ માયાએ બિછાવેલી એક મોટી માયાજાળ તરફ સરકી રહ્યો હતો.

❖

મહેશે રિયાઝને પતાવી દીધા પછી ફકીરી વેશને ઉતાવળે કાઢ્યો હતો અને કોઈની નજરે ન ચડવા ઝડપથી લૂંગી, ઝભ્ભો, દાઢીમૂછ, માળાઓ... બધું સમેટીને પોટલું બનાવીને ઝાડ પર ચડાવી દીધું હતું. દરગાહમાંથી નીકળ્યા પછી એને સૌથી પહેલો વિચાર કોઈ દૂરના ગામડામાં જઈને છુપાઈ જવાનો આવ્યો હતો. એમાં એને યાદ આવી ગયું કબીરે ફોનમાં કહેલું તબરોઝા ગામ. છુપાવા માટે આ ગામે જઈ શકાય. એના માટે 'એક પંથ ને દો કાજ' જેવું થયું... એણે તરત જ તબરોઝા ગામની તપાસ આદરી. મોટાભાગના લોકોને આવા કોઈ ગામની ખબર

પણ નહોતી. એને નવાઈ લાગી. થોડી શંકા પણ ગઈ. એણે એકવાર કબીરને પૂછવાનું વિચાર્યું, પણ માંડી વાળ્યું. તબરોઝાની તલાશમાં એક આખો દિવસ લાગ્યો. મોડી સાંજે કોઈએ એને તબરોઝાની દિશા બતાવી. કોઈ ઓટો, કોઈ બસ કે કોઈ ખાનગી વાહન આવવા તૈયાર ન થયું. છુપાવા માટે આનાથી વધુ અજાણ્યું ગામ બીજું કોઈ જ ન હોઈ શકે. એણે પગપાળા ચાલવાની શરૂઆત કરી. અજાણ્યું ગામ, અજાણ્યો રસ્તો, અજાણી સીમ, ઘોર જંગલ અને મહેશનો તબરોઝા ગામે પહોંચવાનો મક્કમ નિર્ધાર. રાતના અંધારામાં સૂમસામ રસ્તા પર ચાલતાં ચાલતાં અચાનક એને કોઈ વાહનનો અવાજ કાને પડ્યો. દૂરથી પોતાની તરફ આવતા વાહનની લાઇટ જોઈને હાશકારો થયો. વાહન એ ગામનું જ હોય અને લિફ્ટ આપી દે. એના મનમાં આશા જાગી. એ ચાલતો રહ્યો. વાહનનો અવાજ નજીક આવતો ગયો. વાહન નજીક આવ્યું કે તરત જ એણે રસ્તાની વચ્ચે ઊભો રહીને લિફ્ટ લેવા માટે હાથ ઉપર કર્યા. વાહન ઊભું રહી ગયું, પણ મહેશ ફફડી ગયો. એ મિલિટરીની ટ્રક હતી. અંદરથી પાકિસ્તાની લશ્કરનો એક સૈનિક કૂદીને નીચે ઊતર્યો. મિલિટરી ટ્રકની ફ્લડ લાઇટમાં બે પડછાયા સામસામે ઊભા રહી ગયા.

'કૌન હૈ બે તૂ?' સૈનિકના કડક અવાજે જંગલની ભેદી શાંતિને ડહોળી નાખી. મહેશ પાકિસ્તાની વાહન અને સૈનિકને જોઈને અંદરથી હચમચી ગયો. જેનાથી બચવાનું હતું એ જ સામે આવીને ઊભા રહી ગયા.

'મૈં રાસ્તા ભટક ગયા હૂં... તબરોઝા જાના હૈ... લિફ્ટ કે લિયે હાથ...' મહેશ આટલું માંડ બોલી શક્યો.

'તબરોઝા મેં કહાં જાના હૈ?'

મહેશને ક્યાં ખબર હતી કે ક્યાં જવું છે. જલદી જવાબ ન આપવાના અંજામથી એ વાકેફ હતો. ગળે ઊતરે એવું કારણ કદાચ કામ લાગે. એણે ગરીબડું મોઢું કરીને ગળગળા અવાજમાં કહ્યુઃ 'મેરે મામુજાન અલ્લાહ કો પ્યારે હો ગયે હૈં... કલ સુબહ કી મૈયત મેં પહોંચના હૈ... અગર આપ...'

એટલામાં બીજો સૈનિક બહાર આવ્યો. 'બિચારે કા કોઈ રિશ્તેદાર મર ગયા હૈ... બૈઠો પીછે જાકે... તબરોઝા ગાંવ સે પહેલે પહેલે ઉતાર દેંગે... વહાં સે હમેં દૂસરા રાસ્તા પકડના હૈ...'

મહેશ ચુપચાપ મિલિટરીની ટ્રકમાં ચડી ગયો ને અજાણ્યા રૂટને યાદ રાખવાનું શરૂ કર્યું. લગભગ ત્રણેક વાગ્યે લશ્કરની ગાડી ઊભી રહી. આગળ બેઠેલા સૈનિકનો અવાજ સંભળાયો, 'ઊતરો નીચે.'

મહેશે નીચે ઊતરીને 'શુક્રિયા' કહ્યું. સૈનિકે એના મોં પર ટૉર્ચ ફેંકીને ચહેરો

બરાબર જોયો. પછી એક દિશામાં ટૉર્ચ કરીને રસ્તો બતાવતાં કહ્યું, 'યહ સીધા રાસ્તા તબરોઝા જાયેગા.'

એક સાવ અજાણ્યા ગામની બાજુના ગાઢ જંગલમાં મોડી રાતે પાકિસ્તાની લશ્કરની હિલચાલ. કબીરે નકશામાં જોયેલું તબરોઝા ગામ. એણે ખાસ સૂચવેલું તબરોઝા ગામ. શંકાનો રંગ ઘેરો બન્યો. એણે એક ઝાડની પાછળ છુપાઈને મિલિટરી ટ્રકને એ દેખાતી બંધ ન થઈ ત્યાં સુધી જતા જોઈ. આસપાસ નજર કરીને રસ્તો યાદ રાખ્યો. પછી તબરોઝા ગામ તરફ ચાલવાનું શરૂ કર્યું. જ્યાં એનો કોઈ મામુજાન મર્યો નહોતો કે કોઈ સગુંવહાલું નહોતું. તબરોઝા ગામ એના માટે એક છુપાવાની જગ્યા હતી. થોડું ચાલ્યા પછી નાનકડું ગામ દેખાયું. થાકથી આખું શરીર તૂટતું હતું. ઊંઘે આંખોને ઘેરી લીધી હતી. એની કોઈ મંજિલ નહોતી, કોઈ સરનામું નહોતું. ખરા અર્થમાં અહીં એ ફકીર હતો. એ એક દુકાનના ઓટલા પર સૂઈ ગયો.

સવારે એક માણસે એને ઢંઢોળ્યો. ગાઢ નીંદરમાં સૂઈ રહેલો મહેશ જાગ્યો નહીં. ફરી મોટેથી અવાજ કરીને ઉઠાડ્યો, ઢંઢોળ્યો. મહેશ બેબાકળો ઊઠી ગયો. એક મિનિટ માટે તો એ ભૂલી ગયો કે એ ક્યાં છે. આંખો ચોળતાં સામેના માણસને જોયો. એટલીવારમાં બાજુની નાનકડી ડેલી ખોલીને એક સ્ત્રી બહાર આવી.

'શું થયું? કોણ છે આ આદમી?'

'ખબર નહીં કોણ છે. ભાઈ ઊઠો, દુકાન ખોલની હૈ.' પેલા માણસે ફરી કહ્યું.

મહેશે એમની સામે જોયું. કિસ્મતનો ખેલ નિરાળો છે. મહેશની સામે ઊભેલાં સ્ત્રી અને પુરુષ સલામત અલીનો ચાચા સુલેમાન અને ચાચી ફાતિમા હતી.

22

કિસ્મતનો ખેલ ખરેખર નિરાળો છે. સલામત અલી ભવિષ્યમાં મિશન શાદી પાછળનું રહસ્ય ખોલી દેશે એવી શંકાને લઈને મહેશે સલામતનું મોઢું બંધ કરી નાખ્યું હતું. ચાચા-ચાચીને એ ખબર નથી કે પોતાની દુકાનની બહાર પાટિયા પર સૂતેલો માણસ પોતાના સગા ભત્રીજાનો હત્યારો છે અને મહેશને જાણ નથી કે મિશન શાદી પાર પાડવામાં જેની મદદ લીધી હતી એ સલામત અલીનાં આ ચાચા-ચાચી છે. મહેશનો ઇરાદો રિયાઝને પતાવી દીધા બાદ કોઈ અજાણ્યા ગામે છુપાઈ જવાનો અને કબીરે કહેલા તબરોઝા ગામને શોધીને તેની પર નજર

રાખવાનો હતો. મહેશ આંખો ચોળી રહ્યો હતો, પણ એના કાને પડેલા શબ્દો ગુજરાતીમાં હતા. ફાતિમાએ ફરી એ જ સવાલ કર્યો, 'કોણ છે, આ આદમી?'

'માફ કરજો, હું ગામમાં નવો છું. કામ-ધંધાની શોધમાં ભટકું છું. રાતની મુસાફરી કરીને બહુ થાક્યો હતો એટલે અહીં જ સૂઈ ગયો.' મહેશે ગુજરાતીમાં બોલવાનું શરૂ કર્યું. દુનિયાના કોઈ પણ ખૂણામાં પોતાની બોલી બોલનારો તરત જ પોતીકો બની જાય. એમાંય જો હમવતની હોય તો આંખ મીંચીને ભરોસો મૂકવાની શરૂઆત થાય.

'કાંઈ વાંધો નહીં ભાઈ. હજી થોડા દા'ડા પહેલાં અમું પન નવાં હતાં. અલ્લાહની મહેરબાનીથી ધોબીની દુકાન થઈ ગઈ.'

સુલેમાન ફાતિમાને મોઢું બંધ રાખવાનો ઇશારો કરે એ પહેલાં ફાતિમાનું ભોળપણ બોલી ઊઠ્યું. એણે દુકાન ખોલીને ઝાપટઝૂપટ શરૂ કરી. મહેશ દુકાનની બાજુમાં જઈને ઊભો રહી ગયો.

'તું અંદરથી કોયલા લાવીને ઇસ્ત્રીમાં ભરવા લાગ... હું કામ શરૂ કરી દઉં.'

ફાતિમા ગઈ ને ધગધગતા કોલસાની સાથે ચાના પ્યાલા લાવી.

'લે ભાઈ, તું પન પી લે.' એણે મહેશની સામે ચાનો કપ ધર્યો.

'ના, ના.' મહેશે હાથ જોડ્યા.

'અરે ભાઈ, પી લે... ચાની ના નો પડાય.' સુલેમાને ખચકાતા મને કહ્યું. પોલીસથી બચવા એમણે રાતોરાત ઉચાળા ભરવા પડ્યા ને કોઈ ઓળખે નહીં એવા સાવ અજાણ્યા ગામમાં વસવાટ કરવો પડ્યો એથી એનું મન કોઈના પર જલદી ભરોસો કરતાં અચકાતું હતું. એનો ઇરાદો મહેશને ચા પીવડાવીને ત્યાંથી રવાના કરી દેવાનો હતો.

મહેશે ચાના પ્યાલાને બે હાથની વચ્ચે પકડીને ગરમાટો લેતા હળવો ઘૂંટડો ભર્યો. સુલેમાન ઇસ્ત્રીમાં કોલસા ભરવા લાગ્યો.

'ભાઈ, તમારું વતન કયું?' ફાતિમાએ કપડાં પર પાણી છાંટતાં પૂછ્યું.

'કચ્છનું રાપર... મારું વતન.' અનાયાસે મહેશના મોંમાંથી શબ્દો નીકળ્યા ને સુલેમાનના હાથ પર અંગારા મારતો કોલસો પડતાં રહી ગયો. કપડાં પર પાણીનો છંટકાવ કરતાં ફાતિમાના હાથ થંભી ગયા. બંનેએ એકબીજાની સામે જોયું.

'અંદર આવ.' સુલેમાને મહેશને દુકાનની અંદર બોલાવ્યો. મહેશને કાંઈ સમજાયું નહીં. એ બહાર આવવા-જવા માટેનું પાટિયું ઊંચકીને અંદર ગરક્યો.

'તું સરહદ પાર કરીને આવ્યો છે?' સુલેમાને પૂછ્યું.

'હા...' સુલેમાન અને ફાતિમાના ભૂતકાળથી સાવ અજાણ મહેશે છુપાવા માટેનો આશરો શોધવાના ઇરાદે કહાની ઘડવાની શરૂઆત કરી.

'તું ક્યારે આવ્યો?'

'તારું નામ શું છે?'

'પાકિસ્તાન આવવા પાછળનો તારો મકસદ શું છે?'

'તને આ ગામમાં જ આવવાની કેમ ખબર પડી?'

'તને કોણે મોકલ્યો છે?'

સુલેમાન ચાચા અને ફાતિમા ચાચીએ સવાલોની ઝડી વરસાવી. એમના પેટમાં ફડક પેસી ગઈ કે આ માણસ એમનું પગેરું શોધતો અહીં સુધી પહોંચી ગયો નથીને? મહેશ બંનેની સામે વારાફરતી જોવા લાગ્યો. અચાનક આટલી બધી પૂછપરછ કરનારાનું જરૂર કોઈ રહસ્ય હોવું જોઈએ. ચાચા-ચાચીનું રહસ્ય પછીથી જાણીશ. એવું વિચારીને એણે મનઘડંત કહાની કહેવાની શરૂઆત કરી.

'હું ગયા જૂન મહિનામાં ઘૂસ્યો. મારું નામ ઉસ્માન છે. પાકિસ્તાનની તસ્લીમ નામની એક છોકરી મને રાપરમાં એક શાદીમાં મળી. અમે પ્રેમમાં પડ્યાં. એણે મને પાકિસ્તાન આવી જવા લલચાવ્યો. હું પૈસા વેરીને અહીં તો આવ્યો, પણ ન છોકરી મળી, ન એનો કોઈ પત્તો મળ્યો. હું પાછો જઈ શકતો નથી અને અહીં રહી શકતો નથી. દરદર ભટકી રહ્યો છું અને ભટકતો ભટકતો અહીં આવી પહોંચ્યો. મને કોઈએ અહીં મોકલ્યો નથી. હું કોઈને ઓળખતો નથી અને કોઈ મને ઓળખતું નથી. આ મારી દુઃખભરી કહાણી છે.'

ફાતિમા ચાચીનું દિલ પીગળી ગયું. સુલેમાન ચાચાએ દુનિયા થોડી વધુ જોઈ હતી. એણે એક સવાલ કર્યો.

'પાંચ વાર નમાઝ પઢે છે?'

'ના.' મહેશે ફટ દઈને ચોંકાવનારો જવાબ આપ્યો.

'એટલું યાદ રાખ, અલ્લાહ પરથી જેનો ભરોસો ઊઠી જાય છે એ આ દુનિયામાંથી વહેલો ઊઠી જાય છે.'

સુલેમાન અને ફાતિમાને મહેશમાં પોતાનો ભત્રીજો સલામત અલી દેખાયો. બંનેએ અંદર જઈને થોડી ગુફ્તેગો કરીને મહેશને આશરો આપવાનો નિર્ણય લીધો. ત્યારે કોઈને અંદાજ ન હતો કે ઇન્સ્પેક્ટર જાવેદે સુલેમાન અને ફાતિમાને શોધવા છુટ્ટો મૂકેલો સલીમ ઉર્ફ સલીમડા નામનો શ્વાન સૂંઘતો સૂંઘતો તબરોઝાની સીમમાં પ્રવેશી ચૂક્યો હતો.

✣

ડૉ. ઝકરિયા ફાઇવ સ્ટાર હોટલની કૉફીશોપમાં મરિયમની રાહ જોતો બેઠો હતો. ઘણીવારે એક બુરખાધારી સ્ત્રી અચાનક એની સામે આવીને ઊભી રહી.

ઝકરિયા કાંઈ કહે એ પહેલાં સ્ત્રીએ રૂખ પરથી નકાબ હટાવીને પોતાનું ચાંદ જેવું મુખડું બતાવ્યું. ખિલખિલ કરતી મરિયમે "આદાબ અર્ઝ હૈ" કહ્યું. ઝકરિયા બેતાબ હતો, તડપતો હતો આ જલવો જોવા. એ ઊભો થઈ ગયો.

'ઓહોહો... તું અને બુરખામાં?'

'સર, બુરખો એટલા માટે પહેર્યો કે હું તમારી બેતાબી જોઈ શકું, પણ તમે મારા એક્સપ્રેશન જોઈ ન શકો.' માયાએ ખુરસી પર બેસતાં કહ્યું.

'સ્માર્ટ ગર્લ... શું જોયું મારા ચહેરા પર તેં?'

'આકર્ષણ... છોકરીને જોઈને એક યુવાનના ફેસ પર જે જોવા મળે તેવું આકર્ષણ.'

માયાએ થોડો સારો શબ્દ વાપર્યો. હકીકતમાં એ એવું કહેવા માગતી હતી કે ઝકરિયા, તારા મોંમાંથી હવસની લાળ ટપકતી હતી.

'હા, આકર્ષણ તો ખરું જ. પહેલી નજરે બહુ ઓછા લોકો ગમી જતા હોય છે. તું ગમી ગઈ.'

'સર, મને પણ તમે એક સૌમ્ય, ભણેલાગણેલા ઇન્સાન તરીકે ગમી ગયેલા. બાકી હું ભલે લંડનમાં જન્મી, ઊછરી, પણ પાકી રૂઢિચુસ્ત મુસ્લિમ છું.'

ઍરપોર્ટ પર મૉડર્ન ડ્રેસમાં સજ્જ જોયેલી છોકરીએ આવી વાહિયાત કરી. ઝકરિયાને આ સાંભળીને હળવો ધક્કો લાગ્યો.

'આધુનિકતાનો અંચળો ઓઢનાર દરેક વ્યક્તિ રૂઢિવાદી જ હોય છે. હું દેશી માણસ જ છું. ભણ્યો વિદેશમાં, ઘણો વખત રહ્યો વિદેશમાં, પણ પાછો આવીને વતનની સેવા કરું છું.'

'ઓહ... મને વતનને પ્રેમ કરનારા લોકો બહુ ગમે. હું પણ દેશપ્રેમી છું. તમે કઈ રીતે દેશસેવા કરો છો?'

સવાલ સાંભળીને ઝકરિયાએ વિષય બદલ્યો, 'દેશસેવાની વાત પછી. પહેલાં એ કહે શું ખાવું-પીવું છે?'

'સર, માત્ર કૉફી લઈશ.'

ઝકરિયા બે કૉફીનો ઑર્ડર આપીને વિચારતો રહ્યો કે આ રૂઢિચુસ્ત છોકરીને કઈ રીતે પોતાની પ્રેમજાળમાં ફસાવવી. જોકે માયાને ગળા સુધીની ખાતરી થઈ ચૂકી હતી કે ઝકરિયો લપેટમાં આવી ગયો છે અને એ જે દેશસેવાના બણગાં ફૂંકે છે એની વાત એ ખુદ નહીં કરે, તરકીબથી જ જાણી શકાશે અને એ તરકીબ દરેક સ્ત્રી પાસે હોય છે.

✣

ઇન્ડસ્ટ્રી મિનિસ્ટર અસગર મોહમ્મદ બડો ચાલાક રાજકારણી હતો. એણે નકશામાં બતાવેલી જગ્યા આપવાનું ગાજર કબીરને બતાવ્યું હતું. એની નિયતમાં ખોટ હતી. એ જગ્યા અપાવવાને બહાને પૈસા કઢાવવા માગતો હતો. અખાતી દેશમાં જઈને જલસા કરવા માગતો હતો. જોકે કબીરનો આશય પણ ક્યાં જગ્યા ખરીદવાનો હતો. બંને ચેસ રમી રહ્યા હતા અને કોણ કોને ચેકમેટ કરશે એનો ફેંસલો પણ જલદીથી આવી જશે.

એવામાં એક દિવસ અસગર મોહમ્મદનું તાકીદે મળવાનું કબીરને કહેણ આવ્યું, 'અગર રૂપિયા હૈ તો બાત આગે ચલેગી વરના ભૂલ જાઓ.' કબીરે જવાબ આપ્યોઃ 'ઇતની બડી બાત ખડે ખડે નહીં હોતી. બૈઠ કર બાતેં કરો. તો કુછ હલ નિકલે.'

✣

સુલેમાન ચાચા અને ફાતિમા ચાચીને સલામત અલીના સ્વરૂપમાં ઉસ્માન મળી ગયો. મહેશ એ ઘરમાં સલામત થઈ ગયો. હવે એ તબરોઝાની મિલિટરી હિલચાલ પર ચાંપતી નજર રાખવા લાગ્યો. બે-ત્રણ દિવસ પછી એણે લોકલ ફોનબુથ પરથી કબીરને ફોન કરીને કોડવર્ડમાં કહ્યુંઃ 'મંડી સે રોઝ માલ ટ્રક મેં આ રહા હૈ. હાં, બરાબર પહોંચ રહા હૈ... મેરી ગિનતી ચાલુ હૈ... હિસાબ બરાબર દેતા રહૂંગા.'

'ક્યા કહા... માલ કૈસા હૈ...'

'વો તો દેખ કર કેહ પાઉંગા... દેખને મેં તો ભારી અચ્છા લગતા હૈ... કલ ચેક કરતા હૂં...'

બીજે દિવસે રાતે ચુપચાપ મહેશ નીકળી પડ્યો. એણે જરા વધુ આગળ જઈને તપાસ કરવાનું નક્કી કર્યું હતું. ખૂબ જ સાવધાનીથી એ આગળ વધ્યો. એક મોટી ફેક્ટરી જેવી કોઈ ઇમારત જોઈ. એક બોર્ડ વાંચ્યું. ખબર પડી કે એ પ્રતિબંધિત વિસ્તારમાં જઈ ચડ્યો. હતો. થોડે જ દૂર મિલિટરીનો કડક જાપ્તો હોવાનું સમજાયું. બસ, હવે આનાથી વધુ આગળ જવું જોખમી હતું. એ પાછો ફર્યો. બીજે દિવસે એણે કબીરને ફોન કર્યો.

'મેરા તો મક્કા મદિના ઇધર હી હૈ. બસ, થોડા કર્ઝ ઉતાર લું તો હજ હો ગઈ સમજો.'

કબીરે કોડની ભાષા ઉકેલી હતી, "રોજ મિલિટરીની ટ્રકોમાં કોઈ સામાન આવે છે. ભારે સામાન હોય એવું લાગે છે. એ હિસાબ રાખે છે અને ફોન કરીને જણાવતો રહેશે." છેલ્લી વાત ખૂબ જ મહત્ત્વની હતી કે 'કોઈ મોટું

મથક છે. અંદર શું ચાલી રહ્યું છે એની ખબર પડે તો સમજો કે હજની યાત્રા સફળ થઈ ગઈ.' કબીરની નજર સામે ઇન્ડસ્ટ્રી મિનિસ્ટરે મૂકેલા નકશાની લાલ બૉર્ડર તરવરવા લાગી.

✣

કબીરના સંદેશા પછી ઇન્ડસ્ટ્રી મિનિસ્ટરે ઉતાવળે મીટિંગ કરી. એ વખતે કબીર એકલો હતો. બંને સીધા મુદ્દા પર આવ્યા.

'આપકો વહી જગહ ક્યું ચાહિયે?'

'મુઝે માલૂમ નહીં મેરે દોસ્ત, કુછ લોગ કો ખરીદની હૈ...'

'વહાં કોઈ ખરીદ નહીં સકતા...'

'ક્યું નહીં ખરીદ સકતા? પૈસા બોલો...'

'ક્યું કી વહાં હમારી સરકાર કા કુછ ખાસ પ્રોજેક્ટ...'

કબીર જે બોલાવવા માગતો હતો, જે જાણવા માગતો હતો એ અસગરના મોઢામાંથી નીકળી ગયું. મહેશની તપાસમાં દમ હોવાનું લાગ્યું.

'હમેં વો ગ્રીન બૉર્ડર વાલી જગહ ચાહિયે...'

'વો જગહ કા પૈસા બહુત હોગા.' અસગરને ક્યાં વેચવી હતી? એની નજર તો ગલ્ફમાંથી આવનારા પૈસા પર હતી. કબીરને લેવી પણ ક્યાં હતી. જોકે ખરી મુસીબત હવે શરૂ થવાની હતી. કબીરનાં ખિસ્સાં ખાલી હતાં. ભારત સરકાર કોઈ ખર્ચ ઉઠાવતી નહોતી. ગોપીનાથ રાવે પૈસાનો માંડ થોડો જુગાડ કરીને મિશન શાદી માટે બરાત મોકલી હતી. બીજી સમસ્યા બત્રાની હતી. બત્રાએ મીટિંગ ગોઠવી હતી. હવે જો સોદો પાર ન પડે અથવા તો કોઈ અટકી પડે અને ઇન્ડસ્ટ્રી મિનિસ્ટર અસગરને ખબર પડી જાય તો પોતાનો તો ઠીક પણ બત્રાનો જીવ જોખમમાં મુકાઈ જાય. કબીર કોઈ કાળે આવું ઇચ્છે નહીં. આમ છતાં કબીર અસગરને તાણવા-જાણવા-ચકાસવા માગતો હતો. એની ઔકાત ટટોલવા માગતો હતો.

'બહુત મતલબ, કિતના પૈસા?' એણે પૂછ્યું.

'દસ લાખ યુએસ ડૉલર... પાકિસ્તાની કરન્સી કે હિસાબ સે કરીબ કરીબ 26 કરોડ હોતા હૈ. મુઝે 25 કરોડ ચાહિયે. દસ કરોડ એડ્વાન્સ... વો ભી મૈં કહું વો ફૉરેન બૅન્ક મેં... બાકી કામ હોને કે બાદ...'

ઇન્ડસ્ટ્રી મિનિસ્ટર પાકું હોમવર્ક કરીને આવ્યો હતો. કબીરે બધી ગણતરી માંડી લીધી.

'આપ ફાઇલ તૈયાર કરો. મેરી એક દરખ્વાસ્ત હૈ કી આપ ખુદ ચલે જાઓ

દુબઈ. પૈસોં કે સાથ જન્નત કી હૂર ભી આપકા ઇન્તેજાર કરતી હૈ. મૈં બાકી સબ ઇન્તેજામ કરતા હૂં...'

અસગરને અગાઉ કબીરે કરેલી જન્નતની હૂરની વાતથી ગલીપચી થવા લાગી.

'કરો બંદોબસ્ત...' અસગરે કહ્યું અને કબીર ઊઠીને હોટલના કાઉન્ટર પરથી ફોન લગાડવા ગયો. થોડીવારે આવીને કહ્યુંઃ 'બાત હો ગઈ હૈ. આપ કલ હી ચલે જાઈએ. ઍરપોર્ટ પર મેરા એક બંદા રિસીવ કરને આયેગા.'

✣

બીજે જ દિવસે ઇન્ડસ્ટ્રી મિનિસ્ટર દુબઈના ઍરપોર્ટ પર ઊતર્યો. એક માણસ એના નામનું પાટિયું લઈને ઊભો હતો. મિનિસ્ટર એની સાથે ગયો. પેલા માણસે આલીશાન કારનો દરવાજો ખોલી આપ્યો. મિનિસ્ટર ગોઠવાયો કે તરત પેલા માણસે કહ્યુંઃ 'આપ ચલિયે જનાબ, મૈં પીછે કી ગાડી મેં હૂં...'

મિનિસ્ટર આસપાસનો નજારો જોતો થોડે આગળ પહોંચ્યો ને એની કારમાં એક પ્રચંડ વિસ્ફોટ થયો.

23

એક મોટો ધમાકો થયો અને ટૅક્સીના ફુરચેફુરચા નીકળી ગયા. ઍરપોર્ટ પર મિનિસ્ટરના નામનું પાટિયું લઈને એનું ભવ્ય સ્વાગત કરવા ઊભેલો શખસ બીજો કોઈ નહીં, પણ દિલ્હીમાં ટ્રક ડ્રાઇવર બનીને અજય અહુજાને ઉડાવનાર ગિરધર હતો. દિલ્હીની ઘટના પછી ડિફેન્સ સેક્રેટરી રામ મોહને છૂપી મદદ કરીને ગિરધરને સિફતથી દુબઈ રવાના કરી દીધો હતો. આ વખતે પણ કબીરે રામ મોહનની મદદથી દુબઈનું કાવતરું ઘડીને મિનિસ્ટર અસગરને ઉડાવ્યો હતો.

દુબઈની ઘટનાને મિડિયાએ એક જુદો જ વળાંક આપ્યો હતો. પાકિસ્તાની ઇન્ડસ્ટ્રી મિનિસ્ટર અસગર પાકિસ્તાની સરકારની જાણ બહાર પોતાના કોઈ અંગત શંકાસ્પદ કામસર દુબઈ આવ્યો હતો અને પોતાના કોઈ અંગત વેરઝેરનું આ પરિણામ હતું. ડિફેન્સ સેક્રેટરી રામ મોહને ગલ્ફની અખબારી આલમના પોતાના સોર્સને આવી નાનકડી બ્રિફ આપી દીધી હતી. આ અખબારી અહેવાલ પાકિસ્તાની સરકાર સહિત આખી દુનિયાને ગળે ઊતરી ગયો હતો. જોકે

મીડિયામાં અને રાજકારણમાં ત્યાર બાદ ખૂબ ચર્ચાઓ થઈ, પણ દરેક ચર્ચાને અંતે ચર્ચામાં ભાગ લેનારો માણસ પોતે ચર્ચા પહેલાં જે માનતો હતો, છેલ્લે એ જ વાત માનતો રહે છે, ચર્ચાઓથી વિચારધારા બદલી નથી શકાતી.

કબીરનો હેતુ સાફ હતો, ઇન્ડસ્ટ્રી મિનિસ્ટર અસગર પાસેથી મહત્ત્વની વાત જાણી લીધા પછી બત્રાનો જીવ જોખમાય નહીં એટલા ખાતર એને રસ્તામાંથી હટાવવો. ગિરધરે ટૅક્સીના ધડાકા પછી કાઠમંડુની ફ્લાઇટ પકડી લીધી હતી.

❖

મરિયમે ડૉ. ઝકરિયા સાથેના સંબંધને ખોટી હવા આપવાનું ચાલુ રાખ્યું. ઝકરિયા હવામાં હવાઈ કિલ્લા બાંધતો રહ્યો. એ અવારનવાર કોઈ ને કોઈ બહાને મરિયમને મળવા બોલાવે. એના માટે મોંઘીદાટ ભેટસોગાદ લાવે. મરિયમ શરમાઈને... ના ના કહેતી જઈને ભેટ લઈને ઘરે જતી. મરિયમને આ બધી મુલાકાતોથી સંતોષ નહોતો થતો, કેમ કે ડૉ. ઝકરિયા ન્યૂક્લીઅર બૉમ્બ બનાવવા પાછળનું મૂળ ભેજું હોવાની વાતનો કોઈ સબળ પુરાવો એના હાથ લાગતો નહોતો. મરિયમ સતત એની ફિરાકમાં રહેતી. ઝકરિયાને ચીટકી રહેવાનું આ એક મોટું કારણ હતું. એવામાં એક દિવસ ડૉ. ઝકરિયાએ મરિયમને સાંજ પછી પોતાની ઑફિસમાં બોલાવી. સાંજે બોલાવવા પાછળના ઝકરિયાના ઇરાદાને મરિયમ ઓળખી ગઈ, પણ એને થયું કે આ મોકો જતો કરવા જેવો નથી. એ ઝટપટ તૈયાર થઈને પહોંચી ગઈ. જુનવાણી ઇમારતના લાકડાના ખખડધજ દાદરા પર. ઑફિસના બીજા માળે આવેલી એની ઑફિસમાં પીળો પ્રકાશ ફેંકતા બલ્બ ચાલુ હતા. પુરાતત્ત્વ ખાતાની કોઈ જૂનીપુરાણી કચેરી જેવી ઑફિસમાં ભાગ્યે જ કોઈ સ્ટાફ હશે અને જે હશે એ જતા રહ્યા હશે, મરિયમને જરા થડકો થયો. જોખમ ઉઠાવીને પહોંચેલી મરિયમે એક બંધ કેબિનના દરવાજા પર બે ટકોરા માર્યા.

'આવતી રહે.' ડૉ. ઝકરિયાનો પ્રેમભર્યો આવકાર સંભળાયો. મરિયમે હળવેકથી દરવાજો ખોલ્યો.

'વેલકમ... વેલકમ, વેલકમ...' ઝકરિયા ત્રણવાર બોલ્યો.

'ઓહોહોહોહ... શું વાત છે... ત્રણવાર વેલકમ?'

'આપણામાં ત્રણવારનું મહત્ત્વ છેને... બેસ.'

'આજે કૉફીશોપને બદલે... અહીં આવી ઉદાસીન... બેજાન જગ્યામાં કેમ?' મરિયમને પોતાને અહીં બોલાવવા પાછળના ઝકરિયાના બદઇરાદા વિશે કોઈ શંકા ન હતી.

'તને બેજાન લાગતી જગ્યા મારી તો આ જાન છે જાન...'

મરિયમ હસી પડી, 'જાન? આ ખખડધજ ઇમારત તમારી જાન?'

'હું જે કાંઈ પણ છું એ આ ઑફિસને લઈને... આ જગ્યા મને બહુ ફળી છે અને તું મને મળી.'

'...પણ અહીં કૉફી નહીં મળેને?'

'કૉફી સિવાય બીજું પણ છે.'

'શું?'

'હું...'

હવે શું કરવું. આ માણસનો ઇરાદો નેક નથી જ. એણે આસપાસ નજર કરી.

'આઇ મીન, હું... એટલે હું તને મારા હાથની કૉફી બનાવીને પીવડાવીશ... એમ કહું છું.' ઝકરિયાએ સુધારીને બોલવાનું શરૂ કર્યું. 'ઑફિસમાં અમે જાતે જ ચા-કૉફી બનાવીએ. તું બેસ, હું કૉફી બનાવી આવું.' ઝકરિયા ઊભો થઈને ઑફિસના છેક છેવાડે ગયો ત્યાં નાની પેન્ટ્રી જેવી જગ્યા હોવી જોઈએ એવું એણે માની લીધું. એ દેખાતો બંધ થયો એટલે મરિયમ ઝડપભેર ઊભી થઈ. ટેબલનાં ખાનાં ખોલવાની કોશિશ કરી, લૉક હતા. એણે માથામાંથી હેર પીન કાઢીને ખાનું ખોલ્યું. એક પછી એક ફાઇલ ખોલીને ફટાફટ વાંચવા લાગી. પર્સમાંથી નાનો લાઇટર જેવડો કૅમેરો કાઢીને ક્લિક કરવા માંડી. વચ્ચે વચ્ચે બહાર નજર ફેરવી લીધી. હવે કોઈ પણ ઘડીએ ઝકરિયો આવી જશે, પણ લાલચ રોકી ન શકી. એણે શક્ય એટલું ખચાક... ખચાક કરીને ફોટા પાડ્યા. ઝકરિયાના આવવાના અવાજથી એણે ઉતાવળે કૅમેરો પર્સમાં મૂકવાને બદલે બ્રામાં સરકાવી દીધો. ફાઇલો ખાનામાં ધકેલી... લૉક કરીને બેસી ગઈ.

'કૉફી તૈયાર હૈ...' ઝકરિયા હાથમાં ટ્રે સાથે પ્રવેશ્યો.

'કૉફીશોપ જેવી નહીં જ હોય, પણ મેં બનાવી છે એટલે ટેસ્ટી હશે જ...' એણે ટેબલ પર ટ્રે મૂકી. પોતે પણ ગોઠવાયો.

મરિયમ સ્વસ્થ થઈ ગઈ, પણ એના ધબકારા તેજ થઈ ગયા હતા. એ જોઈને ઝકરિયા મનોમન બોલ્યોઃ 'મને જોઈને તારું દિલ ધક ધક થાય છે?' ઝકરિયાના દિલના ધબકારા વધી ગયા. કદાચ એને કોઈ ખોટો સંકેત મળ્યો. એ મરિયમને બાહુપાશમાં જકડી લેવા ઊભો થયો. કિસ કરવાની કોશિશ કરી, બે હાથ એની છાતી પર મૂકવા માટે લંબાવ્યા.

મરિયમની છાતીનાં પાટિયાં બેસી ગયા. એની છાતીના ઉભાર વચ્ચે કૅમેરો હતો મરિયમને એકીસાથે બે ભયે ભરડો લીધો હતો. એક, બાહુપાશમાં જકડાઈ જવાનો અને બીજો કૅમેરો પકડાઈ જવાનો. એણે નખરાળી નજરને રમાડતાં

રમાડતાં ઝકરિયાના હાથ પાછા હડસેલ્યા... ઝકરિયાને ફરી ખોટો સંકેત મળ્યો.

'કબૂલ હૈ... કબૂલ હૈ... કબૂલ હૈ...' ઝકરિયા બોલ્યો.

'તલાક... તલાક... તલાક... અહીં નહીં, ફરી ક્યારેક' સાંભળીને ઝકરિયા ઝંખવાણો પડી ગયો. એ બે-ચાર વાર સૉરી બોલી ગયો.

મરિયમ મીઠો છણકો કરીને, નેણ નચાવતી ઝડપથી નીકળી ગઈ. ઝકરિયાને ગુમાવવો નહોતો અને જાન પણ બચાવવી હતી. એને દાદરા ઊતરતાં હાશકારો થયો. હાશ, બાહુપાશમાં જકડાઈ નહીં, ફોટા પાડતાં પકડાઈ નહીં. મૂઆએ છાતી પર હાથ મૂકી દીધો હોત તો...

મરિયમે ઘરે પહોંચીને બેગમ સાહેબાના હાથમાં કૅમેરો મૂકતાં કહ્યુંઃ 'એક ગુપ્ત ખજાનો હાથ લાગ્યો ને બીજો મૂલ્યવાન ખજાનો લૂંટાતા બચી ગયો.'

✣

રાહુલ ઉર્ફે રહેમત મિયાં ઉર્ફે ખાનસામા મિલિટરી ઇન્ટેલિજન્સના ટોચના ઑફિસર કૅપ્ટન અખ્તર હુસેનના ઘરમાં રસોયો બનીને ગોઠવાઈ ગયો છે. એ રસોઈ ઉપરાંત કૅપ્ટનનું બીજું બધું કામ કરતો હતો અને ધીમે ધીમે એનો વિશ્વાસુ માણસ બની ગયો હતો. કૅપ્ટન એક 'અકેલો અલ્લાહ' હતો. ના બીવી... ના બચ્ચા... ના કોઈ જવાબદારી... એટલે ક્યારેક તો એ બબ્બે દિવસ સુધી ઘરે ન આવે... ન એના કોઈ સમાચાર આવે... અચાનક આવે અને અચાનક જતો રહે. રાહુલને હજી સુધી ખબર નથી પડી કે કૅપ્ટનની અસલિયત શું છે અને શું કરે છે.

અચાનક એક દિવસ કૅપ્ટને આવીને રાહુલને કહ્યું કે, 'હમારા તબાદલા હુઆ હૈ... તૈયારી શુરુ કર...'

'જી જનાબ' કહેવા સિવાય બીજું કાંઈ પૂછવાની રાહુલની ક્યારેય હિંમત થઈ નહોતી છતાં એ દિવસે એણે હિંમત કરીને પૂછ્યુંઃ 'જનાબ, તબાદલા કહાં હો રહા હૈ?'

'જંગલ મેં...' કૅપ્ટન જલ્લાદ જેવું હસ્યો. રાહુલે આગળ પૂછવાનું ટાળ્યું.

એ રાતે એને પહેલીવાર ઊંઘ ન આવી. ઊંઘ ન આવવાનું કારણ કૅપ્ટનની બદલી, જંગલ, મિશન શાદી, ન્યૂક્લીઅર પ્લાન્ટ નહોતું, પણ એની પત્ની અંજના હતી. દમણમાં બંધાઈ રહેલા બ્રિજનો પેટા કૉન્ટ્રાક્ટ મળ્યો છે એટલે ત્યાં જ રહેવું પડશે એવું કહીને નીકળેલા રાહુલે શરૂઆતમાં અંજનાને ફોન કર્યા, પણ પછી વ્યસ્તતા અને જોખમ બંને વધી જતાં ફોન કરવાનું ઓછું કર્યું. હવે તો સાવ બંધ જ થઈ ગયું છે. આવું ક્યાં સુધી ચાલશે, તેનો જવાબ રાહુલ પાસે નહોતો.

✣

મહેશ રોજ રાતે ચાચા-ચાચી સૂઈ જાય એટલે તબરોઝાના એ રહસ્યમય લશ્કરી મથકને શોધી કાઢવા ને એમાં શું ચાલે છે એ જાણવા નીકળી પડતો, પણ કાંઈ ખાસ માહિતી કે જાણકારી મળતી નહીં. એને થયું કે મથકની અંદર ઘૂસ્યા વિના એમાં શું ચાલે છે એની ખબર નહીં પડે. એણે એક રાતે મિલિટરીના એ માર્ગ પર ખિલ્લા બિછાવી દીધા ને પોતે ઝાડની આડમાં ઊભો રહી ગયો. મિલિટરીની એક ટ્રક પસાર થઈ અને થોડે દૂર જઈને ઊભી રહી. મહેશનો કીમિયો કામ કરી ગયો. એણે ટ્રક પર નજર ટેકવી રાખી. ડ્રાઇવરે ઊતરીને ટાયર ચેક કર્યાં. જમણી બાજુના આગલા ટાયરમાં પંક્ચર હતું.

'જનાબ, ટાયર બદલના હોગા.'

આગળ બેઠેલો કૅપ્ટન અખ્તર હુસેન કૂદીને બહાર આવ્યો, 'ઠીક હૈ...' કહીને એણે ટ્રકને થપથપાવી. સાંભળીને રાહુલ બહાર આવ્યો. રાહુલે પંક્ચર પડવાનો અવાજ સાંભળી લીધો હતો, પણ કૅપ્ટન હુકમ ન કરે ત્યાં સુધી બહાર નહીં આવવાનું ફરમાન હતું. એણે બહાર આવતાં જ કહ્યુંઃ 'મૈં મદદ કરું જનાબ?'

'ખાનસામા, તૂ મુરગે કી ટાંગ પકડ કર પકાનેવાલા... ટાયર પકડેગા?'

'જનાબ, આઝમા કર દેખિયે.'

કૅપ્ટને ઇશારો કર્યો. રાહુલ હાથમાં ટૉર્ચ લઈને ટાયર બદલનાર પાસે ઊભો રહ્યો. કૅપ્ટન એક મોટા પથ્થર પર બેસીને પાકિસ્તાન ઇન્ટેલિજન્સ બ્યૂરોના વડા હબીબ અન્સારીનો વિચાર કરવા લાગ્યો, 'હરામખોરે વઝીર-એ-આઝમને કહીને પોતાનું પત્તું કાપી નાખ્યું. બદલી કરાવી નાખી. આ જંગલમાં... ખુદ સે કુછ હોતા નહીં ઔર મૈં કર રહા થા, તો મુઝે રાસ્તે સે હટાયા... દેખ લૂંગા તુઝે અન્સારી.'

દૂર અંધારામાં ઝાડની પાછળ ઊભો રહીને જોઈ રહેલા મહેશને કોઈના ચહેરા દેખાયા નહીં. એ અંધારાનો લાભ લઈને લપાતા-છુપાતા ટ્રકમાં ચડી જવા માગતો હતો, પણ ટ્રકમાં કદાચ કોઈ બેઠું હશે તો... ના, કોઈ જ નહીં હોય, કેમ કે થપથપાવાનો અવાજ થયો પછી ટ્રકમાંથી એક જ માણસ બહાર આવ્યો, જે ટાયર બદલવામાં મદદ કરે છે અને બીજો સાઇડ પર બેસી ગયો છે. મોકો છે, આવી તક ફરી નહીં મળે. એ આગળ વધ્યો. સૂકાં પાંદડાંનો અવાજ ન આવે એ રીતે... ટ્રકની પાછળ જઈને જાડા કપડાના પરદાને હટાવીને અંદર ગરકી ગયો.

ટાયર બદલાઈ ગયું. ડ્રાઇવરે સ્ટીયરિંગ હાથમાં લીધું. કૅપ્ટન અંદર આવ્યો ને રાહુલ પાછળથી ટ્રકમાં ચડ્યો. સામે મહેશ રિવૉલ્વર તાકીને બેઠો હતો. એણે ચૂપ રહેવાનો ઇશારો કર્યો. રાહુલે હાથમાંની ટૉર્ચ કરી. મહેશના ચહેરા પર પ્રકાશ રેલાયો.

'તું... અહીં?' રાહુલ ધીમા પણ તીવ્ર અવાજે બોલ્યો.

'હા, આ તબરોઝા ગામનું જંગલ છે... વન વિભાગની જમીન પર પાકિસ્તાની સરકારનો ન્યૂક્લીઅર પ્લાન્ટ હોવો જોઈએ એવું કબીરનું માનવું છે. હું એ શોધવા આવ્યો છું.'

'તને ખબર નથી આ શેનું મથક છે એ?'

'ના, મારો સાહેબ કાંઈ કહેતો નથી.'

'પણ તું અહીં શું કરે છે?'

'આગળ બેઠો છે એ લશ્કરનો મોટો સાહેબ છે, એની અહીં બદલી થઈ છે અને હું એનો રસોયો છું.'

'તો... તો... અંદર શું ચાલે છે એની આજે નહીં તો કાલે તને ખબર પડશે.' રાહુલ બોલ્યો ને અચાનક ટ્રક ઊભી રહી. ડ્રાઇવર ઊતર્યો.

'તું આ જ ટ્રકમાં પાછો જતો રહે. અહીં તારો જીવ જોખમમાં છે. આ એરિયા પ્રતિબંધિત લાગે છે. હું તને ગામમાં આવી મળીશ. મોકો મળશે તો...'

'ધોબીની દુકાન યાદ રાખજે. મેઇન બજારથી આગળ એક ગલીમાં છે.'

બંનેએ જલદીથી વાતો પતાવી.

'અબે બહાર આ... સમાન ઉતારના હૈ...' ડ્રાઇવર પરદો ઊંચકીને અંદર જુએ એ પહેલા રાહુલ ટ્રકમાંથી રીતસર કૂદ્યો.

'માફ કરના, જરા નીંદ લગ ગઈ થી.'

'વો ક્વાર્ટર હૈ સા'બ કા...' ડ્રાઇવરે કહ્યું.

'કોઈ બાત નહીં જી, મૈં સારા સમાન ઉતાર લૂંગા.'

ડ્રાઇવરને એટલું જ જોઈતું હતું અને રાહુલ પણ ઇચ્છતો હતો. એણે ઝડપથી સામાન ઉતારવાનું શરૂ કર્યું. સામાન બહુ ન હતો. થોડીવાર પછી ડ્રાઇવરને વિદાય કરતી વખતે કહ્યું: 'સંભાલ કર જાના... કહીં પંક્ચર ન હો જાયે.'

પંક્ચરવાળા વળાંકે ટ્રક પહોંચી. વળાંક લેતી વખતે સહેજ ધીમી પડી કે તરત જ મહેશ કૂદીને બહાર નીકળી ગયો. ટ્રક આગળ જઈને ઊભી રહી ગઈ. મહેશને શંકા ગઈ. એ ઝાડની ઓથે ઊભો રહી ગયો. ડ્રાઇવરે ઊતરીને જોયું. ટાયર પંક્ચર હતું. એને શંકા ગઈ. એણે ટૉર્ચથી જમીન પર પ્રકાશ ફેંક્યો. ખીલો ઊંચકીને બોલ્યો: 'ઇસ બાર ભી પંક્ચર... કોઈ તો હૈ...'

એણે ઝડપથી ચારે તરફ ટૉર્ચ ફેરવી. મહેશ ઝાડની પાછળ લપાઈ ગયો. ડ્રાઇવર ઝાડ તરફ આગળ વધ્યો.

24

મિલિટરી ટ્રકનો ડ્રાઇવર ટૉર્ચને અજવાળે આગળ વધ્યો, પણ થોડે દૂર જઈને પાછા ફરવાનો નિર્ણય કર્યો. પાછાં ફરતાં પહેલાં એકવાર ચારેબાજુ ટૉર્ચ ફેરવીને જોયું. કોઈ નથી એની ખાતરી થઈ. એણે ટ્રકમાં ચડીને છેલ્લું સ્પેર વ્હીલ ઉતાર્યું ને ટાયર બદલવામાં પરોવાઈ ગયો. મહેશ બિલ્લી પગે ત્યાંથી સરકી ગયો. મહેશ રોજ મોડી રાતે ચાચા-ચાચી સૂઈ જાય પછી બહાર નીકળી જતો. આ રીતે રાતે બહાર જતાં પકડાઈ જવાનો પણ એને ભય રહેતો. હિંમત કર્યા સિવાય બીજો રસ્તો પણ નહોતો. એણે કરેલી હિંમતનું સુખદ પરિણામ આવ્યું. ટ્રકમાં ચડ્યો તો રાહુલ મળી ગયો. ખુદ રાહુલને ખબર નથી કે કૅપ્ટન એને ક્યાં લઈ આવ્યો છે. કૅપ્ટનને મળેલા ક્વાર્ટરમાં ઉતારો મળ્યો છે. કૅપ્ટન અહીં શા માટે આવ્યો છે. મથકમાં શું ચાલે છે. હાલ ખબર નથી. ધીમે ધીમે ખબર પડશે. એક રાતમાં બધું જાણી નહીં શકાય, પણ રાહુલે મહેશને ત્યાંથી પાછો મોકલીને અકલમંદીનું કામ કર્યું હતું.

બીજી બાજુ, મહેશે ચાચા-ચાચીનાં દિલ જીતી લીધાં હતાં. એ ચાચીને ઘરકામમાં મદદ કરવા લાગ્યો. ઇસ્ત્રી કરતાં શીખી ગયો. ચાચા-ચાચી બપોરે ઊંઘી જાય ત્યારે કપડાંને ઇસ્ત્રી કરતો. એ રાતે મોડેથી ઘરે આવ્યા પછી બપોરે મહેશ ઇસ્ત્રીનું કામ કરવાને બદલે કબીરને ફોન કરવા બજારમાં ગયો. મિલિટરી મથકથી લઈને રાહુલની મુલાકાત સુધીની બધી વાત કોડવર્ડમાં કરીને પાછો ફર્યો ત્યારે ચાચા-ચાચીની સાથે સલીમ ઉર્ફે સલીમડો બેઠો હતો. કોઈ પોતાનું પગેરું કાઢતું આવ્યું હોઈ શકે. મહેશને શંકા ગઈ. શંકા કરવાનું કારણ પણ હતું. એ સલીમને ઓળખતો નથી. અજાણ્યા શખસને જોઈને મહેશ છુપાઈને વાતો સાંભળવા લાગ્યો.

'પોલીસ તમને શોધવા કાજી મહોલ્લામાં બહુ વાર આવી ગઈ. એની પાસે તમારા ભત્રીજા સલામત અલીએ તમને લખેલો કાગળ પણ છે. પોલીસ હજી સુધી સલામત અલીના ખૂનીને પકડી શકી નથી. સારું થયું તમે નાસી ગયાં. પોલીસને તમારા પર શંકા છે કે સલામત અલીની જેમ તમે પણ ભારતના જાસૂસ છો.'

મહેશ સાંભળીને બે ડગલાં પાછળ ખસી ગયો. એની આંખોમાં એ કાળી રાતે સલામત અલીની છાતીમાં બે ગોળી ધરબી દેવાનું દશ્ય તરવરવા લાગ્યું. પોતે જેની હત્યા કરી છે એ સલામત અલીનાં સગાં ચાચા-ચાચીએ મને આશ્રય આપ્યો છે. વિધિની કેવી વક્રતા.

'આ માણસ કોણ છે? અહીં શા માટે આવ્યો છે?' આગળ સાંભળવા એણે કાન માંડ્યા.

'સલીમડા, તું બીજા કોઈ ગામે નહીં ને આ ગામમાં કેમ આવ્યો?' સુલેમાન ચાચાએ પૂછ્યું.

સલીમ થોથવાયો. શું જવાબ આપવો. જલદી સૂઝ્યું નહીં. પછી ગોઠવીને બોલ્યો.

'હું કાંઈ કામધંધો કરતો નથી એટલે મારા બાપાએ મને કાઢી મૂક્યો.'

ચાચા-ચાચીને ગળે વાત ઊતરી, પણ મહેશને આ કારણ સાચું ન લાગ્યું.

'તને અહીં કોઈ કામધંધો મળી જશે. તું હવે અહીં જ રહે અમારી સાથે...' ચાચીએ કહ્યું.

મહેશ મૂંઝવણમાં મુકાયો. એ ખુદ ચાચા-ચાચીને ત્યાં છુપાઈને રહે છે. એમાં નવા માણસ સાથે રહેવું જોખમી બની રહેશે. એણે ત્યાંથી છટકી જવાનું વિચાર્યું ત્યાં સલીમડો બોલ્યોઃ 'ના, ના, હું મારી ગોઠવણ કરી લઈશ. તમારા પર બોજ નથી બનવું.'

મહેશને પાકી ખાતરી થઈ કે આ માણસ કોઈ ખાસ મકસદથી અહીં આવ્યો છે.

'પણ સલીમ, તું કોઈનેય અમારું અહીંનું સરનામું ન આપતો હોં... નહીંતર જાસૂસીના કલંક સાથે આખી જિંદગી જેલમાં સબડવું પડશે.' ચાચી કરગરતી બોલી.

ચાચા-ચાચીને પકડાવી દઈને મોટું ઇનામ મેળવવાની લાલચે અહીં સુધી પહોંચેલા સલીમનું ખંધુ હાસ્ય અબુધ ચાચા-ચાચી ન સમજી શક્યાં, પણ મહેશને સમજાઈ ગયું કે આ માણસ ભેદી છે.

'અરે, અલ્લાહ કસમ... મરી જાઉં તોય એક હરફ ન કાઢું. ચાલો જાઉં. તમે પણ કોઈને મારા વિશે કહેતાં નહીં.'

છુપાઈને સાંભળી રહેલો મહેશ ઝડપથી બહાર નીકળીને સાઇડમાં ઊભો રહી ગયો. સલીમડાની દિશા જાણવા એની પાછળ પાછળ ગયો. ચાચા-ચાચીને શોધી લીધાં. પકડી પાડ્યાના હરખથી એના પગમાં બમણો વેગ આવ્યો. મોટું સરકારી ઇનામ, મોટા પૈસા અને વગદાર માણસ તરીકે પ્રસ્થાપિત થનારી ઓળખનાં સપનાં જોતો એ એક ટેલિફોનબુથમાં ગયો.

'હેલ્લો, મૈં પોલીસ અફસર જાવેદ સા'બ સે બાત કર સકતા હૂં?' સલીમ વાત કરવાની ઉતાવળમાં હતો.

'હેલ્લો, હેલ્લો, હેલ્લો... આપકી આવાઝ નહીં આ રહી હૈ...' સલીમ બોલતો રહ્યો, પણ સામે છેડે અવાજ પહોંચતો નહોતો. એણે રિસીવર થપથપાવી જોયું.

વાયરને હચમચાવી જોયો. રિસીવરના ડબલામાં સૂનકાર છવાયેલો હતો. એ કંટાળીને નીકળી ગયો.

ટેલિફોનબુથની પાછળ જઈને વાયર કાપી નાખનારા મહેશે "મૈં પોલીસ અફસર જાવેદ સા'બ સે બાત કર સકતા હૂં?" આટલું સાંભળીને નક્કી કરી લીધું કે આ માણસ ખબરી છે. આ માણસ ફોન પર ચાચા-ચાચીની કોઈ ગુપ્ત માહિતી પોલીસને આપવા માગે છે. ચાચા-ચાચીની અને તબરોઝા ગામની જાણ કરે તે પહેલાં ફોનનો વાયર કાપી નાખવો જરૂરી હતો અને મહેશે એ જ કર્યું. એણે સલીમનો પીછો કરવાનું ચાલુ રાખ્યું. સલીમ એક નાનકડી ઝૂંપડી જેવા ઘરમાં ગયો.

મહેશે આજુબાજુ નજર કરીને દરવાજો ખખડાવ્યો. સલીમે દરવાજો ખોલ્યો કે તરત જ મહેશ ધક્કો મારીને અંદર ઘૂસી ગયો.

'કૌન હો તુમ? કૌન હો?' અચાનક અજાણ્યા માણસને ધક્કો મારીને અંદર આવતાં જોઈને સલીમ ડરી ગયો.

'પુલીસ કો ફોન પર ક્યા ખબર દેની થી?'

'તુમ સે મતલબ... મૈં પોલીસ કા આદમી હૂં.' મહેશને હસવું આવ્યું. સાલ્લો ખબરીની ભાષા બોલતો હતો અને પોતાને પોલીસ કહે છે.

'મૈં મિલિટરી ઇન્ટેલિજન્સ કા આદમી હૂં... બતાઓ, ચાચા-ચાચી કે બારે મેં પુલીસ કો ક્યા ખબર દેને કે લિયે ફોન કિયા થા?'

પોલીસ કરતાં મિલિટરીનું કદ ઊંચું છે એવું માનનારો સલીમ ઢૂણો પડ્યો.

'પોલીસ કો પક્કા માલૂમ હૈ કિ ચાચા-ચાચી ભારત કે જાસૂસ હૈં... કાજી મહોલ્લા સે ભાગ કર યહાં છૂપે હૈં... મૈંને દોનોં કો ઢૂંઢ નિકાલા. ચલો, પોલીસ કો ફોન કરતે હૈં.' સલીમ દરેક વાક્યે ગળા હેઠળ થૂંક ઉતારતાં બોલ્યો.

મહેશની શંકા સાચી ઠરી હતી. જો પોલીસ આવી જાય તો ચાચા-ચાચીને તો પકડી જાય સાથે પોતાનો ભાંડો પણ ફૂટી જાય. એણે સમયસર ટેલિફોનની લાઇન કાપી નાખી હતી.

'તુમ્હારા આઇડી દિખાઓ.' મહેશે પૂછ્યું.

'પહેલે તુમ દિખાઓ.' સલીમ બોલ્યો.

'મેરે પાસ નહીં હૈ.'

'મેરે પાસ ભી નહીં હૈ.' કહીને મહેશે ફટ દઈને ખિસ્સામાંથી ટેલિફોનનો વાયર કાઢીને સલીમના ગળા ફરતે વીંટી દીધો. ગાળિયો કસાતો ગયો. સલીમનો શ્વાસ રૂંધાતો ગયો. આંખોના ડોળા ચકળવકળ થવા લાગ્યા. થોડીવારના તરફડાટ પછી ડોળા સ્થિર થઈ ગયા. મહેશે ટેલિફોનનું દોરડું ઢીલું કરીને ખિસ્સામાં મૂક્યું.

મહેશને ટેલિફોનની લાઇન કાપી નાખીને સલીમની લાઇફલાઇન કાપવામાં જ પોતાની સલામતી લાગી હતી.

✣

માયા ઉર્ફે મરિયમે શિકારી ઝકરિયાના પંજામાંથી છૂટીને હાશકારો તો લીધો, પણ એને ખબર નહોતી કે એ ઝકરિયાની શંકાના સકંજામાં સપડાઈ ગઈ છે. માયાના ગયા પછી ઝકરિયાનું ધ્યાન ટેબલના ખાના પર ગયું. બંધ ખાનામાંથી કાગળનો એક ટુકડો બહાર ડોકાઈ રહ્યો હતો. એણે ઝટથી ખાનું ખોલ્યું. ફાઇલમાંથી છૂટો પડી ગયેલો કાગળ જોયો, અસ્તવ્યસ્ત ફાઇલો જોઈ. એણે ગુસ્સામાં ધડામ દઈને ખાનું બંધ કર્યું. કૉફીના બંને મગ હડસેલ્યા. ફાઇલમાંથી કાંઈ ગયું નથી. બધી જ ફાઇલો એમની એમ જ છે, પણ ખાનું ખૂલ્યું છે એટલું ચોક્કસ અને મરિયમ સિવાય આ કામ બીજા કોઈનું ન હોઈ શકે. ઍરપોર્ટ પર લિફ્ટ માગતી હસીન મરિયમ... પોતાનો ફોન નંબર કે સરનામું નહીં આપનારી ચબરાક મરિયમ... પ્રેમનું નાટક કરતી નખરાળી મરિયમ... એ વિચારતો કેબિનમાં આંટા મારવા માંડ્યો. ટેબલ પર મુક્કીઓ પછાડી. કોણ છે, આ મરિયમ. જાસૂસ... એજન્ટ... સ્પાય... તું જે કોઈ પણ હો તે... મરિયમબાનુ, તને બાહુપાશમાં જકડીને મારી હવસ પૂરી કરીશ એ દિવસ તારી જિંદગીનો આખરી દિવસ હશે.

✣

માયા અને હમીદાબેગમ સાહેબાએ કેમેરામાંથી રિલ કાઢીને ધોવડાવ્યું. જરૂરી બધી જ વિગતો મોર્સકોડ મશીન પર ગોપીનાથ રાવને મોકલી આપી. 'ડૉ. ઝકરિયા જ ન્યૂક્લીઅર બૉમ્બ અને શસ્ત્રો ડેવલપ કરવા પાછળનું મૂળ ભેજું છે. એણે જ ન્યૂક્લીઅર ટેક્નોલૉજી ડેવલપ કરી છે.

જર્મનીમાં અણુ-પરમાણુ ટેક્નોલૉજીનો અભ્યાસ કર્યો છે. કેમિકલ એન્જિનિયરિંગની ડિગ્રી મેળવી છે. એનઆરએક્સ હેવી વૉટર રિએક્ટર અથવા સીપી-5 રિએક્ટર મેળવવામાં પાકિસ્તાન સરકારને મદદ કરી છે. ગુપ્ત કરારનો એ વિટનેસ રહ્યો છે. પાકિસ્તાન સરકાર અને વડા પ્રધાનનો એ ખાસ સાયન્ટિસ્ટ છે. પાકિસ્તાનના લશ્કરી શાસનના એની પર ચાર હાથ છે. હકીકત તો એ છે કે પોતાની પાસે કદાચ રિવૉલ્વર પણ નહીં રાખનારો ચશ્મિસ્ટ ડૉ. ઝકરિયા ન્યૂક્લીઅર બૉમ્બ બનાવે છે. પરદા પાછળ રહીને કામ કરનાર ઝકરિયા પાસે સાયન્ટિસ્ટોની પોતાની ટીમ છે, જેઓ ન્યૂક્લીઅર પ્લાન્ટમાં સતત કામ કરે છે. કમનસીબે આ પ્લાન્ટ... આ મથક ક્યાં છે એની હજી સુધી પાકી ખબર પડી

નથી, પણ ટૂંક સમયમાં ખબર પડી જશે. આ બધી જાણકારીના ફોટા પણ તમને ટૂંક સમયમાં મળી જશે.' નવી દિલ્હીમાં પોતાની કેબિનમાં મોર્સકોડ મશીન પરથી ઊતરી રહેલો મૅસેજ વાંચ્યા બાદ ગોપીનાથ રાવે ઇઝરાયલની ગુપ્તચર એજન્સી મોસાદના ચીફને ફોન લગાડ્યો.

✣

મહેશ સલીમનું કામ તમામ કર્યા પછી ઘરે આવીને ચુપચાપ ચાચીને ઇસ્ત્રીમાં મદદ કરવા લાગ્યો. કિસ્મત પણ કેવા કેવા ખેલ કરે છે અને કરાવે છે. પોતે જેની હત્યા કરી છે એ સલામત અલીનાં ચાચા-ચાચીએ જ પોતાને પનાહ આપી છે. ચાચા-ચાચીને કોઈ પણ કાળે આની ખબર પડવી ન જોઈએ. બિચારાં માસૂમ ને નિર્દોષ છે. પોલીસે એમને નાહકના જાસૂસ ચીતરી દીધાં છે. પોલીસ એને પકડે એ પહેલાં કોઈ રસ્તો કાઢીને બચાવી લેવાં જોઈએ, પણ બચાવવા કઈ રીતે. સલીમના હાથમાંથી તો બચાવી લીધાં. મહેશને વિચારતો જોઈને ચાચી બોલ્યાં: 'તારા જેવો જ અમારો એક જૂનો પડોશી છોકરો આવ્યો હતો... ઇ પણ નોકરી શોધે છે.'

'કોણ?'

'સલીમ... છોકરો બહુ સારો છે.'

સલીમે ફોન કરી દીધો હોત તો પોલીસે તમને કોઈ દિવસ છૂટો નહીં એવી જેલમાં ધકેલી દીધા હોત. મહેશ વિચારવા લાગ્યો.

અચાનક સુલેમાન ચાચાએ બહારથી આવીને બૂમ પાડી: 'ફાતિમા, સલીમનું કોઈએ ખૂન કરી નાખ્યું.'

25

સુલેમાનચાચાએ આપેલી ખબરથી ચોંકી ઊઠ્યાનો ઢોંગ કરતાં મહેશ બોલ્યો: 'કોણ સલીમ?'

'અરે, અમારો જૂનો પાડોશી સલીમડો. કામધંધા માટે અહીં આવેલો, પણ કોઈએ એનું ખૂન કેમ કર્યું ઇ સમજણ ન પડી.' ચાચી બોલી.

'કોઈ જૂની દુશ્મની લઈને અહીં આવ્યો હશે. મને નથી લાગતું કે એ કામધંધા વાસ્તે આવ્યો હોય.' સુલેમાનચાચાએ પોતાને નવેસરથી આવેલો વિચાર મૂક્યો.

'જુઓ, મારી એક વાત ધ્યાનથી સાંભળો.' ચાચા-ચાચીના કાન સરવા થયા ને આંખ મહેશ પર મંડાઈ.

'સલીમને સૌથી છેલ્લા મળનારાં તમે બંને હતાં. કદાચ પોલીસ તમારી પૂછપરછ કરવા આવશે.' સાંભળીને ચાચા-ચાચીના પગ ધ્રૂજવા માંડ્યા.

'પોલીસને તમે એટલું જ કહેજો કે, એ અમારી પાસે કામ માગવા આવ્યો હતો. બાકી અમે એને ઓળખતા નથી.' હવે ચાચા-ચાચીના જીવમાં જીવ આવ્યો.

'બેટા, પોલીસ આવે ત્યારે તું અમારી પાસે રહેજે.' ધ્રૂજી ઊઠવાનો વારો હવે મહેશનો હતો. ચાચા-ચાચીને સલાહ આપવામાં ખુદ ભૂલી ગયો કે એણે પણ પોલીસની નજરમાંથી બચવું પડશે. પોલીસ એની પણ પૂછપરછ કરશે જ. સલીમની કતલ કર્યા પછી મહેશે પકડાઈ ન જવાય કે પોલીસને શંકા ન જાય એની પૂરતી તકેદારી રાખી જ હતી. આમ છતાંય લોકલ પોલીસ પગેરું શોધતી ચાચા-ચાચી પાસે આવી પહોંચશે તો એણે પણ પૂછપરછનો સામનો કરવો જ પડશે. એ વખતે ચાલાકી રાખવી પડશે. જે થશે તે જોયું જશે. એવું વિચારીને એણે ચાચા-ચાચીને બચાવી લેવાનો નિર્ણય લીધો. ત્યાર પછી દિવસ-રાત એ ઘરમાં રહેતો. રાતે મિલિટરીના રહસ્યમય રસ્તે જવાનું પણ ટાળતો રહ્યો. રાહુલ થોડા દિવસ એને શોધતો ન આવે તો સારું એવું વિચારતો એ દુકાનની બહાર જોતો રહેતો.

એવામાં એક દિવસ બપોરે ચાચા-ચાચી ઊંઘતાં હતાં ત્યારે લોકલ પોલીસ આવી.

'તુમ દુકાન કે માલિક હો?' પોલીસનો કડક અવાજ આવ્યો.

'નહીં જનાબ, મૈં નહીં હૂં... માલિક ઔર માલકિન અંદર સોયે હૈં.'

'તુમ કૌન હો?'

મહેશ હજી જવાબ આપવા જાય ત્યાં ચાચીએ આવતાં કહ્યું: 'યહ હમારા બેટા હૈ મોહસીન.' પાછળ આવીને ઊભેલા સુલેમાનચાચા અને મહેશ ચાચીનો આત્મવિશ્વાસ જોઈને દંગ રહી ગયા.

'ક્યા હુઆ?' ચાચાએ પૂછ્યું.

પોલીસે સલીમની હત્યા થયા પછી પાડેલો ફોટો કાઢીને બતાવતાં પૂછ્યું: 'ઇસકો પહેચાનતે હો?'

સુલેમાન ચાચાથી ફોટો જોઈને બોલી જવાયું: 'ક્યા હુઆ ઇસે?'

'તુમ પહેચાનતે હો ઇસે?' પોલીસે પૂછ્યું.

'કુછ દિન પહેલે કામ માગને આયા થા. ફાતિમા, ક્યા નામ બતાયા થા ઇસને અપના?'

ચાચીએ નામ યાદ કરતી હોવાનો અભિનય કરતાં કહ્યુંઃ 'સલીમ.'

'ઓર કુછ બતાયા થા ઉસને, અપને બારેમેં... કહાં સે આયા હૈ... કુછ અતાપતા બતાયા હોગા.' મહેશ મનમાં પોતાની જાત પર ગુમાન કરતો હતો કે સલીમનો અતોપતો તમને ક્યાંથી મળે. ખૂન કર્યા પછી એનું પાકીટ કાઢીને પોતે અંધારિયા કૂવામાં ફેંકી આવ્યો છે.

'નહીં, ઓર તો કુછ નહીં બતાયા.' સુલેમાન ચાચા બોલ્યા.

'તુમ મિલે થે સલીમ કો?...' કપડાં પર પાણીનો છંટકાવ કરી રહેલા મહેશને પોલીસે પ્રશ્ન કર્યો.

'નહીં, મૈં મિલા નહીં.'

'તુમ કહાં થે ઉસ વક્ત?'

બરાબર એ જ વખતે એનું ધ્યાન સામેથી આવી રહેલા રાહુલ પર ગયું. એણે નજર ફેરવી લીધી. મહેશની થઈ રહેલી પૂછપરછ જોઈને ચોંકી ગયેલો રાહુલ પાછો વળી ગયો.

'વો બાઝાર ગયા થા. હમને ઉસે કુછ સમાન લેને ભેજા થા.' ચાચીએ ફરી હાજરજવાબીપણું બતાવ્યું. મહેશને ચાચીના આવા જવાબની આશા નહોતી.

'ઠીક હૈ, જરૂરત પડને પર બુલાયેંગે.' કહીને પોલીસવાળો નીકળી ગયો.

પોલીસના ગયા પછી મહેશ ચાચીને જોતો રહ્યો. પોતાને બેટો કહીને ચાચીએ બચાવી લીધો હતો. એ રાહુલને મળવા માગતો હતો, પણ હમણાં જ પોલીસ પૂછપરછ કરીને ગઈ છે. કદાચ નજર રાખવા હજી આ વિસ્તારમાં જ હોય એવું વિચારીને એણે દુકાન છોડવાનો વિચાર પડતો મૂક્યો.

✣

કૅપ્ટન અખ્તર હુસેનને પોતાનું પત્તું કપાઈ ગયાનો અફસોસ બહુ લાંબો ટક્યો નહોતો. ખુદ પાકિસ્તાનના વઝીરે આઝમે એમની સાથે એક ગુપ્ત મીટિંગ કરીને દેશની એક ખૂબ જ મહત્ત્વપૂર્ણ કામગીરી સોંપી હતી. હકીકતમાં આ બેઠકમાં પાકિસ્તાન ઇન્ટેલિજન્સ બ્યૂરોના ચીફ હબીબ અન્સારીની પણ હાજરી અનિવાર્ય હતી. આમ છતાં તે હાજર ન રહ્યા. હા, કૅપ્ટન અખ્તર હુસેન બદલીની તૈયારી કરવા લાગ્યો ત્યારે હબીબ અન્સારીનો ફોન આવ્યો હતો, જેમાં એમણે કૅપ્ટનને ખાસ સોંપાયેલી કામગીરીની મહત્તા સમજાવી હતી અને આ કામ તમારા સિવાય અન્ય કોઈને સોંપી શકાય એમ નથી એવી ખુશામતખોરી પણ કરી હતી. જોકે કૅપ્ટને ખેલદિલી બતાવી હતી. કૅપ્ટનને થોડું ચચર્યું હતું, પણ એને કોઈ ફરક પડતો નહોતો, કેમ કે એને જે પણ કામ સોંપવામાં આવે એ પૂરી તાકાત અને

ઈમાનદારીથી પાર પાડતો. કૅપ્ટન પોતાના ખાનસામા રહેમતને લઈને રાતોરાત રવાનો થઈ ગયો હતો. મોડી રાતે કૅપ્ટન અખ્તર હુસેન મિલિટરીની ટ્રકમાંથી ઊતર્યો ત્યારે એક જીપ એની રાહ જોતી ઊભી હતી. કૅપ્ટન અખ્તર હુસેને પોતે ક્યાં જાય છે એનો ફોડ પાડ્યો નહીં. રાહુલે જાણવાની ઇચ્છા સાથે કૅપ્ટનને કહ્યું પણ ખરું કે, 'થોડા આરામ કર લિજિયે... સુબહ ચલે જાઈએ.'

કૅપ્ટને જવાબમાં એટલું જ કહ્યું: 'ખાના બનાને કે સિવા કિસી ઓર બાત પે ધ્યાન મત દો.' રાહુલે કાનની બૂટ પકડીને માફી માગી લીધી હતી.

કોઈ તો રહસ્ય છે આ જગ્યામાં. કબીરે નકશામાં આ જગ્યા પર આંગળી મૂકી છે, મહેશ અહીં આવી ગયો છે. હવે મારે શોધી કાઢવાનું છે કે અમે જે શોધવાના હેતુથી આખી જાન લઈને આવ્યા છીએ એ મથક આ જ છે કે બીજું. રાહુલ દિવસ ઊગે એની રાહમાં હતો. સૂર્યના પહેલા કિરણની સાક્ષીએ આખી જગ્યાને જોઈ લેવા માગતો હતો. મોં-સૂઝણું થયું કે તરત એ બહાર નીકળ્યો. આસપાસ બીજા કોઈ ઘરો ન હતાં. કૅપ્ટનનું થોડી ઊંચી ટેકરી પર એક અલગ નાનકડી બંગલી જેવું ક્વાર્ટર હતું. કોઈ હિલ સ્ટેશન પરના કૉટેજ જેવું લાગતું હતું. એણે પાછળ ફરીને જોયું તો અસંખ્ય નાનાં નાનાં ક્વાર્ટરો હતાં, જેમાં માનવવસાહત હોવાનો થોડો અણસાર હતો. અહીં કોઈ ફેક્ટરી નહોતી, મશીનરી નહોતી. મશીનનો અવાજ નહોતો. જંગલ હતું, પણ પક્ષીઓનો કલરવ નહોતો. વૃક્ષો હતાં, પણ નિર્જીવ હતાં. બધું ભેંકાર અને બિહામણું લાગતું હતું. કદાચ સ્મશાન આના કરતા વધુ જીવંત હશે. રાહુલને જગ્યામાં કોઈ પૉઝિટિવિટી ન લાગી. એણે લંબાવી શકાય એટલી નજર લંબાવી. કાંઈ જ દેખાયું નહીં. ઘટાદાર વૃક્ષો સૂર્યનાં કિરણોને અવરોધતાં હતાં. એણે ઉપર નજર કરી. ખુલ્લા આકાશનું ધૂંધળું અજવાળું ચોમેર પથરાયું હતું. એવામાં કૅપ્ટન અખ્તર હુસેનને લઈ જનારી જીપ આવતી દેખાઈ. કૅપ્ટનને થોડે દૂર ઉતારીને જીપ પાછી ફરી ગઈ. રાહુલ જીપ હાંકનારાનો ચહેરો સ્પષ્ટ જોઈ શક્યો નહીં. કૅપ્ટન ચાલતા જ ઉપર આવ્યા.

'કૈસી લગી યહ જગહ?' રાહુલને થયું કે કૅપ્ટન એને હવા ખાવાના સ્થળે લાવ્યો હોય એવો સવાલ કરે છે. એને કહેવાનું મન થયું કે, 'હવા સારી છે, પણ ઑક્સિજન વિનાની.'

'જગહ તો અચ્છી હી હોગી... આપ યહાં આયે હો તો... લેકિન યહાં રસોઈ કા સામાન કહાં મિલેગા?'

'થોડા ઇન્તેઝામ હો જાયેગા, થોડા કરના પડેગા.'

'આસપાસ કોઈ ગાંવ ભી નહીં લગતા.'

'હૈના... નજદીકમેં હી તબરોઝા ગાંવ હૈ... વહાં સે ખરીદ કર લા સકતે હો.' રાહુલ આવા જ જવાબની રાહમાં હતો.

'કલ જા કર દેખ લેતા હૂં...' રાહુલ બોલ્યો અને એ તબરોઝા ગામમાં ધોબીની દુકાને પહોંચી ગયો હતો, પણ કમનસીબે મહેશને પોલીસ સાથે વાત કરતા જોઈને કંઈક ગરબડ લાગી હતી.

✣

એક મોડી રાતે પીઆઇબીના ચીફ હબીબ અન્સારીના ફોનની ઘંટડી રણકી. અન્સારીએ હેલ્લો કહ્યું. સામેથી ભરતસિંહે બોલવાનું શરૂ કર્યું: 'બરાતીઓં મેં સે એક કા નામ કબીર હૈ. દૂસરે કા નામ મહેશ હૈ. મહેશ પહેલે દિલ્હી પોલીસ કા ખબરી રહ ચૂકા હૈ. કબીરને પાકિસ્તાન મેં બૈઠે બૈઠે અજય અહુજા કો ઉડાયા હૈ. દુબઈ મેં ઇન્ડસ્ટ્રી મિનિસ્ટર અસગર સાબ કી કાર બૉમ્બ બ્લાસ્ટ કે હાદસે કે પીછે ભી કબીર કા હી હાથ હૈ.'

'તુમ્હારા કહેના હૈ... યહ લોગ... હમારે મુલ્ક મેં આ કર યહ સબ કર રહે હૈં?' અન્સારી પથારીમાંથી ઊભો થઈ ગયો.

'જી જનાબ, પક્કી ખબર હૈ. કબીર ગોપીનાથ રાવ કા ખાસ એજન્ટ હૈ.'

'મુઝે ઉન લોગોં કે હુલિયે કે બારે મેં મત બતાઓ. ઉસકી નંગી અસલિયત બતાઓ. વો લોગ હમારે મુલ્ક મેં કિસ મકસદ સે ઘૂસે હૈં?' અન્સારી પથારીમાંથી ઊઠીને બાલ્કનીમાં આવીને બોલવા લાગ્યો.

'જનાબ, કોઈ બડા ઑપરેશન હૈ... જલ્દ હી પતા...'

'મુઝે કુછ નહીં સૂનના...'

'જનાબ, હમારે સરકારી દફ્તર મેં સે હી કોઈ હૈ જો ઉન લોગોં કો મદદ કર રહા હૈ.' ભરતસિંહ શક્ય એટલું ધીમા અવાજે અને ગર્ભિત રીતે એવું સમજાવવાની કોશિશમાં હતો કે દુશ્મનો પાકિસ્તાનની ધરતી પર પહોંચી ગયા છે અને હવે એમને શોધી કાઢવાની જવાબદારી તમારી છે. અહીં બેસીને હું માત્ર એ લોકોની અન્ય માહિતી આપી ન શકું.

'મહેશ, કબીર જો ભી હૈ... ઉન કે ફેમિલી કો કિડનેપ કરો ઔર ઉડા દો સબકો.' અન્સારીએ ફોન કાપી નાખ્યો. ભરતસિંહે અડધી રાતે આપેલી અડધી બાતમીથી અન્સારી છેડાઈ ગયો હતો. એણે દારૂની બૉટલમાંથી પેગ બનાવ્યો. એક જ ઘૂંટમાં ખતમ કરીને વિચારવા લાગ્યો. અલ્તાફ ગુમ છે. એની લાશ પણ મળી નથી. રિયાઝ ખાનની દરગાહમાં હત્યા થઈ. સાદીકનું મર્ડર થયું. એક પછી એક લાશો ઢળે છે. ભરતસિંહે કહ્યું કે, સરકારી દફ્તરમાંથી

કોઈ એમને મદદ કરે છે. આપણી જ સરકારમાં ને સિસ્ટમમાં રહીને કાફિરોને મદદ કરનારો ગદ્દાર કોણ હશે, કોણ હશે... અન્સારીએ ફોન ઘુમાવ્યોઃ 'હમારે મરહૂમ ઇન્ડસ્ટ્રી મિનિસ્ટર અસગર મોહમ્મદ કિસ સે મિલતે થે... પતા કરો.' બાલ્કનીમાં ઊભા રહીને લગભગ આખી બૉટલ પી ગયો પછી અચાનક કંઈક વિચારીને કબાટમાંથી મોર્સકોડ મશીન કાઢીને મૅસેજ આપવાની શરૂઆત કરી.

બીજે દિવસે સવારે દર્શન ત્યાગી ઑફિસે પહોંચ્યા ત્યારે મૅસેજ એની રાહ જોતો હતો. એણે મૅસેજની ભાષા ઉકેલવાનું શરૂ કર્યું.

'તુમ વો નહીં હો જિસે મૈં જાનતા થા. ઇસ તરફ આના ચાહતે હો તો આ જાઓ. ત્યાગી, તુમ્હારે બરાતી પહેચાન લિયે ગયે હૈં. તુમને બરાતી ભેજે હૈં, હમ ઉનકા જનાઝા ભેજેંગે.'

વાંચીને દર્શન ત્યાગી ચિંતામાં પડી ગયા. એમણે તરત જ ગોપીનાથ રાવને ફોન જોડીને અન્સારીના મૅસેજની વાત કરી. ગોપીનાથ રાવ હસ્યા.

"માણસને જ્યારે મોત દેખાય અથવા માત થવાની તૈયારીમાં હોય ત્યારે એ સામેવાળાને ડરાવવાનો ખોખલો પ્રયાસ કરે છે. લુખ્ખી ધમકીઓ આપવાનું શરૂ કરે છે. અન્સારી હવાતિયાં મારે છે. હવામાં હાથ વીંઝે છે, પણ એના હાથમાં કાંઈ આવતું નથી. આપણા બોય્ઝ સલામત છે. તું ચિંતા ન કર." ગોપીનાથ રાવને પોતાના એજન્ટોની બહાદુરી અને બાહોશી પર ગર્વ હતો, પણ દર્શન ત્યાગીને અન્સારીની વાતમાંથી અમંગળ અણસાર મળ્યો હતો.

26

અન્સારીએ અડધી રાતે જેને ફોન કર્યો હતો એ માણસ બીજે જ દિવસે એની સામે ઊભો હતો. એનું નામ શૌકત અલી ઉર્ફે સુશાંત. આ એ જ સુશાંત જેણે બરાતીઓ કચ્છની સરહદ પાસ કરીને પાકિસ્તાનમાં ઘૂસણખોરી કરી ત્યારે ભયાનક, ભયજનક અને ભવ્ય સ્વાગત કર્યું હતું. દુલ્હામિયાંનુ અપહરણ કરીને જાનૈયાઓને થથરાવી નાખ્યા હતા. સુશાંત વરસોથી પીઆઇબીમાં શૌકત અલીને નામે કામ કરે છે. હકીકતમાં નોકરી પાકિસ્તાની ખુફિયા એજન્સીની, પણ કામ ભારત માટે કરે... ગોપીનાથ રાવનો ખાસ માણસ... એણે અન્સારીનો પણ વિશ્વાસ જીતી લીધો છે. અન્સારીએ અડધી રાતે એને ફોન કરીને ઇન્ડસ્ટ્રી મિનિસ્ટર કોને મળતો હતો એની તપાસ કરવાનું કહ્યું કે, તરત જ એણે કબીરને

ભૂગર્ભમાં મોકલી દીધો હતો. આમેય ઇન્ડસ્ટ્રી મિનિસ્ટરને દુબઈમાં ખતમ કરાવ્યા પછી કબીરનું વિજય બત્રા સાથે રહેવું જોખમી હતું અને હવે તો ખુદ બત્રા ઉપર જોખમ ઝળૂંબી રહ્યું હતું, કેમ કે એણે જ ઇન્ડસ્ટ્રી મિનિસ્ટર જોડે મીટિંગ કરાવી હતી. એટલું જ નહી, પહેલી મીટિંગમાં પોતે હાજર રહ્યો હતો. જોકે દુશ્મન દેશમાં પોતાના જીવ પરના જોખમને જાણતો હોવા છતાં બત્રા બેફિકર હતો. 'જો હોગા વો દેખા જાયેગા...' એ કાયમ કબીરને કહેતો.

'બતાઓ, અસગર કિસસે મિલા થા?' અન્સારીના અવાજમાં પાછલી રાતના નશા અને ગુસ્સાનું હેન્ગઓવર હતું.

'જનાબ, યહ આદમી દુબઈ સે આતાજાતા થા.' સુશાંતે ખિસ્સામાંથી ગિરધરનો ફોટો કાઢીને સામે મૂક્યો. અન્સારીએ ફોટો હાથમાં લઈને ઝીણી નજરે જોતાં કહ્યું: 'કૌન હૈ યહ, કિસ સિલસિલે મેં આતાજાતા થા યહ આદમી?'

'જનાબ, યહ ઝુબૈર હૈ. અમીર આરબ લોગોં કા દલાલ... ઇન્ડસ્ટ્રી મિનિસ્ટરને ઉનકો યહાં ઇન્ડસ્ટ્રીયલ એસેસ્ટ કે લિયે જગહ દિલાને કી બાત કી થી. કરોડો રૂપૈયા કા મામલા થા. ઇન્ડસ્ટ્રી મિનિસ્ટરને આધા પૈસા લિયા... લેકિન જગહ દેને કે મામલે મેં વો મુકર ગયે... ફિર ઝુબૈરને ઉસે કિસી બહાને દુબઈ બુલાયા ઔર... બૂમમમ... ઍરપોર્ટ પર હી ખતમ.' સુશાંતે મોટેથી અવાજ કર્યો ને બે હાથ પહોળા કરીને ધડાકાની એક્ટિંગ કરી.

'યહ તો સબ ઠીક હૈ... ઝુબૈર સે મુલાકાત-મીટિંગ કરવાને વાલા કૌન થા?'

'જનાબ, હમારી મિલિટરી પોલીસ મેં એક છોટા મુલાઝિમ હૈ... છોટે લોગોં કે ખ્વાબ બડે હોતે હૈં... ટેલિફોન ઑપરેટર ગુલ મહોમ્મદ ઔર ઉસકી બીવી નફીસા.'

'ઇન્ડસ્ટ્રી મિનિસ્ટર સે ઇન દોનોં ને હી મિલવાયા થા ઇસ બાત કા કોઈ સબૂત હૈ તુમ્હારે પાસ?'

'ગુલ મોહમ્મદ ઔર નફીસા કા કિસ્સા આપ તો જાનતે હો. આજ દોનોં જેલ મેં બંધ હૈ. ઇસસે બડા ઓર ક્યા સબૂત હો સકતા હૈ.' અન્સારીએ એને જવાનો ઇશારો કર્યો. સુશાંત ટેબલ પર પડેલો ગિરધરનો ફોટો લઈને ખિસ્સામાં મૂકવા ગયો.

'ઇસે યહીં રહેને દો.' સુશાંત માથું ઝુકાવીને નીકળી ગયો. અન્સારીએ મિલિટરી પોલીસ ચીફ હારુન અહમદને ફોન કર્યો.

'ગુલ મોહમ્મદ ઔર ઉસકી બીવી નફીસાને ઇન્ડસ્ટ્રી મિનિસ્ટર કે સાથ મિલ કે હમારે સાથ ગદ્દારી કી હૈ. દોનોં કી ચમડી ખીંચ લો, જબ તક સચ ન ઊગલે.'

સુશાંત બહાર નીકળીને વિચારતો રહ્યો કે ગુલ મોહમમ્દ અને નફીસા પાસે કોઈ સચ નથી... એમની કુરબાની જ સચ છે.

✣

વિજય બત્રાએ ઘણા વખતથી વિચારી રાખેલું કે વખત આવ્યે સિતારવાદક બરકતુલ્લા ખાં સાહેબના ઘરે સંગીતની મહેફિલ ગોઠવવી. બત્રા ભારતીય દૂતાલયના કલ્ચરલ વિભાગનો હેડ હોવાથી સાંસ્કૃતિક કાર્યક્રમો ગોઠવવાનું એને માટે સરળ હતું. જોકે અગાઉ ગોઠવેલા કાર્યક્રમોથી આ અલગ હતો. આ વખતના જલસા પાછળનું કારણ જુદું જ હતું. એણે બેગમ સાહેબા હમીદાબાનુ અને બરકતુલ્લા ખાં સાહેબને વાત કરીને બેગમના ઘરે જ મહેફિલ ગોઠવી દીધી હતી. બરકતુલ્લા ખાં સાહેબ તો આમેય મહેફિલના માણસ. સિતાર વગાડવું અને જૂનાં ગીતો સંભળાવવાનો બેહદ શોખ. એમણે પોતાના અલભ્ય ખજાનાની રેકોર્ડોની સાફસૂફી કરીને ગોઠવી. મહેફિલમાં અસલી રંગ જમાવનારા જામ વિના મહેફિલ અધૂરી ગણાય. એટલે જાતજાતની વિદેશી શરાબની બૉટલો મોટા ટેબલ પર સજાવી દેવાઈ. આ મહેફિલના આયોજનથી સાવ અજાણ માયાએ બૉટલો અને ગ્લાસ ગોઠવતાં ખાં સાહેબને પૂછ્યુંઃ 'આવડો મોટો જશ્ન થઈ રહ્યો છે તો મહેમાન પણ મોંઘેરાં હશે, સાચુંને?'

'સાચું કહું તો... હું સંગીતના એક સાચા શોખીન મહેમાનને છોડીને બીજા કોઈનેય ઓળખતો નથી.'

'અચ્છા, કોણ છે એ સંગીતના સાચા ચાહક મહાશય?'

'ના હોં... બધા જ મહેમાનો સંગીતના રસિયા છે. તું જોજે તો ખરી.' બેગમ સાહેબાએ ફ્રેન્ચ વાઇનની બૉટલો મૂકતાં કહ્યું.

'ઓહ હોહોહોહો... બેગમ સાહેબા, ફ્રેન્ચ વાઇન તો હું ભૂલી જ ગયેલો.'

'તમે અમારા શોખથી ક્યાં અજાણ છો ખાં સાહેબ?' બેગમ સાહેબાએ પોતાના ફેવરીટ વાઇનની બૉટલ બતાવતાં કહ્યું.

'મહેમાન કોણ છે એ તો કહો?' માયા બોલી ત્યાં દરવાજે ટકોરા પડ્યા.

બેગમ દરવાજો ખોલવા ગયાં. 'મહેફિલના સૂત્રધાર ખુદ મોડા આવે તે ન ચાલે.' બેગમે હસતાં મોઢે બત્રાને આવકારતાં કહ્યું.

'અને આ શું લાવ્યા?' બરકતુલ્લા ખાં સાહેબે પૂછ્યું.

બત્રા માયાના હાથમાં કબાબનાં પૅકેટ પકડાવીને આંખ મારતાં બોલ્યોઃ 'સંગીત, શરાબ, શબાબ ઔર કબાબ. આ ચારેય વિના મહેફિલ અધૂરી ગણાય.' માયા મીઠું હસી.

'બત્રા, એક મહેમાને અહીં બિરિયાની બનાવવાની જીદ કરી છે.' બેગમે કહ્યું.

'મતલબ બિરિયાની બનતે સુબહ હો જાયેગી' બત્રાએ કહ્યું.

'નહીં, યું કહીએ કિ મહેફિલ સુબહ તક ચલેગી.' ખાં સાહેબ હસીને બોલ્યા.

'આપ કે વો મહેમાન કમ ખાનસામા હૈ કહાં?' બત્રાએ પૂછ્યું.

દરવાજો ખખડ્યો. માયા ખોલવા ગઈ. એની પાછળ બત્રા ગયો.

'આઇએ... આઇએ. કેપ્ટન સા'બ આઇએ...' બત્રાએ હાથ મિલાવતાં આવકારો આપ્યો. માયા અજાણ્યા મહેમાનને જોઈને જરા બાજુમાં ખસી ગઈ.

'આપ હૈ મરિયમ સાહિબા, આપ હૈ બેગમ સાહિબા, આપ હૈ બરકતુલ્લા ખાં સા'બ... ઔર આપ હૈ કેપ્ટન અખ્તર હુસેન સા'બ... ઇન કા તો સિર્ફ નામ કાફી હૈ.' બત્રાએ પાકિસ્તાનમાં રહીને ઇસ્લામી રીતરિવાજ અને તહઝીબ શીખી લીધાં હતાં અને જ્યાં મોકો મળે ત્યાં છૂટથી ઉર્દૂ ભાષાનો ઉપયોગ કરતો. 'તશરીફ રખિયે સા'બ' કહીને બત્રાએ કેપ્ટનને સોફા પર બેસવા કહ્યું, પણ કેપ્ટન સોફા પર બેસતા પહેલાં મોટેથી બોલ્યોઃ 'ઔર આપ હૈ હમારે ખાનસામા રહેમત મિયાં... જો હમે બિરિયાની ખિલાયેંગે.' માયા અને વિજય બત્રાને જોઈને બારણે ઊભેલા રાહુલના ગળામાં જાણે હડ્ડી અટકી ગઈ.

'ઇનકો કિચન દીખાઓ, પ્લીઝ...' કેપ્ટને કોટ ઉતારીને બાજુમાં મૂક્યો. શાહી સોફાના હાથા પર બે હાથ મૂકીને શહેનશાહની જેમ બેઠો. માયા રાહુલને કિચનમાં લઈ ગઈ.

'કોણ છે, આ કેપ્ટન?' માયાએ અવાજ બહાર ન જાય એની તકેદારી રાખીને વાસણનો અવાજ કરતાં પૂછ્યું.

'હજી સુધી મનેય ખબર નથી, પણ આ માણસ બહુ બધું જાણે છે. બહુ પહોંચેલી માયા છે.'

'માયા તો હું છું.' માયા હસી. 'લાગે છે તેં એનું દિલ જીતી લીધું છે.'

'હા, પણ હજી કિચન સુધી જ પહોંચ્યો છું. પછી પેટ સુધી પહોંચીશ.'

'આ બધાને ભેગાં કરીને મહેફિલ કરવા પાછળનો બેગમ સાહિબાનો આશય સમજાતો નથી.' માયાએ કહ્યું.

'મને પણ કેપ્ટન કાંઈ કહ્યા વિના જ અહીં લાવ્યો છે.' 'હું જાઉં છું' કહીને માયા ઉતાવળે બહાર આવી ગઈ.

કેપ્ટને ટાઈની ગાંઠ હળવી કરતાં કહ્યુંઃ 'હમારી મિલિટરી કી મેસ મેં ઇસે બડા ખાના બોલતે હૈ. સંગીત, શરાબ, શબાબ ઔર કબાબ... બકરે કો હલાલ કરતે હૈં ઓર ફિર બિરિયાની બનતી હૈ... લેકિન બકરા કહાં હૈ?'

'નીચે બાંધ કર રખ્ખા હૈ... કસાઈ આતા હી હોગા.' બેગમ સાહિબાએ કહ્યું.

સંગીતનો જલસો શરૂ કરવા થનગનતા બરકતુલ્લા ખાં સાહેબે મજાકમાં કહ્યુંઃ 'હમ કસાઈ કો ભી સંગીત સૂનને ઉપર બુલા લેંગે ઔર કહેંગે, બકરે કો ભી સાથ લાના... આખરી ગાના વો ભી સૂન લે.'

'આપ ભી ખાં સાબ, કભી હદ કર દેતે હો.' ખાં સાહેબની મજાકથી વાકેફ બેગમ સાહિબા હસ્યાં.

'બત્રા સા'બને બતાયા... આપ સંગીત કા શૌક ફરમાતે હો?' ખાં સાહેબે કેપ્ટનને પૂછ્યું.

'જી, થોડા બહુત...'

'થોડા યા બહુત?' બરકતુલ્લા ખાં સાહેબે કહ્યું. ફરી બારણાનો અવાજ આવતાં માયાએ દરવાજો ખોલ્યો. સામે ઊભેલા માણસને જોઈને બે ડગલાં પાછળ હટી ગઈ.

'છોટી સી યે દુનિયા પહેચાને રાસ્તે હૈં...
તુમ કભી તો મિલોગે, કહીં તો મિલોગે તો પૂછેંગે હાલ.'

ડૉ. ઝકરિયા ગાતો ગાતો પ્રવેશ્યો. બરકતુલ્લા ખાં સાહેબ દોડતા જઈને ઝકરિયાને ભેટ્યા. 'સચ ફરમાયા આપને છોટી સી દુનિયા હૈ, પહેચાને રાસ્તે હૈં... આપ સે મિલિયે... ડૉ. અહેસાન ઝકરિયા, હમારે દોસ્ત, વિદેશ મેં પઢે હૈં... બહુત સારી, હમેં સમજ મેં ન આયે ઐસી ફિઝિક્સ ઔર મેટાલર્જિકલ કી ડિગ્રીયાં હાંસિલ કી હૈ... હાં, ફિલ્મી ગાનોં કે બડે શૌકિન હૈ...' ડૉ. અહેસાન ઝકરિયાની ઓળખાણ કરાવી.

'અહેસાન મેરે દિલ પે તુમ્હારા હૈ દોસ્તો,
યે દિલ તુમ્હારે પ્યાર કા મારા હૈ દોસ્તો.'

ઝકરિયા બધાને મળતો-ભેટતો ગાવા લાગ્યો, “વાહ વાહ, ક્યા બાત હૈ”નો અવાજ વિશાળ ઓરડામાં ફરી વળ્યો.

'ભઈ, ગલા ગિલા કિયે બિના મૈં વાહ વાહ, ક્યા બાત નહીં બોલ સકતા.' કેપ્ટને દારૂની બાટલીઓ બતાવતાં કહ્યું ને બધાં ખડખડાટ હસી પડ્યાં. બત્રા અને માયાએ ગ્લાસ ભરવાનું શરૂ કર્યું. બેગમ સાહિબા અને માયાએ પણ ગ્લાસમાં વાઇન ભર્યો. બધાની આંખો એકબીજા સામે ટકરાઈ... ગ્લાસ ટકરાયા. ચીઅર્સનો નશીલો નાદ કિચનમાં પ્યાસા રાહુલ સુધી પહોંચ્યો. બારણે ટકોરા પડ્યા. તમામની નજર બારણે હતી. કેપ્ટન અખ્તર હુસેન અને ડૉ. અહેસાન ઝકરિયાની સાચા અર્થમાં ઓળખ થઈ ગઈ. હવે કોણ હશે? માયા વિચારતી રહી. બત્રાએ બારણું ખોલ્યું. સામે પાકિસ્તાન ઇન્ટેલિજન્સ બ્યૂરોનો ચીફ હબીબ અન્સારી હાથમાં પુષ્પગુચ્છ લઈને ઊભો હતો.

'વેલકમ સર... વેલકમ.' બત્રાએ હાથ મિલાવ્યો. અન્સારીને જોઈને ડૉ. ઝકરિયા અને કેપ્ટન ઊભા થઈ ગયા. એમને કદાચ અન્સારીના આગમનનો અણસાર નહોતો. અન્સારીએ બેગમ સાહિબાના હાથમાં પુષ્પગુચ્છ આપતાં કહ્યુંઃ 'થોડી ઉલ્ઝન મેં હૂં... જલ્દબાજી મેં આપકી પસંદીદા વાઇન કી બૉટલ લા ન સકા.'

'યહ ક્યા કમ હૈ કિ આપ તશરીફ લાયે... આપ આયે તો નશે મેં ઝૂમતી બહાર આ ગઈ.' બધા બેગમ સાહિબાનો અનોખો અંદાજ જોઈ રહ્યા. કૅપ્ટન અખ્તર હુસેન ઝીણી નજરે બેગમ સાહિબાનો જલવો નિહાળી રહ્યો હતો. એણે ઝાલી રાખેલા ગ્લાસમાંનો બરફ ઓગળી રહ્યો હતો. એણે ઠંડી હથેળી પોતાના ગાલે લગાડી. એ અસમંજસમાં હતો કે બેગમ સાહિબા ધુરંધરોને ભેગા કરીને આ શું કરી રહ્યાં છે. બેગમ સાહિબાએ ખુદ અન્સારી માટે પેગ બનાવીને એમને આપતાં ચીઅર્સ કર્યું. અન્સારીએ ડૉ. ઝકરિયા, કૅપ્ટન અખ્તર હુસેન, ખાં સાહેબ, મરિયમ અને બત્રાની સાથે ગ્લાસ ટકરાવીને ચીઅર્સ કર્યું. પછી અન્સારીએ બત્રાની આંખમાં આંખ મિલાવીને પૂછ્યું: 'બત્રા, ક્યા ખાસ બાત હૈ આજ કી મહેફિલ મેં?' કૅપ્ટન અખ્તર હુસેનના દિમાગમાં પણ આ જ સવાલ હતો.

બત્રાએ જવાબ આપ્યા વિના ગ્લાસ પકડેલો હાથ ઊંચો કર્યો, ચીઅર્સ કરીને બોલવાની શરૂઆત કરી. 'આપ સબ લોગ એકદૂસરે કે કરીબ હોંગે હી. જો કરીબ નહીં હૈ... વો ઇસ મહેફિલ મેં શરાબ ઔર સંગીત કે સંગ કરીબ આ જાયેંગે. આજ કે ઇસ મૌકે પર મેં આપ સભી કો બેગમ સાહિબા કી અસલી પહેચાન કરવાના ચાહતા હૂં.' બેગમ સાહિબાની અસલી ઓળખ વળી શું હશે. મહેમાનો પોતપોતાની રીતે બેગમ સાહિબાની અસલી ઓળખ વિશે અટકળો કરવા લાગ્યા. બેગમ સાહિબા એક જાજરમાન શખ્સિયત. એમનું સૌંદર્ય, સૌમ્ય સ્વરૂપ, રજવાડી ઠાઠ, અદબ, તહઝીબ, આધુનિક જીવનશૈલી... બધું જ છે બેગમ સાહિબામાં... તો પછી એમની અસલી ઓળખ બીજી કઈ હોઈ શકે. મહેમાન ત્રિપુટીની સાથે સાથે ખાં સાહેબ અને માયા પણ અચંબો પામી ગયાં.

'અગર બેગમ સાહિબા ઇજાઝત દે તો...' બત્રાએ બેગમ સાહિબાની સામે જોયું. બેગમ સાહિબાએ માથું હલાવીને સસ્મિત અનુમતિ આપી. બેગમ સાહિબાની અસલિયત જાણવાની ઇન્તેજારીમાં તમામ આંખો બત્રા પર મંડાઈ.

'બેગમ સાહિબા હમારે મુહમ્મદ અલી જિન્હા કે ખાનદાન સે હૈં... ઔર યહ હૈ ઉનકી બહેન કી બેટી મરિયમ... લંડનસે હૈ.'

કૅપ્ટન હુસેન, ડૉ. ઝકરિયા અને પીઆઇબીના ચીફ અન્સારીના ગ્લાસ હોઠ પર જ અટકી ગયા. છલકતા જામ થંભી ગયા. હથેળીની ગરમીથી ગ્લાસમાં બરફ ઝડપથી ઓગળવા લાગ્યો. ખાં સાહેબના ગ્રામોફોનની પીન હાથમાં જ ચોંટી ગઈ. બધાની આંખોમાં આશ્ચર્ય અને ચહેરા પર આંચકાના ઓળા ઊતરી આવ્યા. બેબાક રાહુલ રસોડાની આડમાં આવીને ઊભો રહી ગયો. સ્તબ્ધ વાતાવરણ અને સન્નાટાની વચ્ચે કસાઈએ બકરાને હલાલ કર્યો ને એની આખરી ચીસ ઓરડામાં ફરી વળી.

27

અન્સારી, કેપ્ટન અને ડૉ. ઝકરિયાની આંખોમાં શરાબ અને શબાબના નશાની જગ્યાએ વિસ્મયનું હેન્ગઓવર છવાઈ ગયું. બેગમ સાહિબાની અસલી ઓળખથી એમનું માથું ચકરાવે ચડી ગયું. સૌથી વધુ આંચકો અન્સારીને લાગ્યો. બેગમ સાહિબાની ખૂબ જ નિકટ હોવાનો નશો ચકનાચૂર થઈ ગયો હતો. એના ભ્રમનો બરફ પીગળી ગયો. કેટલીયવાર પાર્ટીઓમાં મળ્યાં. સાથે વાઇન પીધો, વાતો કરી. અરે, કેટલીયવાર કમરમાં હાથ નાખીને ડાન્સ કર્યો. દેશની સૌથી મોટી ઇન્ટેલિજન્સ એજન્સીનો વડો હોવા છતાં આ બાઇની અસલિયતની ખબર પડી નહીં. લાનત છે, શરમિંદગીની કરવત એના કલેજાને કોતરી રહી હતી. કાયમ દારૂ પીવડાવીને પ્યાસો પાછો મોકલી દેનારી બેગમ સાહિબાનું અસલી રૂપ જાણીને અન્સારીને સૌથી વધુ અફસોસ તો એ વાતનો થયો કે પોતે હજી સુધી બેગમ સાથેના શયનસુખથી વંચિત રહી ગયો છે. એ જમણી બાજુ ગાલ ખેંચીને જરા હસીને મનમાં બોલ્યોઃ ‘હજીય ક્યાં મોડું થયું છે. ઉચ્ચ ઘરાનાની મોહતરમા એક દિવસ પોતાનું પડખું સેવશે.’ એવા વિચાર માત્રથી એના શરીરમાં ઝણઝણાટી પ્રસરી ગઈ. મનની મુરાદ છુપાવવા એણે ઉપરાઉપરી દારૂના ઘૂંટ મારીને પોતે બહુ રાજી થયો હોય એવો ઢોંગ કર્યો. દેશનું સૌથી મોટું જાસૂસી તંત્ર સંભાળનારો અન્સારી બેગમ સાહિબાની વધુ નિકટ જવાના નિર્ણય સાથે મહેફિલની મોજ માણવા દારૂમાં ડૂબવા લાગ્યો.

બીજી બાજુ બેગમ સાહિબા અને મરિયમની સાચી ઓળખ જાણીને ડૉ. ઝકરિયાના દિમાગમાં કેમિકલ લોચો થઈ ગયો. એના મગજની લૅબોરેટરીમાં બે ભળતાસળતા કેમિકલનું મિશ્રણ થઈ ગયું, થોડા ધુમાડા નીકળ્યા, થોડી આગ લાગી અને એની ઝાળ આખા શરીરને દઝાડવા લાગી. મુહમ્મદ અલી જિન્હાના ખાનદાનની આ છોકરી જાસૂસ હશે કે પછી પોતાને કોઈ ભ્રમ થયો? ડૉ. ઝકરિયાને મરિયમ જાસૂસ હોવાની ખાતરી થઈ ચૂકી હતી તો બીજી તરફ ઝકરિયાનું એની પર દિલ આવી ગયું હતું. મરિયમની સાચી ઓળખે ખરી કશ્મકશ ઊભી કરી હતી. ઝકરિયાના દેશપ્રેમની સામે મરિયમનો દેશદ્રોહ. માણસનું મગજ એકસાથે સંખ્યાબંધ વિચારો કરવા સક્ષમ છે. ઝકરિયાએ દિલનું માનીને મગજથી કામ લેવાનું નક્કી કર્યું. આ છોકરી કોઈ પણ ખાનદાનની હોય એ જાસૂસ છે કે નહીં એની લિટમસ ટેસ્ટ કરીને... એને ભોગવી લઈને... એનો ભોગ ચડાવી દેવાનો, કારણ કે સબ સે પહેલે અપના મુલ્ક હૈ. ‘દીવાના મુઝસા નહીં, ઇસ અંબર કે નીચે... આગે હૈં કાતિલ મેરા ઔર મૈં પીછે પીછે’ ગાતાં ગાતાં એણે નવો પેગ બનાવ્યો.

આ બધાથી અલગ મિજાજ ધરાવતા કૅપ્ટન અખ્તર હુસેનના શાતિર દિમાગમાં બેગમ સાહિબા અને મરિયમના જિન્હા ખાનદાન સાથે લોહીના સંબંધ હોવાની જાણકારીથી એક નવી જ કૉકટેલ બની હતી. જિન્હાએ ભારતના ભાગલા પડાવીને પાકિસ્તાનનું સર્જન કર્યું. જિન્હાના હૈયે મુસ્લિમોનું હિત હતું. એ મુલ્ક માટે બધું જ કરી છૂટ્યા. સામે બેઠેલા જિન્હા ખાનદાનના સદસ્યો આખરે છે તો પાકિસ્તાનના નાગરિકો જ ને... એનું મૂળ ભારતમાં હતું, પણ એનું કુળ આજે અહીં પાકિસ્તાનમાં છે. જિન્હાની જેમ હું જે કાંઈ પણ કરું છું એ દેશને માટે જ કરું છુંને? હું બેગમ સાહિબા અને મરિયમને વાપરીશ... એનો ઉપયોગ કરીશ. કૅપ્ટન અખ્તર હુસેનના દિમાગમાં બેગમ સાહિબા અને મરિયમને ભારત મોકલીને કે અહીં પાકિસ્તાનમાં રહીને એમની પાસે જાસૂસી કરાવવાનો શૈતાની વિચાર સળવળી રહ્યો હતો. ઝકરિયા અને અન્સારીના દિમાગમાં કામવાસનાનો કીડો ખદબદી રહ્યો હતો, જ્યારે કૅપ્ટન બેગમ સાહિબા અને મરિયમને જોઈને મનમાં કહેતો હતો કે, 'તુમ બડી કામ કી ચીઝ હો.'

આ ત્રણેય પોતપોતાના વિચારોમાં ગુમ હતા, પણ બત્રા પાસે પોતાની અસલી ઓળખ જાહેર કરાવનારાં બેગમ સાહિબાના દિમાગમાં શું ચાલી રહ્યું હતું એનો વિચાર કોઈને આવ્યો નહીં. કદાચ ખાં સાહેબ અને માયાને પણ નહીં.

જિન્હા ખાનદાનના વંશજો હાથમાં વાઇનના ગ્લાસ લઈને બેઠાં હતાં અને એની સામે પાકિસ્તાનના ત્રણ ખૂંખાર, સૌથી ખતરનાક ને વગદાર માણસો બેઠા હતા. અન્સારી અગાઉ બેગમને મળી ચૂક્યો હતો, પણ ખરી ઓળખાણ આજે થઈ. ઝકરિયાની નજર સામે ઍરપોર્ટ પરની ચુલબુલી હસીના અને ટેબલના ખાના ફંફોસીને છટકી જનારી જાસૂસ તરવરવા લાગી. એકમાત્ર કૅપ્ટન બધાથી અલિપ્ત હતો.

'અરે, આપ લોગ તો ઐસે ચોંક ગયે જૈસે સપેરેને અચાનક અપની ટોકરીમેં સે સાંપ નિકાલા હો... દરઅસલ, બેગમ સાહિબા કી ખ્વાહિશથી ખુદ કી અસલી પહેચાન દેને કી... આપ લોગોં સે મિલને કી...' બત્રા બોલતો હતો ત્યારે કૅપ્ટન અને અન્સારીની આંખો બેગમ પર હતી જ્યારે ડૉ. ઝકરિયાની નજર માયા પર હતી. ખાં સાહેબ કદાચ મામલો પામી ગયા. એમણે ફરી મહેફિલનો માહોલ જમાવવા પહેલ કરી.

'અન્સારી સાબ, પહેલી ફરમાઇશ આપકી... ક્યા સુનના હૈ?' ખાં સાહેબે વાતના દૌરને સંગીતના સૂરમાં ફેરવી નાખ્યો. અન્સારીની હાલત બેગમ સાહેબાની અસલી ઓળખ જાણીને દીવાના જેવી થઈ ગઈ હતી.

'બેગમ અખ્તર કી એક ગઝલ હૈ...' કહીને અન્સારી ખાં સાહેબના સૂરમાં

સૂર પુરાવીને પોતાની હાલત બયાં કરતી ગઝલના શરૂઆતના શબ્દો બોલી ગયો.

'દીવાના બનાના હૈ તો દીવાના બના દે,
વર્ના કહીં તકદીર તમાશા ન બના દે...

મૈં ઢૂંઢ રહા હું મિરી વો શમા કહાં હૈ,
જો બઝ્મ કી હર ચીઝ કો પરવાના બના દે...'

ખાં સાહેબે બેગમ અખ્તરની રેકોર્ડ બજાવીને ફરમાઈશ પૂરી કરી. તાળીઓના ગડગડાટ વચ્ચે જામના દૌર ચાલુ રહ્યા. ફરમાઈશ થતી રહી, ખાં સાહેબ ગીતો વગાડતા રહ્યા. વચ્ચે વચ્ચે માયા ચોરીછૂપીથી ગ્લાસમાં વ્હીસ્કી ભરીને રાહુલને આપી આવતી.

'મહેદી હસન સાહેબ કી ગઝલ હો જાયે... શાયર અહમદ ફરાઝ કી "રંજિસ હી સહી." સુનાઈએ...' કેપ્ટને જામ ભરેલો ગ્લાસ ઊંચો કરીને ફરમાઈશ કરી.

'ક્યા બાત હૈ કેપ્ટન... મેરી ભી પસંદીદા ગઝલ હૈ યે. ખાં સાબ, મૈં સિર્ફ ફિલ્મી ગાનોં કા શૌક નહીં રખતા...' ડૉ. ઝકરિયાએ માયાની સામે જોતાં ગ્લાસ મોંએ માંડ્યો. ખાં સાહેબે રેકોર્ડ વગાડી.

'રંજિશ હી સહી દિલ હી દુખાને કે લિયે આ,
આ ફિર સે મુઝે છોડ કે જાને કે લિયે આ...

કિસ કિસ કો બતાયેંગે જુદાઈ કા સબબ હમ,
તૂ મુઝ સે ખફા હૈ તો ઝમાને કે લિયે આ...

જૈસે તુમ્હેં આતે હૈં ન આને કે બહાનેં,
વૈસે હી કિસી રોઝ ન જાને કે લિયે આ...'

ઝકરિયા ઝેરી સાપની જેમ સરકતો સરકતો માયા પાસે પહોંચી ગયો. ગઝલના શબ્દો માયાને સમજાવવા, ફસાવવા, પટાવવા માટેના હતા અને ઝકરિયાના ચહેરાના હાવભાવ પણ શબ્દોને અનુરૂપ હતા.

'અબ મેરી ફરમાઈશ કા ગાના, જો મૈં ખુદ ગાઉંગી.' હવે માયા મેદાનમાં ઊતરી. એણે ગ્લાસમાં બચેલો આખરી ઘૂંટ ગટગટાવ્યો.

'ઈર્શાદ... ઈર્શાદ...' ઝકરિયા મોટેથી બોલ્યો ને માયાએ ગાવાનું શરૂ કર્યું.

'ક્યા મિલિયે ઐસે લોગોં સે જિન કી ફિતરત છૂપી રહે,
નકલી ચહેરા સામને આયે અસલી સૂરત છૂપી રહે...'

માયાએ હજી ગીતનું મુખડું ગાયું ને અંદરના રૂમમાંથી મોર્સકોડનો ઘસાતો-

પીસાતો અવાજ આવ્યો. અન્સારી, કેપ્ટન અને ડૉ. ઝકરિયા ચોંકી ઊઠ્યા. માયા અને બેગમ સાહિબાને આંચકો લાગ્યો. રાહુલ છરો લઈને સાબદો થઈ ગયો. બત્રાને આઘાત લાગ્યો. ખાં સાહેબની રેકોર્ડની પીન અટકી ગઈ. હવે શું થશે. બધા સમજી ગયા કે અવાજ મોર્સકોડ મશીનનો છે. ઝકરિયાને તો ગોળનું ગાડું મળી ગયું કે મરિયમ જ નહીં, આખું ખાનદાન જાસૂસી કરતું હશે. કેપ્ટનને પોતાના પાસા અવળા પડતા લાગ્યા. જિન્હા ખાનદાન ખુદ અહીં રહીને ભારત માટે જાસૂસી કરે છે.

'યહ કિસ ચીઝ કી આવાઝ હૈ?' અન્સારીનો નશો ઊતરી ગયો.

'આવાઝ... કૈસી આવાઝ... દેખતી હૂં.' પોતે કાંઈ સાંભળ્યું ન હોવાના ઢોંગ કરતાં બેગમ સાહિબા અંદરના રૂમમાં જવા ઊભાં થયાં. અન્સારી, કેપ્ટન અને ઝકરિયા પાછળ જવા તૈયાર જ હતા. અંદરના રૂમમાંથી અવાજ સતત આવી રહ્યો હતો. બેગમ સાહિબાએ દરવાજે અટકીને કાન માંડ્યા. અવાજ હજી આવી રહ્યો હતો. હવે શું કરવું એના વિચાર સાથે એણે પાછળ નજર કરી. અન્સારી, કેપ્ટન, ઝકરિયા, બત્રા, માયા અને ખાં સાહેબ ઊભા હતા. રાહુલ રસોડાના દરવાજે ઊભો હતો. બેગમ સાહિબાએ ધડ દઈને દરવાજો ખોલ્યો. અંદર પાંજરામાં પુરાયેલો પોપટ તેની ચાંચ પિંજરાના પતરા સાથે ઘસી રહ્યો હતો. ભોંઠા પડી ગયેલા અન્સારી, કેપ્ટન અને ઝકરિયા એકબીજા સામે જોવા લાગ્યા.

'ઇસ તોતેને પૂરા માહોલ ખરાબ કર દિયા. મરિયમ કિતના અચ્છા ગા રહી થી. અસલી ચહેરા સામને આયે નકલી સૂરત છૂપી રહે...' ખાં સાહેબ ખુદ હસી પડ્યા.

✣

કેપ્ટન અખ્તર હુસેને રાહુલને બેગમ સાહિબાની પાર્ટીમાં જવાની વાત કરી નહોતી. માત્ર એટલું જ કહ્યું હતું કે, એક જગહ જાના હૈ, જહાં તુમ્હેં બિરિયાની બનાની હૈ. રાહુલ તૈયાર જ હતો. બિરિયાની બનાવવા નહીં, પણ કેપ્ટન ક્યાં જાય છે અને એની બેઠકઊઠક કોની સાથે છે એ જાણવા. એ દિવસે પાર્ટીમાં જવા માટે નીકળતા પહેલાં રાહુલે તબરોઝા ગામમાં જઈને ચીજવસ્તુઓ લાવવાની કેપ્ટનને વાત કરી. કેપ્ટન કદાચ પાર્ટીના મૂડમાં આવી ગયો હતો. એણે તરત જ હા પાડી દીધી. એણે મેઇન ગેટ પર ફોન કરી દીધો કે મારો ખાનસામા આવે છે એને બહાર જવાની પરવાનગી આપજો. અગાઉ પણ કેપ્ટને ફોન કરવો પડેલો. એ જોઈને રાહુલે કહેલું કે, કાયમ માટે મારી પરવાનગી લઈને રાખો તો સારું પડે. વારેવારે તમારે તકલીફ નહીં. ત્યારે કેપ્ટને કહ્યું કે, થોડા દિવસમાં

તારું આઇડી કાર્ડ બની જશે. રાહુલ તબરોઝા ગામમાંથી ખરીદી કરવાને બહાને મહેશને મળ્યો. મહેશે એને સલીમની વાત કરી. ચાચા-ચાચીની અસલી ઓળખ પણ આપી. મહેશે મિલિટરીના મથકમાં અંદર ઘૂસવાની ઇચ્છા દર્શાવી ત્યારે રાહુલે મહેશને મથકની અંદરના માહોલથી વાકેફ કર્યો ને કડક જાપ્તો હોવાનું પણ કહ્યું, પણ મહેશ કોઈ પણ ભોગે અંદર જવા માગતો હતો.

'મારું આઇડી કાર્ડ બનવાનું છે. એવું જ તું તારું નકલી કાર્ડ બનાવીને અંદર ઘૂસી શકે.' રાહુલે કહ્યું. કોઈ પણ બાબત કાલ પર છોડવામાં નહીં માનનારા મહેશે સાંભળી લીધું, પણ એ જ રાતે એણે અંદર ઘૂસવાની તક ઝડપી. રાહુલ બેગમ સાહિબાની પાર્ટીમાં હતો ત્યારે મહેશ રાતે ચોરની જેમ પહોંચી ગયો મિલિટરીના મથકે. પાછળના ભાગે જઈને નજર કરી. જેલ કરતાંય ઊંચી દીવાલ જોઈ. એની ઉપર ચડવું મુશ્કેલ લાગ્યું. બાજુમાં જ એક તોતિંગ ઝાડ જોયું. અંદર જોવા માટે એ સાવચેતીપૂર્વક ઝાડ પર ચડ્યો. દીવાલની અંદરની બાજુ એવું જ એક તોતિંગ ઝાડ હતું જેની જાડી ડાળીઓ બહારના ઝાડને અડતી હતી. એમાંની એક ડાળી પકડીને અંદરની બાજુ ઊતર્યો. એ લપાતોછુપાતો ચાલતો રહ્યો. અંધારામાં એણે એક વિશાળ બિલ્ડિંગ જોયું. બિલ્ડિંગની ફરતે... થોડે થોડે અંતરે એક પાકિસ્તાની સૈનિક તહેનાત હતો. એ બિલ્ડિંગની ડાબી બાજુ ચાલવા લાગ્યો. થોડો ટેકરિયાળો વિસ્તાર આવ્યો. આ રહેણાક વિસ્તારમાં થોડે થોડે અંતરે ક્વાર્ટર્સ હતાં. રાહુલ કહેતો હતો કે અમારા ક્વાર્ટરની પાછળ થોડાં જ ઘરો છે, જે ખાલી છે. અહીં તો ઘણાબધા ઘરો છે. લોકોનો વસવાટ હોય એવું પણ લાગે છે. કોઈના ઘરની લાઇટ ચાલુ હતી. ક્યાંક નાઇટલેમ્પ ચાલુ હતા. બહાર કપડાં સુકાતાં હતાં. મતલબ કે આ રહસ્યમય મથકમાં કામ કરનારો સ્ટાફ અહીં જ લાગે છે. વિચારતાં મહેશ આગળ વધ્યો. બિલ્ડિંગની અંદર નજર કરવાનું મુશ્કેલ હતું. એને આટલાથી સંતોષ થયો નહીં, પણ રાત બહુ વીતી ગઈ હતી અને પકડાઈ જવાનો ડર પણ હતો. એણે એ રાત પૂરતું કામ આટોપી લીધું ને જે રસ્તે આવ્યો હતો એ જ રસ્તે સહીસલામત પાછો બહાર નીકળી ગયો. માર્ગમાં એ વિચારતો રહ્યો કે પાકિસ્તાની લશ્કર આ ભેદી મથકમાં દુનિયાથી છાની કોઈ કામગીરી કરી રહ્યું છે. દૂર અંતરિયાળ જંગલ વિસ્તારમાં લશ્કરી મથક, કામ કરનારા સ્ટાફનાં ક્વાર્ટરો, લશ્કરનો કડક જાપ્તો. જંગલમાં બાંધેલા તોતિંગ બિલ્ડિંગમાં ચાલતી કામગીરીનો અંદાજ લગાવવાનું અઘરું નહોતું. પોતે ભારતથી જાન જોડીને જે માંડવે પહોંચવા આવ્યો છે તે આ જ તો નહીં હોયને. હાથે મીંઢળ બાંધીને વાજતેગાજતે માંડવે પહોંચીને, છેડાછેડી બાંધીને 'મિશન શાદી' પાર પાડીએ તો જ ખબર પડે. મહેશ ઘરે પહોંચ્યો. ડેલી

ખોલીને અંદર પ્રવેશ્યો કે સામે ચાચા-ચાચી એને પોંખવા સામે જ ઊભાં હતાં.

28

મહેશને કલ્પના જ હતી કે એક દિવસ એ પકડાઈ જશે. અગાઉ પણ એ ચાચા-ચાચીને સૂતાં મૂકીને રાતે નીકળી જતો. મહેશ છેલ્લી ક્ષણે વાત ફેરવી નાખવામાં કે પલટી મારી જવામાં માહેર હતો. કટોકટીની ઘડીએ એ સામેવાળાને ગળે ઊતરી જાય એવી વાર્તા પણ ઘડી કાઢતો. આંખોમાં આશ્ચર્ય અને શંકા લઈને સામે ઊભેલાં ચાચા-ચાચીને જોઈને એણે બિલકુલ ખચકાટ ન અનુભવ્યો. ઊલટું એ પોતાની ઊંઘથી ઘેરાયેલી આંખો ચોળવા લાગ્યો. આસપાસ જોવા માંડ્યો. પોતે ક્યાં-કઈ જગ્યાએ આવી ગયો છે એવો અભિનય કરવા લાગ્યો.

'તું ક્યાં ગયો'તો?' ચાચીએ પૂછ્યું.

'મને રાતે ઊંઘમાં ચાલવાની આદત છે.' મહેશે આંખો ચોળવાનું ચાલુ રાખ્યું. ચાચાએ મહેશના ખભાને ઢંઢોળતા કહ્યુંઃ 'પણ તેં અમને ક્યારેય આ વાત કરી નહોતી.'

'તમને તકલીફ આપવા નહોતો માગતો.' મહેશ ધીમા અવાજમાં દરદ લાવ્યો.

'તું રાતે બહુ દૂર નીકળી ગયો હોય એવું લાગે છે.' ચાચાએ મહેશના બૂટ પર લાગેલી માટી જોતાં કહ્યું.

'ખરેખર હું બહુ દૂર નીકળી આવ્યો છું. ક્યાં ભારત, ક્યાં પાકિસ્તાન, ક્યાં તબરોઝા ગામ.' મહેશ મનોમન બબડ્યો. 'હા, ઊંઘમાં હું ક્યાં નીકળી જાઉં એનું મને ભાન રહેતું નથી. અગાઉ પણ આવું થયું છે.'

'આજે પોલીસ આવેલી ઘરે.' ચાચાએ કહ્યું.

મહેશના નાટક પર અચાનક પરદો પડી ગયો. આંખોમાં ઊંઘના ડોળની જગ્યાએ પકડાઈ ગયાની ભીતિ ઊતરી આવી. સદ્નસીબે ભોળાં ચાચા-ચાચીની નજર પડી નહીં.

'શું કહ્યું પોલીસે?'

'પોલીસે એવું કહ્યું કે, પોસ્ટમોર્ટમનો રિપોર્ટ આવી ગયો છે અને સલીમનું મોત પાતળી દોરી કે વાયરથી થયું છે.' ચાચાએ કહ્યું.

'પણ... પોલીસે તમને પોસ્ટમોર્ટમના રિપોર્ટની વાત શા માટે કરવી પડી?' મહેશ ચાચાના સવાલ પાછળનો તર્ક સમજવા માગતો હતો.

‘કારણ કે કોઈએ સલીમને ટેલિફોનબુથમાં જતાં જોયો હતો. પોલીસે ટેલિફોનબુથમાં જઈને તપાસ કરી તો ટેલિફોનનું દોરડું કપાયેલું હતું. પોલીસે કીધું કે એ દોરડું મળી જાય તો દોરડું પકડીને ખૂની સુધી પહોંચી જવાય.’ ચાચાએ કહ્યું.

જેણે સલીમને બુથમાં જોયો એણે મને પણ જોયો જ હશે. જો એ શખસ પોલીસને જાણાવી દેશે તો ખેલ ખતમ. મહેશ અંદરથી હચમચી ગયો.

‘તમે સલીમને ઓળખતાં હતાં એવું તમે પોલીસને કહ્યું નથીને?’

‘ના, અમને ફેરવી ફેરવીને ઘણું પૂછ્યું, પણ અમે કાંઈ બોલ્યાં નથી.’ ચાચીએ કહ્યું.

‘તમે સલીમને ઓળખતાં નથી. તમારું મોઢું બંધ રહે એમાં જ આપણી ભલાઈ છે.’ મહેશે કહ્યું.

પોલીસ પગેરાનો રેલો પોતાના પગ સુધી પહોંચી શકે છે. ‘મિશન શાદી’નો ભેદ ખૂલી ન જાય એટલા માટે સલામત અલીને ખતમ કરનારા મહેશે પોતાની સલામતી ખાતર સલીમનું મર્ડર કરીને ચાચા-ચાચીને બચાવી લીધાં, પણ હવે લાગે છે કે ચાચા-ચાચીનું કંઈક કરવું પડશે.

✣

ભરતસિંહ અન્સારીએ દિલ્હીમાં મૂકેલો પાકિસ્તાનનો એક અચ્છો જાસૂસ છે, મહેશ... કબીર જે પણ હોય, એના ફેમિલીને કિડનેપ કરો ને ખતમ કર. પોતાના આકા અન્સારી સાથેની આ છેલ્લી વાતથી એના લોહીમાં વફાદારીના રક્તકણ વધુ જોશભેર વહેવા લાગ્યા હતા. આમેય ઘણા સમયથી એણે ભારતની ભૂમિ પર કોઈનું ઠંડે કલેજે મર્ડર કર્યું નહોતું. ઝાયલામાં સલામત અલીના ઘરમાંથી કાંઈ હાથ લાગ્યું નહીં એનો ચચરાટ હજી મટ્યો નહોતો. એ બમણા વેગે કામ કરવા લાગ્યો હતો. દિલ્હીમાં એણે મેળવેલી કબીર અને મહેશ વિશેની માહિતીથી એ સંતુષ્ટ નહોતો. અન્સારીના આ વફાદાર કુત્તાએ પોતાની વફાદારી પુરવાર કરવા સૂંઘવાનું ચાલુ રાખ્યું હતું. મહેશ પોલીસનો ખબરી રહી ચૂક્યો હોવાનું જાણ્યા પછી એ સૂંઘતો સૂંઘતો મહેશની પ્રેમિકા આંચલ સુધી પહોંચી ગયો હતો. આંચલ રોજ ક્યાં જાય છે, કોને મળે છે, ક્યાં નોકરી કરે છે એ જાણવા એ એનો પીછો કરતો હતો. હકીકતમાં મહેશ અને આંચલના સંબંધો પર પૂર્ણવિરામ મુકાઈ ગયું હોવાથી સાવ અજાણ ભરતસિંહે એક દિવસ આંચલને આંતરી લીધી.

‘એક્સક્યુઝ મી...’ ભરતસિંહે સજ્જન હોવાનો ઢોંગ રચીને પહેલ કરી.

‘યસ.’ આંચલે કહ્યું.

‘હું મહેશનો દોસ્ત છું.’

'તો... હું શું કરું.' આંચલના આવા જવાબથી ભરતસિંહ હબક ખાઈ ગયો.

'મહેશના કાંઈ સમાચાર નથી એટલે થયું કે તમને મળીને પૂછું.'

'થેન્ક્યુ, પણ મારી પાસેય એના કોઈ સમાચાર નથી.'

ભરતસિંહને થયું કે નક્કી આંચલ પાકિસ્તાનના મિશન વિશે જાણે છે અને કાંઈ કહેવા નથી માગતી.

'ઓહ, એ છે જ એવો... એકવાર ગુમ થઈ જાય તો પછી એ ફરી પ્રગટ ન થાય ત્યાં સુધી આપણે એને મરેલો જ માનવાનો.'

'ઓ... હેલ્લો... મહેશને મરેલો જ માનવાનો એટલે તમે કહેવા શું માગો છો. હું તમને ઓળખતી નથી. તમે મને હજી તમારું નામ પણ કહ્યું નથી અને તમે મહેશ માટે જેમતેમ બોલવા લાગ્યા?' આંચલને દાઝી આવ્યું.

'ના, આ તો એના ભેદી કામકાજને હું જાણું છું એટલે કહ્યું.'

'ભેદી કામકાજ...' આંચલને મહેશ સાથેનો આખરી સંવાદ યાદ આવી ગયો. મહેશે સંબંધ તોડી નાખ્યો, પણ પોતે શું કામકાજ કરે છે, શેનો બિઝનેસ કરે છે એ કહ્યું નહોતું અને પોતે હજી સુધી મહેશની યાદોને સંઘરીને બેઠી હતી.

'તમને મહેશના ભેદી કામકાજની ખબર છે?' આંચલને થયું જે માણસે પોતાની પ્રેમિકાને કહ્યું નથી કે, પોતે શું કામ કરે છે એ વાત એણે આ માણસને કહી છે. કેટલું વિચિત્ર કહેવાય!

ભરતસિંહને કદાચ ખાતરી થઈ કે મહેશે પોતાની પ્રેમિકાને પણ પોતે એજન્ટ છે એની ખબર પડવા દીધી નથી.

'મારું નામ ભરતસિંહ છે. મને મહેશનો જ નહીં, તમારો પણ દોસ્ત સમજો.' ચહેરા પર મૈત્રીભર્યું નિખાલસ સ્મિત લાવીને પોતાનો ફોન નંબર આપ્યો. 'મિલતે રહેંગે' કહીને ભરતસિંહે ચાલતી પકડી.

આંચલ હાથમાં નંબર લખેલી ચબરખી પકડીને ક્યાંય સુધી ફૂટપાથ પર ઊભી રહીને વિચારતી રહી કે, 'મહેશથી વધુ ભેદી તો તું છે, ભરતસિંહ.'

❖

યોગાનુયોગ કેવો કે ભરતસિંહ આંચલને મળ્યો એ જ દિવસે મહેશને આંચલની ખૂબ યાદ સતાવવા લાગી હતી. કોણ જાણે કેમ પણ એને થયું કે આંચલને ફોન કરીને હાલચાલ પૂછી લઉં. સૉરી કહી દઉં અને એ પણ કહી દઉં કે, દિલ્હી આવીને તને બધી સાચી હકીકત કહીશ ત્યાર પછી તારું મન માને તો તું મારી સાથે લગ્ન કરજે. હું કોઈ ગલત કામ કરતો નથી. તું મારા પર વિશ્વાસ રાખ ને થોડો વખત રાહ જો. આંચલના ઘરે ફોન જોડવાની તૈયારી

કરી, પણ મન પાછું પડી ગયું. નહીં... નહીં... અહીંથી ફોન કરવો આંચલ અને એના ફેમિલી માટે જોખમ ઊભું કરશે. મિશન પૂરું કરીને આંચલને બધું સાચેસાચું કહી દઈશ. ચીફ ગોપીનાથ રાવને પણ કહીશ કે, હવે બીજા કોઈ મિશનમાં નહીં જોડાઉં. આમેય મારું પોતાનું તો કોઈ છે નહીં. આંચલ સાથે સંસાર માંડીશ ને ઘર-પરિવાર સાથે જિંદગી વિતાવીશ. આંચલ સાથે શેષ જીવન વિતાવવાનાં સપનાં જોઈ રહેલા મહેશને ક્યાં ખબર હતી કે ભરતસિંહ નામનું જોખમ એની આંચલ સુધી પહોંચી ગયું હતું.

બરકતુલ્લા ખાં સાહેબ અને બેગમ સાહિબાની પાર્ટી પરોઢ સુધી ચાલી. સંગીતની મહેફિલ ને દારૂની રેલમછેલ પછી બધાએ ખાનસામાએ બનાવેલી બિરિયાની ઝાપટી. અન્સારી અને ડૉ. ઝકરિયા લગભગ ટલ્લી થઈ ગયા હતા. કારણ એના નશામાં બેગમ સાહિબા અને મરિયમ માટેની હવસનું કોકટેલ નહોતું. કૅપ્ટન ન હોશમાં હતો કે ન બેહોશીની હાલતમાં હતો. એને બેગમને જાસૂસ તરીકે વાપરવાનો હલકો ખુમાર હતો. વચ્ચે થોડીવાર માટે મોર્સકોડ મશીનના અવાજે બધાનો નશો ઉતારી નાખ્યો હતો. મોર્સકોડ મશીન પકડાઈ ગયું હોત તો બે-ચાર લાશો પણ ઢળી હોત, કારણ કે અંદરના રૂમમાંથી અવાજ આવ્યો કે તરત જ બંને બાજુએ તૈયારી થઈ ચૂકી હતી. પાર્ટી પૂરી થઈ. મહેમાનોએ ખુદા હાફીઝ કર્યું. હવે મોર્સકોડના અવાજની મથામણ ચાલુ થઈ. એવું તો શું બની ગયું કે મોર્સકોડ મશીન પોપટના પાંજરામાં તબદીલ થઈ ગયું. ખાં સાહેબ, બેગમ સાહિબા અને મરિયમ - ત્રણેય એકબીજાની સામે જોતાં હતાં.

'ખાનસામા રહેમતની ચબરાકીએ મહેફિલને માતમમાં ફેરવી નાખતા બચાવી લીધી.' મરિયમે કહ્યું.

'પણ ખાનસામા રહેમત તો કૅપ્ટનનો માણસ હતોને.' બેગમ સાહિબાએ કહ્યું.

'ના, એ ખાનસામા રહેમત આપણો રાહુલ છે.'

'મારે વાઇનનો એક ગ્લાસ પીવો પડશે' બેગમ સાહિબાએ ખાં સાહેબની સામે જોતાં કહ્યું.

'રાહુલે શું કરામત કરી?' ખાં સાહેબે વાઇન ગ્લાસમાં રેડતાં સવાલ કર્યો.

'કિચનમાંથી એક દરવાજો મોર્સકોડનો અવાજ આવ્યો એ રૂમમાં પડે છે. રાહુલે અવાજ સાંભળીને તરત જ રૂમમાં જઈને મશીનની જગ્યાએ પોપટનું પાંજરું મૂકી દીધું અને મશીન કિચનમાં સંતાડી દીધું.'

'તને કેમ ખબર પડી?' બેગમે પૂછ્યું.

'હું મદદ કરવાને બહાને થોડી થોડીવારે રાહુલને કિચનમાં દારૂ આપવા જતી હતી. જોકે હવે મને અફસોસ થાય છે.'

'આપણે બચી ગયાં પછી હવે શેનો અફસોસ?' બેગમે કહ્યું.

'એકસાથે ત્રણ મોટાં માથાંને ઉડાવી દેવાની તક ગુમાવી.' માયા બોલી.

'કદાચ તને એ ત્રણેય મોટાં માથાંના કદ અને પહોંચનો અંદાજ નથી. એનાથી આપણું મિશન પૂરું ન થાત ઊલટું આપણી ઉપાધિ વધી જાત. બકરાને હલાલ કરો, પણ હોલે હોલે.' બેગમ સાહિબાએ ખાં સાહેબે આપેલો વાઇનનો ગ્લાસ મોંએ માંડતાં કહ્યું. 'ખાનસામા તુઝે સલામ.' એ બોલ્યાં.

✥

અન્સારી, ડૉ. ઝકરિયા અને કેપ્ટન અખ્તર હુસેન બેગમ સાહિબાની પાર્ટી પતાવીને પોતપોતાના ઘરે જવાને બદલે અન્સારીના ઘરે ગયા. ત્રણેયના મનમાં કેટલાક સવાલો દારૂના ગ્લાસમાં બરફના ટુકડાની જેમ તરી રહ્યા હતા. સવારના હેન્ગઓવરમાં પીગળી જાય તે પહેલાં એનો સ્વાદ માણવો જરૂરી હતો. અન્સારીએ પહેલ કરીઃ 'ચલો મેરે ઘર. એક-એક પેગ હો જાય.'

'જનાબ, અભી હમારે પૈર નહીં, રાસ્તે લડખડાને લગે હૈં.' ટટ્ટાર ચાલી રહેલા કેપ્ટન અખ્તર હુસેને મજાકમાં કહ્યું.

'અરે, ક્યા બાત કરતે હો. આપ તો બિલકુલ હિલ નહીં રહે... હમેં ચડ ગઈ હૈ.' ડૉ. ઝકરિયા બોલ્યો.

'આપ લોગોં કો ચડી નહીં હૈ... બલ્કી આપ બહેક ગયે હો... કિસી ઓર બાત કો લેકર.' કેપ્ટને પાર્ટીમાં બંનેની લાળ ટપકતી આંખોને જોઈ હતી. અન્સારી અને ઝકરિયાએ એકબીજાની સામે જોયું.

'ચલિયે ચલિયે... એક-એક પેગ... વો કહતે હૈના... વન ફૉર ધી રોડ.' ત્રણેય અન્સારીના ઘરે જવા તૈયાર થયા. અન્સારીએ ખાનસામાની સામે જોયું. કેપ્ટન સમજી ગયો કે અન્સારી રહેમત સાથે આવે એવું ઇચ્છતો નથી. એણે ખાનસામા રહેમતને કહ્યુંઃ 'તુમ ગાડી લે કર ચલે જાઓ.' રાહુલને ભાવતું હતું ને કેપ્ટને કહ્યું. રાહુલ રવાના થયો. ત્રિપુટી અન્સારીના આલિશાન ઘરમાં પ્રવેશી. ગ્લાસમાં દારૂ રેડાયો. વાતની પહેલ કોણ કરે છે એની રાહ જોવાઈ. આખરે જેના પેટમાં વધુ બળતરા થતી હતી એ અન્સારીએ કહ્યુંઃ 'અખ્તરભાઈ, જિન્હા ખાનદાનવાલી બાત કા ઝીક્ર અબ ક્યું હુઆ?'

'મેરા યહ સવાલ તો આપસે હૈ, બેગમ સાહિબા કે ઇતને કરીબ હોતે હુએ આપકો પતા ક્યું નહીં?'

'સમજ લો કિ મૈં બેવકૂફ હૂં.' અન્સારીએ નશામાં કબૂલાત કરી.

'આપ બેવકૂફ નહીં, જઝબાતી હો. ઔરતને હાથ ક્યા ચૂમ લિયા... આપ બહેક ગયે. જલવે બિખેરનેવાલી ઔરત કબ બડી જાલ બિછાતી હૈ પતા નહીં ચલતા.'

'આપકા કહેના હૈ કી જિન્હા ખાનદાનવાલી બાત પહેલે ક્યું નહીં બતાયી. અબ ક્યું બતાયી ઇસ કે બીચમેં ઉસને એક બડી જાલ બિછાઈ હોગી?' અન્સારીએ કહ્યું.

'હો સકતા હૈ.'

'અબ ક્યા કિયા જાય?'

'આપ બેગમ સાહિબા કો બાંહો મેં લેને કી કોશિશ જારી રખો, વો આપકે લિયે જાલ બિછાને કા કામ કરતી રહેગી. જાલ કો સમજના બહુત હી જરૂરી હૈ. હાં, બીચ બીચ મેં ખાં સાહેબ કી રેકોર્ડ કે બોલ સમજતે રહીએગા... બહુત હી મિનિંગફુલ હોતે હૈં.'

29

'બેગમ સાહિબા કી જાલ કો સમજના બહુત જરૂરી હૈ.' સાંભળીને અન્સારીને ચડેલો દારૂ ઊતરી ગયો. એ વાતે એના માથા પર ફરી હથોડો માર્યો કે બેગમ સાહિબા આટલા મોટા ખાનદાનમાંથી આવે છે એની પોતાને ખબર કેમ ન પડી. પાકિસ્તાની જાસૂસી એજન્સીના ચીફની આબરૂ ધૂળધાણી થઈ ગઈ, ખાખમાં મળી ગઈ. બેગમ કી ચાલ ઔર જાલ દોનોં સમજના જરૂરી હૈ એટલું તો એને સમજાયું, પણ મનોમન મૂંઝાઈ રહેલા અન્સારીનો અહમ્ એને કેપ્ટન અને ઝકરિયાની સામે ખૂલીને... મોકળા મને વાત કરવા દેતો નહોતો.

મૂંગે મોઢે ચુપચાપ દારૂ પી રહેલા ડૉ. ઝકરિયાને થયું કે ચોક્કસપણે મરિયમ જાસૂસ છે. મારી સાથે પ્રેમનું નાટક કરીને મારી જ ઑફિસમાં ખાનાં ફંફોસી ગઈ. મરિયમ જિન્હા ખાનદાનની હોવાની હકીકત જાણ્યા પછી તો બેગમ સાહિબા અને ખાં સાહેબ પણ જાસૂસ ન હોય તો જ નવાઈ. ખાં સાહેબના સંગીતપ્રેમનો તો એ પોતે આશિક રહ્યો હતો. અગાઉ એમના ઘરે સંગીતના જલસા માણી આવ્યો હતો. ક્યારેય ખાં સાહેબ કે બેગમ સાહિબાએ અણસાર આવવા દીધો નહોતો. મરિયમ અચાનક આવી ને આખું ચિત્ર બદલાઈ ગયું. મને પ્રેમની જાળમાં ફસાવવા માટે મરિયમને બેગમ સાહિબા અને ખાં સાહેબે જ મોકલી હોવી જોઈએ. ઝકરિયા

એના મનનાં વિવિધ તર્ક-વિતર્કનાં રસાયણોનું મિશ્રણ તૈયાર કરી રહ્યો હતો. એણે અન્સારી અને કેપ્ટનને કહેવાનું ટાળ્યું. આ તબક્કે એ એમની સામેલગીરી ઇચ્છતો નહોતો, કારણ કે એણે અલગ રીતે બદલો લેવાનો નિર્ણય લીધો હતો. ઝકરિયા ચૂપ રહ્યો. આખરે કેપ્ટને ચાલાકીપૂર્વક ચુપકીદી તોડી.

'મૈંને પહેલે હી કહા થા કી આપ દોનોં જઝબાતી હો. આપ લોગ જો ભી સોચ રહે હો વો સોચો, લેકિન સબસે પહેલે યહ ચૌકસી કરો કી બેગમ સાહિબા ઔર મરિયમ જિન્હા ખાનદાન સે હૈ ભી યા નહીં.'

'બેગમને કહા ઓર હમને માન લિયા. હો સકતા હૈ... યહ બાત કેહ કર વો હમ સે કુછ કામ કરવાના ચાહતી હો. વર્ના અચાનક પાર્ટી મે બુલા કર, બત્રા કે મુંહ સે યહ બાત ક્યું... સોચો જરા સોચો.' કેપ્ટને અત્યાર સુધી હાથમાં પકડી રાખેલો ગ્લાસ મોંએ માંડ્યો. ગટ, ગટ, ગટના અવાજ સિવાય રૂમમાં નીરવ શાંતિ છવાયેલી હતી. અન્સારી અને ઝકરિયાએ આવો તો વિચાર જ કરેલો નહીં.

'કેપ્ટન અબ ક્યા કિયા જાય?' ઝકરિયા બોલ્યો.

'બેગમ સાહિબા કે ખાનદાન કે બારે મેં પતા ચલને કે બાદ હી હમ અપની નઈ ચાલ ચલેંગે.' કેપ્ટને બાટલી આગળ ધરતાં કહ્યું: 'સબ સે પહેલે મુલ્ક હૈ, ઇશ્ક નહીં અન્સારી સા'બ.' અન્સારી આંખો પહોળી કરીને કેપ્ટનને જોતો રહ્યો અને ઝકરિયાએ નશો છવાયેલી આંખો પટપટવાની ઝાંખપ દૂર કરીને કહ્યું: 'સહી ફરમાયા આપને કેપ્ટન સા'બ, સબ સે ઉપર અપના મુલ્ક હૈ. ઇશ્ક તો હવા કા ઝોંકા હૈ... આતા-જાતા રેહતા હૈ.'

'હમ તીનો મિલ કે ઢૂંઢતે હૈ બેગમ સાહિબા કી અસલિયત.' અન્સારી બોલ્યો કે તરત જ કેપ્ટને સુધારીને કહ્યું: 'હમ તીનો નહીં, તુમ દોનોં... મૈંને અપના દૂસરા પ્લાન બનાયા હૈ.'

✣

કેપ્ટનના કહેવાથી ગાડી લઈને નીકળેલો રાહુલ સીધો તબરોઝા ગામે પહોંચ્યો. સવાર થવામાં બહુ વાર ન હતી. એ મહેશને મળીને પાર્ટીમાં બનેલી રસપ્રદ વાતો કહેવા આતુર હતો. રાહુલના ઘરથી થોડે દૂર જીપ ઊભી રાખીને એણે મોઢેથી પોતાની ઓળખ આપતી ખાસ વ્હીસલ વગાડી. થોડી જ વારમાં મહેશ ઊંઘમાં ચાલતો હોવાનો ઢોંગ કરતો બહાર આવ્યો. રાહુલે પાર્ટી અને મોર્સકોડની વાત કરી. પછી પૂછ્યું: 'બેગમ સાહિબા મોહમ્મદ અલી જિન્હાના ખાનદાનમાંથી આવે છે એની તને ખબર હતી?'

'ના, પણ એ વાતનું ગૌરવ છે કે જેણે દેશના ભાગલા પડાવ્યા એ મોહમ્મદ

અલી જિન્હાના ખાનદાનની મહિલા ભારતની પડખે ઊભી છે અને માયા ત્યાંથી ઑપરેટ કરે છે અને સલામત છે.'

'કૅપ્ટન કોઈ પણ ઘડીએ પહોંચશે. મારે નીકળી જવું જઈએ. મને આવતીકાલે મારું આઇડી મળી જશે. પછી હું ખરીદી કરવાને બહાને બહાર નીકળી શકીશ.'

'સાંભળ, હું ગઈકાલે મથકમાં ઘૂસી ગયો હતો.' મોડું થતું હોવા છતાં રાહુલ ઊભો રહી ગયો. મહેશે અંદર શું જોયું એની આખી વાત કરી.

'મને કાંઈક મોટું રંધાઈ રહ્યું હોય એવું લાગે છે. તું અંદર કૅપ્ટન સાથે છો, તારી પર કોઈને શંકા નહીં જાય. તું કૅપ્ટનની હિલચાલ પર નજર રાખ. શું વાત કરે છે, કોની સાથે વાત કરે છે એ જાણી લે.' મહેશે કહ્યું ને રાહુલ જીપ હંકારીને ઝડપથી નીકળી ગયો.

✣

વિજય બત્રા પરોઢિયે ઘરે જવા નીકળ્યો. નશાની હાલતમાં એ કાર ધીમે ધીમે ચલાવતો હતો. એણે વાતાવરણને ઘેરી વળેલી ધુમ્મસમાંથી ચળાઈને દેખાતી એક ધૂંધળી આકૃતિ જોઈ. કદાચ નશાને લીધે ઝાંખું દેખાતું હશે એમ માનીને એણે આંખો પટપટાવી. આંખોના ભવાં તાણીને ઊંચાં કરીને જોયું. એના બંગલાથી થોડે દૂર એક પોલીસવેન ઊભી હતી. એણે હૃદયના થોડા થડકાટ સાથે ડ્રાઇવ કરવાનું ચાલુ રાખ્યું ને પોલીસવેનની બાજુમાંથી પસાર થઈને બંગલામાં ગયો. પોલીસ તરફથી કોઈ હિલચાલ ન થઈ. એણે રૂમમાં જઈને ઝટપટ મોં ધોયું, આંખોમાં પાણીની છાલકો મારી. પછી ઉપર રૂમનો પરદો સહેજ હટાવીને બહાર જોયું. મોં-સૂઝણું થઈ ગયું હતું. ધૂંધળા ધુમ્મસમાંથી હવે પોલીસવેન ચોખ્ખી દેખાતી હતી. પોલીસવેનમાં બે પોલીસ હતા. એમાંનો એક બહાર નીકળ્યો. બત્રા બારીની આડશમાં ઊભો રહીને જોવા લાગ્યો. પોલીસ બંગલાના ગેટ સુધી આવ્યો. અંદર નજર કરી. આસપાસ જોઈને ફરી પોલીસવેનમાં અંદર જતો રહ્યો. બત્રાને બેકયાર્ડમાં ખોદેલી કબર યાદ આવી. અલ્તાફનો ચહેરો સામે તરી આવ્યો. એના ધબકારા તેજ થઈ ગયા. એણે ઝડપથી સામે બાજુની બારીમાંથી બેકયાર્ડમાં જોયું. બધું યથાવત્ હતું. એણે વિચાર્યું સારું થયું કે કબીરને ગુપ્ત સ્થળે મોકલી દીધો અને મોર્સકોડ અને ગુપ્ત ફોન રફેદફે કરી દીધાં. એ પથારીમાં પડ્યો, પણ ઊંઘ ન આવી. પોલીસ શા માટે અહીં આવી હશે. કદાચ અલ્તાફને શોધતી પોલીસ અહીં સુધી આવી પહોંચી હોઈ શકે. મગજ પર નશાની સાથે ચિંતા પણ છવાઈ ગઈ. દિમાગ પરનો બોજ વધી ગયો, આંખો ઘેરાવા લાગી. સવારે ડોરબેલે એકધારા કરેલા હુમલાથી આંખો ઊઘડી. ચિંતા સાથે બિડાયેલી

આંખ ઊઘડતા બત્રા હાંફળોફાંફળો થઈ ગયો ને દરવાજો ખોલ્યો.

'ક્યા સા'બ, કબ સે બેલ માર રહી હૂં.' કામવાળી ઝાહીરાએ અંદર ધસી આવતાં કહ્યું. બત્રાએ દરવાજાની બહાર નજર કરી. પોલીસવેન નહોતી.

'સા'બ, મુઝે પોલીસ આપ કે બારે મેં પૂછ રહી થી.'

'અચ્છા, ક્યા પૂછ રહી થી?' બત્રા પોતાનો ચિંતિત ચહેરો છુપાવવાના પ્રયાસમાં બોલ્યો.

'સા'બ કહાં ગયે હૈ... કૌન આતાજાતા હૈ... યહાં કોઈ રહેતા હૈ ક્યા? યહ સબ પૂછા.'

બત્રાને પોલીસ પાસે કોઈ નક્કર માહિતી હોવાની ખાતરી થઈ ગઈ.

'તુમને કુછ બતાયા નહીંના?' બત્રાએ તરત જ પૂછી લીધું.

'નહીં સા'બ, મૈંને કુછ નહીં કહા. લેકિન...'

'લેકિન ક્યા?'

'વો લોગોને મુઝે પેન્સિલ સે બનાઈ એક તસવીર દિખા કે પૂછા કી ઇસે ઘર મેં દેખા હૈ?' બત્રાના પગ નીચેથી જાજમ સરકી ગઈ. એ કાંઈ કહેવાની કે બોલવાની હાલતમાં ન હતો. ઝાહિરા સાથે સોદાબાજી પણ ન થઈ શકે. એ ક્યારે ફરી જાય કહેવાય નહીં. નાના નોકર લોકો સાથે સોદાબાજી ન કરાય, એનો માત્ર વિશ્વાસ જીતી શકાય.

'તસવીર દેખ કર તુમને ક્યા કહા?'

'મૈંને કેહ દિયા કિ મૈંને ઉસ કો કભી નહીં દેખા.' બત્રાના ધબકારા ઓછા થયા. થડકાટ શમ્યો નહીં. ઝાહીરાનો જવાબ દર્દીને વેન્ટિલેટર પર મળતી થોડીવારની રાહત જેવો હતો. વેન્ટિલેટર ખસી ગયું તો... ખરી મુસીબત એ હતી કે પોલીસ ઘર સુધી પહોંચી ગઈ છે. હવે શું કરવું... પોલીસને બાતમી આપી કોણે?

'આપ કે સાથ રહેતા થા વહ કૌન થા?'

બત્રાને લાગ્યું કે ઝાહીરાને પણ શંકા ગઈ છે. પોલીસની વધુ પૂછપરછથી કદાચ ઝાહીરા નામનું વેન્ટિલેટર ખસી જઈ શકે છે. ઝાહીરાની કબર ખોદવી પડશે. એણે હાલ પૂરતો, સાવચેતીપૂર્વક ટૂંકો જવાબ આપ્યો. 'મેરા દોસ્ત થા. તકલીફ મેં થા... તો મૈંને ઉસે યહાં રોક લિયા થા.' ઝાહીરા બત્રા પર વિચિત્ર નજર નાખીને બોલીઃ 'સા'બ, એક હપ્તે સે ગાર્ડન કો પાની નહીં દિયા... આજ દેતી હૂં.'

પોતાના વિચારોમાં ગૂંચવાયેલા બત્રાએ કોઈ જવાબ ન આપ્યો. થોડીવાર પછી ગાર્ડનમાંથી ઝાહીરાની બૂમ સંભળાઈઃ 'સા'બ, યહ દેખો.'

બત્રા હાંફળોફાંફળો દોડી ગયો.

'વો દેખો સા'બ... ઉધર કિતને અચ્છે ફૂલ ખિલ ગયે હૈં.' ઝાહીરાએ કબર પર ઊગેલાં તાજાં ફૂલ બતાવ્યાં.

'તુમ્હારે મુલ્ક કી મીટ્ટી હી ઐસી હૈ... દેખતી રહો કિતને રંગબીરંગી ફૂલ ખીલતે હૈં.' બત્રા મનમાં બોલ્યો.

✣

બીજે દિવસે ખાં સાહેબના ઘરમાં સૂરજ મોડો ઊગ્યો. બપોરે બારેક વાગ્યે ઊઠીને માયાએ જોયું તો બેગમ સાહિબા સાફસફાઈ કરી રહ્યાં હતાં. ખાં સા'બ હજી ઊંઘતા હતા.

'અરે, તમે રહેવા દો. હું સફાઈ કરી લઈશ.' માયાએ કહ્યું.

'થોડી હું કરી લઉં છું, થોડી તું કરજે.' બેગમ અન્સારી, કૅપ્ટન અને ઝકરિયાના સંદર્ભમાં કહી રહ્યા હતાં.

'બધી જ સફાઈ હું જ કરી નાખીશ. તમે છોડી દો.' માયાએ કહ્યું.

'અરે, તમે બંને એ ચિંતા છોડી દો. હું જ પતાવી દઈશ.' ખાં સા'બ આંખો ચોળતા બહાર આવ્યા. ત્રણેય હસ્યાં. ત્રણેય પાસે હસવાનું કારણ એક જ હતું.

'ખાં સા'બ, તમે આવી મહેફિલ કરતા રહો, મનોરંજન અમે પૂરું પાડીશું.' બેગમ સાહિબાએ કહ્યું.

'જિન્હા ખાનદાનના છીએ એ વાત કરવા પાછળનું કારણ ન સમજાયું.' માયાએ પૂછ્યું.

'કારણ કે એ લોકો આપણા પર કોઈ પણ જાતની શંકા ન કરે અને બીજું કારણ, આ વાતની એમની પર કેવી અસર પડે છે એ જોવું હતું.' બેગમ સાહિબા બોલ્યાં અને ફોનની ઘંટડી વાગી. સાંભળીને એમણે કહ્યું: 'જો આને કહેવાય અસર. ત્રણમાંથી એકનો ફોન છે.'

'હેલો,' બેગમ સાહિબાએ કહ્યું. સામેનો અવાજ સાંભળીને એમણે ફોનના રિસીવર પર હથળી દાબીને કહ્યું: 'જેની પર સૌથી વધુ અસર પડી એનો ફોન છે.'

કોનો ફોન હશે. માયા અને ખાં સાહેબ કલ્પના કરતાં રહ્યાં. બેગમે વાત શરૂ કરી: 'બોલિયે જનાબ. કૈસી રહી પાર્ટી?'

'મઝેદાર... શાનદાર... બહુત બહુત શુક્રિયા પાર્ટી કે લિયે.' કૅપ્ટન અખ્તર હુસેનના અવાજમાં રાતભરનો ઉજાગરો અને નશાની અસર છલકાતાં હતાં.

'થોડે કરીબ તો થે ઓર કરીબ આ ગયે...' બેગમ સાહિબા એક ડગલું આગળ વધ્યાં.

'બેગમ સાહિબા, આપ સિર્ફ હમારે નહીં, આપ ઔર આપ કા પૂરા ખાનદાન... હમારે મુલ્ક કે હર ઇક શેહરી, હર ઇક બચ્ચે કે કરીબ હો...'

'જી શુક્રિયા...'

'શુક્રિયા... ચાય પર મિલે, કબ મિલેંગે?'

'આપ બતાઓ તબ મિલે...'

'લહોર મેં એક હી બડા ફાઇવ સ્ટાર હોટલ હૈ... કલ શામ પાંચ બજે ચાય સાથ પીએંગે...'

જવાબમાં બેગમ સાહિબાએ શુક્રિયા કહ્યું.

'નહીં નહીં, અભી નહીં... મિલ કર કહીએગા...' કેપ્ટને ફોન મૂક્યો. બેગમ સાહિબા ફોન મૂકે એની માયા અને ખાં સાહેબ રાહ જોતાં હતાં.

30

માયા અને ખાં સાહેબની ઇન્તેજારીમાં વધારો કરવા અને પરીક્ષા લેવા બેગમ સાહિબાએ ફોન મૂકીને ખાં સાહેબને કહ્યું: 'તમે તો ફિલ્મનું ગીત સાંભળીને એના સંગીતકારનું નામ કહી આપો છો. ફોનની ઘંટડી સાંભળીને હવે કહો બોલો કોનો ફોન હતો?'

ખાં સાહેબે કહ્યું: 'ઝકરિયાનો કોલ હતો કેમ કે માયા પર લટ્ટુ થઈ ગયો છે ને હજી ખૂબ નિકટ જવા માગે છે.'

માયાનો જવાબ હતો: 'અન્સારી. એ માણસ ઘણીવાર બેવકૂફ બનવાની એક્ટિંગ કરે છે. દેખાય છે એના કરતાં સો ગણો ઊંડો છે. ખરો ખતરનાક એ માણસ છે.' બેગમ સાહિબા બંનેના આ જવાબો જાણીને હસી પડ્યાં.

'ખાં સાહેબ, ઝકરિયા પ્રેમમાં પાગલ જરૂર છે, પણ હવે છાશ ફૂંકીફૂંકીને પીશે. એ અન્સારી કે કેપ્ટન કે પાકિસ્તાની લશ્કરની તાકાત પર નિર્ભર છે, એની પાસે બૉમ્બ બનાવવાની તાકાત સિવાય પોતાની બીજી કોઈ ખાસ તાકાત નથી. કદાચ એટલે જ પાકિસ્તાન સરકારે એને સાચવ્યો છે. એની પાસેથી કામ કઢાવી લીધા બાદ એને દફન કરી દે તો મને નવાઈ નહીં લાગે. જ્યારે અન્સારી અને કેપ્ટન પાસે લશ્કરી તાકાત ઉપરાંત પોતાની ખુદની તાકાત છે, પહોંચ છે, ખુફિયા તંત્ર છે. માયા, અન્સારી હજી આઘાતમાં છે કે મેં એનાથી મારા ખાનદાનની વાત શા માટે છુપાવી. આઘાતમાંથી બહાર આવીને એ મારી

વધુ નજીક આવવા ને સંબંધ વધુ વિકસાવવા ફોન કરીને સીધો ઘરે આવશે.'

'પણ મારી ધારણા સાચી પડી. આ ફોન કેપ્ટનનો હતો. તમે એક વસ્તુ માર્ક કરી? ઝકરિયા અને અન્સારી બંને દારૂની અસરમાં આવી ગયા હતા, થોડી ચડી ગઈ હતી. જ્યારે કેપ્ટનના પગ સ્થિર હતા. એની આંખોમાં નશો તરવરતો નહોતો. જીભ લડખડાતી નહોતી. જે માણસ નશામાં પણ સંભાળીને બોલતો-ચાલતો હોય એનાથી સંભાળવું, કેમ કે એ જ નિશાની છે સૌથી ખતરનાક માણસની. હવે આ ખતરનાક ખોપડી મને હોશ-ઓ-હવાસમાં શું કહે છે એ તો મારે જાણવું પડશેને. અમે કાલે મળીએ છીએ, ચાય પર...' બેગમ સાહિબાએ કહ્યું.

✣

ચાચા-ચાચીને શોધી કાઢવા માટે પોલીસ ઇન્સ્પેક્ટર જાવેદ પર મિલિટરી પોલીસ ચીફ હારુનનું પ્રેશર વધી ગયું હતું. જાવેદે સલીમને કામ સોંપ્યું. સલીમ તબરોઝા ગામ સુધી પહોંચી ગયો હતો. એણે ચાચા-ચાચીને પણ શોધી લીધાં. એ પોલીસ ઇન્સ્પેક્ટર જાવેદને ફોન કરવાની તૈયારીમાં હતો, પણ એના બદનસીબે આખાય મામલાની જાણ મહેશને થતાં સલીમનું કાસળ નીકળી ગયું. સલીમને ઉડાડવા સિવાય મહેશ પાસે બીજો કોઈ વિકલ્પ નહોતો. પોતાની ચામડી બચાવવાનો આ એકમાત્ર રસ્તો હતો. મહેશને થયું કે સલીમને ખતમ કરવા સાથે પોલીસનું પગેરું પોતાની તરફ નહીં વળે. મામલો સમેટાઈ ગયો ને પોતે બચી ગયો છે. જોકે, લોકલ પોલીસની પૂછપરછ મહેશને તંગ કરતી રહી અને છેલ્લે ફરી પોલીસ ચાચા-ચાચી પાસે પહોંચી. એને કારણે એના માટે બીજી એક મુસીબત ઊભી થઈ હતી કે કદાચ ચાચા-ચાચી મોઢું ખોલશે તો શું કરવું. એમનું મોં બંધ કરવું પડશે કાયમ માટે. કોણ જાણે કેમ... આવું બેરહેમ પગલું ઉપાડવા એનું મન નહોતું. ચાચા-ચાચીનું હવે શું કરવું એવો વિચાર એના મનમાં રમતો હતો ત્યારે એક વંટોળિયો તબરોઝા ગામે આવી રહ્યો હતો.

સલીમ તબરોઝા જવા નીકળતા પહેલાં એક અગત્યનું કામ કરતો આવેલો. એણે ઇન્સ્પેક્ટર જાવેદને જાણ કરી હતી. ઇન્સ્પેક્ટર જાવેદે સલીમની રાહ જોઈ. એના ફોન કોલની રાહ જોઈ. કોઈ સમાચાર નહીં મળતા એણે પોતાના એક માણસને સાદા ડ્રેસમાં તબરોઝા રવાના કર્યો. એ શખસે લોકલ પોલીસ સ્ટેશનના ઑફિસરને મળીને પોતે ક્યાંથી આવે છે, કોણે મોકલ્યો છે એ વાત કરી હતી.

'જનાબ, સલીમ નામ કા હમારા એક બંદા યહાં આયા હુઆ થા.' પોલીસ સ્ટેશન ઑફિસર સલીમનું નામ સાંભળીને ચોંકી ઊઠ્યો.

'મૈં જાન સકતા હૂં સલીમ યહાં પર ક્યોં આયા થા?'

'યહ તો મૈં નહીં બતા સકતા.' પેલા શખસે કહ્યું. પોલીસ સ્ટેશન ઇન્ચાર્જને જાસૂસી પ્રકરણનો કોઈ મજબૂત કેસ લાગ્યો. કોઈ મોટી સાજિશ હોવી જોઈએ. એણે સલીમના મર્ડરની જાણ નહીં કરીને સીધા સલીમ મર્ડર કેસની તપાસ કરી રહેલા પોલીસ ઇન્સ્પેક્ટરને બોલાવ્યો. એણે પેલા શખસને મોઢે ફરી વાત સાંભળી. સલીમ કોઈ નાનો માણસ નહીં હોય. કોઈ ઉચ્ચ દરજ્જાનો જાસૂસ હોવો જોઈએ અને એનું મર્ડર થઈ ગયું. કોઈ સુરાગ નથી મળ્યા. કોઈ પુરાવા નથી છોડ્યા. મર્ડર કરનાર પણ કોઈ મોટું માથું જ હશે. તબરોઝા જેવા નાના ગામના બંને પોલીસવાળા પોતાની ટૂંકી સોચ-સમજ મુજબ શક્ય એટલું લાંબું વિચારી રહ્યા હતા. અંતે પોલીસ સ્ટેશન ઑફિસરે સલીમનું મર્ડર થયું હોવાનું જણાવી દીધું. બંધ કેબિનમાં દેશના કોઈ મોટા સિક્રેટની ચર્ચા થતી હોય એમ ત્રણેએ ચર્ચા કરી. પછી લોકલ ઇન્સ્પેક્ટરે સાદા પોલીસવાળાને પોતાની સાથે લીધો અને હૉસ્પિટલના મોર્ગમાં મૂકી રાખેલી સલીમની લાશ બતાવી. સાદા ડ્રેસમાં આવેલા પોલીસવાળાએ એને ઓળખી બતાવી.

ઇન્સ્પેક્ટર જાવેદને જ્યારે સાદા ડ્રેસવાળા પોલીસે ફોન પર સલીમનું મર્ડર થયું હોવાના ખબર આપ્યા તો એ માની ન શક્યો. સલામત અલીનું મર્ડર, ચાચા-ચાચીનું પલાયન થઈ જવું અને એમને શોધવા નીકળેલા સલીમનું ખૂન થવું. ઇન્સ્પેક્ટર જાવેદને પહેલેથી સંગીન લાગતો મામલો વધુ સંગીન લાગવા માંડ્યો. કૂએ કી ગહરાઈ બહુત ગહેરી હૈ. સલીમનું મર્ડર કોઈ નાનીસૂની વાત નથી. કોઈ જાણભેદુનું જ કામ હોઈ શકે અને એ જાણભેદુ કોઈ નાનો માણસ નથી. કોઈ મોટું ષડયંત્ર છે આની પાછળ... મોટાં માથાં કામ કરી રહ્યાં છે. ફોન પર જ આટલું બધું વિચારીને જાવેદે એના માણસને થોડા દિવસ ત્યાં રોકાઈને છૂપી તપાસ કરવાની સૂચના આપી. લોકલ પોલીસ શું કરે છે એની પર પણ ચાંપતી નજર રાખવા કહ્યું. આખીય કહાણી મિલિટરી પોલીસના ચીફ હારુનને તો કહેવી જ પડશે. હારુનનો પ્રતિભાવ શું હશે. જાવેદે તાબડતોબ હારુનને ફોન લગાડ્યો.

'જનાબ, મુંહ તક આયા હુઆ નિવાલા છીન લિયા કિસીને...'

'ક્યા હુઆ... ખૂલ કે બતાઓ.'

'જનાબ, સલીમ કા મર્ડર હો ગયા... વહ ચાચા-ચાચી કો ઢૂંઢતે હુએ તબરોઝા ગાંવ તક પહોંચ ગયા થા. વહાં સે કુછ ખબર નહીં આઇ તો મૈંને મેરે એક બંદે કો વહાં ભેજા... ઉસને બતાયા... વહાં કી પુલીસ ભી અબતક સલીમ કે હત્યારે કો ઢૂંઢ નહીં પાઈ હૈં.' જાવેદે કહ્યું.

'બડે શહેરો મેં છોટે-છોટે હાદસે હોતે રહેતે હૈં. લેકિન છોટે ગાંવ મેં યહ

બડા હદસા હૈ... કુછ બડા હો રહા હૈ તબરોઝા મેં.' ફોન મૂકીને હારુન મિયાંએ અન્સારીને ફોન જોડ્યો.

'જનાબ, ઇન્સ્પેક્ટર જાવેદ કા વો બંદા સલીમ તબરોઝા મેં થા... વહીં ઉસકા મર્ડર હો ગયા.' હારુને સમગ્ર કહાની તબરોઝાને કેન્દ્રમાં રાખીને કહી. અન્સારીએ સલીમના મર્ડરને કોઈ મહત્ત્વ ન આપ્યું.

'ઠીક હૈ, જાવેદ કા કેસ હૈ... વો દેખ લેગા.' કહીને ફોન કાપી નાખ્યો. હારુનને થયું આટલી મોટી ઘટના છે. જેની ચર્ચા અન્સારી અને કેપ્ટનની હાજરીમાં થઈ છે. દેશ સામે કોઈ મોટું કાવતરું રચાઈ રહ્યું હોવાની શંકા છે અને અન્સારી આ ઘટનાને આમ સહજતાથી શા માટે લઈ રહ્યા છે? શું મારા દેશની માટીની કિંમત આટલી સસ્તી થઈ ગઈ છે? એક અદનો ઇન્સ્પેક્ટર જાવેદ દેશકાજે એક મોટા કાવતરાનો ભેદ ખોલવા ઝઝૂમી રહ્યો છે. જાસૂસીનું જાળું શોધવા નીકળેલો સલીમ જેવો એક સાવ અજાણ્યો માણસ હણાઈ ગયો છે ત્યારે અન્સારીને આની પાછળની ગંભીરતા કેમ સમજાતી નથી?'

એણે જાવેદને ફોન કર્યો. 'સલીમ કે મર્ડર કી જડ તક પહોંચના હૈ. મેરા એક આદમી તબરોઝા પહોંચ રહા હૈ. તુમ્હારે બંદે કી મદદ કરને.'

હારુને ફોન કાપી નાખ્યો.

✣

અન્સારીના કેસમાં હકીકત કંઈક જુદી જ હતી. એ કાબો માણસ હતો. કેટલાંક રહસ્યો જાણ્યા પછી પોતે પણ એ રહસ્યોને ભૂલી જવાનાં હોય છે. એ રહસ્યો સપનામાં પણ આવવાં ન જોઈએ. એનો વિચાર કરીને શ્વાસ લેવો એ પણ ગુનો છે. રહસ્યના રાઝદાર હોવું એક ખિતાબ છે. ખિતાબ મોં બંધ રાખવાની નાની કિંમત છે. મોં ખૂલ્યું તો મોટી કિંમત ચૂકવવી પડે છે. અન્સારી એવા જ રહસ્યનો રાઝદાર છે. એણે સલીમના મર્ડરને બહુ મહત્ત્વ ન આપ્યું, હારુન જેવા ઉચ્ચ અફસરની વાતને બેધ્યાન કરી દીધી, પણ એને કેસની ગંભીરતાનો અંદાજ આવી ગયો હતો. માત્ર હારુન સાથેની વાતચીતમાં એનો અણસાર આવવા દીધો નહોતો. એણે હારુન સાથે વાત પતાવીને તરત જ કેપ્ટનને ફોન કર્યો હતો.

'જનાબ, આપ કા તબાદલા સહી જગહ પર હુઆ હૈ.' અન્સારીએ વાતચીતનો દૌર શરૂ કર્યો.

'સબ આપ કી મહેરબાની હૈં, જનાબ.' કેપ્ટન અન્સારીની કિન્નાખોરીને લીધે પોતાની સજારૂપે બદલી થઈ હોવાનું ભૂલ્યો નથી.

'ગલત સોચ રહે હૈં આપ... યહ આપ કી કાબેલિયત કા નતીજા હૈ.'

'હમ મુદ્દે કી બાત પર આયેં?' કેપ્ટને ફોન કરવાનું કારણ જાણવાની આતુરતા બતાવી.

'સલીમ કા મર્ડર હો ગયા હૈ.' અન્સારીએ કહ્યું.

'કૌન સલીમ, વો અનારકલી વાલા?' કેપ્ટને સલીમને ઓળખી લીધો હોવા છતાં મજાકમાં પૂછ્યું.

'નહીં, વો ઇન્સ્પેક્ટર જાવેદવાલા સલીમ... વો તબરોઝા મેં થા જહાં ઉસકા મર્ડર હુઆ.' અન્સારીએ શા માટે ફોન કર્યો છે એનું રહસ્ય હવે કેપ્ટનને સમજાયું.

'તબરોઝા ગાંવ નકશે મેં હૈ ઉસ કી જાનકારી કિસી કો નહીં હૈ તબ, વહાં સલીમ કૈસે પહુંચા? વહાં ઉસકા મર્ડર હુઆ. ઇસ કા મતલબ હૈ સલીમ સે પહેલે કોઈ ઓર વહાં પહુંચા હૈ.' કેપ્ટને કહ્યું.

'જી જનાબ, અબ આપ તો વહાં મૌજૂદ હો... બાકી ક્યા કરના હૈ આપ કો તો પતા હી હૈ.' અન્સારીએ ખુદા હાફીઝ કરીને ફોન કાપી નાખ્યો. કેપ્ટન થોડી સેકન્ડ ફોન પકડીને ઊભો રહ્યો. એને ખબર ન હતી કે રાહુલ અંદર ઊભો રહીને છૂપી રીતે એમની વાતચીત સાંભળતો હતો. સલીમનું મર્ડર કોણે કર્યું એનાથી રાહુલ વાકેફ હતો. મહેશનો જીવ જોખમમાં છે. કંઈક કરવું પડશે. શું કરવું. કઈ રીતે મહેશને જાણ કરવી. અહીંથી નીકળવું મુશ્કેલ છે. એણે કેપ્ટનને ઝડપથી તૈયાર થતા જોયા. ઓહ માય ગૉડ... કેપ્ટન ગામમાં જતા લાગે છે. એ તપાસનો દૌર પોતાના હાથમાં લેશે અને મહેશનું આવી બનશે. આખું મિશન તબાહ થઈ જશે. શું કરવું. એણે હિંમત એકઠી કરીને પૂછ્યું: 'આપ કહાં જા રહે હો?'

'મુઝે આજ તક કિસીને યહ નહીં પૂછા.' કેપ્ટને ગુસ્સામાં કહ્યું.

'નહીં, નહીં... ઇસલિયે કી રાત કા ખાના ક્યા બનાઉં... યહ જાનના થા.'

'ચીકન કા કુછ...'

'જનાબ, ચીકન તો બાઝાર મે હૈં... લાના પડેગા.'

'તુમ મેરે સાથ ચલો. મૈં ગાંવ મેં જા રહા હૂં... તુમ્હે બાઝાર મેં ઉતાર દૂંગા. વાપસી મેં તુમ્હે બાઝાર સે લે લૂંગા.'

રાહુલને ખાતરી થઈ ગઈ કે કેપ્ટન તબરોઝા ગામમાં સલીમ મર્ડર કેસની તપાસ માટે જ જાય છે. સાથે એક વાતે સંતોષ થયો કે મહેશને સાવધાન કરી દેવાનો આ એક જ મોકો છે. કેપ્ટને રાહુલને બજારમાં ઉતાર્યો.

'તુમ યહીં પર મેરી રાહ દેખના. મૈં આતા હૂં...' કહીને કેપ્ટને લોકલ પોલીસ સ્ટેશન તરફ જીપ હંકારી મૂકી.

❖

રાહુલ ચીકન ખરીદવાનું બાજુએ મૂકીને સૌ પહેલાં મહેશને શોધવા ચાચાની ધોબીની દુકાને ગયો. એણે દૂરથી જ મહેશને ઇસ્ત્રી કરતો જોયો. આસપાસ નજર કરીને સિગ્નલ આપતી વ્હિસલ વગાડી. મહેશે બહાર આવીને જોયું. દૂર એક ખૂણામાં રાહુલ ઊભો હતો. એણે ઇશારાથી બોલાવી લીધો.

'મહેશ, ખતરો વધી રહ્યો છે.' રાહુલે મહેશને આખી વાતથી વાકેફ કર્યો.

'...પણ ચાચા-ચાચીનું શું કરવું?' મહેશે પૂછ્યું.

'તું ચાચા-ચાચીને છોડ. તું આ ગામ છોડી દે.'

'ચાચા-ચાચીની હયાતી મારા માટે જીવનું જોખમ છે જ... આખા મિશનનો ભેદ ખૂલી જશે. હું એમને...'

'એમનું જે થવાનું હોય તે થાય. તું તારો જીવ બચાવી લે.' રાહુલે મહેશની વાત કાપતાં કહ્યું.

'ઠીક છે, સાંજ પડવા આવી છે. હું થોડીવારમાં નીકળી જાઉં છું.' મહેશે દૂરથી દુકાનમાં જોયું. ચાચા ઇસ્ત્રી કરી રહ્યા હતા અને ચાચી કપડાંને પાણી છાંટતાં હતાં. રાહુલ ઝડપથી નીકળીને ચીકન ખરીદીને કેપ્ટને કહેલી જગ્યાએ ઊભો રહી ગયો અને મહેશ દુકાનમાં પાછો જતો રહ્યો. થોડીવાર પછી દુકાનથી થોડે દૂરથી પસાર થઈ રહેલી જીપમાંથી રાહુલે જોયું તો મહેશ ઇસ્ત્રી કરી રહ્યો હતો. "મહેશ નામનું પ્રાણી બહુ જિદ્દી છે. એ પોતાનો જીવ બચાવવા ગામ છોડી દેશે કે પછી ચાચા-ચાચીને ખતમ કરીને રહેશે, કારણ કે એ માર્ગમાં પોતાને નડનારા કોઈને છોડતો નથી ને કોઈ સુરાગ છોડતો નથી" રાહુલ વિચારતો રહ્યો.

❖

મહેશે એ રાતે ઊંઘમાં ચાલતા નીકળી જવાનો પ્લાન બનાવ્યો હતો. એને ઊંઘ આવતી નહોતી ને અચાનક એને સાઇલન્સર ગનમાંથી છૂટેલી ગોળીનો અવાજ આવ્યો. એ સફાળો ઊભો થઈ ગયો. એણે એક શખસને રૂમમાંથી બહાર આવીને ભાગતાં જોયો. મહેશે તરાપ મારીને પેલા શખસને ઝાલી લીધો. મોં પર વીંટાળેલું કાળું કપડું મહેશે એક જ ઝાટકે હટાવ્યું.

'કબીર, તું... અહીં... અત્યારે?'

31

કબીરને સામે ઊભેલો જોઈને મહેશ હબક ખાઈ ગયો. મહેશ માની ન શક્યો અને એમાંય ગોળીઓના અવાજે એને વધુ ભયભીત કરી દીધો હતો. 'તું અહીં અત્યારે અડધી રાતે શું કરે છે? અને આ ગોળીનો અવાજ શેનો હતો? અને તું ભાગી શા માટે રહ્યો હતો?'

'મને લાગ્યું કે હવે મારી અહીં જરૂર છે.' મહેશે કબીરને રિવૉલ્વર કમરના પાછલા ભાગમાં ખોસતાં કહ્યું.

'આ ગોળીનો અવાજ... શું ચાચા-ચાચીને તેં...' મહેશે વાક્ય અધૂરું છોડી દીધું.

કબીરે માથું ધુણાવીને એને અંદર આવવા કહ્યું. બંને અંદર ગયા. ચાચા-ચાચીની લાશ પડી હતી. છાતીમાંથી વહી રહેલું લોહી થીજી રહ્યું હતું.

'કબીર, તેં આ શું કર્યું? તેં ચાચા-ચાચીને પતાવી નાખ્યાં.' મહેશે પૂછ્યું.

'એમનું જીવન આપણું મોત હતું મહેશ.'

'પણ આ નિર્દોષોને મારી નાખીને તેં ઠીક નથી કર્યું, કબીર.'

'સલામત અલી પણ નિર્દોષ જ હતો. આમ છતાંય આપણે એને ખતમ કરવો પડ્યો હતોને.' મહેશને ચૂપ જોઈને એના ખભા પર હાથ મૂકીને કબીરે કહ્યુંઃ 'ચાચા-ચાચીનું મોં ખોલાવવાનું પોલીસ માટે આસાન બની રહેત. લોકલ પોલીસને મદદ કરવા બીજા કેટલાકને છોડી મુકાયા છે. તું જ કહેતો હોય છે ને મોઢું ખોલનારાનું મોં બંધ કરી દેવાનું.'

સલામત અલીને ખતમ કરનારો મહેશ વાસ્તવિકતાથી વાકેફ હતો. મિશનની આડે આવનારો કોઈ પણ હોય એ દુશ્મન હોવાનું એ માનતો હતો. આમ છતાં એને, કોણ જાણે કેમ પણ ચાચા-ચાચીના મોતનું દુઃખ હતું. ચાચા-ચાચીએ એને દીકરા જેવો પ્રેમ આપ્યો હતો. મહેશે એક તબક્કે ચાચા-ચાચીને એમના વતન કચ્છના ઝાયલા ગામે પાછાં લઈ જવાનું પણ નક્કી કરેલું. કદાચ સલામત અલીના ખૂનના પસ્તાવારૂપે... આખી જાનને પાકિસ્તાનની સરહદ પાર કરાવવા પાછળ સલામત અલીનો પાકિસ્તાન મોહ જરૂર હતો, પણ સાથે એનું ભોળપણ પણ હતું. મહેશ ચાચા-ચાચીની લાશ સામે જોઈને વિચારી રહ્યો હતો.

'હવે આ લોકોનું શું કરવાનું છે?' મહેશે પૂછ્યું.

'આપણે કાંઈ જ કરવાનું નથી જે કરવાનું હશે તે પોલીસ કરશે. પોલીસ તને શોધશે. કારણ તું આ લોકોનો દીકરો હતો એની નોંધ પોલીસને ચોપડે છે. તું અહીં રહીને પોલીસને કહે કે, મારાં મા-બાપની હત્યા થઈ છે તો તારે માટે એના દીકરા હોવાનું પુરવાર કરવું વધુ મુશ્કેલ બનશે. એટલે તારું

ફરાર થવું જરૂરી છે, પરંતુ એથી પોલીસને તારી પર શંકા જશે, પણ હાલ આપણી પાસે બીજો કોઈ રસ્તો નથી. અહીંથી લગભગ 50 કિલોમીટર દૂર સીજોરા ગામ છે. ત્યાં કાસીમભાઈ છે. આ એનું સરનામું. એ તને સાચવી લેશે અને હું આ ગામમાં બધું સાચવી લઈશ. તું વહેલામાં વહેલી તકે અહીંથી નીકળી જા.'

મહેશની સાથે મળીને કબીરે ફરી એકવાર કોઈ સુરાગ કે પુરાવો ન રહે એની તકેદારી રાખીને સાફસફાઈ કરી નાખી. મહેશે એક આખરી નજર ચાચા-ચાચી પર નાખી અને કબીરને ભેટીને નીકળી ગયો. મહેશના ગયા પછી થોડીવારે કબીર અંધારામાં અલોપ થઈ ગયો.

❖

કેપ્ટન એ દિવસે રાહુલને બજારમાં ઉતારીને સીધો લોકલ પોલીસ સ્ટેશનમાં ગયો. પોલીસ સ્ટેશન ઇન્ચાર્જ ઑફિસર સાદા ડ્રેસમાં ઊભેલા ઊંચા પડછંદ માણસને જોઈને અંદાજ આવી ગયો કે કોઈ મોટી હસ્તી છે. એણે બહાર પાર્ક કરેલી મિલિટરીની જીપ પણ જોઈ હતી. એટલે એ પહેલાંથી જ કડક બેસી ગયો હતો. અગાઉ સલીમની પૃચ્છા કરવા કોઈ મોટું માથું જ આવ્યું હતું. હવે આ બીજો મહાન માણસ કોણ હશે. મનમાં થોડા ખચકાટ સાથે પોલીસ સ્ટેશન ઇન્ચાર્જ કેપ્ટનને આવકારવા સજ્જ હતો.

'આઇયે જનાબ, તશરીફ રખીએ.' કેપ્ટન બેઠો.

'બતાઇયે, ક્યા સેવા કર સકતા હૂં આપ કિ?'

કેપ્ટને એક જ લાઇનમાં એની ઓળખ આપી દીધી. સાંભળીને ઇન્ચાર્જ ઊભો થઈ ગયો. કેપ્ટને એને બેસી જવા ઇશારો કર્યો.

'સલીમ નામ કે એક આદમી કા ખૂન હુઆ હૈ, ઉસકી લાશ મિલી હૈ... લેકિન ઉસકા ખૂની નહીં મિલા... કરેક્ટ?' કેપ્ટને કહ્યું.

'જી જનાબ, છાનબીન ચલ રહી હૈ.'

'વહ કામ તો આપ લોગ કર હી રહે હોંગે... યકીન હૈ કી આપ ખૂની કો પકડેગેં.' કેપ્ટન આલરીને બેઠો, 'લેકિન મૈં કુછ ઓર બાત કરને આયા હૂં.'

'જી જી... જનાબ...'

'કુછ લોગ ઇસ ગાંવમેં આ કર બસે હૈં... હમેં ઉનકી જાનકારી ચાહિયે.'

ઇન્ચાર્જની હવા બંધ થઈ ગઈ, એનો શ્વાસ થોડી ક્ષણો માટે અટકી ગયો.

'કૌન લોગ હૈ વો... કિસ... કામ કે લિયે... આયે હૈં...' એના મોંમાંથી શબ્દો અટકી અટકીને નીકળ્યા.

'આપ ખુફિયા તરીકે સે ઉનકી જાનકારી હમેં દો... ફિર હમ બતાયેંગે કિસ કામ કે લિયે વો લોગ આયે હૈં.'

'જનાબ, સલીમ યહાં કિસ કામ સે આયા થા.' ઇન્ચાર્જે અલગ રીતે જાણવાની કોશિશ કરી.

'સલીમ યહાં કિસ કામ સે આયા થા ઉસકી ફિકર કરને કે બજાય, વહ કિસ કિસ કો મિલા થા આપ ઉસકી તલાશ કરેં.' કેપ્ટને ટેબલ પર પડેલા પેડ પર પોતાનો ફોન નંબર લખ્યો ને નીકળી ગયો.

✣

પાકિસ્તાન ઇન્ટેલિજન્સના દિલ્હીમાં કામ કરતા ભરતસિંહે કબીરની મા સરોજા દેવીને શોધી કાઢી હતી. એક દિવસ એ પ્લાન બનાવીને એના ઘરે પહોંચી ગયો. એક અજાણ્યા માણસને ઘરમાં આવકાર આપતા પહેલા એમણે પૃચ્છા કરી.

'કોણ ભાઈ તું?'

'નમસ્તે માજી, હું ભરતસિંહ, કબીરનો દોસ્ત છું. અમે સ્કૂલમાં સાથે હતા.'

'પણ... કબીર તો વિદેશ ગયો છે. એના બિઝનેસના કામથી.'

'હા, અમે વરસો પછી મળ્યા અને એ પણ અમેરિકાની ધરતી પર... એણે જ તમને મળવાનું કહ્યું છે.'

'ઓહ... આવ આવ, અંદર આવ.' ભરતસિંહે અંદર પ્રવેશતાં બધે ફરતી નજર કરી લીધી.

'તમે અમેરિકામાં મળ્યા. એણે તો મને કહેલું કે, એ સિંગાપોર જાય છે. બિઝનેસ માટે...' ભરતસિંહ થોડો અચકાયો.

'હા... હા... એણે મને કહ્યું કે, પહેલાં એ સિંગાપોર ગયો, પછી અમેરિકામાં.'

'એ છોકરો બહાર જાય પછી કોઈ દિવસ માના ખબરઅંતર પૂછવાય ફોન ન કરે.'

'હા, એનું કામકાજ એવું જ હશે. જેમાંથી ફુરસદ ન મળે.'

'એમઇએસમાં... એટલે કે મિલિટરી એન્જિનિયરિંગ સર્વિસ... ઇજનેરી લગતી સામગ્રીઓ મગાવવી, એના ટેન્ડરો ભરવાં... દેશ-વિદેશ જવું પડે.' મિલિટરી શબ્દ સાંભળીને ભરતસિંહની આંખોમાં ચમક આવી ગઈ.

'તારે શેનું કામકાજ છે?' સરોજાદેવીએ પૂછ્યું.

'એક્સપોર્ટ-ઇમ્પોર્ટનું.' એણે બંને શબ્દોને છુટ્ટા પાડીને કહ્યું.

'રાષ્ટ્રપતિની સાથે આ તમારો ફોટો છે?' ભરતસિંહ મેજ પરની જૂની તસવીર જોતાં બોલ્યો.

'હા, હું અને કબીરના બાપુજી... બંને છીએ. સ્વાતંત્ર્યસેનાની તરીકે રાષ્ટ્રપતિને હાથે અમારું સન્માન થયું હતું.'

'બાજુમાં કોનો ફોટો છે?'

'એ મારો મોટો દીકરો અર્જુન, કબીરનો મોટો ભાઈ, પાકિસ્તાન સામેના જંગમાં શહીદ થઈ ગયો.' સ્વાતંત્ર્યસેનાની સરોજાદેવી સહેજ ટટ્ટાર થઈને બોલ્યાં.

'વાહ કેટલું સારું, તમારા બેઉ દીકરા લશ્કરમાં.'

'ના, બેઉ લશ્કરમાં ન કહેવાય. અર્જુન લશ્કરમાં... શહીદ થઈ ગયો. કબીર સરહદ પર જઈને લડતો નથી.'

'હા, કબીર સરહદ પર લડતો નથી, સરહદ પાર કરે છે.' ભરતસિંહ દાઢમાં બોલ્યો.

'હા, જોને એના આ કામકાજને લીધે કેટકેટલા દેશોની સરહદો પાર કરતો હશે.' સરોજાદેવી બોલ્યાં.

ભરતસિંહે મેજ નજીક જઈને અર્જુનની તસવીર સામે છાતી ફુલાવી. એક હિન્દુસ્તાની કાફિર કો હમને સરહદ પર મારા થા ઔર દૂસરે કો હમારી સરઝમીં પર ઠોકેંગે. એણે મનમાં બબડીને ચહેરાના હાવભાવ બદલ્યા વિના અર્જુનની શહીદીને બિરદાવી.

ભરતસિંહને આમતેમ નજર કરતાં જોઈને સરોજાદેવીએ પૂછ્યુંઃ 'કાંઈ ખાસ કામ માટે મોકલ્યો છે તને?'

'કબીર મજામાં છે એટલું કહેવા આવ્યો હતો. અચ્છા, જાઉં હવે ત્યારે...' સરોજાદેવીના ચરણસ્પર્શ કરીને તે ચાલવા લાગ્યો.

'તારો નંબર આપતો જા. કોઈવાર કામ પડે.' સરોજાદેવીએ કહ્યું.

'હું જ આવતો રહીશને... એટલે તમારો નંબર પણ માગતો નથી. એ બહાને આવતો રહીશ. તમારા ખબરઅંતર પૂછવા.'

'ભલે ત્યારે... આવતો રહેજે.'

એ દિવસે, મોડી રાતે સરોજાદેવીના ફોનની ઘંટડી રણકી. એમણે ઊંઘમાં જ ફોન ઊંચકીને હેલો કહ્યું.

'મા...' કબીરનો અવાજ સાંભળીને સરોજાદેવી ખુશખુશાલ થઈ ઊઠ્યાં. ઊંઘ ઊડી ગઈ. ઊંઘરાટિયો અવાજ સ્થિર અને સ્વસ્થ થઈ ગયો.

'તું સિંગાપોરથી અમેરિકા પહોંચી ગયો. મને એની ખબર પડી ગઈ.'

કબીરને ઝટકો લાગ્યો. નક્કી કંઈક તો ગરબડ છે.

'મા, તું તો અંતરયામી છો, પણ એ કહે કે તને કોણે કહ્યું.'

'આજે તારો સ્કૂલફ્રેન્ડ ભરતસિંહ આવ્યો હતો. એણે કહ્યું.'

પાકિસ્તાનનો કોઈ એજન્ટ ભરતસિંહ બનીને ઘરમાં ઘૂસી આવ્યો અને ભોળી મા પાસેથી માહિતી લઈ ગયો હોવો જોઈએ. હવે કબીર માટે ખરી સમસ્યા ઊભી થઈ હતી. ભરતસિંહની અસલિયત વિશે કાંઈ કહી શકે એમ નહોતો. એમ કરવા જતાં પોતાની ગોપનીયતા ખુલ્લી પડી જવાનો ભય હતો.

'મા, તારે આ રીતે મારા કોઈ પણ દોસ્તને ઘરમાં નહીં આવવા દેવાના. કોણ છે, કેવો માણસ છે, સાચા-ખોટાની તને કેમ ખબર પડે. ચોર-લૂંટારા હોઈ શકે. કોઈ પણ આવે તારે કહી દેવાનું કે કબીર આવે ત્યારે આવજો.'

'કબીર દીકરા, તારી મા સ્વાતંત્ર્યસેનાની છે... હું કોઈથી ડરીને બેસી રહું એવી નથી.'

'મા, સ્વાતંત્ર્યની ચળવળનો એ જમાનો અલગ હતો, જ્યારે દરેક કોમ એક થઈને લડતી હતી. ત્યારે હિન્દુ-મુસ્લિમ વચ્ચે વેરઝેર નહોતું.'

'અરે, આમાં તું કોમવાદ શા માટે લાવ્યો?'

'મા, જવા દે એ બધી વાતો અત્યારે... એણે મારા વિશે શું પૂછ્યું?'

'ના, ખાસ કાંઈ નહીં.' સરોજાદેવીએ કહ્યું.

જવાબથી કબીરની ચિંતામાં ઘટાડો ન થયો. મિશનની ગુપ્ત વાત લીક થઈ છે. હવે એનું મૂળ શોધવું નથી, એનું કુળ કાપી નાખવું પડશે. એણે મા સાથે વાત પતાવીને ગોપીનાથ રાવને ફોન જોડ્યો. મા સરોજાદેવીના રક્ષણ માટે અને ભરતસિંહના ભક્ષણ માટે.

❖

બેગમ સાહિબા અને કેપ્ટન અખ્તર નિયત કરેલા સમયે ફાઇવ સ્ટાર હોટલના એક કૉર્નરમાં બેઠાં હતાં. કેપ્ટન ખુદ સર્વિસ ટી કેટલમાંથી બેગમના કપમાં ચા રેડતા હતા.

'ચીની કિતની?' કેપ્ટને પૂછ્યું.

'દો ચમ્મચ.' કેપ્ટને સાકરની બે ક્યૂબ કપમાં નાખી. બેગમે શુક્રિયા કહ્યું. કેપ્ટને સ્માઇલથી ઉત્તર વાળ્યો અને પોતાના કપમાં ચા રેડવા લાગ્યો. દિમાગથી કામ લેનારા બે જણ મળે ત્યારે હંમેશાં વાતની શરૂઆત કોણ કરશે એની વિમાસણ રહેતી હોય છે. ચેસની રમતમાં પહેલી ચાલ પર બધો આધાર હોય છે. અહીં પણ એવું જ થયું. કેપ્ટનમાં ચપળતા હતી અને બેગમમાં ઠહેરાવ હતો.

'વૈસે તો કહેતે હૈં કિ લેડીઝ ફર્સ્ટ. યહાં મૈં શુરૂ કરતા હૂં.' કેપ્ટને મોં ખોલ્યું.

'ઓર મુદ્દે કી બાત પર આતા હૂં... આપ મોહમ્મદ અલી જિન્હા સા'બ કે ખાનદાન સે હો... ઝાહિર હૈ હિન્દુસ્તાન મેં આજ ભી આપ કે કૉન્ટેક્ટસ

હોંગે, સોર્સ હોંગે, રિશ્તેદાર હોંગે, ઉનકી ગવર્નમેન્ટ મેં... ઉન્કી ઇન્ટેલિજન્સ મેં આપ કે લોગ હોંગે... મૈં ચાહતા હૂં... યહાં કી કુછ ખુફિયાં બાતેં વહાં પહોંચે. મૈં ઇસ કામ કે લિયે તૈયાર હૂં.'

આ કેપ્ટન જેવો કટ્ટર મુસલમાન, હિન્દુઓનો જાની દુશ્મન, પાકિસ્તાન સરકારનો વફાદાર ડાઘિયો કૂતરો બોલી રહ્યો છે? આ માણસ પાકિસ્તાન ઇન્ટેલિજન્સમાં છીંડું નહીં મોટું બાકોરું પાડવા માગે છે? બેગમ માની ન શક્યાં. આ ઑફર છે કે કોઈ છટકું છે? બેગમ સાહિબા કપમાં નાખેલી સાકરની ક્યૂબને ઓગાળવા ચમચી ફેરવતાં રહ્યાં. પછી એક સીપ મારીને બોલ્યાં: 'અગર મૈં આપકો ઐસી ઑફર કરું તો!'

32

'અગર મૈં આપકો ઐસી ઑફર કરું તો...' બેગમ સાહિબાને સાંભળીને કેપ્ટન ખડખડાટ હસ્યો. એટલો મોટેથી હસ્યો કે કેટલાક લોકો જોવા લાગ્યા. બેગમ સાહિબાને શરમ આવી.

સાવ બેશરમ માણસ છે. કોઈ તમીઝ નથી... ફાઇવ સ્ટાર હોટલમાં બેસવાને લાયક નથી. બેગમ સાહિબાને થયું કે એવું તો મેં શું કહી દીધું કે આ માણસ આમ ગાંડાની જેમ હસે છે.

'મૈં તો મઝાક કર રહા થા... બેગમ સાહિબા... આપ શાયદ સચ માન ગઈ.'

'લેકિન મૈં મઝાક કે મૂડ મેં નહીં હૂં. આપકો માલૂમ હૈ કિ મેરી રગોં મેં કિસકા ખૂન હૈ. મૈં તૈયાર હું ગદ્દારી કે લિયે, પર ક્યા આપ તૈયાર હો? ક્યા આપકા ઝમીર મુલ્ક કો બેચને કે લિયે તૈયાર હૈ? દુનિયા મેં બેચને કે લિયે ઝમીર કે અલાવા બહુત કુછ હૈ, કેપ્ટન સાબ.'

કેપ્ટન કડક થઈને બેઠો. સમસમી ઊઠ્યો. કોઈએ એના ગાલ પર સણસણતો તમાચો માર્યો હોય એવું લાગ્યું.

'મૈં અપના અલ્ફાઝ વાપિસ લેતા હૂં બેગમ સાહિબા.' કેપ્ટને પરીક્ષા લઈ લીધી, પણ એને ક્યાં ખબર હતી કે બેગમે એની કસોટી કરવા ઉપરાંત એને વિશ્વાસમાં લઈ લીધો. કેપ્ટનને થયું કે બેગમ કાચી માટીની નથી. એક સાચી મુસલમાન છે. ગદ્દારી એના લોહીમાં નથી.

પોલીસની તપાસ કાચી નથી હોતી, કેટલીકવાર ગુનેગારો પાકા હોય છે. કબીર અને મહેશ શક્ય એટલા તમામ પુરાવાઓનો નાશ કરીને અલોપ થઈ ગયા. મહેશને અંદાજ હતો જ કે પોલીસ એના પર શંકા કરશે, કેમ કે મા-બાપનું ખૂન થઈ ગયું છે ત્યારે છોકરો કેમ ગુમ છે. બીજું ચાચા-ચાચીને મળનારો આખરી માણસ સલીમ હતો, જેનું મર્ડર થઈ ગયું.

કેપ્ટન મુલાકાત લઈ ગયા પછી લોકલ પોલીસ હરકતમાં આવી ગઈ અને સલીમ મર્ડર કેસની તપાસ કરનારો પોલીસ ઇન્સ્પેક્ટર ખુદ ફરી ચાચા-ચાચીને મળવા એમની દુકાને ગયો. દુકાન હજી ખૂલી નહોતી. એણે આપસાસ જોયું. બાજુની અધખૂલી ડેલી જોઈને અંદર ગયો. ચાચા-ચાચીની લાશ જોઈને એના હોશ ઊડી ગયા. પોલીસ સ્ટેશને જઈને ઇન્ચાર્જને વાત કરી. મામલો પામી ગયેલા ઇન્ચાર્જે આ સંગીન મર્ડર કેસની તપાસ કરવા પોલીસ પાર્ટી તો મોકલી, સાથે સલીમને શોધતા આવેલા ખુફિયા એજન્ટને આ ઘટનાથી વાકેફ કર્યો. એણે અન્સારીને કહ્યું ને અન્સારીએ પોલીસ ઇન્સ્પેક્ટર જાવેદને માહિતી આપી. પોલીસ સ્ટેશનની ખાસ મુલાકાત લઈ ગયેલા કેપ્ટનને જાણ કરવી ફરજિયાત હતું એટલે એમને પણ વાત કરી દીધી. આમ, લોકલ પોલીસ ઇન્ચાર્જે માહિતી પ્રસારણનું આખું સર્કલ પૂરું કર્યું. તબરોઝામાં સલીમનું ખૂન સામાન્ય બાબત નહોતી અને એમાંય સલીમે જેમની મુલાકાત લીધી હતી એ ચાચા-ચાચીની પણ રહસ્યમય હત્યા થઈ. અન્સારી અને કેપ્ટને આમાંથી એટલું તારવ્યું કે આખોય મામલો દેશમાં થયેલી ઘૂસણખોરીનું પરિણામ છે. આ પ્રકારના મર્ડરમાં ખૂનીનો પત્તો મળતો નથી. એટલે ઘૂસણખોરો એમનું મિશન પૂરું કરે એ પહેલાં એમને પકડીને ખતમ કરવા એ જ એક માર્ગ રહે છે. તબરોઝામાં કડક નજર રાખવાનું નક્કી થયું.

❖

વિજય બત્રાના ઘરની આસપાસ કાયમ એક પોલીસવેન રાત-દિવસ રાઉન્ડ મારવા લાગી હતી. ક્યારેક તો રાતે એના ઘરથી થોડે દૂર ખૂણામાં ઊભી રહેતી. આ હિલચાલ બત્રાના ધ્યાનમાં હતી જ. એની કામવાળી પણ આવીને એને માહિતી આપતી. એક દિવસ કામવાળી ઘરે આવી નહીં. સામાન્ય રીતે એ ન આવવાની હોય તો ફોન કરીને જાણ કરતી. એ દિવસે જાણ ન કરી. બીજે દિવસે પણ એ ન આવી. હવે બત્રાની શંકા દૃઢ થઈ કે કાંઈક મોટી આફત આવી રહી છે. ત્રીજે દિવસે એ આવી.

'સા'બ, કુછ લોગ મુઝે ઉઠા કર લે ગયે થે.' એ રડવા લાગી.

'કહાં લે કર ગયે થે? કૌન થે વો લોગ?'

'પતા નહીં કૌન થે, મુઝે એક વેન મેં બિઠા કે લે ગયે. પૂરા દિન બિઠા કે આપકે બારે મેં પૂછા.'

'ક્યા પૂછા?' બત્રા એના માટે પાણી લાવ્યો.

'કૌન આતાજાતા હૈ... કિસી લડકી કો આતે દેખા હૈ ક્યા. ફોન પે કિસ સે બાત કરતે હો આપ?'

'તુમને ક્યા બતાયા?'

'કુછ નહીં બતાયા અલ્લા કસમ. મૈં આપકા નમક ખાતી હૂં. મૈં કુછ નહીં બોલી.'

'કલ ક્યોં નહીં આઇ?'

'સા'બ મૈં ડર ગઈ થી. સોચા કિ આપકા કામ છોડ દૂં. પૂરા એક દિન સોચા... ફિર તય કિયા કી આપકા કામ નહીં છોડૂંગી. સા'બ, આપ જો કુછ ભી કર રહે હોંગે અચ્છા હી કરતે હોંગે.' બત્રાને સાંભળીને સારું લાગ્યું. સાથે એને કામવાળીની ફિકર પણ થઈ છતાં એણે કહ્યુંઃ 'તુમ ફિકર મત કરો. તુમ્હેં કુછ નહીં હોગા.'

❖

કૅપ્ટન અખ્તરે રાહુલને એનો ગેટ પાસ આપ્યો.

'અબ મૂઝે ગેટ પર ફોન કરને કી ઝરુરત નહીં પડેગી.' રાહુલે પાસ જોયો. એમાં એનો ફોટો હતો. મહેશનો આવો જ નકલી પાસ બની જાય તો એ ઘૂસી શકે. આમ તો રાહુલ નવરો પડે એટલે કોઈ ને કોઈ બહાને ચક્કર મારતો, પણ એને અમુક હદથી આગળ જવાની પરવાનગી મળતી નહીં. એ દૂરથી રહેણાક ક્વાર્ટરો જોઈ લેતો. કયારેક કોઈ માણસ દેખાઈ જતો, પણ અંતર લાંબું હોવાથી વાત કરવાનો અવકાશ નહોતો. રાહુલે તબરોઝા જઈને મહેશને પાસ બતાવવાનું વિચાર્યું. જોકે રાહુલને તબરોઝામાં બનેલી બે ઘટના - એક ચાચા-ચાચીની કબીરના હાથે થયેલી હત્યા અને બીજી મહેશે કરવી પડેલી હિજરતની ખબર નહોતી.

રાહુલે પાસનો પહેલવહેલો ઉપયોગ કરવાને બહાને કૅપ્ટન પાસે બહાર જવાની પરવાનગી માગી.

'સા'બ, મૈં બાઝાર જાઉં?' એણે પાસ બતાવ્યો.

'પાગલ હૈ તૂ... યહ ગેટપાસ હૈ, કોઈ ફિલ્મ કા ટિકિટ નહીં હૈ.' કૅપ્ટન રાહુલની સામે હસી પડ્યો.

'આપ કે ફોન કી જરૂરત પડતી હૈ યા નહીં, ચેક કરતા હૂં.' રાહુલે પણ હસીને કહ્યું.

'જા... જા... અબ જરૂર નહીં પડેગી, લેકિન જલદી આના.'

રાહુલના પગમાં વીજળીની ગતિ હતી. ગેટ પર પહોંચતા પહેલાં જ એણે હાથ ઊંચો કરીને પાસ બતાવ્યો. ગેટ પરના ચોકીદાર સિપાહીએ રાહુલને અને પછી ફોટાને બે વાર જોયો.

"ખાનસામા રહેમત." સિપાહી ફોટો જોઈને રાહુલ સામે જોતાં બોલ્યો.

'જી.' રાહુલે કહ્યું.

'કહાં સે ખીંચવાઈ ઐસી ફોટો... તુમ ગોરે ઔર ફોટો કાલી કાલી.'

'સા'બ લે ગયે થે કોઈ સ્ટુડિયો મેં.' રાહુલ મહેશને મળવાની ઉતાવળમાં હતો. તબરોઝા ગામ દૂર હતું ને ચાલતા જવાનું હતું. રાહુલ બોલીને લગભગ દોડતો નીકળી ગયો.

✣

પાકિસ્તાની જાસૂસ ભરતસિંહ પાસે માયાની માહિતી આવી. નિવૃત્ત પોલીસ અધિકારી પ્રીતમ ચૌધરીની પુત્રી, ક્રાઇમ બ્રાન્ચની બાહોશ ઇન્સ્પેક્ટર માયા ચૌધરી. વધુ તપાસ માટે એના ઘરે જવું એ સિંહની બોડમાં હાથ નાખવા જેવું થશે. કોઈ રસ્તો કાઢવો પડશે. એણે રસ્તો કાઢ્યો ને માયાના ઘરે જઈને એના પિતાને મળવાનું નક્કી કરી લીધું. એકદમ સાદાં કપડાંમાં સજ્જ ભરતસિંહે ગમગીન ચહેરે ઘરની ઘંટડી વગાડી.

ચૌધરી સાહેબના નોકરે દરવાજો ખોલ્યો. ભરતસિંહે સાહેબ વિશે પૂછ્યું. દરવાજે ભરતસિંહને ઊભો રાખીને નોકર અંદર ગયો. સાહેબ બહાર આવ્યા.

'મારે માયા વિશે એક માઠા સમાચાર આપવા છે.' ચૌધરી સાહેબ ગંભીર થઈ ગયા. નક્કી કોઈ અમંગળ સમાચાર હશે.

'આવો, અંદર આવો.' ચૌધરી એને અંદર લઈ ગયા. ભરતસિંહને બેસવાનું કહ્યું.

બેસતાં જ એણે કહ્યું: 'હું મારી ઓળખ નહીં આપી શકું, તમે એનું કારણ સમજી શકો છો. તમારી પુત્રી માયા જ્યાં ગઈ હતી ત્યાં એનું મૃત્યુ થયું છે.'

ચૌધરી બેસી ગયા, પણ ભાંગી ન પડ્યા. એ સ્વસ્થ હતા એ જોઈને ભરતસિંહ અસ્વસ્થ થઈ ગયો.

'ભાઈ, સમાચાર આપવા બદલ આભાર તમારો. બે દિવસ પહેલાં જ કોઈએ મને ફોન કરીને સમાચાર આપ્યા કે કોઈ હોટલમાંથી માયાની લાશ મળી આવી છે.' ચૌધરી બોલતાં અટકી ગયા ને માત્ર ભરતસિંહના ચહેરાના હાવભાવ જોતા રહ્યા. ભરતસિંહ મૂંઝાઈ ગયો. ભોંઠો પડી ગયો. શું ખરેખર માયાનું મર્ડર થઈ ગયું હશે?

'એના સાથીદારોમાંથી કોનો ફોન આવ્યો તમને?' ભરતસિંહે બીજાં નામ કઢાવવા ચાલાકી વાપરી.

'નામ ન કહ્યું. સમાચાર આપીને ફોન કાપી નાખ્યો.'

'મને કહેવામાં આવ્યું એટલે મેં આપને જાણ કરી.' નમસ્તે કહીને જતો રહ્યો.

એના ગયા પછી ચૌધરીએ એક ફોન લગાડ્યો.

'હેલ્લો રાવ સાહેબ.'

'જી નમસ્તે, ચૌધરી સાહેબ... શું ખબર છે?'

'એક અજાણ્યા માણસે આવીને માયાની લાશ મળી હોવાના સમાચાર આપ્યા. એને ખબર નહોતી કે માયાએ બે મિનિટ પહેલાં ફોન પર વાત કરી હતી.' ચૌધરી પોતાની હોશિયારી પર હસવા લાગ્યા.

'ચૌધરી સાહેબ, એ માણસ માયાની તપાસ કરવા, માયા જાસૂસ છે એની ખાતરી કરવા આવ્યો હતો. એ બહાને તમારું રિએક્શન જોવા માગતો હતો. તમારે એને પકડીને પૂરી રાખવો હતો. અમે એ માણસને શોધીએ છીએ. એની વે, તમે એક કામ કરો. હું એક માણસ મોકલું છું. તમે એને એનો સ્કેચ બનાવવામાં હેલ્પ કરજો.' ગોપીનાથ રાવે ગુસ્સામાં ફોન મૂકી દીધો. સિગારેટ સળગાવીને વિચારતા રહ્યા. પછી મોર્સકોડ મશીન પર મૅસેજ છોડ્યો.

બેગમ સાહિબા અવાજ સાંભળીને રૂમમાં ગયાં. મૅસેજ વાંચ્યોઃ 'માયા, તેં પિતાને મિશનની જાણ કરીને અને એમને ફોન કરીને રૂલ તોડ્યો છે. આની સજા તને તો થશે જ, પણ કદાચ આપણા નિકટના લોકોએ એનું ગંભીર પરિણામ ભોગવવું પડશે. એ માટે જવાબદાર કોણ?'

બેગમ સાહિબાએ બહાર આવીને માયાને મૅસેજ વાંચી સંભળાવ્યો.

માયા કશું કહેવાની હાલતમાં નહોતી. એણે નીકળતા પહેલાં પિતા ચૌધરીને સાચું કહીને પ્રોટોકોલનો ભંગ કર્યો હતો એટલું જ નહીં, ફોન કરીને જોખમ વધાર્યું હતું. ફોન ટેપ થતા હોવાનું જોખમ... જોકે કબીરે પણ માને ફોન કરીને જોખમ ઊભું કર્યું હતું અને ગોપીનાથ રાવની ચિંતા વધારી હતી. પોતાના ખાસ એજન્ટોના આપ્તજનોના જીવની ચિંતા. એમણે ફોનનું ચકરડું ઘુમાવ્યું. સામે છેડેથી હેલ્લો આવ્યું કે તરત જ એમણે કહ્યુંઃ 'ગિરધર કો ભારત ભેજ દો.'

✣

બીજે દિવસે ગોપીનાથ રાવ કાઠમંડુમાં હતા. એક ગુપ્ત સ્થળે એક ગુપ્ત મીટિંગ માટે. ગોપીનાથ રાવ થોડા વહેલા પહોંચી ગયા હતા. સાદા ડ્રેસમાં ત્યાં હાજર બે જણાએ એમને વેઇટિંગ રૂમમાં બેસાડ્યા. એમાંનો એક જણ ચાલ્યો ગયો ને બીજો રાવ પર નજર રાખતો ઊભો રહ્યો. થોડીવારમાં અંદરથી દરવાજો ખૂલ્યો. પહેલાં અંગરક્ષકો જેવા બે શખસો બહાર આવ્યા પછી ખુશખુશાલ

ચહેરા સાથે મોસાદના ચીફ યાસ્સી ખાલેદ આવ્યા. રાવને ભેટ્યા અને પોતાની ભાષામાં માણસોને સૂચના આપીને રાવને અંદર લઈ ગયા.

રાવે માયાએ ડૉ. ઝકરિયા વિશે આપેલી રજેરજની માહિતી આપી. કાગળિયા-ફોટા બતાવ્યા. આ જ ડૉ. ઝકરિયા છે, જે પાકિસ્તાન માટે ન્યૂક્લીઅર બૉમ્બ બનાવી રહ્યો છે. રાવે મોસાદના ચીફ ખાલેદને સમજાવ્યું. એકચિત્તે સાંભળી-જોઈ રહેલા યાસ્સી ખાલેદના ચહેરાના હાવભાવ કહેતા હતા કે, એમને ગળે રાવની વાત ઊતરી ગઈ છે.

ત્યાર બાદ ખાલેદે જે કહ્યું એનો સાર એ હતો કે, 'આ તો એક ન્યૂક્લીઅર સાયન્ટિસ્ટની વિરુદ્ધના પુરાવા થયા. આપણે એને પકડીને કે ઉડાવી દઈને શું કરીશું? એનો ફાયદો શું? એ મથક ક્યાં છે... જ્યાં બૉમ્બ કે શસ્ત્રો બને છે? એની બ્લુપ્રિન્ટ ક્યાં છે?'

'એ મથક અને બ્લુપ્રિન્ટ આપીશ જ, પણ તમે મદદ કરશો એની ખાતરી જોઈએ છે.' રાવે કહ્યું.

'આપણા બંને દેશ દોસ્તો છે, આપણી પણ યારી છે, જોકે મદદ વિશે અત્યારે હું કાંઈ કહી નહીં શકું, પણ તું શું ઇચ્છે છે?' મોસાદના ચીફ ખાલેદે પૂછ્યું.

'તબાહી.' રાવ બોલ્યા.

33

રાહુલ મહેશને મળવા ઉતાવળે તબરોઝા ગામે પહોંચ્યો. દર વખતની જેમ એણે દૂરથી દુકાન પર નજર ફેંકી. સીલ કરેલી દુકાન ને આગળ પોલીસનો પહેરો જોઈને એ બે ડગલાં પાછળ હટી ગયો. ચાચા-ચાચીનું શું થયું હશે? મહેશ ક્યાં હશે? જાણકારી કોણ આપશે? દુકાને પહેરેદાર પોલીસ હવાલદારને પૂછી શકાય, પણ પોલીસનો ભરોસો કેટલો. શંકાને આધારે મારી જ પૂછપરછ આદરી દે. પોલીસ પૂછશે તો કૅપ્ટનનું નામ આપી દેવાનું. મહેશ વિશે માહિતી તો મળશે. રાહુલે દુકાને જઈને કુતૂહલથી જોતો હોય એવો અભિનય કરવા લાગ્યો. એ જોઈને પોલીસ હવાલદારે જ પૂછ્યુંઃ 'ક્યા દેખતે હો... ચલો નિકલો યહાં સે.'

'દુકાન કો ક્યોં સીલ કર દિયા હૈ... ક્યા હુઆ?' ભોળા ચહેરે રાહુલે પૂછ્યું.

'મર્ડર હુઆ હૈ.'

'કિસ કા?' રાહુલને મહેશની ચિંતા થઈ.

'દુકાનવાલે ચાચા-ચાચી કા... ઉસકા બેટા ફરાર હૈ.' પોલીસે ઉડાઉ જવાબ આપ્યો.

ચાચા-ચાચીનું ખૂન અને બેટો ફરાર. મહેશ એમનો દીકરો બનીને રહે છે. કોણે ખૂન કર્યું હશે? મહેશે કર્યું હશે તો નક્કી 'મિશન શાદી' સાથે એનો કોઈ સંબંધ હશે. કદાચ ચાચા-ચાચીને મહેશની અસલિયત ખબર પડી ગઈ હોય. પોતાના ભત્રીજા સલામત અલીનું ખૂન મહેશે કર્યું હોવાની વાત એ લોકો જાણી ગયા હોય અને મહેશ પાસે એમને ખતમ કરવા સિવાય બીજો કોઈ માર્ગ બચ્યો ન હોય. મહેશ મળે તો બધી ખબર પડે, પણ મહેશને ક્યાં શોધવો. એણે વાત ટૂંકાવીને ત્યાંથી નીકળી જવાનું મુનાસિબ માન્યું. 'તૌબા તૌબા, ક્યા ઝમાના આયા હૈ.' બોલીને એ રવાના થઈ ગયો.

✣

પોલીસ ઇન્સ્પેક્ટર જાવેદના ટેબલ પર સલીમ અને સુલેમાન ચાચા અને ફાતિમા ચાચીની તસવીરો પડી હતી. ઇન્સ્પેક્ટર જાવેદની સામે હવાલદાર રસૂલ ખાન ઊભો હતો.

'મામલા દલદલ હો ગયા હૈ... હમ ઘૂસતે હી જા રહે હૈં.' રસૂલ ખાને કહ્યું.

'સલીમ ચાચા-ચાચી કો ઢૂંઢને ગયા. સલીમ કા ખૂન હુઆ. બાદ મેં ચાચા-ચાચી કા ખૂન હુઆ.' ઇન્સ્પેક્ટર તસવીર જોતાં બોલ્યો.

'રસૂલમિયાં, મેરી સમજ મેં યહ નહીં આ રહા... ચાચા-ચાચી કા એક બેટા થા, જો ફરાર હૈ. વો કૌન હોગા? ક્યું કી ચાચા-ચાચી કા તો કોઈ બેટા થા હી નહીં. તબરોઝા ગાંવ મેં ઉસકા બેટા કહાં સે પૈદા હો ગયા?'

'હો સકતા હૈ... વહાં ઉસ કા બેટા પહેલે સે હી રહેતા હો.' રસૂલમિયાંએ દિમાગ લગાવ્યું

'અગર ઉનકા અપના બેટા થા તો ફરાર ક્યું હુઆ?'

રસૂલમિયાંનું દિમાગ ચાલતું બંધ થઈ ગયું એટલે એણે બીજી વાત માંડી.

'જનાબ, ઇતને મહિનોં સે મૈં બકરે કો પાલ રહા હૂં. ચારા કા પૈસા ભી નહીં મિલતા... મેરી જેબ સે પૈસે જાતે હૈં.'

ઇન્સ્પેક્ટર જાવેદનું દિમાગ હટી ગયું. સલામત અલીના મર્ડરથી લઈને ગૂંચવાયેલો મામલો સંગીન બની રહ્યો હતો, ત્યારે એકાંતરે રસૂલમિયાં બકરા અને ચારાના પૈસાનો સવાલ કરીને ઇન્સ્પેક્ટરનું દિમાગ ખોખલું કરી દેતો હતો.

'બોજ લગતા હૈ તો બકરે કો હલાલ કર કે બિરિયાની બના કર ખા જાઓ. મેરા દિમાગ મત ખાઓ.' એણે મિલિટરી પોલીસ ચીફ હારુન અહમદને ફોન જોડ્યો.

'જનાબ, મેરી જાનકારી કે હિસાબ સે સુલેમાન ઔર ફાતિમા કા કોઈ બેટા નહીં થા.'

'તો વહ જો ફરાર હૈ વહ કૌન હૈ?'

'જિસને સલામત અલી કા ખૂન કિયા થા. ઉસીને સલીમ કો ઔર બાદ મેં સુલેમાન ચાચા ઔર ફાતિમા ચાચી કા કત્લ કિયા હોગા. આદમી ખૂન તબ કરતા હૈ, જબ બાત અપની જાન પે આ જાતી હૈ.' ઇન્સ્પેક્ટર જાવેદે કહ્યું.

'ચૂહા હૈ તો તબરોઝા મેં, હમેં બસ ઉસકા બીલ ઢૂંઢના હૈ.' હારુન અહમદે કહ્યું.

'તબરોઝા ઔર આસપાસ કે ઇલાકોં સે આગે નહીં ગયા હોગા, જનાબ. એક કો પકડોગે તો સબ પકડે જાયેંગે.' ઇન્સ્પેક્ટર જાવેદે કહ્યું. હારુન અહમદે કાંઈક વિચારીને ફોન કાપી નાખ્યો.

✣

પાર્ટીમાં ડૉ ઝકરિયા કેટલીક હકીકતોથી હચમચી ગયો હતો. મરિયમ જાસૂસ હોવાની એને શંકા હતી જ. એમાં એ જિન્હા ખાનદાનમાંથી હોવાના ઘટસ્ફોટથી ઝકરિયાના દિમાગમાં ભૂકંપનો આંચકો આવ્યો અને એમાંય એ જેમને એક ખરા સંગીતકાર તરીકે ઓળખે છે એ સિતારવાદક ઉસ્તાદ બરકતુલ્લા ખાં સાહેબના ઘરમાં આ બંને બાનુઓ રહેતી હોવાની વાત એના માટે આફ્ટરશોક હતી. ખાં સાહેબ પણ જાસૂસ હોઈ શકે છે. ત્રણેય જાસૂસ હોઈ શકે છે. ડૉ. ઝકરિયા એના મનની લૅબોરેટરીમાં ત્રણ અલગ અલગ રસાયણોને ભેગાં કરીને કોઈ નવું રસાયણ બનાવી રહ્યો હતો.

ડૉ. ઝકરિયાને મરિયમ જિન્હા ખાનદાનની છે કે નહીં એના કરતાં એણે પોતાની કૅબિનમાંથી અગત્યના દસ્તાવેજો-ફોટાની ચોરી કરી હોવાનો ભય વધુ સતાવી રહ્યો હતો. એનું ખરું ખુન્નસ આ હતું. જોકે એણે અન્સારી અને કૅપ્ટન સાથે આવી મહત્ત્વની બાબતને શેર નહીં કરવાની મોટી ભૂલ કરી હતી. એણે મરિયમ સાથે ઘરોબો વધારીને, એને સિકંજામાં લઈને એની ચોરી પકડવાનો નિર્ણય લીધો હતો. બીજા રાઉન્ડમાં બરકતુલ્લા ખાંસાહેબની રેકૉર્ડ વગાડવાનો પેંતરો રચ્યો હતો અને બેગમ સાહિબાને બાદ મેં દેખ લેંગે જેવા તરંગો ઝકરિયાના મનમાં ઊઠી રહ્યા હતા.

બીજી તરફ માયાને હતું જ કે ડૉ. ઝકરિયા ખાં સાહેબનો નિકટનો સંગીતપ્રેમી દોસ્ત છે. ઝકરિયાને લાગેલી મારી માયા જ એને અવારનવાર ઘરે ખેંચી લાવશે. હું નિકટતા વધારીને એની પાસેથી વધુ માહિતી ઓકાવીશ.

આ બધાની વચ્ચે ગોપીનાથ રાવનો મૅસેજ માયાને વ્યથિત કરી ગયો હતો.

એનો રોષ... એનો ગુસ્સો રાવ પ્રત્યે નહોતો. પોતાની આ હાલત માટે એ પોતાને જ કોસતી હતી. એને રંજ મિશનની વાત પિતાને કહેવાની ભૂલનો હતો. પ્રોટોકોલ કે રૂલ તોડીને પિતાનો જીવ જોખમમાં નાખવાનો પસ્તાવો હતો. પિતાનો જીવ જોખમમાં નાખવાનો એને કોઈ હક નથી. એ પિતાને ચેતવી દેવા ફોન કરી શકે એમ નહોતી. દીવાનો દાઝ્યો માણસ કોડિયાને બટકાં ભરે એવી જ કાંઈ હાલત માયાની હતી. એને મૅસેજ વાંચ્યા પછી ડૉ. ઝકરિયા પર એટલો ગુસ્સો આવ્યો હતો કે એણે એક નાજુક તબક્કે એની હત્યા કરીને સમગ્ર ગુસ્સો ઠાલવી દેવાનો નિર્ણય કર્યો, પણ ગોપીનાથ રાવના શબ્દો યાદ આવી ગયાઃ માણસ કોઈ પણ હોય, એની પર ગુસ્સો ઠંડે કલેજે થતી કતલની જેમ ઉતારવાનો, ન હથિયારને ખબર પડવી જોઈએ, ન હાથને. એણે ડૉ. ઝકરિયાનો ફોન લગાડ્યો.

'હેન્ગઓવર ઊતરી ગયું કે હજી છે?' માયાએ ફોન લગાડીને હસતાં હસતાં પૂછ્યું.

'એ તો નશો શેનો કર્યો હતો એની પર બધો મદાર છે.' ડૉ. ઝકરિયાના ચબરાકિયા જવાબથી એ ખડખડાટ હસી પડી.

'તમે શેનો નશો કરેલો?'

'સંગીતનો.' ડૉ. ઝકરિયાએ માયાની કલ્પના બહારનો જવાબ આપ્યો.

'સાવ જુઠ્ઠું. મેં તમારી આંખમાં શરાબ અને શબાબનો નશો જોયેલો.'

'એ સંગીતનો નશો હતો, જે દિલ અને દિમાગ પર છવાયેલો હતો.'

'ના, દિમાગમાં તો કાંઈક બીજું જ હતું.' હવે માયાએ ડૉ. ઝકરિયાની કલ્પના બહારની વાત કરી.

'શું હતું મારા મનમાં કહી આપ તો માનું.' ઝકરિયાએ માયાના મનની વાત કઢાવવાના પ્રયાસમાં કહ્યું.

'મળીએ ત્યારે... તમારા મનમાં રમતા કેટલાક સવાલોના જવાબ અને શંકાના સમાધાન માટે.'

આ છોકરીને કેમ ખબર પડી કે મારા મનમાં શું ચાલી રહ્યું છે. ડૉ. ઝકરિયા મૂંઝાયો, પણ મળવાના ઇજનથી ખુશ હતો. જોકે, માયાને ડૉ. ઝકરિયાને મળવાની તાલાવેલી વધુ હતી. માયાએ ગોપીનાથ રાવના શબ્દોને યાદ કરીને ફોન મૂકી દીધો.

✣

ગોપીનાથ રાવ કાઠમંડુમાં મોસાદના ચીફ સાથે ગુપ્ત મીટિંગ કરીને આવ્યા એ જ દિવસે ગિરધર દિલ્હી પાછો આવી ગયો હતો. રાવને મળવા એમની

ઑફિસમાં પહોંચ્યો ત્યારે રાવ સિગારેટ સળગાવીને વિચારોના ધૂંધળા ધુમાડા છોડી રહ્યા હતા. દરવાજે બે ટકોરા મારીને અંદર પ્રવેશેલા ગિરધરને રાવે બેસવાનો ઇશારો કર્યો. ગિરધર સામેની ખુરસીમાં ગોઠવાયો કે તરત જ રાવે ટેબલના ખાનામાંથી એક સ્કેચ કાઢીને એની સામે મૂક્યો. રાવે માણસના વર્ણનના આધારે આબેહૂબ સ્કેચ તૈયાર કરનારા પોતાના એક ખાસ બંદાને પ્રીતમ ચૌધરીના ઘરે મોકલ્યો હતો અને ચૌધરીના કહેવા મુજબ સ્કેચ બનીને રાવ પાસે આવી ગયો હતો. રાવ ગિરધરની રાહ જોઈ રહ્યા હતા અને ગિરધર રાવના આદેશની રાહ જોતો હતો. ગિરધર સ્કેચને ઝીણી નજરે જોઈ રહ્યો.

'પૂરેપૂરી જાણકારી જોઈએ આ માણસની.' રાવે કહ્યું.

'ખતરો બહુ હોય તો ખતમ જ કરી દઉં.' ગિરધર કાગળને આગળપાછળ કરીને સ્કેચનો અભ્યાસ કરતાં બોલ્યો.

વફાદારીનું બીજું નામ એટલે ગિરધર. આમ તો એ ડિફેન્સ સેક્રેટરી રામ મોહનની શોધ હતી, પણ એ રાવની ટીમનો એક અગત્યનો હિસ્સો બની ગયો હતો. રામ મોહનના એક ઇશારે એણે અજય અહુજાને ઉડાવ્યો હતો. કોઈ પણનું કાસળ કાઢી નાખવાના એક્સપર્ટ ગિરધરને રાવે જાસૂસીના પાઠ ભણાવીને એકદમ તૈયાર કરી દીધો હતો. દેશદ્રોહીની એક જ સજા હોયઃ મોત. એવું એ માનતો.

'ના, હમણાં નહીં. પહેલાં ઇન્ફોર્મેશન.' રાવે કહ્યું.

'ઓકે સર.' ગિરધરે કાગળ વાળીને ખિસ્સામાં મૂક્યો.

✣

તબરોઝા ગામેથી નીકળીને મહેશે સીજોરા ગામે કાસીમભાઈની ડેલીની સાંકળ ખખડાવી. ઘોર અંધારી રાતે અચાનક સાંકળના અવાજથી સહેજ પણ ડર્યા વિના કાસીમભાઈ આંખો ચોળતા ઊભા થયા. ડેલીએ પહોચીને 'કૌન' ધીમે સાદે પૂછ્યું.

સામેથી મહેશે ધીમા અવાજે કહ્યું, "મિશન શાદી."

ઝટથી દરવાજો ખૂલ્યો. મહેશ અંદર ગયો કે તરત જ કાસીમભાઈએ આગળિયો મારી દીધો.

'ઉસ્માન.' મહેશ બોલ્યો.

'અંદર ચલો.' નાનકડું ફળિયું વટાવીને કાસીમભાઈ એમના કાળા પથ્થરના બાંધેલા વિશાળ ઘરમાં લઈ ગયા. છેક છેવાડાના રૂમમાં અંદર જઈને કાસીમભાઈએ લાકડાની ફરસ પરથી કાશ્મીરી જાજમ હટાવી. લાકડાનું એક મોટું લંબચોરસ પાટિયું ઊંચક્યું. કાસીમભાઈએ મહેશને નીચે લઈ જતાં પગથિયાં બતાવીને નીચે

ઊતરવાનો ઇશારો કર્યો. મહેશ પગથિયાં ઊતરીને ભોંયરામાં ગયો એની પાછળ નીચે ઊતરેલા કાસીમભાઈએ સ્વીચ ઑન કરી. રૂમમાં પીળો પ્રકાશ પથરાયો. મહેશે કાસીમભાઈનો ચહેરો ધ્યાનથી જોયો. સફેદ પોશ ઝભ્ભો-લેંઘો. સફેદી પકડી રહેલી લાંબી દાઢી. ગળામાં કાળા જાડા દોરામાં બાંધેલું તાંબાનું તાવીજ. હાથમાં પીળા રંગની તસ્બી (માળા).

'ઇસ તરફ આઓ.' કાસીમભાઈએ જૂનો લોખંડનો તોતિંગ કબાટ ખોલ્યો. પીળું ઝાંખું અજવાળું મહેશની આંખોને અંદર ગોઠવેલાં શસ્ત્રો સુધી ખેંચી ગયું. કાળા પથ્થરનું મકાન, ભેદી ભોંયરું, લોખંડનો કબાટ, શસ્ત્રસરંજામ અને રહસ્યમય છતાં હમદર્દ કાસીમભાઈ. શસ્ત્રો જોઈને મહેશ આશ્ચર્યચકિત થઈ ગયો. અલગ અલગ બનાવટની રાઇફલો અને રિવૉલ્વરોથી લઈને હેન્ડગ્રેનેડો પરથી હટવાનું નામ નહીં લેતી મહેશની નજર કાસીમભાઈ તરફ વળી. એની સામે પ્રશ્નાર્થભરી આંખે જોયું.

'શસ્ત્રોં કા સૌદાગર હૂં મૈં... યહ મેરા પેશા હૈ ઔર કબીર સે પુરાની પહેચાન. કબીર દો દિન યહાં રહ કર ગયા.'

મહેશે ફરી એક નજર કબાટમાં કરી. કાસીમભાઈની હેસિયત કબાટમાંથી ડોકાઈ રહી હતી.

34

ગોપીનાથ રાવ અને મોસાદના ચીફ યાસ્સી ખાલેદ વચ્ચેની એ ગુપ્ત બેઠક અગાઉની કેટલીય બેઠકોમાંની એક હતી. તેઓ અલગ અલગ છૂપી જગ્યાએ મળતા, પણ આ વખતે ફરી એકવાર કાઠમંડુમાં મળ્યા હતા. યાસ્સી ખાલેદ ક્યારેય કોઈને આ રીતે મળતા નથી. ગોપીનાથ રાવની વાત ન્યારી હતી એમની વચ્ચેની કાઠમંડુની આ ગુપ્ત મીટિંગ બેઉના સારા સંબંધો અને મૈત્રીનું પરિણામ હતું. હા, આવી મૈત્રીમુલાકાતમાં બેઉ એકમેકના દેશોનાં હિતોની ચર્ચા કરી લેતા. ગોપીનાથ રાવના વડપણ હેઠળ જ્યારે ભારતીય ગુપ્તચર એજન્સી (આઇઆઇએ)ની રચના થઈ ત્યારથી બંને વચ્ચે એક અતૂટ નાતો બંધાઈ ચૂક્યો હતો. એમાં ગોપીનાથ રાવની સ્પાયબોય તરીકેની છાપે મહત્ત્વનો ભાગ ભજવ્યો હતો. ભારત અને ઇઝરાયલ - બંને દેશોને એવું લાગ્યું હતું કે પોતાના દેશ પરના સંભવિત ખતરા પર ચાંપતી નજર રાખવા માટે બંને દેશોની સિક્રેટ

એજન્સીઓનું નિકટ હોવું અનિવાર્ય છે. એજન્સીઓના આ બંને કાબેલ અને કાબા ચીફ વચ્ચે ભારત અને ઇઝરાયલ પર કોઈ પણ જાતનો ખતરો તોળાય નહીં એની ચર્ચા મુખ્ય રહેતી. એમાંય અગાઉ ઝુલ્ફીકાર અલી ભુટ્ટોએ ઉત્તર કોરિયા સાથે લશ્કરી સંબંધો વિકસાવવા તેના પાટનગર પ્યોંગયાંગની મુલાકાત લીધી ત્યાર પછી પાકિસ્તાન, ચીન અને ઉત્તર કોરિયા વચ્ચેના ત્રિપાંખિયા લશ્કરી સંબંધોએ ભારત અને ઇઝરાયલને વધુ નિકટ લાવી દીધા હતા. એમને આ ત્રિપુટીના નાપાક ઇરાદા વિશે કોઈ શંકા નહોતી. ઇઝરાયલને એનો ગુસ્સો હતો કે પાકિસ્તાનના લશ્કરી ઑફિસરો લિબિયનો અને ઈરાનીઓને ચાઇનીઝ અને ઉત્તર કોરિયન શસ્ત્રો વાપરવાની તાલીમ આપી રહ્યા હતા. આ અને આવી બીજી કેટલીક બાબતોને લીધે ગોપીનાથ રાવ અને યાસ્સી ખાલેદ વચ્ચેની દોસ્તીએ મજબૂતી પકડી હતી અને એટલે જ મોસાદના વડા ખાલેદ ગોપીનાથ રાવને ગુપ્ત રીતે મળવા કાઠમંડુ ગયા હતા.

ગોપીનાથ રાવ પાકિસ્તાનના ન્યૂક્લીઅર પ્લાન્ટ વિશે યાસ્સી ખાલેદને વાકેફ કરતા રહ્યા હતા. યાસ્સી ખાલેદ એમને ધ્યાનથી સાંભળતા. એમણે ભારતને મદદરૂપ થવાની તૈયારી પણ બતાવી હતી. કદાચ સ્પષ્ટ રીતે નહીં. મોસાદના ચીફ યાસ્સી ખાલેદે આ બેઠકમાં ભારતને મદદ કરવાની બાબતે 'નરોવા કુંજરોવાની' નીતિ અપનાવી ત્યારે રાવ બિલકુલ વિચલિત થયા નહોતા. રાવ માટે ગુપ્ત મુલાકાત એક રણનીતિ હતી. રાવ કેટલીક મહત્ત્વની બાબતો હાથ પર રાખવાને બદલે દિમાગમાં સંઘરી રાખતા. કદાચ મિશન શાદીનું હવે પછીનું કદમ એમના દિમાગમાં હતું. યાસ્સી ખાલેદે મદદ કરવાનો કોઈ સ્પષ્ટ અણસાર ન આપ્યો. એ જ એમનો અણસાર હતો કે, મદદ કરશે અને રાવને એટલું જ ખપતું હતું. યાસ્સી ખાલેદને બ્લુપ્રિન્ટ ખપતી હતી અને આ જ એમનો અણસાર હતો, જે ગોપીનાથ રાવ પામી ગયા હતા.

ભારતીય ગુપ્તચર એજન્સીની રચના થઈ ત્યારની રાજકીય પરિસ્થિતિ અને અત્યારની રાજકીય પરિસ્થિતિથી યાસ્સી ખાલેદ સારી રીતે વાકેફ હતા. ગોપીનાથ રાવ વડા પ્રધાનની વિરુદ્ધ જઈને કે એમની જાણ બહાર પોતાના પદ અને જીવના જોખમે કેટલાક જલદ પગલાં લઈ રહ્યા હતા. ઇઝરાયલની ગુપ્તચર સંસ્થાને આ વાતની જાણ હતી જ. ગોપીનાથ રાવે દેશના હિતકાજે છૂપી રીતે અમલમાં મૂકેલું 'મિશન શાદી' એક અત્યંત જોખમી પગલું હતું. અન્ય કોઈ સમજે કે ન સમજે, જાણે કે ન જાણે, પણ એના અંજામ વિશે ગોપીનાથ રાવના મનમાં કોઈ શંકા નહોતી.

તબરોઝાની ઘટનાથી હેબતાઈ ગયેલો રાહુલ પાછો આવ્યો ત્યારે કૅપ્ટન અંદરના રૂમમાં ટેબલ પર મોટો નકશો પાથરીને અભ્યાસ કરી રહ્યો હતો. એણે એની પર અછડતી નજર કરી લીધી. કૅપ્ટને રાહુલને અંદર આવતો જોઈને બધું સમેટીને કબાટમાં મૂકી દીધું. રાહુલની શંકા વધુ દૃઢ બની. આવડો મોટો નકશો શેનો હોઈ શકે, પણ એને મહેશની ચિંતા વધુ હતી. નકશાનું તો પછી જોયું જશે. નકશો ઘરમાં છે. તબરોઝાની ઘટનાની કૅપ્ટનને ખબર છે કે નહીં એ જાણવું જરૂરી હતું.

'જનાબ, ગાંવ મેં કિસી કા મર્ડર હોય ગયા હૈ.'

'હા, ધોબી કી દુકાન ચલાને વાલે મિયાં-બીવી કા મર્ડર હુઆ હૈ.' કૅપ્ટને કબાટને લૉક માર્યું.

'ઉસકા બેટા ફરાર હૈ...'

'વો ઉસકા બેટા નહીં હોગા... કોઈ ઓર હોગા.'

'નહીં, નહીં જનાબ, પોલીસને બતાયા ઉસકા બેટા થા... જો ફરાર હૈ.'

'બેટા હોતા તો ઇસ તરહા ફરાર નહીં હોતા.'

'કૌન હોગા આપકે હિસાબ સે?'

'જો ભી હો, બેટા તો નહીં થા. ઇસ મુલ્ક મેં કાફિરોં કી તાદાત બઢ રહી હૈ.'

કાફિર શબ્દ સાંભળી રાહુલનો ચહેરો તંગ થયો ને આખા શરીરે તાણ-આંચકી અનુભવી.

'તુમને આતેજાતે કભી ઉસકે બેટે કો દેખા થા?' કૅપ્ટનના પૂછવાનો મતલબ રાહુલને સમજાયો નહીં, પણ એણે ઝટ દઈને કહી દીધું.

'નહીં, જનાબ...'

'વૈસે પોલીસ ઉસકા સ્કેચ બના રહી હૈ.'

રાહુલ ચોંકી ગયો. કૅપ્ટન બધું જાણે છે, મર્ડર કરનારો ચાચા-ચાચીનો બેટો નથી, દેશમાં કાફિરોની સંખ્યા વધી ગઈ છે અને પોલીસ સ્કેચ તૈયાર કરી રહી છે. ખતરો માત્ર મહેશ પર જ નથી, 'મિશન શાદી'ના તમામ જાનૈયા પર છે.

❖

ગિરધર ગોપીનાથ રાવને મળીને નીકળ્યા પછી થોડી જ વારમાં ઇન્ટેલિજન્સ બ્યૂરોના ચીફ દર્શન ત્યાગી રાવને મળવા ગયા.

'આઇ હેવ ટુ શેર સમથિંગ વિથ યુ.' ત્યાગીએ ખુરસી પર બેસતાં કહ્યું. રાવે સિગારેટ સળગાવી.

'મારા સોર્સમાંથી આપણને ન્યૂક્લીઅર પ્લાન્ટની બ્લુપ્રિન્ટ મળી શકે એમ છે.' ત્યાગીએ શરૂઆત કરી.

'બદલામાં શું માગે છે?' રાવે સિગારેટનો ઊંડો કશ લઈને ધુમાડો છોડ્યો.

'મોટી રકમ.'

'ત્યાગી, યુ નો અવર પ્રાઇમ મિનિસ્ટર. મેં આખુંય મિશન એમની વિરુદ્ધ જઈને એમની જાણ બહાર શરૂ કર્યું છે. એમણે મારી એજન્સીનું બજેટ કાપી નાખ્યું છે. મિશનનો તમામ ખર્ચ માંડમાંડ કાઢું છું. આપણે પૈસા કાઢવા ક્યાંથી? એમાં હું એમને મોટી રકમ ચૂકવીને બ્લુપ્રિન્ટ મેળવવાની પ્રપોઝલ કઈ રીતે મૂકું? એ બહુ જિદ્દી માણસ છે, નહીં માને.'

ભારતીય ગુપ્તચર એજન્સીની ખુદની કાયદાપોથી મુજબ એજન્સીએ આ રીતે પૈસા ખવડાવવાના હોય તો વડા પ્રધાનની મંજૂરી લેવી ફરજિયાત હતી. રાવ કાયદાથી વાકેફ હતા.

'રાવ સા'બ, એકવાર વાત તો કરી જુઓ. કદાચ ન્યૂક્લીઅર પ્લાન્ટની બ્લુપ્રિન્ટ માટે હા પાડી દે.' ત્યાગીએ કહ્યું એ દરમિયાન રાવ નકારમાં મુંડી હલાવતા રહ્યા. થોડીવાર કેબિનમાં સ્મશાનવત્ શાંતિ છવાયેલી રહી. રાવની સિગારેટમાં છેલ્લા કશની જગ્યા બચી હતી. એમણે એ સફેદ ભાગ જોઈને છેલ્લો કશ માર્યો.

'એક લાસ્ટ ચાન્સ લઈએ.' રાવે સિગારેટ બુઝાવતાં કહ્યું. 'યુ ઓલસો કમ વિથ મિ.' એમણે સાઉથ બ્લોકમાં ફોન લગાવ્યો. બપોર પછી સાઉથ બ્લોકમાં આવેલી વડા પ્રધાનની કેબિનમાં વડા પ્રધાનની સામે ગોપીનાથ રાવ અને દર્શન ત્યાગી બેઠા હતા.

'સર, પાકિસ્તાન ન્યૂક્લીઅર બૉમ્બ બનાવે છે એ હકીકતને પુરવાર કરતી બ્લુપ્રિન્ટ મળી શકે એમ છે... સામે મોટી રકમ ચૂકવવી પડશે.' રાવે કોઈ પણ જાતના ખચકાટ વિના છતાં વિનમ્રપણે રજૂઆત કરી.

'દેશના વિકાસ માટે પૈસા નથી અને આપણે નકામા, ખોટા ખર્ચા કરવા છે?' વડા પ્રધાનના ચહેરા પર રાબેતા મુજબ અક્કડપણું ચીટકેલું જ રહ્યું.

'સર, પાકિસ્તાન ન્યૂક્લીઅર બૉમ્બ બનાવે છે એ હકીકત છે અને આપણે આ કામ દેશની સલામતી અને સુરક્ષા માટે કરવાનું છે.' રાવના અવાજમાં આજીજી હતી.

'રાવ, હું પડોશી દેશના આંતરિક મામલામાં પડવા માગતો નથી, ઇઝ ઇટ ક્લીઅર.' વડા પ્રધાને સ્પષ્ટ કહી દીધું.

'પણ સર, ન્યૂક્લીઅર પ્લાન્ટનો પાકિસ્તાનનો આંતરિક મામલો આપણા માટે અસલામતીનો મામલો છે.' રાવના અવાજમાં મક્કમતા હતી.

'તમને મારે કઈ ભાષામાં ના પાડવી એ મને સમજાવશો?' હઠીલા વડા પ્રધાન ટસના મસ ન થયા. રાવે પોતાનું અનુમાન સાચું પડ્યું હોવાના ભાવ

સાથે ત્યાગીની સામે જોયું. નિસાસો નાખીને ઊભા થયા. ત્યાગી પહેલા જ ઊભા થઈ ગયા હતા. 'થૅન્ક્યુ સર' શબ્દ માત્ર ઔપચારિકતા હતી, પણ એમાં ભારોભાર રોષ હતો.

'એક મિનિટ.' વડા પ્રધાને કહ્યું. રાવ અને ત્યાગીએ મોં ફેરવ્યા.

'તમને બ્લુપ્રિન્ટની ઑફર કરનારા પાકિસ્તાનના એ ગદ્દારનું નામ કહેશો?' વડા પ્રધાને પૂછ્યું.

'આપણા અજય અહુજા જેવા ગદ્દાર ત્યાં પણ છે.' રાવ એટલું કહીને નીકળી ગયા.

❖

તબરોઝા નામનું ખોબા જેવડું ગામ પાકિસ્તાની ગુપ્તચરો, લોકલ પોલીસ, મિલિટરી પોલીસ, પાકિસ્તાની ઇન્ટેલિજન્સ બ્યૂરો (પીઆઇબી)ની કડક જાપ્તા હેઠળ આવી ગયું હતું. આ બધું કબીરના ધ્યાનમાં હોવા છતાં એણે ત્યાં પડાવ નાખ્યો હતો. ગોપીનાથ રાવની જેમ એના દિમાગમાં પણ સામેવાળાની ચાલ પહેલાં કોઈ અકળ ચાલ રમતી જ હોય. મહેશનું હાલ બહાર નીકળવું જોખમી હતું. કબીર હવે મહેશની ભૂમિકામાં આવી ગયો હતો. એ વેશપલટો કરીને મસ્જિદમાં પડ્યો રહેતો... તો ક્યારેક વટેમાર્ગુ બનીને ગામને પાદરે વસતા કબીલામાં રહી જતો.

કબીર અને રાહુલ હજી સુધી તબરોઝામાં એકબીજાને મળ્યા ન હતા, પણ અલગ અલગ રીતે રોજેરોજ બેગમના સંપર્કમાં રહેતા હતા. બેગમનું ઘર દિલ્હીથી આવતા ગુપ્ત સંદેશાનું મુખ્ય મથક બની રહ્યું હતું. તમામ હિલચાલ, વ્યૂહરચના સંદેશાને આધારે ઘડાય. પાર્ટી પછી રાહુલ અવારનવાર બેગમ પાસેથી ફોન પર જાણકારી લેવા માંડ્યો હતો. બેગમે એને કૅપ્ટન સાથેની છેલ્લી મુલાકાતની કેટલીક રસપ્રદ વાતો કહી હતી.

બેગમે રાહુલને કબીર તબરોઝામાં હોવાની જાણ કરી ત્યારથી રાહુલ એને મળવા બેતાબ હતો.

રાહુલ એક બપોરે તબરોઝાની મસ્જિદમાં જઈને બેઠો. બપોરના સમયે ત્યાં ભાગ્યે જ કોઈ ફરકે. થોડીવારમાં કબીર આવીને એની બાજુમાં બેસી ગયો. કબીરે રાહુલને મહેશની, ચાચા-ચાચીની હત્યાની તમામ વાત ટૂંકમાં કરી.

મહેશની વાત જાણીને રાહુલનો ઊંચો ચડી ગયેલો જીવ હેઠો બેઠો.

રાહુલે કબીરને કૅપ્ટનના નકશાની જાણ કરી.

'જે રીતે કૅપ્ટને મને જોઈને બધું સમેટીને લૉક કરી દીધું એ પરથી લાગે છે કે કંઈક બહુ જ મહત્ત્વનું છે.'

'ચોરી કરીને તને આપી દઉં?' રાહુલે પૂછ્યું.
'હમણાં નહીં. મારા દિમાગમાં એક પ્લાન છે.'

35

વડા પ્રધાનની ઑફિસમાંથી બહાર નીકળીને ગોપીનાથ રાવે સિગારેટ સળગાવી. એક કશ મારીને કારમાં બેઠા. બાજુની સીટ પર દર્શન ત્યાગી બેઠા. કાર સ્ટાર્ટ કરતા પહેલાં એમણે ત્યાગીને કહ્યું.

'એક કામ કર. યુ આસ્ક યૉર સોર્સ ટુ ઇન્ટ્રોડ્યુસ કબીર ટુ હિમ ઍન્ડ સ્ટાર્ટ નેગોશિયેશન ફૉર ધી બ્લુપ્રિન્ટ વિથ હિમ. કેટલા પૈસા માગે છે... લેટ્સ સી...'

'પણ આ માટે કબીરને પિક્ચરમાં લાવવો છે?' ત્યાગીએ પૂછ્યું.

'હા, પાકિસ્તાન ઇન્ડસ્ટ્રી મિનિસ્ટર અસગર મોહમ્મદ સાથે એણે જ વાટાઘાટો કરી હતી અને એનો અંજામ શું આવ્યો હતો ખબર છેને?' રાવે કહ્યું.

'પણ એ અનાપસનાપ પૈસા માગશે એનું શું કરશું?' ત્યાગીએ કહ્યું.

'આપણે ક્યાં પૈસા આપવા છે?' કાર ડ્રાઇવ કરી રહેલા રાવે એક ગોળાઈ પર અચાનક શાર્પ વળાંક લીધો. વળાંકને લીધે એક બાજુ નમી ગયેલા ત્યાગીએ જાતને સંભાળી લેતા કહ્યું: 'પણ એનાથી કબીરની ઓળખ છતી થઈ જશે.'

'અને સાથે સાથે બ્લુપ્રિન્ટ વેચવા નીકળેલા માણસની પણ...' રાવ હોઠના જમણા ખૂણામાં સિગારેટ ભરાવી રાખીને દબાતા અવાજે બોલ્યા.

❖

રાહુલ તબરોઝાની બજારમાંથી પસાર થઈ રહ્યો હતો ત્યારે અચાનક એની નજર દીવાલ પર ચીપકાવેલા મહેશના પોસ્ટર પર પડી. સ્કેચ બનાવનારો કોઈ અણઘડ હોવાનું લાગતાં એ મનોમન હસી પડ્યો. આવા બેહૂદા સ્કેચ પરથી કોઈ મહેશને ઓળખી કાઢે તો ખરેખર એને ઇનામ આપવું જોઈએ. પાકિસ્તાનના પોલીસ ખાતામાં આવા કલાકારો ભર્યા હોય તો આપણા જેવાને કોઈ વાંધો નથી. આમેય મહેશ પથ્થરના ઘરમાં સલામત છે અને કોઈના પણ માટે ત્યાં પહોંચવું લગભગ અશક્ય છે. રાહુલ પોસ્ટર જોતાં જોતાં વિચારી રહ્યો હતો.

'ક્યા દેખ રહે હો મિયાં... દેખા હૈ ઇસકો કહીં?' એક ભેદી અવાજ કાને અફળાયો.

રાહુલે બાજુમાં ઊભા રહીને પોસ્ટર જોઈ રહેલા એ અજાણ્યા શખસની સામે શંકાથી જોયું.

'નહીં... નહીં...' રાહુલે ટૂંકમાં પતાવ્યું.

'ક્યા નામ હૈ તુમ્હારા?' માણસનો અવાજ અને ચહેરો બંને ભેદી હતા.

'રહેમત... ક્યું?' રાહુલે એને પગથી માથા સુધી જોયો.

'ઐસે દેખ રહે હો, જૈસે તુમને ઇસે કહીં દેખા હો...' ભેદી માણસ એનો ઘેરો અવાજ રાહુલના કાન સુધી તરતો મૂકીને ચાલતો થયો.

આટલું સ્પષ્ટ કહેનારો માણસ મને ઓળખતો હશે? ઓળખતો હોય અને પીછો કરતો હોય તો ઊભો રહીને આગળ વાત કેમ ન કરી? રાહુલે આશ્ચર્યથી ખભા ઉછાળ્યા. ને કબીરને મળવા મસ્જિદમાં ગયો, પણ કબીર ત્યાં નહોતો. થોડીવાર રાહ જોવાનું વિચારીને એક ઓટલા પર બેઠો. ભેદી શખસ અચાનક પ્રગટ થયો. બાટલીમાંથી જીન બહાર આવીને સામે આવીને ઊભો રહે એમ. ઊભો રહ્યો. હવે રાહુલની શંકા સાથે ડર પણ જોડાયો.

'કિસી કી રાહ દેખ રહે હો, મિયાં?' ભેદી માણસ પહેલીવાર હસ્યો.

'નહીં. નમાઝ કે લિયે આયા હૂં.' રાહુલ મસ્જિદની ગરિમા જાળવવાની સાથે સાથે અજાણી જગ્યાએ-સાવ અજાણ્યા ગામમાં નરમાશથી પેશ આવવા માગતો હતો.

'નમાઝ યહાં બૈઠ કે પઢોગે?' શખસ ફરી હસ્યો.

'કૌન હો તુમ. મેરા પીછા ક્યોં કર રહે હો?' રાહુલે હિંમત કરીને પૂછ્યું.

'તુમ કૌન હો યહ બતાઓ.'

રાહુલને થયું કે હવે ઓળખ આપવાનો સમય થઈ ગયો છે.

'મૈં કેપ્ટન અખ્તર હુસેન કા ખાનસામા હૂં.'

'યહાં કિસ સે મિલને આયે હો મિયાં?' ભેદી માણસનું હાસ્ય ગાયબ થઈ ગયું.

'નમાઝ પઢને આયા હૂં... કહા ના મૈંને...' કેપ્ટનનું નામ આપ્યા પછી રાહુલનો આત્મવિશ્વાસ વધી ગયો હતો.

'ચુપચાપ નમાઝ પઢો ઓર નિકલ જાઓ.' બોલીને એ શખસ જતો રહ્યો. રાહુલ એના વિશે વિચારતો બેસી રહ્યો. આ શખસ તબરોઝામાં છૂપી રીતે ફરી રહેલા પાકિસ્તાનના ખુફિયા એજન્ટો અને સાદા પોલીસમાંથી જ કોઈ હોવો જોઈએ. એની સાથે પંગો લેવા કરતા કેપ્ટનનું નામ આપી દીધું એ સારું કર્યું. રાહુલ વિચારતો પાછો ફર્યો ત્યારે કેપ્ટન એની રાહ જોઈને જ ઊભો હતો.

'એક હી સવાલ એક હી બાર પૂછુંગા.' કેપ્ટને કહ્યું.

'જી જનાબ,' રાહુલને મામલો સમજાઈ ગયો. પોતે એક ભેદી માણસને

કેપ્ટનની ઓળખ આપી હોવાની વાત યાદ આવી ગઈ.

'તુમ પોસ્ટરવાલે કો પહેચાનતે હો?'

'ઓહ, તો હું પહોંચું એ પહેલાં મારી વાત કેપ્ટન પાસે પહોંચી ગઈ છે.' રાહુલ મનમાં બબડ્યો.

'જી નહીં જનાબ, મૈં નહીં જાનતા.' રાહુલે બેખૌફ બનીને જવાબ આપ્યો.

'અગર કુછ ભી જાનતે હો યા જાનકારી મિલે તો સબસે પહેલે મુઝે બતાઓગે.' કેપ્ટને વાત પર પરદો પાડતાં કહ્યું ને એ સાથે રાહુલ સાવચેત બની ગયો કે કબીરને મળવામાં પણ મોટું જોખમ છે.

✣

પીઆઇબીના વડા હબીબ અન્સારીએ છેલ્લે ઇન્સ્પેક્ટર જાવેદ સાથે ફોન પર વાત કર્યા પછી પાકિસ્તાનની ધરતી પર તબાહી મચાવનારા ઘૂસણખોરોને કોઈ પણ ભોગે પકડવા કમર કસી હતી. એની નિગાહમાં આખરી કહી શકાય એવા ખેલમાં એણે દર્શન ત્યાગી નામની મોટી માછલીને સપડાવવા બ્લુપ્રિન્ટની જાળ બિછાવી અને પોતાની એક માછલીને એટલે કે પોતાના જ એક બંદાને ગીલમાં ભરાવીને ત્યાગી તરફ ફેંકી અને ત્યાગી સપડાઈ ગયો. અન્સારી બીજી એક ચાલ રમ્યો. એણે ત્યાગીનો માણસ બનીને બ્લુપ્રિન્ટ મેળવી આપવાની વાતચીત કરનારા પોતાના જ જાસૂસ બંદાને સિફતથી ખસેડી લઈને નફીસા સાથે જેલમાં ધકેલી દેવાયેલા ગુલ મોહમ્મદ નામના ટેલિફોન ઑપરેટરને મૂકી દીધો હતો.

અન્સારીએ ગુલ મોહમ્મદને બોલાવીને કહ્યું કે, 'જો તું મારું આ એક કામ કરી આપીશ તો તને અને તારી બીવીને છોડી દઈશ.'

કાળા પાણીની સજા ભોગવી રહેલા ગુલ મોહમ્મદે જેલમાંથી છુટાતું હોય તો કાંઈ પણ કરવાની તૈયારી બતાવી.

'ઇસ નંબર પર સે ત્યાગી કો કોલ કરના હૈ. દો કરોડ... પાકિસ્તાની કરન્સી કે બદલે મેં બડા કવર દેના હૈ... હમ કહે ઉસ જગહ પર.'

આખી જિંદગી ટેલિફોનની લાઇન જોડી આપનારા ગુલ મોહમ્મદને આ જોડાણ સાવ સહેલું લાગ્યું. બદલામાં જેલમાંથી કાયમને માટે મુક્તિ.

ત્યાગીએ બ્લુપ્રિન્ટની વાત ઉતાવળે ગોપીનાથ રાવને કરી અને રાવે વડા પ્રધાન સમક્ષ પ્રસ્તાવ મૂકી જોયો, જેમાં અન્સારીની આ ચાલથી બિલકુલ અજાણ એવા રાવ અને ત્યાગીએ વડા પ્રધાનની ઑફિસમાંથી વિલે મોઢે પાછા ફરવું પડ્યું.

આ બાજુ રાવે બ્લુપ્રિન્ટ આપવાની ઑફર કરનારાનો અસલી ચહેરો જાણવા પોતાની જાળ બિછાવવાનું કામ કબીરને સોંપ્યું હતું. કબીરે કોઈ કારણસર

તબરોઝામાં રહેવાનું વિચારીને આખો પ્લાન કાસીમભાઈ અને મહેશને સમજાવી દીધો. કબીરે ગોપીનાથ રાવને વિશ્વાસમાં લીધા વિના આખુંય ઑપરેશન કાસીમભાઈના ઘરમાં કરવાનું નક્કી કર્યું.

❖

અન્સારીના પ્લાન મુજબ ગુલ મોહમ્મદે ત્યાગી સાથે ફોન પર વાત કરી. બે કરોડની સામે કવર આપવાનો સોદો નક્કી થયો, પણ એક વાતે સોદો અટક્યો. અન્સારીના ઇશારે ગુલ મોહમ્મદે ત્યાગીને પૈસાની બેગ પોતે કહે એ જગ્યાએ આપવાનો આગ્રહ રાખ્યો. ગુલ મોહમ્મદે અન્સારીને આખીય વાત કરી. અન્સારીએ સહેજ વિચારીને ત્યાગીની વાત માન્ય રાખી. ત્યાગીએ કાસીમભાઈના ઘરેથી પૈસાની બેગ લઈને બ્લુપ્રિન્ટ આપવાની જીદ કરી હતી. અંતે બંને પાર્ટી માની ગઈ. નક્કી કરાયેલી એક રાતે ગુલ મોહમ્મદને લઈને એક કાર સીજોરા ગામે જવા નીકળી. કાસીમભાઈના ઘરથી થોડે દૂર ગુલ મોહમ્મદને ઉતારીને કાર પાછી વળી ગઈ. મનમાં ફફડાટ સાથે ગુલ મોહમ્મદે ડેલી ખખડાવી. એણે શર્ટનાં બટન ખોલીને અંદર મૂકી રાખેલા કવર પર હાથ મૂક્યો. કવર પાર કરીને આવી રહેલા ધબકારા તેજ થઈ ગયા હતા. કાસીમભાઈએ દરવાજો ખોલ્યો. ગુલ મોહમ્મદ ફફડતા હૈયે અંદર ગયો.

કાસીમભાઈએ એને ઉપરથી નીચે સુધી ફંફોસ્યો. કાંઈ મળ્યું નહીં. અંદર આવવાનો ઇશારો કરીને એ ગુલની પાછળ ચાલવા લાગ્યો. મહેશ એક ગોળ ટેબલ પર બેગ મૂકીને બેઠો હતો. ગુલ મોહમ્મદ સામે બેઠો. કાસીમભાઈ હાથમાં ગન સાથે થોડે દૂર ઊભા રહ્યા.

'બ્લુપ્રિન્ટ લાયે હો?' મહેશે પૂછ્યું.

'હાં, પૈસે કહાં હૈ?' ગુલ મોહમ્મદે કહ્યું. જવાબમાં મહેશે પૈસા ભરેલી બેગ આગળ કરી. ગુલ મોહમ્મદે શર્ટનાં બટન ખોલીને કવર કાઢવા ગયો ત્યાં જ બહારથી ગોળીઓની રમઝટ શરૂ થઈ. મહેશે ઝડપથી ટેબલ નીચે મૂકી રાખેલી ગન ખેંચી લીધી. પથ્થરની ઇમારતની દીવાલ પરથી ગોળીઓ પાછી ફરી રહી હતી. કાસીમભાઈએ કહ્યું: 'મૈં સંભાલતા હૂં તુમ ઉસકો નીચે લેકે જાઓ.' કાસીમભાઈ એક બારી પાસે પહોંચી ગયા. મહેશ ગુલને બોચીએથી પકડીને નીચે ભોંયરામાં લઈ ગયો. એના મોંમાં ડૂચો મારીને બાંધી દઈને પાછો આવીને ગોળીઓ છોડવા લાગ્યો. અંધારામાં ગોળી વછૂટતી રહી. બહારથી એક જણે બારી પાસે ધસી આવીને કાસીમભાઈને ગોળી મારી. એક ઊંહકારા સાથે કાસીમભાઈ ઢળી પડ્યા. મહેશે ઝડપથી કાસીમભાઈને બારી પાસેથી ખસેડી

લીધા. સન્નાટો છવાઈ ગયો. મહેશ બારી સામે ગન તાકીને ઊભો રહ્યો. બહાર કેટલા માણસો હશે એનો અંદાજ મહેશને નહોતો. એ ધીમે ધીમે લપાતોછુપાતો બારીની સાઇડમાં ઊભો રહ્યો. બહારથી એક જણે ડોકું અંદર કર્યું કે તરત જ મહેશે એને આખેઆખો અંદર ખેંચી લઈને એની છાતીમાં ત્રણ-ચાર ગોળીઓ ધરબી દીધી, પણ કમનસીબે એને પણ ગોળી વાગી હતી. ફરી થોડીવાર સન્નાટો છવાઈ ગયો. એક જણ બારીમાંથી અંદર આવ્યો. એણે પહેલાં ઊંધા પડેલા કાસીમભાઈને પગેથી સીધા કર્યા કે તરત જ કાસીમભાઈએ ગોળીઓથી એને ચારણી કરી નાખ્યો. ગોળીઓનો અવાજ શમ્યો નહીં ત્યાં બીજો એક જણ બારીમાંથી દાખલ થયો. મહેશ એને વીંધી નાખવા તૈયાર જ હતો. કાસીમભાઈ પર પેલો માણસ ગોળી છોડે એ પહેલાં જ એનું ઢીમ ઢાળી દીધું. મહેશને ડાબા ખભા પર ઈજા થઈ હતી. કાસીમભાઈ છાતીની ઉપર જમણી બાજુ જખ્મી થયા હતા. બંનેએ એકબીજાની સામે જોયું. બંનેએ બંને બારી પર નજર કરી.

'લગતા હૈ... અબ કોઈ નહીં બચા?' કાસીમભાઈ બોલ્યા. મહેશ બહાર નીકળીને નજર કરી આવ્યો. એક કાર સિવાય કાંઈ દેખાયું નહીં.

મહેશે ભોંયરું બતાવતાં પૂછ્યુંઃ 'અબ ઉસકા ક્યા કરેંગે?'

'લે કર આઓ ઉસકો.' કાસીમભાઈએ કહ્યું. મહેશે ગુલને લાવીને ટેબલ પર બેસાડ્યો.

'કિસને ભેજા થા?' મહેશે પૂછ્યું. ગુલ મોહમ્મદ આખો ધ્રૂજી રહ્યો હતો. ગોળીઓનો અવાજ હજી એના કાનને ધમરોળી રહ્યો હતો. એ ચૂપ રહ્યો. રિવૉલ્વર પકડેલા હાથનો એક મુક્કો ગુલ મોહમ્મદના ચહેરા પર પડ્યો.

'અબ દૂસરી બાર નહીં પૂછુંગા...' કહીને મહેશે રિવૉલ્વર એના લમણે તાકી.

'હબીબ અન્સારી.' ગુલ મોહમ્મદે ગાલ પર હાથ મૂકતાં કહ્યું.

'કવર કહાં હૈ.' મહેશે પૂછ્યું.

ગુલ મોહમ્મદે ધ્રૂજતા હાથે શર્ટનાં બટન ખોલીને કવર કાઢીને મહેશને આપ્યું.

'અબ ઇસ કા ક્યા કરેં?' મહેશે કાસીમભાઈની સામે જોયું. કાસીમભાઈએ બે ગોળી ગુલ મોહમ્મદની છાતીમાં ધરબી દીધી. પછી ટેબલના ખાનામાંથી દવા, રૂ, કાતર, પાટો જેવી તબીબી સમગ્રી કાઢીને મહેશને આપી. 'જલદી કરો. હમારે પાસ વક્ત બહુત કમ હૈ.'

મહેશે એને પાટાપિંડી કરી આપ્યા. ત્યાર પછી કાસીમભાઈએ મહેશના બાવડા પર પાટો બાંધ્યો.

'યહાં સે હમારે રાસ્તે અલગ હૈ...' કાસીમભાઈ બોલ્યા.

'આપ કહાં જાઓગે... ઉન લોગોં કો ઇસ જગહ કા પતા હૈ.' મહેશે કહ્યું.

'વો મુઝે ઔર મેરે હથિયાર કો કભી ઢૂંઢ નહીં પાએંગે. મૈંને પહેલે હી સબ હટા લિયે હૈ... જિસકા પતા સિર્ફ એક આદમી કો હૈ...'

'કૌન' મહેશે પૂછ્યું.

'કબીર...' બોલીને કાસીમભાઈએ પોતાની એક કારની ચાવી મહેશને આપી અને અલ્લાહ હાફીઝ કહીને બીજી કારમાં પોતે રવાના થઈ ગયા.

36

કાસીમભાઈ પોતાના જ ઘરમાં સોદો કરવા તૈયાર થઈ ગયા ત્યાર પછી એણે તરત જ બધો શસ્ત્રસરંજામ સલામત સ્થળે ખસેડી લીધો હતો, જેની એકમાત્ર કબીરને જાણ હતી. કબીરે એના આ અજ્ઞાત સ્થળની મહેમાનગતિ માણી હતી. જેની જાણ કાસીમભાઈએ મહેશને કરી ત્યારે એને પણ નવાઈ લાગી હતી. એ બેઉના સંબંધને લીધે મહેશને પનાહ મળી હતી. કબીર નામના મહાકાય પક્ષીની વિશાળ પાંખોમાં ન જાણે કેટલાય સંબંધો સમેટાઈને પડ્યા હતા. એ જ્યાં પાંખ ખંખેરે ત્યાં એક સંબંધ ખરી પડે.

એક રાતમાં ઘણુંબધું ન બનવાનું બની ગયું. પૈસાની સામે બ્લુપ્રિન્ટ લેવા જેવો સીધો સરળ લાગતો સોદો ખતરનાક નીકળ્યો. જોકે, કાસીમભાઈને પહેલેથી જ શંકા હતી અને મહેશને જીવનું જોખમ લેવાની આદત હતી. શસ્ત્રોના સોદાગર કાસીમભાઈ કદાચ સરહદ પાર કરીને અફઘાનિસ્તાન જતા રહેશે, પણ મારે હવે કઈ દિશા અને રાહ પકડવી એનો વિચાર મહેશે પાટો બંધાવતી વખતે કરી લીધો હતો.

મહેશ અને કાસીમભાઈના નીકળ્યા પછી એક કાર આવી. એમાંથી ચાર જણ નીકળ્યા. પોતપોતાની રિવૉલ્વરોના ટ્રીગર પર આંગળી મૂકીને અંધારામાં ચારેતરફ ચકળવકળ આંખો ફેરવતા આગળ વધ્યા. એમણે બહાર પાર્ક કરાયેલી કાર સલામત જોઈ. એમાંના એક શખસની નજર એક લાશ પર પડી. બીજી એક લાશ પણ જોઈ. તમામને સામસામે ગોળીબાર થયો હોવાનો અણસાર મળી ગયો. પોતાની પર હુમલો થવાના ભય સાથે તેઓ ધીમે ધીમે, દબાતે પગલે આગળ વધ્યા. દરવાજો ખોલીને અંદર પ્રવેશ્યા. ગોળ ટેબલ નજીક ગુલ મોહમ્મદની લાશ પડી હતી અને બાજુમાં જ પૈસા ભરેલી બેગ. ચારમાંના એક લીડર જેવા શખસે અંદર પડેલી પોતાના માણસોની લાશો જોઈ-ચકાસી. આગળ

જઈને પૈસાની બેગ ખોલી. કાગળના ટૂચાથી ભરેલી બેગ ઊંધી કરી જોઈ, બેગ ફેંકીને ગુસ્સામાં હવામાં ગોળી છોડી.

'હરામી કે પિલ્લુ...' બોલીને એણે બધાને નીકળી જવાનો ઇશારો કર્યો. ચારમાંથી બે જણ પાર્ક કરેલી કારમાં ગયા અને બીજા બે એની પાછળ રવાના થયા.

✣

મહેશની કાર અજાણ્યા ઘાટવાળા રસ્તે ધીમી દોડી રહી હતી. અચાનક કાર બંધ પડી ગઈ. કદાચ પેટ્રોલ નહીં હોય કે કાર બગડી હોઈ શકે. હવે શું કરવું. એણે કાર બગડવાનું કારણ જાણવાની દરકાર કર્યા વિના કારને ખીણમાં ધકેલી દીધી. કાર ગબડતી ગબડતી છેક નીચે જઈને પડી કે તરત જ એક મોટો ભડકો થયો. મહેશ આ છેલ્લું દૃશ્ય જોવા રોકાયા વિના ચાલતો રહ્યો. એને રસ્તાની ખબર નહોતી, પણ મંજિલ મગજમાં હતી.

✣

'હમણાં નહીં, મારા દિમાગમાં એક પ્લાન છે.' આવું કહીને રાહુલે નકશાની ચોરી કરવાની તૈયારી બતાવી ત્યારે કબીરે રાહુલને નકશાની ચોરી કરવા સિવાયનો બીજો જ કોઈ પ્લાન સમજાવ્યો હતો. આ નવા પ્લાન મુજબ રાહુલે નકશાની ચોરી કરવાનું થોડા દિવસ મુલતવી રાખ્યું, પરંતુ રાહુલના દિમાગમાં નકશો ઘૂમવા લાગ્યો હતો. એણે રાત-દિવસ કૅપ્ટન પર કડી નજર રાખવા માંડી. કૅપ્ટન આ રહસ્યમય મથકમાં કોને મળે છે, ક્યારે પાછો આવે છે, ફોન પર કોની સાથે વાત કરે છે, શું વાત કરે છે. રાહુલે ખાસ તો એ પણ નોંધ્યું કે એ છેલ્લા થોડા દિવસથી રાતે કોઈને મળવા જાય છે. મોડે સુધી ત્યાં હોય છે. જોકે એનો પાછા ફરવાનો કોઈ ચોક્કસ સમય હોતો નથી. સામાન્ય રીતે એ ખાલી હાથે જ જાય છે. પાછો આવે ત્યારે એના હાથમાં કોઈ ફાઇલ કે કાગળિયા હોતા નથી. રાહુલની કૅપ્ટનના રાત્રિફેરાનું રહસ્ય જાણવાની ઉત્સુકતા વધી ગઈ હતી. કૅપ્ટનની સાથે એ અજાણ્યા નિર્જન ટાપુ જેવી આ જગ્યા પર આવ્યો ત્યારથી આજ દિવસ સુધીમાં કૅપ્ટનની બદલીનું કારણ જાણી શક્યો નહોતો. હા, એક દિવસ કૅપ્ટન કોઈની સાથે ફોન પર વાતચીત કરતો હતો જેને લઈને શંકામાં વધારો થયો હતો અને પછી નકશાએ શંકાને વધુ ઘેરી બનાવી હતી.

એક રાતે એણે કૅપ્ટનનો પીછો કરવાનું સાહસ કર્યું. જમીને કૅપ્ટન 'આતા હૂં' કહીને નીકળી ગયો. રાહુલ એ જ મોકાની તલાશમાં હતો. કૅપ્ટન કઈ દિશામાં જાય છે એ જાણવા એણે બારીનો પડદો સહેજ હટાવીને જોઈ લીધું.

થોડીવાર પછી એણે એ જ દિશા પકડી. રાતનો ઘેઘૂર સન્નાટો, તમરાંનો તીણો અવાજ, સૂકાં પાંદડાં પર પડતા બૂટથી ફફડતું હૈયું. એને પોતાના જ શ્વાસના ધબકારા સંભળાવા લાગ્યા. મનમાં ઉતાવળ છતાં એ હળવા પગલાં ભરવા લાગ્યો. રાતપાળીમાં ચોકી કરતા કોઈ સિપાહીનો ભેટો થઈ જશે તો રામ રમી જશે. કેમ કે પોતે નિઃશસ્ત્ર છે. સાવચેતી સાથે રાહુલ આગળ વધી રહેલા રાહુલે થોડું ચાલ્યા પછી એક સાવ અલાયદા ક્વાર્ટરમાં લાઇટ બળતી જોઈ. કેપ્ટન અહીં જ હોવો જોઈએ. આસપાસ કોઈ ક્વાર્ટરો ન હતાં અને સિક્યોરિટી પણ ન હતી. એણે બારી પાસે જઈને કાન માંડીને સાંભળવાની કોશિશ કરી.

'તબરોઝા વાલે કેસ કા ક્યા હુઆ?' એક અજાણ્યો અવાજ સંભળાયો.

'સ્કેચ બન ગયા હૈ, લેકિન મુઝે નહીં લગતા અબ તક વો ગાંવ મેં છૂપા હોગા. ફિર ભી કુછ લોગ લગે હૈં કામ પર.' કેપ્ટને કહ્યું.

'જગહ જગહ સ્કેચ ચીપકા કર સબ કો અલર્ટ કર દો.'

'આજકલ મેં યહ ભી હો જાયેગા... લોકલ પોલીસને બતાયા હૈ.' કેપ્ટને કહ્યું.

'લગતા હૈ... યહાં કી સિક્યોરિટી બઢાની પડેગી.' સામેનો અવાજ આવ્યો.

'મુઝે જરૂરત નહીં લગતી. ઐસા કરના તબરોઝાવાલે મર્ડર કેસ કો હવા દેને જૈસા હોગા.' કેપ્ટને કહ્યું.

'બેટા સારા રાઝ લેકર ફરાર હો ગયા હૈ. ઉસકો પકડ લો.' અજાણ્યા અવાજે સહેજ ઉશ્કેરાઈને કહ્યું.

'મૈં લોકલ પુલિસ સે બાત કર ચૂકા હૂં, લેકિન...'

'લેકિન ક્યા?'

'લેકિન મુઝે લગતા કિ વોહ નહીં પકડા જાયેગા. હમેં ઉસકે કિસી સાગરીત કો પકડના હોગા. જો હમેં ઉન તક લે જાયે.' કેપ્ટને કહ્યું. બારી બહારના કાન વધુ સાંભળવાની હિંમત કરી શકે એમ નહોતા. ત્યાંથી નીકળી જવું સલામત હતું. રાહુલ ચોરપગે પાછો આવીને ગોદડીમાં ઘૂસી ગયો. એ અવાજ કોનો હશે એની કલ્પના સાથે.

✤

વિજય બત્રાએ પોતાના ઘરની આસપાસ વધી ગયેલા જાપ્તાને લીધે પોતાના તમામ સંપર્કો કાપી નાખ્યા હતા. ઘરમાંથી કૉમ્યુનિકેશનનાં બધાં સાધનો હટાવી લીધાં હતાં. એ મોટા ભાગે ઘરથી ઑફિસ અને ઑફિસથી ઘરે જવા લાગ્યો હતો. પાકિસ્તાની જાસૂસીતંત્ર સાબદું બની ગયું હતું. સાવધાની અને ચુપકીદી જ શ્રેષ્ઠ માર્ગ હતો.

કામવાળી બાઈ ઝહીરાએ પોલીસ કે એજન્ટોને બત્રાના ઘરની હિલચાલ વિશે વાત કરી હોત તો પોતાનું શું થાત એની કલ્પના ડેપ્યુટેશન પર આવેલા વિજય બત્રાને હતી. એને ઝહીરા પર હજી પણ પૂરેપૂરો વિશ્વાસ બેઠો ન હતો. રશિયાએ જગતને શીખવ્યું છે કે, જાસૂસીની બાબતમાં સગ્ગી બૈરી પર પણ વિશ્વાસ ન મુકાય, પરંતુ યોગાનુયોગ કહો કે પાકિસ્તાની એજન્ટોનો કોઈ પ્લાન સમજો... છેલ્લા થોડા દિવસથી બત્રાના ઘરની આસપાસ છૂપી વેનનું ઊભી રહેવાનું બંધ થઈ ગયું હતું. અજાણ્યા એજન્ટો જેવા શખસોની હિલચાલ બંધ થઈ ગઈ હતી. જોકે બત્રાને હિલચાલ અને આંટાફેરા બંધ થવાની ઘટના વધુ ભયાનક લાગવા માંડી હતી. બત્રા માનતો કે જ્યારે કોઈ હિલચાલ ન હોય ત્યારે કોઈ મોટી ચાલ હોય છે. એને હવામાં તોફાન પહેલાંની સ્થિરતા હોવાનો અહેસાસ થયો. વિજય બત્રા નદીકિનારે અડધા પાણીમાં અને અડધા બહાર પડી રહેતા મગરમચ્છ જેવી સ્થિતપ્રજ્ઞ મુદ્રામાં રહેવા લાગ્યો. એ કિનારે બેસીને આવતી-જતી લહેરોને જોતો રહ્યો. કોઈનો શિકાર કરવો નથી અને શિકાર થવું નથી.

✣

ડૉ. ઝકરિયાનો એક દિવસ બરકતુલ્લા ખાં સાહેબ પર ફોન આવ્યો.

'ખાં સાહેબ, આપ મને યાદ કરો કે ના કરો, હું તમને ભૂલ્યો નથી.'

ખાં સાહેબ વિચારમાં પડી ગયા કે, કાયમ ગીત-સંગીતની વાત સાથે શરૂઆત કરનારા આ માણસે યાદ કરવા અને ભૂલવાની વાતથી શરૂઆત કેમ કરી.

'તું હિન્દી ફિલ્મોનાં ગીતો ભૂલી ગયો કે શું?' ખાં સાહેબે પૂછ્યું.

'અરે, હોય કાંઈ... "ક્યા હુઆ તેરા વાદા વો કસમ વો ઇરાદા, ભૂલેગા દિલ જિસ દિન તુમ્હેં, વો દિન જિંદગી કા આખરી દિન હોગા, ક્યા હુઆ તેરા વાદા..."'

ઝકરિયાને સાંભળીને ખાં સાહેબ બોલી ઊઠ્યાઃ 'વાહ યે હુઈ ના બાત...'

ઝકરિયાએ ખાં સાહેબને એમના ઘરે આવવાનું આમંત્રણ આપ્યું. ખાં સાહેબને નવાઈ લાગી, પણ સ્વીકાર કરી લીધો.

'સિતાર લાવું સાથે?' એમણે પૂછ્યું.

'નહીં, ફક્ત દિલના તાર લાવજો.' ઝકરિયાનો જવાબ ખાં સાહેબના દિલના તાર ઝણઝણાવી ગયો.

એ જ રાતે ખાં સાહેબ એમના ઘરે ગયા. એક, બે, ત્રણ, ચાર પેગ હલક હેઠળ ઊતર્યા પછી ઝકરિયા એના અસલી મિજાજમાં આવ્યો. ખાં સાહેબે એને ભેટ આપેલી એમની પહેલી રેકર્ડ પર હાથ મુકાવતા પૂછ્યુંઃ 'સાચું કહેજો મરિયમ

મહમદ અલી જિન્હા કે ખાનદાન સે હૈ?'

ઘરે એકલા આવવાનું આમંત્રણ આપવા પાછળનું કારણ ખાં સાહેબને સમજાઈ ગયું. એમનો ચાર પેગનો નશો પાણી થઈ ગયો. હાથ રેકર્ડ પર જ રહી ગયો. શું ઝકરિયાને એમ છે કે દારૂનો નશો કરાવીને એ મારી પાસેથી વાત કઢાવી શકશે?

'આખી રાત દારૂ પીતાં પીતાં સિતાર પર આંગળીઓ ફરતી રહે છતાં આંગળીઓ ડગમગતી નથી કે સૂર ચૂકતો નથી.' ખાં સાહેબની આંખોમાં એક સાચા સંગીતકારનું સૂરીલું ગુમાન હતું, પણ સામે એક વિમાસણ મોં ફાડીને ઊભી હતી. એક તરફ સંગીત એમનો ઈમાન હતો, તો બીજી તરફ ભારત એમનો ધરમ. એમણે ધરમ નિભાવ્યો.

'મરિયમ જિન્હા ખાનદાનનું જ લોહી છે.' કહીને એમણે ઝડપથી રેકર્ડ પરથી હાથ હટાવી લીધો.

'પણ તારે શંકા કરવાનું કારણ શું છે?' ખાં સાહેબે પૂછ્યું.

'બસ એમ જ.' ઝકરિયા જરા થોથવાયો.

ખાં સાહેબ ઊઠીને મેજ પરથી કુરાન લાવ્યા ને ઝકરિયાનો હાથ એની પર મુકાવ્યો.

'ઝકરિયા, સાચું કહેજે તું તારાં બધાં કામ ઈમાન-ધરમને ધ્યાનમાં રાખીને કરે છે?'

સાંભળીને ઝકરિયાએ કુર્રાન પરથી હાથ ઉઠાવી લીધો.

✣

ગિરધરે ગોપીનાથ રાવ પાસે ભરતસિંહ વિશે નક્કર માહિતી લીધા પછીના ગણતરીના દિવસોમાં જ એની રજેરજની માહિતી મેળવી લીધી હતી. ગિરધર એક્શનનો માણસ હતો. એ બહુ વાતો કરવામાં માનતો નહીં.

'સર, ભરતસિંહનું અસલી નામ બિલાવલ હુસેન છે. હબીબ અન્સારી સાથે સીધા સંપર્કમાં છે. ભરતસિંહ... આઇ મીન બિલાવલ પાકિસ્તાની મિલિટરીમાં હતો. બે દિવસ પહેલાં એ મુંબઈમાં હતો. કુછ બડા કરને કે ફ़િરાક મેં લગતા હૈ... ઇસ સે પહેલે ઉસકો ખતમ કર દૂં?' ગિરધરનો કાતિલાના મિજાજ બોલી ઊઠ્યો.

'નહીં, અભી નહીં.' રાવે કહ્યું.

'સર, અભી નહીં તો કભી નહીં. એને પતાવી દેવા દો. નહીંતર મોટી ગરબડ થઈ જશે.'

'નહીં ગિરધર, મારો એક ગેમપ્લાન છે.'

'સર, આપણે પ્લાન બનાવીએ એ પહેલાં એ ગેમ કરી નાખશે.'

'તું રિલેક્સ રહે.' રાવે એને ચા પીવાનું કહીને, પોતે સિગારેટ સળગાવી. ગિરધર બોસની સામે એક હદથી વધુ દલીલ નહીં કરવાની આમન્યા ક્યારેય ચૂકતો નહોતો.

✣

'જનાબ, ઑપરેશન કી તૈયારી હો ચૂકી હૈ.' ભરતસિંહે ફોન પર હબીબ અન્સારીને કહ્યું.

'સબકો એકસાથ...' હબીબ અન્સારી વાક્ય પૂરું કરે એ પહેલાં જ ભરતસિંહે કહ્યુંઃ 'જનાબ, સબકો એકસાથ ખતમ કરુંગા.'

'બાદમેં તુમ બોર્ડર ક્રૉસ કર કે જલદી આ જાઓ. તુમ્હારી યહાં જરૂરત હૈ.' આટલું કહીને અન્સારીએ એના જવાબની રાહ જોયા વિના ફોન કટ કર્યો.

✣

અમાસની કાળી અંધારી રાતે કાળી બુકાની બાંધેલા બબ્બે જણ સાથેની ચાર કાર માયા, મહેશની ગર્લફ્રેન્ડ આંચલ, રાહુલ અને કબીરના ઘર પર પહોંચી. રાતે બારને ટકોરે એકી સમયે ઘરની ડોરબેલ વાગી. માયાના પિતા પ્રીતમસિંહ, મહેશની ગર્લફ્રેન્ડ આંચલ, રાહુલની પત્ની અંજના અને કબીરની માતા સરોજાદેવીએ દરવાજો ખોલ્યો કે તરત જ કારમાં આવેલા શખસોએ એમનાં મોં કાળા કપડાથી ઢાંકીને, બાવડેથી ઝાલીને કારમાં ધકેલી દીધાં ને ચારેય કાર એક ચોક્કસ દિશામાં પૂરપાટ દોડવા લાગી. આખું ઑપરેશન પાંચ મિનિટમાં પૂરું થયું.

37

ચારેય કાર એક સૂમસામ જગ્યાએ ઊભી રહી કે તરત જ તમામને ઉતારીને રાહ જોઈ રહેલી બીજી એક વેનમાં બેસાડી દેવાયાં. અપહરણકારોમાંનો એક મુખિયો વેનમાં આગળ બેઠો. વેન દોડવા લાગી કોઈ અજ્ઞાત સ્થળ તરફ. વેનમાં બેઠેલાં બધાં ભયભીત હતાં. એકબીજાથી સાવ અજાણ હતાં. અપહરણ

શા માટે કરાયું એની ચારેયને ખબર નહોતી. અપહરણ કરાયેલા બીજા કોણ અને કેટલાં છે એની પણ ખબર નથી. બાજુમાં બેઠલી વ્યક્તિ સ્ત્રી છે કે પુરુષ એનીય જાણ નથી.

'તુમકો પતા નહીં, મૈં કૌન હૂં.' પ્રીતમ સિંહે સિંહગર્જના કરતા હોય એવા અવાજે કહ્યું, પણ એમનો અવાજ મોં પરના કાળા કપડાને લીધે દબાઈ ગયો. ડ્રાઇવરની બાજુમાં બેઠેલો મુખિયો ચૂપ રહ્યો.

'મૈં પોલીસ અફસર રહ ચૂકા હૂં... તુમને ગલત જગહ પર હાથ ડાલા હૈ.' પ્રીતમ સિંહ ફરી ગર્જ્યા. મુખિયો કાંઈ બોલ્યો નહીં.

'તુમ કૌન હો... તુમ્હેં ક્યા ચાહિયે? હમેં બતાઓ તો સહી.' સરોજાદેવીના અવાજમાં થોડી મીઠાશ, થોડી નરમાશ હતી. મુખિયા પર એની કોઈ અસર ન પડી.

'દેખો મૈં સ્વાતંત્ર્યસેનાની હૂં ઔર એક સીનિયર સિટિઝન ભી... તુમ બહુત બડા ગુના કર રહે હો.' હવે સરોજાદેવીએ કડક ભાષામાં કહ્યું. મુખિયાએ પાછળ ફરીને જોયું, પણ કાંઈ બોલ્યો નહીં.

'હમેં ક્યું કિડનેપ કિયા હૈ... ક્યું કિયા હૈ... ક્યું કિયા હૈ?' બોલતી બોલતી આંચલ પાછળથી પોતાના બાંધેલા હાથ મુખિયાના માથામાં મારવા લાગી. મુખિયાએ ડોકું ઘુમાવીને આંચલ પર રિવૉલ્વર તાકી ને એ સાથે ડ્રાઇવર બરાડી ઊઠ્યો.

'ચૂપ... સબ કે સબ ચૂપ... અંદર-અંદર ભી બાત નહીં... વરના ગોલી માર દૂંગા.' બધાં ચૂપ થઈ ગયાં. ત્યારે રાહુલની પત્ની અંજના ગુસ્સામાં બોલીઃ 'એક બાર મેરે હાથ કી રસ્સી ખોલ, ફિર દેખ કૌન કિસકો ચૂપ કરાતા હૈ.' અપહરણકારો ચૂપ થઈ ગયા. પ્રીતમ સિંહને ખયાલ આવી ગયો કે આ કારસ્તાન પાકિસ્તાની એજન્ટોનું છે. એણે પોતાના સાથળ પર હાથ પછાડ્યા. નિવૃત્ત પોલીસ ઑફિસરની નિઃસહાયતા સાથળ પર હાથ પછડાતી રહી. આંચલે બાજુમાં બેઠેલાં સરોજાદેવીના હાથ પર પોતાના હાથ મૂકી દીધા.

અમાસની કાળી રાતે ઓગળતા અંધારાને ચીરતી વેન એક આલિશાન બંગલાના કમ્પાઉન્ડમાં પ્રવેશીને પૉર્ચ પાસે થોભી. ડ્રાઇવર અને મુખિયાએ ઊતરીને બધાને બહાર કાઢ્યા ને પહેલેથી જ અધખુલ્લા દરવાજાને હડસેલ્યો. તમામને અંદર લઈ જઈને એક લાઇનમાં ઊભાં કરી દીધાં. મુખિયાએ બધાના કાંડા પરનાં દોરડાં છોડ્યાં. ડ્રાઇવરે માથા પરથી કપડું હટાવ્યું. આંખો ચોળતાં દરેકની ધૂંધળી નજર સામે ઊભેલી વ્યક્તિ પર પડી. જેણે મુખિયા અને ડ્રાઇવરને ઇશારો કરીને રવાના કર્યા.

'આપ સબ કી સિક્યોરિટી કે લિયે યહ જરૂરી થા.' આછા ગુલાબી રંગના

નાઇટ ગાઉનમાં સજ્જ સન્નારીના મધુર અવાજે અપહરણ કરાયેલા સૌને આશ્ચર્યચકિત કરી દીધા. અજવાળું જોવા મથી રહેલી આંખોમાં અચરજ હતું. બધાએ મહિલાની સામે જોયું. પછી એકબીજાને જોવા લાગ્યાં. સામેની મહિલા અને અપહરણ કરાયેલાં તમામ એકબીજા માટે અપરિચિત હતાં.

'તકલીફ કે લિયે માફી ચાહતા હૂં.' ગોપીનાથ રાવે બહાર આવતાં કહ્યું. 'યકીન માનિયે, આપ સબ યહાં જ્યાદા સુરક્ષિત રહેંગે.'

'રાવ સાહેબ, આપ યહાં ઔર યહ મેડમ?' પ્રીતમ સિંહ બોલ્યા. ગોપીનાથ રાવને એકમાત્ર પ્રીતમ સિંહ જ ઓળખતા હતા.

'યહ મેરી વાઇફ સુલોચના હૈ.' સુલોચના સરોજાદેવીની બાજુમાં જઈને બેસી ગઈ.

'હમ યહાં જ્યાદા સુરક્ષિત રહેંગેં, મતલબ હમારી જાન કો ખતરા હૈ?' સરોજાદેવીએ સુલોચનાની સામે જોયું.

'ખતરા થા. અબ નહીં હૈ.' સુલોચના બોલી.

'આપ લોગ કૌન હો? યહ સબ ક્યા ચલ રહા હૈ?' આંચલે પૂછ્યું.

'કૌન હૈ જિસને યહ કરવાયા?' અંજના બોલી.

'કુછ સવાલોં કે જવાબ મૈં ઇસ વક્ત નહીં દે પાઉંગા. લેકિન મુઝે ઇસ વક્ત જિસકો જવાબ દેના હૈ... ઉસે ઇસ વક્ત જવાબ મિલ રહા હોગા.' ગોપીનાથ રાવે કહ્યું.

✣

ચાર કારમાં બબ્બે જણ બેસીને પ્રીતમ સિંહ, સરોજાદેવી, આંચલ અને રાહુલના ઘરે પહોંચ્યા. દરવાજે ટકોરા માર્યા. કોઈએ પ્રીતમ સિંહના ઘરનો દરવાજો ખોલ્યો કે તરત જ સાઇડમાં ઊભેલા ગિરધરે સામે આવીને ગોળીઓ છોડીને ભરતસિંહ અને એના સાથીદારને ખતમ કર્યા. એ જ રીતે સરોજાદેવી, આંચલ અને રાહુલના ઘરનો દરવાજો ખૂલ્યો કે તરત જ સાઇડમાંથી બહાર આવીને ગિરધરના માણસોએ પાકિસ્તાનના ભાડૂતી માણસોને ખતમ કર્યા. અપહરણ કરવા ગયેલા પાકિસ્તાની ભાડૂતી માણસોની થોડી મિનિટમાં એક સાથે આઠ લાશો પડી ગઈ.

✣

ભરતસિંહ સરોજાદેવી, પ્રીતમ સિંહ, આંચલ અને રાહુલની પત્ની અંજનાનું કિડનેપિંગ કરે એ પહેલાં ગિરધરે ગોપીનાથ રાવના માસ્ટર પ્લાન મુજબ આ

આખું ઑપરેશન પાંચ મિનિટમાં ખતમ કર્યું અને અપહરણનું નાટક કરીને સિફતથી ચારેયને રાવના ફાર્મ હાઉસમાં ખસેડી દીધાં હતાં.

'આપ લોગોં કે સાથ સુલોચના રહેગી.' રાવ કહી રહ્યા હતા ત્યાં એમનો ફોન વાગ્યો. એમણે ઉતાવળે ફોન ઊંચક્યો.

'ઑપરેશન ખતમ સર.' ગિરધરે કહ્યું.

'ગુડ' કહીને ફોન મૂકી દીધો. સુલોચનાનો નોકર ચમન બધાને એમના રૂમમાં લઈ જતો હતો ત્યારે રાવે પ્રીતમ સિંહને રિવૉલ્વર આપતાં કહ્યું: 'અહીં પૂરતી સિક્યોરિટી રાખી છે, પણ જરૂરત પડે તો વાપરજો. લાઇસન્સ વગરની છે.'

'રાવ સાહેબ, મારી દીકરી સલામત છેને?' પ્રીતમ સિંહે પૂછ્યું.

'સોલ્જર ક્યારેય સલામત નથી હોતો અને જે સલામત હોય છે એ સોલ્જર નથી હોતો, પ્રીતમ સિંહ.' ગોપીનાથ રાવ દિલ્હી જવા નીકળી ગયા.

✣

મહેશ જખ્મી હાલતમાં લપાતોછુપાતો, લોકોની નજરથી બચતો, બેગમ સાહેબાના ઘરે પહોંચ્યો. અગાઉથી કોઈ પણ જાતની જાણ કર્યા વિના. કાસીમભાઈના ઘર પછી હવે એની પાસે માત્ર આ એક જ આશરો રહ્યો હતો. બત્રાનું ઘર કડક નિગરાની હેઠળ હતું. એટલે આ જ એની મંજિલ હતી. એણે ત્રણ ટકોરા માર્યા. માયાએ દરવાજો ખોલ્યો. મહેશ ચક્કર ખાઈને દરવાજે જ પડી ગયો. માયાએ બૂમ મારીને ખાં સાહેબ અને બેગમને બોલાવ્યાં. માયાએ બહાર કોઈ નથી એની ખાતરી કરવા બંને બાજુ નજર કરી. ત્રણેએ મહેશને ઊંચકીને અંદર પલંગ પર સુવડાવ્યો. જખમમાંથી લોહી વહી રહ્યું હતું. માયાએ શર્ટ કાઢ્યું. અંદરથી એક કવર બહાર પડ્યું. બેગમ સાહેબાએ કવર ઊંચકી લીધું. એક ખૂણામાં જઈને ખોલ્યું. અંદરથી ચોવડો કરીને મૂકેલી બ્લુપ્રિન્ટ નીકળી. ટેબલ પર બિછાવીને સ્ટડી કર્યો. પછી મહેશની પાટાપિંડી કરી રહેલાં માયા અને ખાં સાહેબ પાસે જઈને બ્લુપ્રિન્ટ બતાવતાં કહ્યું: 'જખમ અસલી હૈ. બ્લુપ્રિન્ટ નકલી.'

✣

તબરોઝાના એક પબ્લિક બુથ પર મહેશના ફોનની રાહ જોઈ રહેલા કબીરે ઝડપથી ફોન ઊંચક્યો. ફોન મહેશને બદલે કાસીમભાઈનો હતો. એણે કબીરને પોતાને ત્યાં બનેલી ઘટનાથી વાકેફ કર્યો. સામસામેના ગોળીબારમાં મહેશને અને પોતાને ઈજા થઈ હોવાનું પણ કહ્યું. 'તમે ક્યાં છો?' 'મહેશ ક્યાં છે?' 'બ્લુપ્રિન્ટ મળી?' જેવા સંખ્યાબંધ સવાલોના જવાબ આપવા જેટલી શક્તિ કાસીમભાઈમાં

નહોતી. એમનો ઘાવ ઊંડો હતો. કાસીમભાઈ પાકિસ્તાન-અફઘાનિસ્તાન સરહદ નજીક એના દોસ્તને ત્યાં સારવાર લઈ રહ્યા હતા.

'મૈં સલામત હૂં. શાયદ મહેશ ભી હોગા. બ્લુપ્રિન્ટ મહેશ કે પાસ હૈ.'

'કાસીમભાઈ, આપકા સામાન કબીલે મેં રખા હૈ... સલામત હૈ.'

'વો તેરા હૈ... જરૂરત પડે તૂ ઇસ્તેમાલ કરના.'

'મુઝે કુછ અલગ ટાઇપ કા સામાન ચહિયેગા.'

'વો ભી મિલ જાયેગા.' કાસીમભાઈએ કહ્યું.

'મહેશ કહાં ગયા હોગા, કાસીમભાઈ?'

'પતા નહીં. ના મૈંને પૂછા, ના ઉસને બતાયા.' ફોન મુકાઈ ગયો.

જવાબ સાંભળીને કબીરને થયું કે મહેશ તબરોઝા આવીને બ્લુપ્રિન્ટ આપવાનું જોખમ ખેડશે અને એની આવી ગુસ્તાખી મુશ્કેલી ઊભી કરશે.

એણે બેગમ સાહેબાને ફોન જોડ્યો.

'મહેશ જખ્મી છે... બ્લુપ્રિન્ટ એની પાસે છે. એનો પત્તો નથી.' કબીરે બેગમ સાહેબાને એકી શ્વાસે કહી દીધું.

'મહેશ અહીં છે. સલામત છે. બ્લુપ્રિન્ટ નકલી છે. સાચી નોટોની સામે ખોટી બ્લુપ્રિન્ટ આપવાનો ગેમપ્લાન હતો.' બેગમ સાહેબાએ કહ્યું.

'હા, પણ આપણે તો બ્લુપ્રિન્ટ આપનારનું નામ જાણવાનો દાવ ખેલ્યો હતો.' કબીર પબ્લિક ફોનબુથમાંથી ઉતાવળે બોલી રહ્યો હતો.

'નામ કદાચ મહેશને ખબર હશે. એ ભાનમાં આવે ત્યારે પૂછીશ.'

'મારી પાસે નામ આવી ગયું.' કબીરે કહ્યું.

'કોણ છે?' બેગમને નામ જાણવાની ઉત્સુકતા હતી.

'તમારી પાર્ટી એન્જોય કરવા આવેલા ત્રણ મહાશયમાંથી જે તમારી ખૂબ જ નજીક હતો.'

'હબીબ અન્સારી.' બેગમ નામ બોલી ગયાં.

'આ નામ ચીફને કહેજો. ત્યાગીને બ્લુપ્રિન્ટની ઑફર કરનારો માણસ અન્સારીએ બદલી નાખ્યો હતો. એની જગ્યાએ ગુલ મોહમ્મદ નામના કોઈ શખસને ગોઠવી દીધો હતો. અન્સારીનું ખુદનું ઑપરેશન ફેલ થયું છે. એનું નામ આપણે જાણી ગયા, આપણા નામની હજી એને ખબર નથી.' કબીરે કહ્યું.

✣

હબીબ અન્સારીને ડબલ ફટકો પડ્યો હતો. એક, બનાવટી બ્લુપ્રિન્ટ આપીને સાચી નોટ લઈને કાસીમભાઈ, મહેશ અને ગુલને પતાવી દેવાનું એનું કાવતરું

ફેલ ગયું અને બે, ભરતસિંહ નામનો એનો ખાસ માણસ માર્યો ગયો. સમાચાર સાંભળીને એ વારંવાર બોલતો રહ્યોઃ કાફિરોંને નાક મેં દમ કર કે રખ્ખા હૈ. એક પછી એક પડી રહેલા ફટકાનો બળાપો એ કોઈની પાસે કાઢી શકે એમ નહોતો. ઉપરથી પાકિસ્તાનના વઝિર-એ-આઝમના ફટકા જુદા. એમના ચાબખાના ઘા એ કોઈને બતાવવાની હાલતમાં નહોતો. અન્સારીના પોતાની નિષ્ફળતાના ઢાંકપિછોડા વઝિર-એ-આઝમથી છાના રહી શક્યા નહોતા અને એ અન્સારીને અવારનવાર ખખડાવતા હતા.

✣

બેગમનું ઘર સૌથી સલામત જગ્યા હતી. જ્યાંથી સંદેશાવ્યવહાર થઈ શકતો અને સૌથી અગત્યની વાત એ હતી કે બેગમે પોતે જિન્હા ખાનદાનના કુળમાંથી આવતાં હોવાની જાહેરાત કરાવીને શંકાનાં વાદળો એમની પર ઘેરાય તે પહેલાં જ વિખેરી નાખ્યાં હતાં. આમ છતાં કૅપ્ટન અખ્તર હુસેન, હબીબ અન્સારી અને ડૉ. ઝકરિયા નામના ગંજિફાના ત્રણ એક્કા લાલ રાણીને જુગારના પટમાં ઉતારવા ને હરાવવા મથી રહ્યા હતા. કૅપ્ટને એની રીતે કોશિશ કરી જોઈ. અન્સારી હજી કોશિશ કરે તે પહેલાં એને પોતાને ફટકા પડી રહ્યા હતા અને ડૉ. ઝકરિયા બીજા બે એક્કાને સાથે રાખ્યા વિના બાજી જીતી લેવાની ફિરાકમાં હતો.

✣

વિજય બત્રાને એમ હતું કે પોતે કોઈને બહુ હળશે-મળશે નહીં ને કામ પૂરતું કામ રાખશે, તો એના પર કોઈની નજર નહીં પડે. એનું અનુમાન ખોટું પડ્યું. પાર્ટીમાં બેગમના ખાનદાન વિશે ખાસ ઘોષણા કરી પછી એ ત્યાં હાજર મહેમાનોની આંખોમાં આવી ગયો હતો. એમાંનો એક મહેમાન અન્સારી હતો. અન્સારીએ જ બત્રા પર નજર રાખવા એના ઘરની આસપાસ પોતાના માણસો મૂક્યા હતા અને કોઈ અકળ કારણસર પાછા ખેંચી લીધા હતા, પણ એણે સામે ચાલીને બત્રાની મુલાકાત માગી ત્યારે એનું અકળ કારણ કળી શકાયું હતું. ખુદ પાકિસ્તાન ખુફિયા એજન્સીનો વડો અન્સારી પોતાને સામેથી મળવા આવતો હોવાની હકીકત એ સંજોગોમાં બત્રાને સતર્ક કરી ગઈ.

રાતે અન્સારી બત્રાના ઘરે પહોંચ્યો ને એણે બેકયાર્ડમાં બેસીને ગપ્પાં મારવાનું કહ્યું ત્યારે બત્રાની બત્રીસી ડગમગવા લાગી. અન્સારીને ના પાડવાનું બત્રાને એ ઘડીએ, એ હાલાતમાં પોસાય એમ નહોતું. એણે બેકયાર્ડમાં ખુરસી ટેબલ મૂક્યાં. દારૂની બૉટલ, ગ્લાસ અને પાણી લાવ્યો.

'આપને નોકર ક્યું નહીં રખ્ખા?' અન્સારીએ પૂછ્યું.

બત્રા જાણતો હતો કે, આ જ માણસે કદાચ નોકરાણી ઝહીરાની અટક અને પૂછપરછ કરાવી હશે. ઘરને નિગરાની હેઠળ મૂક્યું હશે. હવે મારા જ ઘરમાં મને ચકાસવા આવો પેચીદો સવાલ કરી રહ્યો છે.

'જનાબ, રખ્ખી હૈ એક નોકરાની... દિન મેં આતી હૈ.' બત્રાએ પેગ બનાવતાં કહ્યું.

'ચીઅર્સ' કરીને બત્રા અન્સારીના આગમન વિશે વિચારવા લાગ્યો. ત્યાં અન્સારીએ એમના આગમનના રહસ્ય પરથી પરદો હટાવ્યોઃ 'મુઝે બેગમ ઔર મરિયમ કી સચ્ચી કુંડલી નિકાલ કે દો.'

✣

બેગમે ચીફને મોકલેલા મોર્સકોડ મશીનના સંદેશાને પગલે તાબડતોબ વળતો સંદેશો બેગમની રાહ જોતો હતો. ચીફના સંદેશામાં ત્રણ શબ્દો હતા.

'બ્લુપ્રિન્ટ', 'એપ્રન,' અને 'હજામ'.

બેગમ સાહેબા મૂંઝવણમાં મુકાઈ ગયાં. એમને બ્લુપ્રિન્ટ શબ્દ સમજાયો, પણ એનો સંદર્ભ ન સમજાયો, કારણ કે મહેશ લાવેલો એ બ્લુપ્રિન્ટ નકલી હતી. કદાચ કબીર જાણતો હશે અને આ ત્રણ શબ્દો એને કહેવાના હશે એવું ધારીને બેગમ કબીરના ફોનની રાહ જોવા લાગ્યા.

કબીરે પબ્લિક ફોનબુથમાંથી બેગમને ફોન કર્યો. બેગમને આ ત્રણ શબ્દોનો ભેદ ઉકેલવાની ઇન્તેજારી હતી

'બ્લુપ્રિન્ટ', 'એપ્રન', 'હજામ'. બેગમ ત્રણેય શબ્દો બોલી ગયાં.

'સમજી ગયો. મને આની ડિટેલની જરૂર નથી. મહેશને સાજો કરીને કબીલામાં મોકલી આપજો અને રાહુલનો ફોન આવે તો એને કહેજો કે, મને જૂની મસ્જિદમાં મળે.' કબીરે ફોન કાપી નાખ્યો. બેગમ ત્રણ શબ્દો વાગોળતાં રહ્યાં: 'બ્લુપ્રિન્ટ', 'એપ્રન', 'હજામ'.

38

ચીફ ગોપીનાથ રાવે મોકલેલા બ્લુપ્રિન્ટ, એપ્રન અને હજામ ત્રણ શબ્દો બેગમ સાહેબા પાસેથી કબીરે સમજી લીધા, પણ બેગમને મહેશને સાજો કરીને કબીલામાં

મોકલી દેવાની અને રાહુલને ફોન કરવાની વાત ન સમજાઈ. બ્લુપ્રિન્ટ બનાવટી હોવાનું સાબિત થઈ ચૂક્યું એટલે ન્યૂક્લીઅર પ્લાન્ટની બ્લુપ્રિન્ટ હજી શોધવી પડશે એવો સંકેત હોઈ શકે, પણ એપ્રન અને હજામ - આ બે શબ્દો સમજાયા નહીં. જોકે બેગમે કબીરને પૂછવાનું પણ ટાળ્યું હતું.

એ વાતના થોડા દિવસ પછી રાહુલ તબરોઝામાં એક ખાનગી જગ્યાએ કબીરને મળ્યો ત્યારે કબીરે એને મહેશ પાસે આવેલી બનાવટી બ્લુપ્રિન્ટની વાત કહી.

'કૅપ્ટન પાસે છે કદાચ એ બ્લુપ્રિન્ટ હોય અને જો એ સાચી હોય તો આપણું કામ બની જાય.' રાહુલે કહ્યું.

'શક્ય છે કે એ જ બ્લુપ્રિન્ટ હોય.' કબીરે કહ્યું.

'હું ચોરી લઉં.' ફરીવાર રાહુલે બ્લુપ્રિન્ટની સચ્ચાઈ પારખી લેવા માટે ચોરી કરવાની વાતને દોહરાવી.

'ના, હમણાં નહીં. હું કહીશ પછી બહુ જ સિફ્તથી તારે એ કામ કરવું પડશે. જરા સરખી ગરબડમાં તારો જીવ જશે. મહેશને કબીલામાં આવી જવા દે.' કબીરે કહ્યું.

'લશ્કરી મથકમાં તેં કોઈને એપ્રન પહેરીને ફરતો જોયો?' કબીરે પૂછ્યું.

'ના, કેમ?' રાહુલે આશ્ચર્ય સાથે કહ્યું.

'પણ એ પ્રતિબંધિત એરિયા છે ને અમારું ક્વાર્ટર અલગ દિશામાં છે.' રાહુલે કહ્યું.

'તું રાતે જઈને શોધી કાઢ. ક્વાટર્રોની બહાર ધોવા માટે મૂકી રાખેલા કે સુકાતાં કપડાંમાં એપ્રન હશે. આપણને ધોવા માટે રાખેલા કપડામાંથી એપ્રન જોઈએ છે.' કબીરે કહ્યું.

'એપ્રન આપણને શું કામ આવશે?' રાહુલને પ્રશ્ન થયો.

'એ પછી કહીશ. એપ્રન ચોરીને સાચવીને મૂકી રાખજે. હું માગું ત્યારે મને આપજે.'

✣

'મુઝે બેગમ ઔર મરિયમ કી સચ્ચી કુંડલી નિકાલ કે દો.' અન્સારીના મોંમાંથી ખરી પડેલા શબ્દોથી બત્રા વિમાસણમાં મુકાઈ ગયો હતો. અન્સારી કોઈ ચાલ રમી રહ્યો છે કે શું, કેમ કે છેલ્લા થોડા દિવસથી ઘર પરનો જાપ્તો ઉઠાવી લેવાયો છે. હવે જો કુંડલી મેળવી ન આપું તો મને સાણસામાં લેવાનો પ્લાન હોઈ શકે છે. બત્રાએ વિચારી લીધું.

'જનાબ, બેગમ સાહેબાને જો બતાયા થા વો હી બાત મૈંને બતાયી થી આપ

લોગોં કો... ઉન લોગોં કી બર્થ સર્ટિફિકેટ તો મૈંને દેખા નહીં... હાં, લેકિન ઉન પર શક કરને કી વજહ ક્યા હૈ?'

'બત્રા સા'બ, પાર્ટીમેં સિર્ફ મૈં, ઝકરિયા ઔર કેપ્ટન અખ્તર હુસેન કો હી બુલાયા થા. તુમને કહા થા કી બડી પાર્ટી હૈ... દૂસરી બાત, પાર્ટી કે બાદ બેગમ સાહેબા ઔર કેપ્ટન ચૂપકે ચૂપકે મિલે થે... તીસરી બાત, મરિયમ ઝકરિયા કો ચીપક ગઈ હૈ... મુઝે યહ ડબલ એજન્ટવાલા મામલા લગ રહા હૈ.'

'જનાબ, બેગમ ઔર મરિયમ જિન્હા ખાનદાન સે હૈ યા નહીં યહ આપકા ડાઉટ એક હી ઇન્સાન દૂર કર સકતા હૈ.' બત્રાએ કહ્યું.

'કૌન?' અન્સારીએ પૂછ્યું.

'વજીર-એ-આઝમ.' બત્રાએ કહ્યું અને અન્સારી ટાઢો પડી ગયો.

અન્સારીનો નશો ઊતરી ગયો. ડબલ એજન્ટની વાત કરી રહેલા અન્સારીએ બત્રાને ડબલ લાર્જ પેગ બનાવવાનું કહ્યું. બત્રાએ અડધો ગ્લાસ ભરી દીધો. ઘટ... ઘટ... ઘટ પીને અન્સારી ઊભો થઈને ચાલતો થયો. નશાને લીધે એની ચાલ બદલાઈ ગઈ હતી.

અન્સારી વજીર-એ-આઝમને પૂછવાની હિંમત કરી શકે એમ નહોતો, કેમ કે પાકિસ્તાનનો વડો પ્રધાન બેગમ સાહેબાને ખૂબ સારી રીતે ઓળખતો હતો. એની અન્સારીને જાણ હતી જ.

✣

રાહુલ રાતે એપ્રન શોધવા જવા માગતો હતો, પણ કેપ્ટન ઘરમાં હોય તો નીકળી શકે નહીં અને દિવસે સજ્જડ પહેરાવાળા એ વિસ્તારમાં જવાની હિંમત કરાય નહીં. એક રાતે એને મોકો મળી ગયો. કેપ્ટન નીકળ્યા કે તરત જ એ પ્રતિબંધિત એરિયા તરફ જવા નીકળ્યો. સૈનિકોથી બચતો-બચાવતો એ લોકોના ક્વાર્ટરો તરફ ગયો. બે-ત્રણ ઘરની બહાર કપડાં સૂકવવાની દોરીઓ બાંધી હતી. એમાંના એક ઘરની દોરી પર એપ્રન સુકાતું હતું. રાહુલ ખુશ થઈ ગયો, પછી બીજી જ ક્ષણે એને કબીરે કહેલું વાક્ય યાદ આવી ગયું: આપણને ધોવા માટે મૂકેલું એપ્રન જોઈએ છે. આજે જ કામ પતી જાય તો સારું એવું વિચારતો રાહુલ આગળ વધ્યો. અચાનક એની નજર એક ઘરની બહાર પડેલી બાલદી પર પડી. કદાચ એમાં એપ્રન હોઈ શકે. આજુબાજુ જોઈને આગળ વધ્યો ત્યાં ઘરનો પાછલો દરવાજો ખૂલ્યો અને એક જણ બાલદી લઈને અંદર જતો રહ્યો. પાછળના રૂમની ઝીણી લાઇટને લીધે રાહુલ એનું ઝાંખુંપાંખું મોં જોઈ ન શક્યો. જોકે, પોતે બાલબાલ બચી ગયો એનો એને હાશકારો થયો. એપ્રન મળી જશે

એટલું તો નક્કી થઈ ગયું એની ખુશી સાથે એ ઝડપથી નીકળી ગયો.

પાછા ફરતાં વિચારવા લાગ્યો કે કેપ્ટનને અંધારામાં રાખીને રોજેરોજ બહાર નીકળવું મુશ્કેલ છે. બધો આધારા કેપ્ટન રાતે કોઈને મળવા જાય એની પર છે.

❖

બીજે દિવસે રાહુલ બજાર જતી વખતે મેઇન ગેટ પાસ બતાવતો હતો ત્યારે બાઇક પર આવેલા એક જણે ત્યાં ફરજ પર હાજર સિપાહીને પાસ બતાવ્યો. પાછલી રાતે જોયેલો એક ઝાંખો ચહેરો એને યાદ આવી ગયો. આ એ જ છે... એ જ... રાહુલને ખાતરી થઈ ગઈ.

'સલામ વાલેકુ.' રાહુલ બોલ્યો.

'વાલેકુ સલામ મિયાં.' મીઠો જવાબ મળ્યો.

'તબરોઝા કી ઓર જા રહે હો જનાબ?' રાહુલે પૂછ્યું.

'હાં, ચલના હૈ?' બાઇકવાળાએ પૂછ્યું. રાહુલ આવું જ કંઈક ઇચ્છતો હતો. જાનપહેચાન વધારવાનો એનો ઇરાદો હતો જ.

'મૈં કેપ્ટન અખ્તર હુસેન સા'બ કા ખાનસામા રહેમત હૂં.'

'ચલો, બૈઠ જાઓ.' સાંભળીને રાહુલ પાછળ બેસી ગયો. તબરોઝાના બજાર ચોકમાં બાઇક ઊભું રાખીને પેલા માણસે ચાચા-ચાચીની ધોબીની દુકાન બતાવતા કહ્યુંઃ 'યહાં મૈં કપડે ધોને કે લિયે દેતા થા. ઉનકા મર્ડર હો ગયા. અબ હાથોં સે ધોના પડતા હૈ.'

રાહુલને એપ્રન, બાલદી, કપડાં સૂકવવાની દોરી અને એ ચહેરો હવે સ્પષ્ટ થઈ ગયાં.

'જનાબ આપકી તારીફ?' રાહુલે પૂછ્યું.

'મૈં ડૉ. યુસુફ અલી હૂં.'

'ઓહ, તો આપ જનાબ ડૉક્ટર હૈ? મુઝે બીચ મૈં બહુત બુખાર આયા થા.'

'નહીં નહીં, મૈં વો ડૉક્ટર નહીં હૂં... મૈં અલગ કિસમ કા ઇલાજ કરતા હૂં.' કહીને ડૉ. યુસુફ અલી રવાના થઈ ગયો. રાહુલને હવે એપ્રન આસાનીથી મળી જશે એવું લાગ્યું. એ ધીમે ધીમે ચાલતો રહ્યો. અચાનક એની નજર હજામની દુકાનની બહાર ડૉ. યુસુફની બાઇક પર પડી. એણે દૂરથી જોયું કે યુસુફ વાળ કપાવતો બેઠો હતો અને એ જ દુકાનમાં કબીર છાપામાં મોં રાખીને વાંચવાનો ઢોંગ કરતો બેઠો હતો. રાહુલ કબીરને મળવા માગતો હતો. ત્યાં ડૉ. યુસુફની હાજરીમાં મળવું મુશ્કેલ હતું. એણે રાહ જોવાનું નક્કી કર્યું. વાળ કપાઈ ગયા. ડૉ. યુસુફે પૈસા ચૂકવી દીધા. પછી વાળંદે એના વાળને ઝાડુથી એકઠા કરીને

છાપામાં વીંટાળ્યા ને પછી બહાર આવીને એક ખૂણામાં એને બાળી નાખ્યા. એટલીવારમાં કબીર બહાર આવ્યો ને જોયું તો વાળ ભડભડ બળતા હતા. વાળંદે કબીરને કહ્યુંઃ 'બસ, અબ આપકી બારી હૈ... બાલ યા દાઢી, યા દોનોં.'

કબીર 'બાદમેં આતા હૂં' કહીને જતો રહ્યો. દૂરથી જોઈ રહેલા રાહુલને કંઈ સમજાયું નહીં. ડૉ. યુસુફ ગયો પછી રાહુલ દોડતો કબીર પાસે પહોંચ્યો.

'કબીર, પેલો માણસ જે વાળ કપાવતો હતો એ ડૉ. યુસુફ અલી છે.'

'આપણને એનું એપ્રન જોઈએ છે.' કબીરે કહ્યું.

'ભાઈ, તું એ માણસનો પીછો કરી રહ્યો હતો?' રાહુલે પૂછ્યું.

'ના, હું બીજું જ કાંઈક શોધી રહ્યો છું?'

રાહુલ ક્યારેય કોઈને બેમતલબ સવાલો કરતો નહીં. એણે કંઈ પૂછ્યું નહીં.

'બ્લુપ્રિન્ટ ચોરવાની હોય ત્યારે કહેજે.' કહીને એ જતો રહ્યો.

✣

માયા, બેગમ અને ખાં સાહેબે મહેશને એકદમ સાજો કરી દીધો. હકીકતમાં બેગમ એના સાજા થવાની રાહ જોઈને જ બેઠાં હતાં. એક રાતે ખાં સાહેબ હાથમાં જામ લઈને ઉસ્તાદ આમીર ખાં સાહેબને સાંભળી રહ્યા હતા. એમની ગાયકીમાં તલ્લીન બેગમ સાહેબા ઉસ્તાદ આમીર ખાં સાહેબની દરેક તાન અને મુરકી માણતાં હતાં. માયા પોતાના કોઈ અલગ જ ખયાલોમાં ગુમ હતી. ત્યારે મહેશ મોડી રાતે કબીલામાં જવાની તૈયારીમાં બેઠો હતો. માયા થોડી થોડીવારે એની સામે જોઈ લેતી હતી. મહેશે પોતાના ગ્લાસમાંથી આખરી ઘૂંટ માર્યો. ટેબલના ખાનામાંથી રિવૉલ્વર પાછળ ભરાવીને એક નજર ખાં સાહેબ, બેગમ સાહેબા અને માયા પર કરી. ખાં સાહેબે રેકર્ડ અટકાવી. આમીર ખાં સાહેબ ગાતા અટક્યા. બધાંનું ધ્યાન તૂટ્યું.

'નીકળું છું.' મહેશે કહ્યું.

'વેઇટ મહેશ, હું તને મૂકી જાઉં છું.' માયા ઊભી થઈ.

'નહીં, તું રહેવા દે. આટલી મોડી રાતે તારે આવવું જરૂરી નથી, કબીલો બહુ દૂર છે, હું મારી રીતે જતો રહીશ.'

માયાએ એના સ્વભાવ મુજબ એનું સાંભળ્યું નહીં. માત્ર એટલું જ બોલીઃ 'ચાલ.'

માયા કાર ચલાવી રહી હતી. પહેલાં શહેર અને પછી શહેરની સીમ અને પછી સૂમસામ રસ્તાઓ ચીરતી કાર પૂરપાટ દોડતી હતી. માયા અને મહેશ મૌન હતાં, પોતપોતાના વિચારોમાં ખોવાયેલાં હતાં. વચ્ચે વચ્ચે માયા મહેશને

જોઈ લેતી. મહેશની નજર લંબાતા જતા રસ્તા પર હતી. મિશન શાદીના લંબાઈ રહેલા સમય પર હતી. કાસીમભાઈના ઘર પર થયેલી જીવસટોસટની બાજી પર હતી. એને માર્ગ પર પથરાયેલી બનાવટી બ્લુપ્રિન્ટ દેખાવા લાગી. એ થોડી થોડીવારે માથું ધુણાવીને સામેનું ચિત્ર હટાવવાની કોશિશ કરતો રહ્યો. એના દિમાગમાંથી બનાવટી બ્લુપ્રિન્ટ હટતી નહોતી.

'આર યુ ઓકે, મહેશ?' માયાએ પૂછ્યું.

જવાબમાં એણે માત્ર માયાની આંખોમાં જોઈને માથું હલાવ્યું. માયાએ અચાનક કાર સાઇડમાં લઈને રોકી. મહેશ કાંઈ પણ વિચારે તે પહેલાં માયાએ મહેશને કૉલરેથી ખેંચીને તસતસતું ચુંબન કર્યું. વડવાઈની જેમ વીંટળાઈને એને ચૂમવા લાગી. મહેશની આશ્ચર્યચકિત આંખો ચકળવકળ ફરતી રહી. એણે માયાના ચહેરાને બેઉ હથળીમાં લઈને એની આંખોમાં જોતાં પૂછ્યું: 'આર યુ ઑલ રાઇટ, માયા?'

'નો, આઇ એમ નોટ' કહીને માયા ફરી એને ચૂમવા લાગી. મહેશે એને બાહુપાશમાં જકડી લીધી. આવેગની એ ક્ષણે મહેશ એની ગર્લફ્રેન્ડ આંચલને વીસરી ગયો. માયા મહેશની બાંહોમાંથી હળવેથી બહાર આવી. મહેશની આંખોમાં આંખ નાખતાં બોલી: 'ગુડ બાય, મહેશ.'

'મહેશ, કદાચ આ આપણી આખરી મુલાકાત છે...' કહીને એ ફરી મહેશને વળગી પડી.

અગાઉ છૂટાં પડતી વખતે માયાએ ક્યારેય આવી ઉત્કટ પ્રેમની લાગણી જતાવી નહોતી કે ક્યારેય આંખને ઇશારે દર્શાવ્યું પણ નહોતું કે એ મહેશને બેસુમાર ચાહે છે. મહેશના મનમાં ક્યારેક માયા પ્રત્યેની કૂણી લાગણીના અંકુર ફૂટ્યા હશે તોય એણે મિશન શાદીથી વિશેષ ક્યારેય પ્રેમને મહત્ત્વ આપ્યું નહોતું, પણ એ રાત કદાચ કાયમ માટે છૂટા પડતાં પહેલાંના મિલનની હતી.

39

મહેશ અને માયા માટે એ અનોખી રાત હતી. મિલનની રાત હતી, એક મહામૂલી મિરાત હતી, પ્રેમની અમૂલ્ય સોગાત હતી. એકમેકની બાંહોમાં ક્યાંય સુધી સમેટાઈને બેસી રહેલાં મહેશ અને માયાના દિલના ધબકારાનો એક રાગ અને એક સૂર હતો.

'મારે જવું જોઈએ હવે.' મહેશે કહ્યું. જવાબમાં માયાએ મહેશની છાતી પર

માથું ઢાળી દીધું. થોડી ક્ષણો વીતી ગઈ. બેઉ મૌન રહ્યાં. દિલની ધડકનો બોલતી રહી. માયાએ મોં ઊંચું કર્યું. ચાર હોઠ ભિડાયા. બે હૈયાં ભીંસાયાં.

✣

કબીલાના વેરાન રસ્તે ચાલી રહેલો મહેશ થોડીવાર પહેલાંની એ અપ્રતિમ ક્ષણો યાદ કરી રહ્યો હતો. બધું અચાનક બની ગયું. જ્યારે પણ બંને મળ્યાં ત્યારે એક સાથી તરીકે મળ્યાં. બંને વચ્ચેનો વ્યવહાર વ્યવસાયિક હતો. પોતાના માટેનું માયાનું પાગલપન એણે પહેલીવાર જોયું. મહેશ તો પહેલેથી જ અલ્લડ હતો. એના મન પર દેશદાઝનું એક અલગ જ ઝનૂન છવાયેલું રહેતું. એની પ્રાયોરિટી પ્રેમ નહીં, દેશ હતો. માયાની આંખોમાં એણે ક્યારેય પ્રેમની ઝલક જોઈ નહોતી. માયા ગજબની કલાકાર નીકળી. આટલો વખત એ પ્રેમને કઈ રીતે છુપાવી શકી?

દૂરથી એની નજર કબીલાની બહાર બુઝાવાની તૈયારી કરેલા તાપણા પર પડી. રાતભર ચોકીપહેરો ભરનારા તાપણાની જ્વાળાઓ ઠરીઠામ થઈને અંગારામાં ફેરવાઈ રહી હતી. એણે એક મોટા તંબૂની બહાર ટમટમી રહેલું ફાનસ જોયું. કબીરે એને ફોન પર આ જ નિશાની આપી હતી. એણે આજુબાજુ નજર કરીને ચાલ ઝડપી કરી. તંબૂમાં જતા પહેલાં ફરી આસપાસ નજર ઘુમાવી. તંબૂનો એક છેડો ઊંચો કરીને અંદર દાખલ થઈને જોયું તો સામે કબીર બેઠો હતો. કબીર મહેશને ભેટી પડ્યો.

'તારી જ રાહ જોતો હતો.' કબીરે કહ્યું.

'મોડું થઈ ગયું.' મહેશ બોલ્યો.

'મને ખબર છે કેમ મોડું થયું. રસ્તાની આડમાં તારી કાર અટકી ગઈ હતી' કબીરે કહ્યું.

'ઓહ, કબીરને કેમ ખબર પડી? શું એ પીછો કરતો હતો કે પછી એના કોઈ માણસે કહ્યું હશે?' મહેશ વિચારવા લાગ્યો.

'આપણા એજન્ટોના જીવનમાં બને છે એ રીતે આપણા નિજી જીવનમાં પણ કોઈ ઘટના અચાનક બને છે.' મહેશે કહ્યું.

'એ ઘટના નથી, પ્રેમ છે.' કબીરે કહ્યું.

'એજન્ટોને પ્રેમ પોસાય નહીં, એટલે હું કાયમ એનાથી દૂર રહ્યો છું.' મહેશ બોલ્યો.

'માયા જેવી છોકરી તને બેહદ ચાહે છે. તું નસીબદાર છો.' કબીરે કહ્યું.

'કબીર, પણ દિલમાં ચાહત અને હથેળીમાં મોત... બંને એકસાથે સંભવ નથી દોસ્ત.' મહેશે દિલ ખોલ્યું.

'દિલમાં કોતરાયેલું નામ અને હાથની લકીર કોઈ મિટાવી શકતું નથી, મહેશ.'

'અમે માર્ગમાં ઊભાં રહી ગયાં એની તને કઈ રીતે જાણ થઈ, કબીર?'

'મેં તારી સલામતી માટે કબીલાના બે જણને એ રસ્તે ગોઠવી રાખેલા.' કબીરે કહ્યું.

'ઓહ,' બોલીને મહેશ કબીરની દીર્ઘદષ્ટિ વિશે વિચારતો થયો અને કબીરને મહેશ અને માયાના પ્રેમસંબંધની અને ભવિષ્યની ચિંતા થઈ રહી હતી.

'મહેશ, આ જો.' કહીને કબીરે એક મોટા પટારા પરથી જૂનીપુરાણી ચાદર હટાવી. મહેશે અંદર જોયું. કબીરની તૈયારી જોઈને મહેશ અચંબો પામી ગયો.

'આ બધી કાસીમભાઈની મહેરબાની અને કબીલાની કૃપા છે.' કબીરે કહ્યું.

'પ્લાન શું છે?' મહેશે અધીરાઈ બતાવી.

'બધું એના સમયે થઈ જશે.' કબીરના જવાબમાં ઠરેલપણું હતું.

✣

હજામ અને વાળ બાળી નાખવાના રહસ્ય સાથે રાહુલ ઘરે પાછો ફર્યો. એ રાતભર ઊંઘી ન શક્યો. બીજે દિવસે કૅપ્ટનને 'બજાર જાઉં છું' કહીને તબરોઝા પહોંચ્યો. ત્યાંથી એણે બેગમ સાહેબાને ફોન જોડ્યો. બેગમ સાહેબાએ એને કબીરે મળવાનું કહ્યું હોવાનો સંદેશો આપ્યો. મહેશ કબીલામાં પહોંચી ગયો હોવાની માહિતી પણ આપી. ફોન મૂકીને એ મસ્જિદમાં ગયો જ્યાં કબીર એની રાહ જોતો હતો.

'તબરોઝા ગામથી દૂર ભટકતી કોમનો એક કબીલો છે. એનો એક માણસ તને મળશે. એ અડધે રસ્તે આવશે. અડધી મજલ તું કાપજે.' કબીરે કહ્યું.

રાહુલ આટલું સાંભળીને રવાના થઈ ગયો. બહુ વાર મળવું હવે તબરોઝામાં મુશ્કેલ બની ગયું હતું. ડગલે ને પગલે જોખમથી ભરેલા આ ગામમાં કયો માણસ જાસૂસ છે ને કયો પોલીસ છે એની ખબર પડતી નહોતી. ત્યાં અન્સારીનો માણસ હતો, કૅપ્ટનનો જાસૂસ પણ હતો અને મિલિટરી પોલીસ અને લોકલ પોલીસના માણસો પણ છૂપા વેશે ફરી રહ્યા હતા. આમ છતાં કબીરે પોતે અને મહેશ તથા રાહુલને પણ આ જ ગામમાં રાખવાનો ખતરો શા માટે વહોરી લીધો હશે? એની પાછળનું રહસ્ય કે પ્લાન કદાચ કબીર જાણતો હતો અને હા, કદાચ ચીફ ગોપીનાથ રાવ જાણતા હોઈ શકે. શું ગોપીનાથ રાવનો પોતાના જાંબાઝ જાસૂસો પરનો વધુ પડતો વિશ્વાસ હતો કે જીવ હથેળી પર લઈને નીકળી પડેલા જાસૂસોનો આત્મવિશ્વાસ હતો.

✣

રાહુલ માટે રોજેરોજ બજારનું બહાનું કાઢીને નીકળવું મુશ્કેલ હતું. કબીરે કહ્યું એના ત્રીજા દિવસે રાહુલ કબીલાના અડધે રસ્તે પહોંચી ગયો. એક માણસ રસ્તાની બાજુ પર બેઠો બેઠો બીડી પી રહ્યો હતો. રાહુલ એની બાજુમાં જઈને ઊભો રહી ગયો.

પેલા માણસે બીડી કાઢીને રાહુલને પૂછ્યું: 'માચીસ હૈ?' રાહુલને હિન્ટ મળી ગઈ.

'જેબ મેં નહીં, ઘર પર હૈ.' રાહુલે જવાબ આપ્યો.

પેલા માણસે મોં પરથી બુકાની હટાવી, માથા પરનો ફેંટો દૂર કર્યો. રાહુલની સામે ઊભેલો માણસ ક્ષણવારમાં મહેશ બની ગયો.

'બહુરૂપિયા... મહેશ, તું કેટકેટલા વેશ ધારણ કરી શકે છે, યાર.' હસી રહેલા રાહુલના મોંમાંથી શબ્દો નીકળ્યા.

'આપણી પાસે સમય બહુ ઓછો છે. આ લે તારી ઝોળીમાં કાંદા બટેટાની સાથે મૂકીને લઈ જા.' મહેશે એની થેલીમાં સામાન મૂક્યો.

'શું છે આ?' કહીને રાહુલે અંદર જોયું. પછી મહેશની સામે જોઈને કહ્યું. 'દર બે-ત્રણ દિવસે મળીને લઈ જઈશ.'

મહેશે બીજી બીડી પેટાવતાં કહ્યું: 'માચીસ તો મારી પાસે પણ છે, પણ જામગરી તારે ચાંપવાની છે.'

✣

પાછા ફરતાં રાહુલની ચાલ અને દિલના ધબકારા તેજ થઈ ગયા હતા. મિલિટરી મથકના મેઇન ગેટ પર રેગ્યુલર સિપાહીને બદલે બીજા જ કોઈ સૈનિકને જોઈને રાહુલ ચોંકી ઊઠ્યો. સામાન્ય રીતે સિપાહીની પાળી મુજબ ડ્યૂટી બદલાતી રહેતી, પણ એ બધા જાણીતા ચહેરાઓ હતા.

રાહુલે પાસ બતાવ્યો. સૈનિકે પાસ જોયો પછી રાહુલની સામે જોયું અને સૌથી છેલ્લે થેલી પર નજર કરી.

'ક્યા હૈ ઇસ મેં?' રાહુલ કાંઈ જવાબ આપવા જાય તે પહેલાં બાજુની કેબિનમાંથી રાહુલના જાણીતા સિપાહીએ કહ્યું: 'યે તો હમારે કપ્તાન સા'બ કા ખાનસામા હૈ.' થેલી ખોલવા જઈ રહેલા રાહુલે હાથ પાછો લઈ લીધો.

'જાઓ, જાઓ.' સૈનિક બોલ્યો ને રાહુલ હાશકારા સાથે ત્યાંથી નીકળી ગયો, પણ એના નસીબમાં નિરાંતનો દમ નહોતો. કેપ્ટન એની રાહ જોઈને બેઠા હતા.

'ઇતના ટાઇમ કાંદા-આલુ ખરીદને મેં?' રાહુલ અંદર દાખલ થયો કે તરત જ કેપ્ટને પૂછ્યું.

‘જનાબ, આ જ બડી મંડી સે બાઝાર મેં કાંદા-આલુ આયે હી દેર સે.’

‘ઠીક હૈ...’ કેપ્ટન બોલ્યા. રાહુલ કિચનમાં જવા ગયો ત્યાં ફરી અવાજ આવ્યોઃ ‘સૂનો, એક-દો દિન મેં ફિર સે હમેં દાવતમેં જાના હૈ.’

‘કહાં? બેગમ સાહેબા કે ઘર પર?’ રાહુલ બોલ્યો ને કેપ્ટનને આંચકો લાગ્યો.

‘તુમ્હેં કૈસે પતા ચલા?’

‘નહીં, ઐસે હી કહા... ક્યું કી લાસ્ટ ટાઇમ ઉન લોગોં કો મેરી બિરિયાની બહુત પસંદ આઈ થી ના?’ રાહુલ ગલ્લાંતલ્લાં કરવા લાગ્યો.

કેપ્ટન હસ્યા, ‘મુઝે સબ માલૂમ હૈ... કિચન મેં તુમ ઔર મરિયમ ક્યા ગૂસુરપૂસુર કર રહે થે.’ રાહુલનો શ્વાસ અધ્ધર ચડી ગયો. આ માણસે અત્યાર સુધી આનો અણસાર પણ આવવા દીધો નથી. જબરો ભેદી છે.

‘ચૂપકે ચૂપકે વો તુમ્હેં શરાબ ભી પીલા રહી થી.’ કેપ્ટને બીજો ધડાકો કર્યો. રાહુલને કેપ્ટનની કાબેલિયત પર કોઈ શંકા રહી નહીં. એને થયું કે કદાચ કેપ્ટન મોર્સકોડ મશીનનો અવાજ પણ પારખી ગયો હશે અને વખત આવ્યે એનો રાઝ ખોલશે. રાહુલની સામે પાર્ટી વખતના તમામ દૃશ્યો ફરી વળ્યાં, પણ કેપ્ટને કોની દાવત છે એ કહ્યું નહીં. રાહુલને થયું કે પોતે બોલવામાં થોડી ઉતાવળ કરી બેઠો, પણ એને એ વખતે સૌથી મોટી ચિંતા પોતાના હાથમાં રહેલી ઝોળીમાં પડેલા માલસામાનની હતી.

‘આજ આલુ-મટર કી લાહોરી સ્ટાઇલ કી સબ્જી બનાઓ’ કહીને એ ન્હાવા જતા રહ્યા. રાહુલ કિચનમાં માલસામાન મૂકવા માટે સલામત જગ્યા શોધવા લાગ્યો. એણે ખૂણામાં પડેલી એક નાની કોઠીમાં એક પછી એક ચાર હેન્ડગ્રેનેડ મૂકીને એને ગૂણપાટથી ઢાંકી દીધી.

❖

માયા મહેશને મૂકીને પાછી ફરી રહી હતી ત્યારે એના મનમાં મહેશ નહોતો. મહેશનું એ આલિંગન કે એનું ચુંબન નહોતું. પ્રેમની એ પળોને એણે સંકેલીને એના હૃદયમાં સંકોરીને-સાચવીને મૂકી દીધી હતી. હવે એના દિલ-ઓ-દિમાગ પર ઝકરિયો હતો. એ ઝકરિયો જે એના પ્રેમમાં પાગલ હતો અને છેલ્લે શંકાની નજરે જોઈ રહ્યો હતો. ફોન પરની છેલ્લી વાતચીત મુજબ ઝકરિયાએ એને મળવાનું ઇજન આપેલું, પણ કોઈ અકળ કારણસર માયા એને ટાળતી રહી હતી અને પેલી તરફ ઝકરિયો તડપી રહ્યો હતો. એની તડપ બે જાતની હતી. એક, ઝકરિયાનો અંદરનો દરિયો માયા સાથે સહશયન માણવા ઊછળી રહ્યો હતો અને બે, ત્યાર બાદ એ માયાને જાસૂસ છે એવું મોઢામોઢ કહીને કાયમ

માટે સુવડાવી દેવા માગતો હતો. માયા પહેલા દિવસથી એના ઇરાદાને સમજી ગઈ હતી. ઝકરિયાની આ કમજોરી પર જ એ એને નચાવતી રહી હતી. માયા ઝકરિયાને ખૂબ ટટળાવતી રહી અને પેલી બાજુ ઝકરિયાની શંકા વધુ ને વધુ દૃઢ બનવા લાગી હતી કે મરિયમ જિન્હા ખાનદાનની નથી, પણ એક જાસૂસ છે. એના મનમાં બદલાની અને તનમાં સેક્સની આગ ભડભડ બળતી હતી. માયાએ ઝકરિયાના મનની મુરાદ પૂરી કરવા જતા પહેલાં મહેશને મળીને હૈયું ઠાલવી દીધું હતું, તન-મન એને સોંપી દીધું હતું.

✣

બીજે દિવસે કબીર હજામની દુકાને ગયો. હજામે એને ઝીણી નજરે જોયો.

'જનાબ, આપ કલ નિકલ લિયે... હમ તૈયાર થે.' હજામે એની અસ્ત્રા જેવી ધારદાર યાદદાસ્તનો પરચો બતાવ્યો.

'હા, એક કામ યાદ આ ગયા થા.' કબીરે ખુરસી પર બેસતાં કહ્યું.

'જનાબ, બાલ યા દાઢી... યા ફિર દોનોં?' હજામે મોટું સફેદ કપડું ઝાટકતાં પૂછ્યું.

'સિર્ફ બાલ કાટના હૈ.' કબીરે કહ્યું.

'જનાબ, હમ તો સિર્ફ બાલ કાટતે હૈં... ગલા કાટના હમેં આતા નહીં.' હજામ અરીસામાંથી કબીરની સામે જોતાં બોલ્યો. કબીરે ખુરસી ફેરવીને હજામની સામે જોયું.

'નહીં નહીં જનાબ, મૈં તો મજાક કર રહા હૂં.' ગ્રાહકનો મિજાજ પારખીને હજામે કહ્યું. એણે કબીરના વાળ પર પાણી છાંટ્યું. દાંતિયાથી વાળ સીધા કરીને કાપવાની શરૂઆત કરી.

'જનાબ, આપકો પહેલે કભી નહીં દેખા.' કબીરને હજામના આવા સવાલની અપેક્ષા હતી. વાળંદોને ગ્રાહકોના અંગત મામલામાં રસ વધુ હોય છે. હજામ આખા ગામનું અખબાર હોય છે ને હજામની દુકાન અફવાનું ઘર. વાળ કાપવા ઉપરાંત એનો મુખ્ય ધંધો કૂથલી અને ચુગલીનો હોય છે.

'અબ હરબાર દેખોગે.' કબીરના આવા જવાબની હજામને કદાચ કલ્પના નહોતી. જિંદગીમાં એણે વધુ સવાલ-જવાબ કરવાનું કદાચ પહેલીવાર ટાળ્યું. વાળ કાપીને કબીરને વીંટાળેલું કપડું કાઢીને ઝાટક્યું. પોતાનાં કપડાં ખંખેરી નાખ્યાં. કબીરે પૈસા ચૂકવ્યા. હજામે ઝાડુથી વાળ એક ખૂણામાં ભેગા કર્યા.

'ઇસકો જલાઓગે નહીં?' કબીરે પૂછ્યું. હજામ કબીરની સામે જોવા લાગ્યો.

'શામ કો સબ એકસાથ જલાએંગેં.' હજામે થોડું વિચારીને કહ્યું. કબીર એની સામે મીઠું હસીને નીકળી ગયો.

'અપને બાલોં કો જલાને કી બાત ક્યોં કર ગયા યે આદમી? કૌન હૈ યહ આદમી?' હજામ ઊંડા વિચારમાં પડી ગયો.

40

હજામ વિચારતો રહ્યો કે વાળ કપાવીને ગયેલા આ માણસે વાળ બાળી નાખવાની વાત શા માટે કરી હશે? શું એણે પોતાના વાળ બાળી નાખવાનો ઇશારો કર્યો કે પછી એ પોતે કોઈ ખુફિયા એજન્સીનો માણસ હતો? હકીકતમાં એને ગામમાં ફરતા કેટલાક ખુફિયા જાસૂસોની ગંધ આવી ગઈ હતી. હા, જાણવાની ઉત્સુકતા ઘણી હતી, પણ ક્યારેય કોઈને પણ એણે આ અંગે પૃચ્છા કરી નહોતી. કદાચ હિંમત નહોતી. એમાં કબીરે એને વાળની બાબતે ગૂંચવી નાખ્યો.

ગૂંચવાયેલા હજામે ખૂણામાં પડેલા કબીરના વાળ પર નજર કરી. એ જ વખતે એક માણસ દુકાનમાં આવ્યો. હજામે વાળ પીંજવાનું પડતું મૂકીને નવા ઘરાક પર ધ્યાન આપ્યું. એ શખસ અન્સારીએ તબરોઝા મોકલેલો પીઆઇબીનો લોકલ એજન્ટ હતો. હજામો માણસના વાળ-દાઢીથી આગળ કાંઈ જોતા નથી. કપડું ઝાટકીને એને બેસાડતાંની સાથે પોતાના મનમાં પડેલી વિચારોની ગૂંચ ઉકેલવા સવાલ કર્યો.

'જનાબ, અભી-અભી એક શખસ મુઝે કહ કર ગયા કી મેરે બાલ નહીં જલાઓગે? મુઝે કુછ સમજ મેં નહીં આયા.'

'તુમ સબકા બાલ જલાતે હોંગે. ઉનકા બાલ નહીં જલાયા, તો પૂછ લિયા હોગા.' લોકલ એજન્ટ પણ હજામની બેહૂદી વાતને નજરઅંદાજ કરવા બોલ્યો.

'મૈં સબકા બાલ નહીં જલાતા. કુછ લોગોં કે બાલ હી જલાતા હૂં...' હજામે ઊંધો અસ્ત્રો ફેરવ્યો.

ખુફિયા એજન્ટોની જાત બાલની ખાલ કાઢવા માટે જાણીતી છે. સૌથી પહેલાં તો વાળ બાળવાનું રહસ્ય શું છે? બીજું, હજામ બધાના વાળ બાળતો નથી તો કોના વાળ બાળી નાખે છે? અને ત્રીજું, જે માણસે હજામને આવું પૂછ્યું એ કોણ છે? સલીમ અને ચાચા-ચાચીના મર્ડર પછી ખાસ તબરોઝામાં મુકાયેલા લોકલ એજન્ટે અરીસામાંથી હજામની સામે જોતાં કહ્યું.

'વો શખસ હરબાર યહાં આતા હૈ?'

'નહીં જનાબ, પહેલી બાર આયા... ઔર કહા કી અબ હરબાર મુલાકાત હોગી.' હજામના પેટમાં કોઈ વાત હજમ નથી થતી તે આનું નામ.

'અગલી બાર જબ આયે તો મુઝે મિલના હૈ. મૈં રોઝ દુકાન કે આસપાસ રહૂંગા. વો જબ આયે મુઝે ઇશારા કર દેના.' લોકલ એજન્ટે પૈસા ચૂકવતાં કહ્યું.

'જનાબ, આપકી તારીફ?' હજામને હવે આ ભેદી માણસની અસલિયત જાણવાની જિજ્ઞાસા થઈ.

'તુમ મુઝે દૂર સે બુલા લેના... બાદમેં પતા ચલેગા કિ મૈં કૌન હૂં.' લોકલ એજન્ટ બોલીને નીકળી ગયો.

✣

કબીરે નક્કી કર્યા મુજબ દર થોડા દિવસે રાહુલ મહેશને મળીને કાંદા-બટેટાની સાથે થોડો શસ્ત્રસરંજામ લઈને કોઠીમાં સંતાડી દેતો. આ કામ એણે બહુ જ સાવચેતી સાથે કરવું પડતું. એક જરાસરખી ભૂલ થઈ તો ખેલ ખતમ. બીજું, આ કામની કોઈ ડેડલાઇન નહોતી. એનો ક્યારે, કઈ રીતે ઉપયોગ કરવો એનું કોઈ ચોક્કસ પ્લાનિંગ નહોતું. કમસેકમ રાહુલને ખ્યાલ નહોતો. એને ડૉ. યુસુફ અલી સાથે ઘરોબો કેળવવાની તક મળી હતી અને આ તકનો લાભ લઈને એનું એપ્રન ચોરી લેવાનું હતું, પણ યુસુફે રાહુલને પોતાનો ક્વાર્ટર નંબર કહ્યો નહોતો. 'એપ્રનની ચોરી શા માટે?' રાહુલ માટે આ એક કોયડો હતો. બધું કબીરની સૂચના મુજબ થતું.

એક રાતે કૅપ્ટન કોઈને મળવા ગયો કે તરત જ રાહુલ પાછળ ગયો. આ વખતે એણે કૅપ્ટનનો પીછો કરવાનું નક્કી કરી લીધું હતું. કૅપ્ટનનો રસ્તો જાણીતો હતો એથી એની ચાલ તેજ હતી, જ્યારે રાહુલે અજાણ્યા માર્ગ પર સાવચેતીપૂર્વક ડગલાં માંડવાનાં હતાં. તો પણ એ કૅપ્ટનનું પગલેપગલું દાબીને પીછો કરી રહ્યો હતો. કૅપ્ટન ડૉ. યુસુફ અલીના ક્વાર્ટર પર ઊભા રહ્યા. દરવાજે બે ટકોરા માર્યા. ડૉ. યુસુફે બારણું ખોલ્યું. જેવા એ અંદર ગયા કે તરત જ રાહુલ ક્વાર્ટરના પાછળને ભાગે ગયો. દોરી પર એક પણ કપડું સુકાતું નહોતું. ત્યાં પડેલી બાલદી જોવા રાહુલ આગળ વધ્યો. અંદરથી જોરજોરથી હસવાનો અવાજ આવવા લાગ્યો. અવાજ બે જણનો જ હતો. રાહુલે બાલદીમાં નજર કરી. બે-ત્રણ કપડાં હતાં. એણે એક પછી એક કપડાને ઊંચકીને જોયું. એમાં એક એપ્રન હતું. રાહુલે બાકીનાં કપડાં બાલદીમાં નાખવાને બદલે બહાર જ મૂકી દીધાં ને એપ્રન પહેરીને ચાલતો થયો. અંદરથી મોટેથી હસવાનો અવાજ આવતો રહ્યો. રાહુલે કોઠીમાં એપ્રન મૂક્યું ત્યારે એને હેન્ડગ્રેનેડ અને અન્ય શસ્ત્રસરંજામ કરતાં આ કામ ઓછું જોખમી લાગ્યું.

✣

મોડી રાતે કેપ્ટન પાછા ફર્યા ત્યારે રાહુલ હજી જાગતો હતો. બહાર તોફાની પવન ફૂંકાતો હતો. કેપ્ટન ઘરમાં પ્રવેશ્યા ત્યારે રાહુલે પૂછ્યું:

'લગતા હૈ હવા બહુત તેજ ચલ રહી હૈ.'

'તુમ અભી તક જાગ રહે હો?' કેપ્ટને પૂછ્યું.

'હાં, ઇસ તૂફાની હવા કે કારન નીંદ નહીં આ રહી.' રાહુલે જવાબ આપ્યો ત્યારે એનું દિમાગ ડૉ. યુસુફ અલીના હવાથી ઊડી ગયેલાં કપડાં પર હતું. એને એ વખતે જ સમજાઈ ગયું હતું કે હવાની રૂખ બદલાઈ રહી છે. થોડીવારમાં તેજ ગતિએ પવન ફૂંકાશે અને કપડાં ઊડી જશે. ડૉ. યુસુફને લાગશે કે હવાને લીધે બીજાં કપડાંની સાથે એપ્રન પણ ઊડી ગયું. બીજે દિવસે એવું જ બન્યું. ડૉ. યુસુફને એપ્રન સિવાયના કપડાં થોડે દૂરથી મળ્યાં, પણ એપ્રન ન મળ્યું. થોડા દિવસ પછી એ મહેશને મળ્યો ત્યારે એણે એપ્રન આપી દીધું. એપ્રન સલામત જગ્યાએ પહોંચી ગયું.

❖

ગોપીનાથ રાવે માયાના પિતા, કબીરની માતા, રાહુલની વાઇફ અંજના અને મહેશની ગર્લફ્રેન્ડ આંચલને રક્ષણ પૂરું પાડવા પોતાના ફાર્મહાઉસમાં રાખ્યા. રાવે એમના રક્ષણની તમામ જવાબદારી ગિરધરને સોંપી હતી અને ગિરધરે ફાર્મહાઉસની આસપાસ કાળો કાગડો પણ પણ ન ફરકે એવી જડબેસલાખ સલામતી વ્યવસ્થા ગોઠવી હતી. આ એક અસામાન્ય ઘટના અને નિર્ણય હતો. ગોપીનાથ રાવ ક્યારેય એવું ઇચ્છતા નહોતા કે એજન્ટોના કુટુંબીઓ પણ એકબીજાને ઓળખે કે પરિચય કેળવે, પણ વાત એમના જીવના જોખમ પર આવી ત્યારે અલગ અલગ જગ્યાએ રાખીને સલામતી પૂરી પાડવામાં વધુ જોખમ હતું. એટલે નછૂટકે એમણે બધાને એકસાથે એક જ જગ્યાએ ગિરધરની નિગરાની હેઠળ રાખ્યા.

હા, એને લઈને એજન્ટોના કુટંબીજનો નિકટ આવ્યા. કબીર, રાહુલ, મહેશ અને માયા હકીકતમાં શું કામ કરે છે એ વાત એમના કુટુંબમાં પણ છૂપી ન રહી. જોકે સૌને માટે એ ગૌરવની વાત સાબિત થઈ. માયાના પિતા પ્રીતમ ચૌધરી, કબીરની સ્વાતંત્ર્યસેનાની માતા સરોજાદેવી, રાહુલની પત્ની અંજના અને મહેશની ફ્રેન્ડ આંચલ - બધાં એક જ કુટુંબના સભ્યો બની ગયાં અને આ કુટુંબ હતું, ગોપીનાથ રાવ અને એમનાં પત્ની સુલોચનાનું.

પોતાના બૉયફ્રેન્ડ મહેશ સાથે તડફડ કરી નાખનારી આંચલે એનો પ્રેમી દેશપ્રેમી હોવાનું જાણીને સૌથી સુખદ આંચકો અનુભવ્યો હતો. મહેશ માટે

ભરતસિંહે કહેલા શબ્દોને સાંખી નહીં લેનારી આંચલને ઊંડેઊંડે મહેશ પ્રત્યે લાગણી હતી. મહેશ પણ એના પહેલા પ્રેમને ભૂલ્યો નહોતો, પણ માયા સાથે વિતાવેલી થોડી પળો એને સંપૂર્ણ પલાળી ગઈ હતી. સૌથી સલામત જગ્યામાં મહેશને યાદ કરી રહેલી આંચલને ક્યાં ખબર હતી કે એનો પ્રેમ અસલામત છે. મહેશ અને માયા વચ્ચે પ્રેમના અંકુર ફૂટી ચૂક્યા હતા.

✣

એક સાંજે બેગમ સાહેબાના ઘરે ગોપીનાથ રાવે સંદેશો ઉતાર્યો કે, ડૉ. અહેસાન ઝકરિયા જ ન્યૂક્લીઅર બૉમ્બનો પ્રણેતા છે. છૂપો પ્લાન્ટ પાકિસ્તાનના કોઈ પણ ખૂણામાં ભલે હોય, પણ એ પ્લાન્ટમાં બની રહેલા વિનાશક બૉમ્બ પાછળ ડૉ. ઝકરિયાની જહેમત છે. સામાન્ય નાગરિક તરીકે પાકિસ્તાનમાં જીવતો અને વિદેશમાં ભમતો આ વિજ્ઞાનીનું જ ભેજું ભારતમાં વિનાશ વેરવા પાછળ દોડી રહ્યું છે. માયાએ ચોરી લીધેલી ફાઇલો, દસ્તાવેજોની સંપૂર્ણ ચકાસણીને અંતે ગોપીનાથ રાવે આ વાતને સમર્થન આપ્યું હતું.

હવે પછીનો ખેલ હાલ પાકિસ્તાનની ધરતીને છૂપી રીતે ધણધણાવી રહેલી ભારતીય એજન્ટોની ટીમે કરવાનો હતો. હા, બ્લુપ્રિન્ટ મેળવવામાં એકવાર થાપ ખાઈ ગયેલી ગોપીનાથ રાવની ટીમ તબરોઝાના પ્લાન્ટમાંથી કોઈ નક્કર પુરાવા મળી આવે એના સતત પ્રયાસો કરી રહી હતી.

માયાને આ સમાચાર મળતાં જ એના મનમાં છવાયેલો રહેલો ઝકરિયો હવે નજર સામે તરવરવા લાગ્યો. માયા આવા સમર્થનની જ રાહ જોતી હતી. એણે ઝકરિયાને ફોન જોડીને મુલાકાતનો સમય નક્કી કર્યો. માયાને મળવા થનગની રહેલો ઝકરિયો ઊછળી ઊઠ્યો. એણે ફાઇવ સ્ટાર હોટલમાં રૂમ બુક કરાવી. ઝકરિયાએ સુહાગરાત અને કયામત કી રાત એકસાથે ઊજવવાનો નિર્ણય તો ક્યારનોય લઈ લીધો હતો. પોતાની સુહાગરાત અને માયાની કયામત કી રાત, પણ માયાના મનમાં કોઈ બીજી જ રમત હતી.

✣

હોટલના રૂમમાં માયા અરીસા સામે ઊભી રહીને હોઠ પર લાલ ચટ્ટાક લિપ્સ્ટિક લગાડી રહી હતી અને ડૉ. ઝકરિયા શેમ્પઇનની બૉટલ ખોલીને બે ગ્લાસમાં રેડતાં ગાઈ રહ્યો હતો:

'છૂ લેને દો નાજુક હોંઠો કો
કુછ ઓર નહીં હૈ, જામ હૈ યે...'

માયા એનામાં મસ્ત હતી એ જોઈને ઝકરિયાએ ચોરીછૂપીથી ખિસ્સામાંથી એક ગોળી કાઢીને માયાના ગ્લાસમાં નાખી. પછી માયાની પાછળ ઊભો રહીને ફરી ગણગણવા લાગ્યો.

'છૂ લેને દો. નાજુક હોંઠો કો...'

માયાએ શેમ્પેઇનનો ગ્લાસ ઉઠાવવા જતાં કહ્યું: 'છૂ લેને દો પછી... પહેલાં લેટ્સ ડુ ચીઅર્સ.'

'ના, ના...' ઝકરિયા એને અટકાવતાં બોલ્યો. ઝકરિયાએ પહેલાં સુહાગરાત મનાવવી હતી.

'ઓકે... એક શરતે હોઠ ચૂમવાની છૂટ.' માયાએ કહ્યું.

'જલદી બોલ, જલદી બોલ, આજે તો તારી બધી શરતો કબૂલ.' ઝકરિયો અધીરો બન્યો હતો.

'તમે જીભથી એક જ ઝાટકે મારા હોઠ પરની લિપ્સ્ટિક ભૂંસી નાખો તો જ સુહાગરાત મનાવીશું.'

'ઓહ, એમાં શું? આ તો મનગમતું કામ ને પછી પલંગ પર તબાહી મચાવી દઈશ.'

ઝકરિયા આગળ વધ્યો. માયાને બાવડેથી ઝાલીને એક જ ઝાટકે લિપ્સ્ટિક ભૂંસી નાખી. બીજી ક્ષણે ઝકરિયાની પક્કડ ઢીલી પડી. એના મોંમાંથી ફીણ નીકળવા લાગ્યું. માયાએ એને જોરથી ધક્કો માર્યો. એ પલંગ પર જઈને પટકાયો. માયાએ રૂમાલ કાઢીને જલદીથી પોતાના હોઠ લૂછ્યા. ઊંડો શ્વાસ લીધો. ઝકરિયાની નજીક જઈને નાક આગળ આંગળીઓ મૂકીને ચકાસી જોયું કે ઝકરિયાનો શ્વાસ ચાલે છે કે નહીં. ઝકરિયો માયાએ હોઠ પર લગાડેલા કાતિલ ઝેરથી ખતમ થઈ ચૂક્યો હતો.

'પલંગ પર તબાહી મચાવીશ. મચાવ હવે તબાહી.' માયા બોલી એ જ વખતે દરવાજે બેલ વાગી.

41

દરવાજે વાગેલી બેલથી માયા ચોંકી ઊઠી. કોણ હશે? હવે શું કરવું? બહુ સમય નથી. જે કરવું હોય તે ઝડપથી કરવું પડશે. એણે એક નજર ઝકરિયા પર કરી. ટેબલ પર પડેલા શેમ્પેઇનના બે ગ્લાસ જોયા. દિલ ધડકી રહ્યું હતું છતાં સ્વસ્થ

રહીને દરવાજો ખોલવા સિવાય બીજો કોઈ રસ્તો નહોતો. એણે તકિયા નીચે મૂકેલી પોતાની રિવૉલ્વર લીધી. એક ઊંડો શ્વાસ લઈને દરવાજે ગઈ. આઇહૉલમાંથી જોઈને મોં ફેરવી લીધું. ફરી એક નજર આખાય રૂમમાં નાખીને દરવાજો ખોલ્યો. સામે બુરખો પહેરેલી એક સ્ત્રી ઊભી હતી. સ્ત્રીએ બુરખો હટાવતાં કહ્યું: 'મેરા શૌહર ડૉ. અહેસાન ઝકરિયા તુમ્હારે સાથ હૈ...'

સાંભળીને માયાએ ઝકરિયાની બીવીને અંદર ખેંચી લીધી. બહાર કોઈ જોતું નથી એની ખાતરી કરવા લૉબીમાં ડાબે-જમણે જોઈને દરવાજો બંધ કરી દીધો.

'આપકે શૌહર અંદર બેડરૂમ મેં સો રહે હૈં.'

ઝકરિયાની બીવી અંદર ગઈ. એણે ઝકરિયાને મૃતદશામાં પડેલો જોયો. ભયથી અવાક બીવીના મોંમાંથી ચીસ પણ ન નીકળી શકી. એણે ઝડપથી પાછળ ફરીને જોયું. માયા રિવૉલ્વર તાકીને ઊભી હતી.

'યહ બુરખા મુઝે દે દો.' માયા બોલી. એક બાજુ પોતાના શૌહરની લાશ અને સામે ગન તાકીને ઊભેલી અજાણી સ્ત્રી.

'ક્યોં મારા મેરે શૌહર કો? તુમ અહેસાન કી રખૈલ હો... જાનતી હૂં મૈં... સચ બતાઓ... કૌન હો તુમ?' બોલતાં એણે બુરખો કાઢીને માયા તરફ ફેંક્યો. માયાએ જવાબમાં સાઇલન્સરવાળી રિવૉલ્વરમાંથી બે ગોળી એની છાતીમાં ધરબી દીધી. ઝકરિયાની બીવી ઝકરિયા પર જઈને પડી. માયા બુરખો પહેરીને બહાર નીકળતાં બોલી: 'સૉરી મેડમ, મેરે પાસ ઓર કોઈ રાસ્તા નહીં થા.'

રાતનો સમય હતો એટલે હોટલમાં બહુ ચહલપહલ નહોતી. રિસેપ્શન પર બેઠેલી યુવતીએ મિસિસ ડૉ. અહેસાન ઝકરિયાને જતાં જોઈ.

✣

માયા હોટલની બહાર નીકળી કે તરત જ એના પગ પાસે એક કારે બ્રેક મારી. માયાએ કારમાં જોયું ને દરવાજો ખોલીને ઝડપથી આગલી સીટ પર બેસી ગઈ. કાર પૂરપાટ દોડવા લાગી. ડ્રાઇવ કરી રહેલા બરકતુલ્લા ખાં સાહેબે કહ્યું: 'મને બહુ દુઃખ થયું, મારા પ્યારા દોસ્તને ગુમાવીને... મારે એનું પ્રિય ગીત વગાડીને અંજલિ આપવી પડશે.' એમ કહીને એમણે કૅસેટ મૂકી.

"બાબુલ મોરા નૈહર છૂટા જાયે...
બાબુલ મોરા નૈહર છૂટા જાયે..."

ગીત સાંભળીને અકળાયેલી માયાએ કૅસેટ બંધ કરતાં કહ્યું: 'ખાં સાહેબ, મને આવાં રોતલ ગીતો પસંદ નથી. કમસેકમ આજે તો મારી પસંદનું ગીત વગાડો.'

ખાં સાહેબ રાહ જોઈને બેઠા હોય એમ બીજું ગીત મૂક્યું:

"દીવાના મુઝસા નહીં ઇસ અંબર કે નીચે,
આગે હૈ કાતિલ મેરા ઔર મૈં પીછે પીછે..."

ખાં સાહેબ માયાની સામે જોઈને હસવા લાગ્યા અને એ સાથે જ પોલીસની સાઇરન વગાડતી જીપ બાજુમાંથી પસાર થઈને કારને આંતરીને ઊભી રહી. માયાએ ઝટથી બુરખાથી મોં ઢાંકી દીધું. ખાં સાહેબે બ્રેક મારી. માયાના દિલના ધબકારા વધી ગયા. જીપમાંથી એક પોલીસ ઇન્સ્પેક્ટર હાથમાં ટૉર્ચ સાથે ઊતર્યો. કાર પાસે આવીને એણે ટૉર્ચથી કાચ નીચે ઉતારવાનો ઇશારો કર્યો. ખાં સાહેબે કાચ નીચે કર્યો. પોલીસ ઇન્સ્પેક્ટરે એમના મોં પર ટૉર્ચનો પ્રકાશ ફૂંક્યો. ખાં સાહેબે આંખ આડો હાથ દઈ દીધો.

'અરે, ખાં સાહેબ આપ?' ખાં સાહેબ કાંઈ જવાબ આપે તે પહેલાં ઇન્સ્પેક્ટરે પાછલી સીટ પર મૂકેલી સિતાર પર ટૉર્ચ મારી.

'કહાં પ્રોગ્રામ કર કે આ રહે હો?'

'મેરે એક દોસ્ત કે ઘર પર.' ખાં સાહેબે ટૂંકો જવાબ આપ્યો. ઇન્સ્પેક્ટરે બાજુમાં બેઠેલી બુરખાધારી માયા પર ટૉર્ચ ફેંક્યા વિના જ પૂછ્યું.

'યહ કૌન?'

'મેરી બીવી હૈ.' ફરી ટૂંકો જવાબ મળ્યો.

'ખાં સાહેબ, માફ કરના... આપ જૈસે કલાકાર કો પૂછના પડા.'

'આપ ફર્ઝ નિભા રહે હો... લેકિન હુઆ ક્યા હૈ?' ખાં સાહેબે પૂછ્યું.

'ફાઇવ સ્ટાર હોટલ મેં ડબલ મર્ડર હુઆ હૈ.' માયાએ વિચાર્યું કે વાત ફેલાઈ ગઈ છે.

'આપ જાઈએ, જનાબ.' ઇન્સ્પેક્ટરે કહ્યું.

'જી શુક્રિયા.' કહીને ખાં સાહેબે એક્સિલેટર પર પગનો પંજો દાબ્યો. ફરી ગીત મૂક્યું: "આગે હૈં કાતિલ મેરા ઔર મૈં પીછે પીછે..."

માયાએ બુરખામાંથી મોં બહાર કાઢ્યું. બંને ખડખડાટ હસ્યાં, પણ બીજી જ ક્ષણે માયા ગંભીર થઈ ગઈ. એણે બુરખો કાઢી નાખ્યો.

'આ બુરખો કાતિલ સુધી લઈ જશે, ખાં સાહેબ.'

ખાં સાહેબે કારની સ્પીડ વધારી. એક નાળા પાસે કાર ઊભી રાખીને માયાને ઇશારો કર્યો. માયા વહેતા નાળામાં બુરખો ફેંકીને આવી ગઈ. ત્યાર બાદ ન ગીત વગાડ્યું, ન કોઈ કાંઈ બોલ્યું.

❖

માયા હોટલના રિસેપ્શન પાસેથી પસાર થઈ ત્યારે રિસેપ્શનિસ્ટે એને શંકાની નજરે જોઈ હતી, કારણ કે ઝકરિયાએ હોટલનો રૂમ બુક કરતી વખતે મિ. ઍન્ડ મિસિસ જણાવીને રૂમ બુક કરાવ્યો હતો. ત્યાર બાદ આવેલી સ્ત્રીએ રૂમ નંબર જણાવીને કહ્યું કે, હું મિસિસ ઝકરિયા છું અને થોડી જ વારમાં મિસિસ ઝકરિયાને બહાર નીકળતાં જોઈને રિસેપ્શનિસ્ટ ગૂંચવણમાં પડી ગઈ હતી, પણ મોટી હોટલોમાં આવતા મોટા લોકોની વાતો ન્યારી હોય. એનાથી જેટલા દૂર રહીએ એટલા વધુ સુખી એવું માનીને એણે આખીય વાતને અવગણી હતી. જોકે રિસેપ્શનિસ્ટ બહુ વાર વાતને અવગણી શકી નહોતી. રૂમમાં કબાબ આપવા ગયેલા વેઇટરે કેટલીયવાર બેલ મારવા છતાં કોઈએ જવાબ ન આપતાં એણે રિસેપ્સનિસ્ટને જાણ કરી. ઇન્ટરકોમ પર ફોન કર્યા. રૂમમાંથી કોઈ જવાબ ન મળ્યો. દરવાજો ખખડાવ્યો. કોઈ જવાબ ન મળ્યો. અંતે એક્સ્ટ્રા ચાવીથી રૂમ ખોલ્યો ને આખો મામલો બહાર આવી ગયો. ડૉ. અહેસાન ઝકરિયા અને એની બીવીના મર્ડરના સમાચાર વાયુવેગે પ્રસરી ગયા.

ઝકરિયા સામાન્ય લોકો માટે સાવ સામાન્ય નાગરિક હતો, પણ એ કેટલો મોટો વિજ્ઞાની હતો. પાકિસ્તાન માટે ન્યૂક્લીઅર બૉમ્બ અને અન્ય શસ્ત્રો બનાવવા પાછળનું મુખ્ય ભેજું હતો એવી છૂપી હકીકત જાણનારાઓ બહુ જૂજ-ગણ્યાગાંઠ્યા ટોચના લોકોને એની ઔકાતની જાણ હતી અને એટલે જ આ ડબલ મર્ડર કેસની તપાસ માટે ઉપરથી આદેશો છૂટ્યા હતા.

પોલીસે હોટલને કોર્ડન કરી લીધી. ટોચના ચુનંદા પોલીસવાળા-ફૉરેન્સિક નિષ્ણાતો કામે લાગી ગયા. પોલીસે પ્રાથમિક તપાસમાં રિસેપ્શનિસ્ટને પણ પૂછ્યું.

'એક મોહતરમા ડૉ. ઝકરિયા સા'બ કી બીવી હોને કા દાવા કરતી આઇ થી... ઉસને રૂમ નંબર ભી બતાયા થા.'

'કૈસી દિખતી થી... ઉસકા હુલિયા બતાઓ.'

'બ્લેક ઔર સિલ્વર કલર કે બુરખે મેં થી... થોડી હી દેર મેં વો નિકલ ગઈ થી.'

'તુમકો કૈસે પતા ચલા કી વો ઝકરિયા કી બીવી થી?'

'ક્યોં કિ વો ઉસી બુરખે મેં થી.'

❖

ડૉ. ઝકરિયા અને એની બીવીના મર્ડરના સમાચાર સૌથી પહેલાં પીઆઇબીના ચીફ હબીબ અન્સારી પાસે પહોંચ્યા. નક્કી આ કામ પાકિસ્તાનમાં ઘૂસી આવેલા ભારતીય જાસૂસોમાંથી જ કોઈનું હોઈ શકે છે. ભારતીય જાસૂસોને પકડવામાં

સરેઆમ નિષ્ફળ ગયેલા અન્સારીને મળેલી આ એક મોટી પછડાટ હતી. દેશનો એક મોટો વિજ્ઞાની અને એની બીવીનું મર્ડર દેશની કોઈ નાની ઘટના નહોતી. હા, ડૉ. ઝકરિયાને દેશના ટોચના વિજ્ઞાની તરીકે જાહેર કર્યો નહોતો અને દેશના કોઈ ખૂણામાં એની ડિઝાઇન મુજબ ન્યૂક્લીઅર બૉમ્બ બને છે એવી નક્કર હકીકતથી અખબારીજગત પણ અજાણ હતું.

અન્સારી વજીર-એ-આઝમને મોઢું બતાવવાની હાલતમાં નહોતો અને ડબલ મર્ડર પછીની એની પહેલી મીટિંગ વજીર-એ-આઝમ સાથે જ હતી. વજીર-એ-આઝમના આદેશથી પોલીસ રઘવાઈ થઈને કેસ સુલઝાવવા મથી રહી હતી ત્યારે વજીર-એ-આઝમની ઑફિસમાં બંધ બારણે બેઠક ચાલુ હતી. એ બેઠકમાં અન્સારીના આશ્ચર્યની વચ્ચે કૅપ્ટન અખ્તર હુસેન અને પાકિસ્તાનનો લશ્કરી વડો મોહમ્મદ અયુબ પણ સામેલ હતો. મોહમ્મદ અયુબ ન્યૂક્લીઅર પ્રોજેક્ટથી સારી રીતે વાકેફ હતો અને એ વજીર-એ-આઝમ સાથે આ મામલે હંમેશાં ચર્ચાવિચારણા કરતો. બંધબારણે મળેલી એ બેઠકની ખુલ્લી વાત એટલી જ હતી કે ડૉ. ઝકરિયા વિના હવે આપણા ન્યૂક્લીઅર પ્રોજેક્ટનું શું થશે? આપણું જાસૂસીતંત્ર કેમ આટલું નબળું છે? ભારતના જાસૂસો કેમ પકડાયા નથી? કોઈ તો છે, જે ભારતીય જાસૂસોને પનાહ આપે છે.

'જનાબ, હમારી સારી બોર્ડર સીલ કર દેતે હૈં... હમારે ન્યૂક્લીઅર પ્લાન્ટ મેં ભી પહેરા બઢાના હોગા.' જનરલ મોહમ્મદ અયુબે કહ્યું.

'નહીં જનાબ, ઇસ હાલાત મેં હમેં યહ કદમ ઉઠાના નહીં ચાહિયે. ઉસસે તો કાફિરલોગ ચૌકન્ને હો જાયેંગે.' કૅપ્ટન અખ્તર હુસેને કહ્યું.

વજીર-એ-આઝમને કૅપ્ટનની વાતમાં દમ લાગ્યો. દુશ્મનોને સાવચેત કરવા કરતાં એમને અંધારામાં રાખીને ઝડપી લેવા વધુ ઉત્તમ માર્ગ છે એવું એમને લાગ્યું. જનરલ મોહમ્મદ અયુબે પણ માન્ય કર્યું. પછી અચાનક વજીર-એ-આઝમ અન્સારી તરફ વળ્યાઃ

'હમારી ખુફિયા એજન્સી મેં ઇતના દમ નહીં કિ વો કાફિરોં કો પકડ સકે? અબતક એક ભી કાફિર પકડા નહીં. ઉન લોગ કો પનાહ દેને વાલા કોઈ તો હૈ... ઉન તક ભી આપ પહોંચ નહીં પાયે હો. ક્યોં? ક્યોં? ક્યોં?' વજીર-એ-આઝમનો બુલંદ અવાજ બંધ કેબિનની બહાર નીકળ્યો. અન્સારી નીચું મોં કરીને બેઠો હતો.

'મુઝે અન્જામ ચાહિયે... અન્સારી સા'બ અન્જામ... વરના મુઝે આપકા ઇન્તેજામ કરના હોગા.' કહીને વજીર-એ-આઝમ ઊભા થઈ ગયા.

✣

મીટિંગમાંથી નીકળીને અન્સારી ધૂંઆપૂંઆ હતો. કોઈની સાથે વાત કર્યા વિના જતો રહ્યો. પોતાના ડિપાર્ટમેન્ટની મીટિંગ બોલાવીને બધાને ખખડાવીને, કામે લગાડીને પણ એને ચેન પડ્યું નહોતું. રાતની ઊંઘ હરામ કરી નાખનારી બનેલી ઘટના દિમાગમાં ઘૂમરાયા કરતી હતી. બે પેગ દારૂ પણ એને ઉંઘાડી શકે એમ નહોતો.

મીટિંગમાં બે જણની સામે થયેલું પોતાનું અપમાન, સતત મળેલી નિષ્ફળતાનું પ્રેશર અસહ્ય હતું. કોણ જાણે કેમ પણ એને ઊંડેઊંડે એવું લાગ્યા કરતું હતું કે દેશમાં ઘૂસેલા કાફિરોના છેડા બેગમ સાહેબા અને બત્રા સુધી પહોંચેલા છે. છેલ્લે બત્રાએ કહેલું કે, બેગમ ઝીણા ખાનદાનની સભ્ય છે કે નહીં એના રહસ્ય પરથી પરદો માત્ર વજીર-એ-આઝમ હટાવી શકે એમ છે. તો શું ખરેખર વજીર-એ-આઝમના તાર બેગમ સાહેબા સાથે જોડાયેલા હશે? પણ એને પૂછવાની ગુસ્તાખી કરવી મોતને નિમંત્રણ આપવા જેવું સાબિત થાય. અચાનક એને ઝબકારો થયો કે મરિયમ ઝકરિયાને ચીપકી ગઈ હતી. મરિયમનું ઝકરિયાની નિકટ જવા પાછળનો એકમાત્ર ઇરાદો મર્ડર હોઈ શકે, કારણ અન્સારીને મળી ગયું, પણ પોતાના આ તર્કને સાબિત કેમ કરવો? બત્રો... બત્રો જ એનો ઉકેલ લાવી શકે. અન્સારીના મનમાં વિચારવંટોળ ઊમટ્યો હતો. રણની આંધી કરતાં મનમાં ઊઠેલો વંટોળ વધુ ખતરનાક હોય છે. બત્રાની ગરદન પકડવી પડશે, નાક દબાવવું પડશે એવું વિચારીને ઉપરાઉપરી ચાર-પાંચ પેગ હલકની નીચે ઉતારી ગયો. ટેબલના ખાનામાંથી રિવૉલ્વર કાઢીને પાછળ પેન્ટમાં ભરાવીને ઘરની બહાર નીકળ્યો. અડધી રાત થવામાં એકાદ કલાક બાકી હતો. એની આંખોમાં વજીર-એ-આઝમે કરેલું હડહડતું અપમાન પિશાચી નૃત્ય કરતું હતું. ખિસ્સામાંથી કારની ચાવી કાઢી, પણ ડ્રાઇવ કરવાનો વિચાર પડતો મૂક્યો. ટેન્શનમાં દારૂ વધુ ચડે છે. અન્સારીને દારૂ કરતાં વધુ બત્રા દિમાગમાં ચડી ગયો હતો. એના લડખડાતા કદમ બત્રા સુધી પહોંચવા માગતા હતા અને ગન એના લમણે.

42

અન્સારી ચાલતો રહ્યો. ચાર રસ્તે પહોંચ્યો. બે-ચાર વાર આંખ પટપટાવીને ચારેબાજુ જોયું. સામેથી ધસમસતી એક કાર અન્સારીને કચડી નાખવા માગતી હોય એમ એની એકદમ નિકટ આવીને થોભી ને અંદરથી અવાજ આવ્યો:

'જનાબ, કહાં જાના હૈ? કહીં છોડ દૂં આપકો?' ટેક્સી ડ્રાઇવરે ડોકું બહાર કાઢીને કહ્યું.

અન્સારી જવાબ આપ્યા વિના ટેક્સીમાં બેસી ગયો.

'મૈં જહાં કહું વહાં રોક દેના.'

'જી જનાબ.' ટેક્સીવાળાએ કાચમાંથી અન્સારીનું મોં જોયું.

'મેરા મુંહ મત દેખો... ગાડી ચલાઓ.' અન્સારી તાડૂક્યો.

આખે રસ્તે અન્સારીએ દાંયે-બાંયે કહ્યા કર્યું. અંતે એક જગ્યાએ એણે ટેક્સી ઊભી રખાવી. પૈસા ચૂકવ્યા. ટેક્સીવાળા માટે આવા ઘરાક કોઈ નવાઈ નહોતી. સરનામું કહ્યા વિના દાંયે-બાંયે કહેનારા એણે જીવનમાં ઘણા પેસેન્જરો જોયા હતા.

અન્સારી બત્રાના ઘરથી ઘણો આગળ ઊતરી ગયો. ચાલતો ચાલતો બત્રાના ઘરે પહોંચ્યો. બેલ મારી. બીજી-ત્રીજીવાર બેલ મારવા છતાં કોઈ આવ્યું નહીં. એણે બહારથી જ બૂમ મારીઃ 'બત્રા.'

તરત જ દરવાજો ખૂલ્યો. બત્રાને અડધી રાતે અન્સારીને જોઈને એના આવવાના કારણનો અણસાર તો આવી જ ગયો હતો. ઝકરિયા અને એની પત્નીના મર્ડરના સમાચાર બત્રાને મળી ચૂક્યા હતા.

'આપસે કુછ બાત કરની હૈ.' અન્સારી દરવાજાને હડસેલીને અંદર આવ્યો.

બત્રાએ એની આંખોમાં નશો અને ખુન્નસ જોઈ લીધાં.

'આઇએ, પીછે બૈઠતે હૈં... નશે કી હાલત મેં હવા અચ્છી લગતી હૈ.' બત્રા અન્સારીને બેકયાર્ડમાં લઈ ગયો ને સાથે દારૂની બૉટલ અને બે ગ્લાસ પણ.

ગ્લાસમાં દારૂ રેડતાં રેડતાં બત્રા અન્સારી ડૉ. ઝકરિયાના મર્ડરની વાત કઈ રીતે છેડે છે એની કલ્પના કરવા લાગ્યો. અચાનક અન્સારી બગીચામાં લટાર મારવા ઊભો થયો.

'આપને ગાર્ડન અચ્છા બનાયા હૈં.' અન્સારી અલ્તાફ બખ્તિયારની કબર પર ઊગેલાં ફૂલને જોઈને બોલ્યો.

શું અન્સારીને આ અલ્તાફની કબર છે એની ગંધ આવી ગઈ હશે? બત્રાની મૂંઝવણ વધી ગઈ.

'કુછ ફૂલ જંગલી હોતે હૈં... અપને આપ ઊગતે હૈં.' બત્રા બોલ્યો.

'હાં, લેકિન કુછ લોગ જંગલી ફૂલોં કા જતન અચ્છા કર લેતે હૈં. જૈસે આપ કર રહે હો.' અન્સારીએ બત્રાની આંખોમાં જોતાં કહ્યું ને બત્રાને થયું કે કેટલાંક જંગલી ફૂલ જેવા ઊગી નીકળેલા કાફિરોને પનાહ કોણ આપે છે એનો ખયાલ પોતાને આવી ગયો હોવાનો અણસાર અન્સારી આપી રહ્યો છે.

અન્સારીએ ગ્લાસ ઉઠાવીને ચીઅર્સ કર્યું. બત્રા મૌન રહ્યો. અન્સારી ઝકરિયાના

મર્ડરનો મુદ્દો છેડે એની રાહ જોતો રહ્યો, પણ અન્સારીએ બેગમ સાહેબાના ઝીણા કનેક્શન અને રિલેશનની વાત કાઢીને એને આંચકો આપ્યો.

'સચ બતાઓ બત્રા, બેગમ ઔર મરિયમ ઝીન્હા ખાનદાન સે હૈ યા નહીં?' અન્સારીએ ટિપોઈ પર રિવૉલ્વર મૂકતાં કહ્યું.

'બેગમ સાહેબા ઝીન્હા ખાનદાન સે નહીં હૈ.' બત્રાના જવાબથી અન્સારી હલી ગયો. બત્રા શું બોલ્યો એ એણે બરાબર સાંભળ્યું હતું છતાં પણ એ ન ખડખડાટ હસ્યો, ન બરાડ્યો, ન ગુસ્સો કર્યો.

'કલ તક તો આપ કહ રહે થે કિ...' અન્સારી પૂરું બોલે તે પહેલાં બત્રાએ કહ્યું: 'અબ સચ કહ રહા હૂં.'

'ક્યું? અબ સચ ક્યું ઊગલ રહે હો... રિવૉલ્વર કો દેખ કર?' અન્સારીએ મૂછમાં હસતાં કહ્યું.

'બેગમ હૈ કૌન? જાસૂસ હૈ? કાફિરોં કો પનાહ દેને વાલી ગદ્દાર હૈ? કૌન હૈ?' હવે અન્સારી બરાડી ઊઠ્યો.

'વો મુઝે નહીં માલૂમ... શાયદ વજીર-એ-આઝમ બતા પાયે.' બત્રાએ આરામથી ઘૂંટ ભરતાં કહ્યું.

'મુઝે વો જાનના હૈ, જો વજીર-એ-આઝમ કો પતા હૈ.' અન્સારી અકળાયો.

'આપ અપને વજીર-એ-આઝમ સે ક્યું નહીં પૂછતે?' બત્રાએ ફરી એક ઘૂંટ માર્યો.

'મૈં બતાતા હૂં...' અન્સારીએ ગ્લાસ મોંએ માંડ્યો. આખો ગ્લાસ ખતમ કરીને બોલ્યો: 'બેગમ જાસૂસ હૈ, ખાં સા'બ જાસૂસ હૈ, મરિયમ જાસૂસ હૈ... ઔર તુમ્હેં સબ માલૂમ હૈ બત્રા, તુમ સબકુછ જાનતે હો... અબ યહ ભી બતા દો કી ઝકરિયા ઔર ઉસકી બીવી કા મર્ડર ભી મરિયમને કિયા હૈ... સચ બતા દો વરના...' બત્રા ચૂપ જ રહ્યો.

'જલદી બતાઓ... વરના મૈં તુમ્હે ભારત નહીં, સીધા ઉપર ભેજ દૂંગા.' અન્સારીએ રિવૉલ્વર ઉપર આકાશ તરફ કરતાં કહ્યું.

'ઇસકા જવાબ મૈં દેતી હૂં...' પાછળથી અવાજ આવ્યો. અન્સારી પાછળ ફર્યો. સામે માયા રિવૉલ્વર તાકીને ઊભી હતી. એટલીવારમાં બત્રાએ પોતાની ગન ખેંચી લીધી ને અન્સારી માયા પર ગોળી છોડે તે પહેલાં જ બત્રાએ અન્સારીની પીઠ પર બે ગોળી છોડી અને માયાએ અન્સારીના કપાળ પર બરાબર વચ્ચે ગોળી મારી.

'અન્સારી બેગમ સાહેબાના ઘર સુધી પહોંચે એ પહેલાં એને કબર સુધી પહોંચાડવો જરૂરી હતો.' બત્રા બોલ્યો.

'હવે શું કરશું?' માયાએ પૂછ્યું.

'કબર ખોદશું.' બત્રાએ કહ્યું.

'પાવડો અને કોદાળી છે?' માયાએ પૂછ્યું.

'આજકાલ રિવૉલ્વર પછી સૌથી વધુ ઉપયોગી પાવડો ને કોદાળી જ થયાં છે.' બત્રાએ હસતાં કહ્યું.

'જલદી કરીએ.' માયા બોલી ને બત્રા અંદરથી પાવડો-કોદાળી લાવ્યો ને અલ્તાફની બાજુમાં બીજી કબર ખોદાવા લાગી. માયા કબર ખોદતાં ખોદતાં ઝકરિયાના મર્ડર વિશે વિચારવા લાગી. મિસિસ ઝકરિયાનો બુરખો જો નાળામાં ન ફેંક્યો હોત તો પકડાઈ જવાના પૂરતા ચાન્સ હતા.

માયા નાળામાં બુરખો ફેંકીને આવીને ચૂપ હતી. થોડીવાર ખાં સાહેબ પણ કાંઈ બોલ્યા નહીં. અચાનક ખાં સાહેબે બ્રેક મારી. કાર ઊભી રહી પછી માયાની સામે જોઈને બોલ્યાઃ 'અમારા ઘરમાં રહેવું હવે તારા માટે સલામત નથી.'

'તો શું કરીએ હવે?' માયાએ પૂછ્યું.

'બત્રા... બત્રાનું ઘર હવે શંકાના ઘેરામાંથી મુક્ત થયું છે.' ખાં સાહેબે નિર્ણય લઈ લીધો હોય એમ કારને બત્રાના ઘર તરફ વાળી. માયા અને ખાં સાહેબ-કોઈની પાસે બહુ વિચારવાનો સમય નહોતો. ખાં સાહેબે માયાને બત્રાના ઘર પાસે ઉતારી. બત્રા દરવાજો ન ખોલે ત્યાં સુધી કારમાંથી જોતા રહ્યા. ઝકરિયાના અને એની પત્નીના મર્ડરની રાતે જ માયા બત્રાના ઘરે પહોંચી ગઈ. કદાચ અન્સારીનું નામ માયા અને બત્રાની ગોળી પર લખેલું હતું.

❖

પાકિસ્તાન ઇન્ટેલિજન્સ બ્યૂરોનો વડો અન્સારી લાપતાની યાદીમાં મુકાઈ ગયો. વઝીર-એ-આઝમે ફરી અરજન્ટ સિક્રેટ મીટિંગ બોલાવી. એ મીટિંગમાં લશ્કરી ચીફ અયુબ અને કૅપ્ટન ઉપરાંત પોલીસ અને મિલિટરીના ચીફ પણ સામેલ હતા. મીટિંગમાં સૌના મોઢે એક-એક જ સવાલ હતો કે શું થયું અન્સારીનું? મર્ડર કે નામોશીથી બચવા ક્યાંક જતાં રહ્યો કે ખુદકુશી કરી લીધી, કેમ કે પાછલી મીટિંગમાં વઝીર-એ-આઝમે એને ઝાટકી નાખ્યો હતો. મીટિંગમાં જાતજાતના તર્ક-વિતર્ક થયા. એકમાત્ર કૅપ્ટન અન્સારીની ખુદકુશીના તર્ક સાથે સહમત નહોતા.

'મૈં નહીં માનતા કિ ઉસને ખુદકુશી કર લી હૈ. પહેલે ડૉ. ઝકરિયા, અબ અન્સારી... નહીં, અન્સારી ઇતના કમજોર નહીં થા. યહ કામ કાફિરોં કા હૈ.' એમણે છાતી ઠોકીને કહ્યું હતું.

'હમને હમારે કઈ લોગ ખોયે હૈ... કુછ લાપતા હૈ...' વઝીર-એ-આઝમ

ચિંતિત હતા.

'ઇનમેં સે એક અલ્તાફ બખ્તિયાર થા... જો અબ તક નહીં મિલા.' કૅપ્ટને કહ્યું.

'અબ અન્સારી...' વઝીર-એ-આઝમે કહ્યું.

'હમેં ડૉ. ઝકરિયા ઔર ઉસકી બીવી કે કાતિલ કો ઔર અન્સારી કો ઢૂંઢના હૈ... કિસી ભી હાલ મેં... ઔર હાં, અન્સારી કી બાત લીક ન હો ઉસકા ધ્યાન રખિયે.' વઝીર-એ-આઝમે કહ્યું.

'જી જનાબ.' સૌના મોંમાંથી એકીસાથે શબ્દ નીકળ્યો. બધા ઊભા થઈને જવા લાગ્યા એટલે વઝીર-એ-આઝમે લશ્કરના વડા અયુબને બેસવા કહ્યું. કૅપ્ટનને જરા નવાઈ લાગી. એ એક નજર અયુબ પર નાખીને નીકળી ગયો.

'બોર્ડર કી સિક્યોરિટી બઢા દો.' વઝીર-એ-આઝમે કહ્યું.

'માફી ચાહતા હૂં, લેકિન લાસ્ટ મીટિંગ મેં...' અયુબ આગળ કાંઈ કહે તે પહેલાં જ વઝીર-એ-આઝમે કહ્યુંઃ 'અબ જુરૂરી હૈ.'

'જી જનાબ...' કહીને અયુબે વિદાય લીધી અને એ જ દિવસે બોર્ડરો પરના સૈનિકોને સાબદા કરી દેવાયા.

✣

પાકિસ્તાનના વડા પ્રધાનના આદેશ મુજબ પોલીસે તપાસ આદરી. તપાસની શરૂઆત અન્સારીના ઘરેથી થઈ.

ઘરના ચોકીદારે કહ્યું કે, 'મેં એમને જતા જોયા નથી.' બીવીએ સહેજ ખચકાતાં કહ્યું કે, 'છેલ્લા થોડા સમયથી એ ડિપ્રેશ રહેતા. વેળાકવેળા દારૂ પીવા લાગ્યા હતા અને અલગ રૂમમાં સૂતા.'

પોલીસ, ખુફિયા એજન્ટો, કૅપ્ટન અખ્તર હુસેનના માણસોના ડૉ. ઝકરિયાના ખૂનીને પકડવાના અને અન્સારીને શોધવાના ધમપછાડા વચ્ચે દેશને હચમચાવી મૂકતી અન્ય એક સનસનાટીભરી ઘટના બની. શાસકોની લાખ કોશિશ છતાં અન્સારીના લાપતા હોવાની વાત એક અખબાર સુધી પહોંચી ગઈ. અખબારે અન્સારીના ફોટા સાથે 'પીઆઇબી ચીફ હબીબ અન્સારી લાપતા યા મર્ડર' છાપીને દેશ-વિદેશમાં તહેલકો મચાવી દીધો. અખબારને વાત કોણે કરી? કોણ ફૂટી ગયું? બંધબારણે થયેલી મીટિંગમાંથી કોઈનું કામ હશે? વઝીર-એ-આઝમે આ રહસ્ય જાણવાનો સીધો રસ્તો પકડ્યો. એ રસ્તો અખબારના માલિકો સુધી જતો હતો. પોતાના માણસોને મોકલીને અખબારના માલિકો પાસેથી સોર્સ જાણવાની કોશિશ કરી. માલિકો માથાભારે હતા, વગદાર હતા. એન્ટિ-એસ્ટાબ્લિશમેન્ટ હતા. જે કાંઈ પણ છાપતા એ કાયદાના દાયરામાં રહીને છાપતા. માલિકોએ

પોતાનો સોર્સ જણાવવાનો સાફ ઇનકાર કરી દીધો. કલમની તાકાત જોઈને બંદૂક બે કદમ પાછળ હટી ગઈ. લશ્કરી શાસનના માણસો અખબારની ઑફિસેથી ખાલી હાથે પાછા ફર્યા.

પણ હકીકત તો એ હતી કે એ અખબારને વાત લીક કરનારો સોર્સ ભારતનો જ હતો. ઇન્ડિયન ઇન્ટેલિજન્સ બ્યૂરો (આઇઆઇબી)ના ચીફ દર્શન ત્યાગીએ ગોપીનાથ રાવની મંજૂરીથી અખબારના માલિકોને સમાચાર આપી દીધા હતા. જોકે ગોપીનાથ રાવને અન્સારીના સમાચાર બેગમ સાહેબાએ આપી દીધા હતા. ડૉ. ઝકરિયાનું મર્ડર એક પ્લાન હતો જ, જેની રાવને જાણ હતી, પણ અન્સારીના ન્યૂઝ એમના માટે આંચકાદાયક હતા.

અખબારને ન્યૂઝ આપી દેવા પાછળનો દર્શન ત્યાગીનો હેતુ પાકિસ્તાન સરકાર અને એના તંત્રને બદનામ કરવાનો હતો, ચકરાવે ચડાવવાનો હતો, પણ દર્શન ત્યાગીને પછડાટ મળે એવો ખેલ થઈ ગયો.

અન્સારીને ટેક્સીમાં લઈ જનારા ટેક્સીવાળાએ બીજે દિવસે અખબારમાં અન્સારીનો ફોટો જોયો. એના લાપતા હોવાના સમાચાર વાંચીને એ પોલીસ સ્ટેશને પહોંચી ગયો.

43

ટેક્સીવાળો સવારમાં હાથમાં છાપું લઈને પોલીસ સ્ટેશને પહોંચ્યો. એણે અન્ય કોઈને નહીં, પણ પોલીસ સ્ટેશન ઇન્ચાર્જને મળવાની ઇચ્છા વ્યક્ત કરી. થોડીઘણી મથામણ ને મળવાના કારણ વિશેની પૂછપરછને અંતે એને પોલીસ સ્ટેશન ઇન્ચાર્જ મળ્યા અને ટેક્સીવાળાની ધારણા મુજબ વિગતો જાણીને બહુ ખુશ થયો. ઇન્ચાર્જ ખુદ ટેક્સીવાળાને સાથે લઈ ગયો અને એણે અન્સારીને જ્યાં ઉતાર્યો હતો એ સ્થળ બતાવ્યું.

'બસ, ઇસ કે બાદ મુઝે પતા નહીં વો કહાં ગયે.' ટેક્સીવાળો બોલ્યો. ત્યાર બાદ પોલીસ આખાય એરિયાને ખૂંદી વળી. એટલું જ નહીં, દૂરના વિસ્તારોમાં જઈને પણ પૂછપરછ આદરી. ખૂણેખૂણો સૂંઘી રહેલી પોલીસને વિજય બત્રા જે એરિયામાં રહે છે એ વિસ્તાર સુધી પહોંચતાં વાર ન લાગી. એમાં સૌથી છેલ્લો બંગલો બત્રાનો હતો. પોલીસને શંકા ગઈ કે અન્સારી કોઈ કારણસર બત્રાના ઘરે ગયા હોઈ શકે. વધુ જાણકારી બત્રા જ આપી શકે. એક બાજુ

અન્સારીનો હાઈપ્રોફાઇલ કેસ અને બીજી બાજુ પાકિસ્તાનમાં ઇન્ડિયન એમ્બેસીના કલ્ચરલ વિભાગના વડા તરીકે ફરજ બજાવતા વિજય બત્રાની પૂછપરછ કરવાની જરૂરિયાત, પણ એના બંગલામાં ઘૂસી જઈને પૂછપરછ કરવાનું સામાન્ય પોલીસનું ગજું નહીં. એ માટે એણે કાયદેસર રીતે - પ્રોટોકોલ મુજબ આગળ વધવું પડે. એ એરિયામાં ફરજ પરની પોલીસે એના ઉપરીને વાત કરી. ઉપરીએ એના ઉપરીને જાણ કરી. વરીષ્ઠ પોલીસ અધિકારીએ ગૃહમંત્રાલયમાં પૂછ્યું. હોમ મિનિસ્ટરે પીએમને પૂછવું પડે. આમ, વાત છેક વઝીર-એ-આઝમ સુધી પહોંચી. વઝીર-એ-આઝમે ખુદ પૂછપરછ કરવાનો નિર્ણય કર્યો. પીએમ ઑફિસે બત્રાને ચા-પાણી માટે આમંત્રણ મોકલ્યું. જોકે વિજય બત્રાને ચા-પાણીને નામે થનારી પૂછતાછનો અંદાજ આવી ગયો હતો. એ પીએમ ઑફિસમાં સમયસર હાજર થઈ ગયો. બત્રાએ કેબિનમાં પ્રવેશ કર્યો. પીએમની સામે કેપ્ટન અખ્તર હુસેનને જોઈને નવાઈ ન લાગી.

'મિલિયે હમારે નયે ઇન્ટેલિજન્સ બ્યૂરો ચીફ સે...' કહીને વઝીર-એ-આઝમે બત્રાની ઓળખ કેપ્ટન અખ્તર હુસેન સાથે કરાવી. 'અન્સારી મિલ નહીં જાતે તબ તક ઉનકી જગહ કેપ્ટન સંભાલેંગે.'

બત્રા અને કેપ્ટનની પહેચાન તો પુરાની થી... આમ છતાં 'આદાબ જનાબ... કૉંગ્રેચ્યુલેશન...' જેવી રસમ અદા કરીને એ બેઠો. ચા આવી. એ દરમિયાન કેપ્ટન બત્રાના ચહેરાના હાવભાવ જોવા લાગ્યો.

'આપ કો તો પતા ચલ ગયા હોગા અન્સારી લાપતા હૈ...' વઝીર-એ-આઝમે કહ્યું.

'જી જનાબ. ન્યૂઝપેપર મેં પઢા.' બત્રા બોલ્યો.

'ડૉ. ઝકરિયા ઔર ઉનકી બીવી કા મર્ડર... ઔર તુરંત અન્સારી કા ગુમ હોના. આપકો કુછ અજીબ નહીં લગ રહા... બત્રા સા'બ.'

'જી, બહોત હેરત ઔર દુઃખ કી બાત હૈ...' બત્રા બોલ્યો કે તરત જ કેપ્ટને કહ્યું: 'કુછ લોગ હમારે મુલ્ક મેં ઘૂસે હૈં... મૈં જાનતા હૂં કી... આપ કો પતા હોગા તો ભી આપ બતાયેંગે નહીં.'

'આપ મુઝ પર શક કર રહે હો?' બત્રાએ પૂછ્યું.

'શક નહીં, યકિન હૈ...' કેપ્ટન ખંધુ હસ્યો.

'અન્સારી કો ઢૂંઢને મેં આપકી હેલ્પ ચાહિયે.' વઝીર-એ-આઝમે કહ્યું.

'ફરમાઈએ.' બત્રાએ કહ્યું.

'અન્સારી આપકે એરિયા મેં થે... હો સકતા હૈ આપકો મિલને જા રહે હો... આપ બતા સકતે હો... કહાં ગયે હોંગે?' વઝીર-એ-આઝમે પૂછ્યું.

'જી, મુઝે પતા નહીં.'

'આપ કહાં થે?' કૅપ્ટને પૂછ્યું ને ફોનની ઘંટડી વાગી. વઝીર-એ-આઝમે કૅપ્ટન અને બત્રાની સામે જોઈને ફોનનું રિસીવર ઊંચક્યું: 'હેલ્લો.'

સામેનો અવાજ સાંભળીને બત્રાની સામે જોવા લાગ્યા. વાત પૂરી થઈ ત્યાં સુધી એમણે શંકાભરી નજરે બત્રાની સામે જોયા કર્યું. બત્રાનો ચહેરો તંગ થઈ ગયો. વઝીર-એ-આઝમને પોતાના વિશે ફોન પર કોઈ નક્કર માહિતી આપી રહ્યું હોવાની એને શંકા ગઈ. ફોન પતાવીને વઝીર-એ-આઝમે કૅપ્ટનની સામે જોયું.

કૅપ્ટને બત્રાને ફરી પૂછ્યું: 'આપ કહાં થે?'

'મુઝે માલૂમ હૈ યે કહાં થે... ઉસ રાત યે જીન કે સાથ થે, ઉનકા હી ફોન થા.' વઝીર-એ-આઝમે કહ્યું.

'ગુસ્તાખી માફ જનાબ, લેકિન મૈં જાન સકતા હૂં કિસકા ફોન થા... યા બત્રા સા'બ કિન લોગોં કે સાથ થે?' કૅપ્ટને ઊંડા ઊતરવાની કોશિશ કરી.

'નહીં, યે આપકો જાનને કી જરૂરત નહીં.' વઝીર-એ-આઝમે ડોકું હલાવ્યું.

કૅપ્ટનને વઝીર-એ-આઝમનું આ વલણ ન ગમ્યું, પણ એ લાચારી સાથે ચૂપ થવા સિવાય બીજું કાંઈ કરવાની હાલતમાં નહોતો. બત્રા ખુદ વિચારમાં પડી ગયો કે પોતાને બચાવી લેનાર કોણ છે, એલિબાઈ ઊભી કરનાર કોણ છે. કોણે ફોન કરીને વઝીર-એ-આઝમને સફાઈ પેશ કરી?

✣

અન્સારીની અણધારી કતલ પછી માયાનું બત્રાના ઘરમાં પણ રહેવું જોખમી બની જવાનું હતું. અન્સારીને દફનાવ્યા બાદ મોડી રાતે બત્રા માયાને એની કારમાં કબીલા સુધી પહોંચાડી આવ્યો. માયાએ ના પાડી. બત્રાની એક જ દલીલ હતી કે અત્યારે પોલીસ ચેકિંગ બહુ જ હશે અને તું મારી ઑફિશિયલ કારમાં હોઈશ તો મુશ્કેલી નહીં પડે. જોકે માયાએ જતાં પહેલાં બેગમને ફોન કરીને જાણ કરી દીધી. બેગમને અન્સારીની ઓચિંતી, અણધારી, કોઈ પણ જાતના પ્લાન વિના કરવી પડેલી હત્યાના સમાચાર જાણીને આંચકો તો લાગ્યો, પણ ગોળી છૂટી ચૂકી હતી, મર્ડર થઈ ગયું હતું અને લોહીનો રેલો માયા સુધી પહોંચી શકે એમ હતો. એણે ગોપીનાથ રાવને ખબર આપવા જરૂરી હતા. એણે વહેલી સવારે રાવને ખબર આપ્યા. રાવે એટલું જ કહ્યું કે, અન્સારી નિશાને પર તો થા... થોડા જલદી હો ગયા. એમણે બત્રાની મુસીબત વધશે એનો પણ અંદાજ આપ્યો, પણ બેગમે એની ચિંતા નહીં કરવાનું કહ્યું અને થયું પણ એવું કે બેગમે બત્રાની પૂછપરછ વિશે જાણ્યું કે, તરત જ વઝીર-એ-આઝમને

ફોન કરીને કહ્યું કે, બત્રા અમારા ઘરમા હતો અને બત્રા બાઇજ્જત બચી ગયો. બેગમનું વજીર-એ-આઝમ સાથેનું આ કનેક્શન કે સંબંધ કોઈને સમજાય એવો નહોતો. એકમાત્ર બત્રા અવારનવાર અન્સારીને એનો અણસાર આપતો હતો, પણ અન્સારીએ ક્યારેય વજીર-એ-આઝમને પૂછવાની હિંમત કરી નહોતી. બેગમની પાકિસ્તાનના વજીર-એ-આઝમ પાસે આવડી મોટી શાખ કે એમની જુબાનની આવી અદ્‌ભુત કિંમત કે એ બોલે તો દેશનો વડો પ્રધાન માની લે. શું બેગમ ઝીણા ખાનદાનનાં હતાં એટલે કે અન્ય કોઈ મોટું રહસ્યમય કારણ હતું? વજીર-એ-આઝમ બેગમની અસલિયતથી વાકેફ હતા કે બેખબર હતા. એ બેગમના વશમાં હતા કે બેબસ હતા?

✣

કબીલાની સ્ત્રીઓએ માયાને પોતાના સ્વાંગમાં સજ્જ કરી દીધી. કબીર અને મહેશની સામે આવીને ઊભી રહી ત્યારે તેઓ પણ એને ઓળખી ન શક્યા. મહેશ એને જોઈને બોલી ઊઠ્યોઃ 'હું તને ઓળખી ન શક્યો.'

એના જવાબમાં માયાએ કહ્યું કે, 'સ્ત્રીને ક્યાં કોઈ ઓળખી શક્યું છે?' મહેશે આંખોનાં ભવાં ઊંચાં કર્યાં. કબીરનું સ્મિત સૂચક હતું. કારણ સ્પષ્ટ હતું કે માયાએ ડૉ. ઝકરિયા, એની બીવી તથા અન્સારીને ખતમ કરીને આંચકો આપ્યો હતો.

'હવે શું પ્લાન છે?' માયાએ પૂછ્યું.

'અન્સારીના સમાચારને ઠરવા દેવા જોઈએ. આખી દુનિયા હચમચી ગઈ હશે.' કબીરે કહ્યું.

'અને જેમને ડૉ. ઝકરિયાની સાચી ઓળખ છે એમને આંચકો લાગ્યો હશે.' મહેશે સૂર પુરાવ્યો.

'ડૉ. ઝકરિયાના મોતથી ન્યૂક્લીઅર પ્લાન્ટને ફટકો પડશે ખરો?' માયાએ સહજ સવાલ કર્યો.

'મારા મત મુજબ ના... કોઈ ફરક નહીં પડે, કેમ કે તબરોઝાના પ્લાન્ટમાં ખરેખર જો ન્યૂક્લીઅર બૉમ્બ બનતો હોય તો ઝકરિયાનો આસિસ્ટન્ટ ડૉ. યુસુફ અલી ત્યાં જ છે. યુસુફ અલી એનું અધૂરું કામ આગળ ધપાવશે.' કબીરે કહ્યું.

'તબરોઝાના પ્લાન્ટમાં ખરેખર શું રંધાઈ રહ્યું છે એની ખબર પડે તો જ ઑપરેશન કામિયાબ થાય?' માયાએ કહ્યું.

'રાહુલ એની પર કામ કરી રહ્યો છે, પણ નક્કર પુરાવા હાથ લાગ્યા નથી. ચીફનો ચોખ્ખો આદેશ છે કે નક્કર પુરાવા વિના ઑપરેશન કરવું નહીં.' કબીરે કહ્યું.

'હું તો કહું છું કે પુરાવા કી ઐસી કી તૈસી... આપણે ઑપરેશન પાર

પાડી નાખીએ.' મહેશે એના મિજાજ મુજબ કહી દીધું.

'ના, ચીફના આદેશ વિના નહીં.' કબીર બોલ્યો.

'કેમ, માયાએ ચીફના ઑર્ડર વિના અન્સારીને ખતમ કરી નાખ્યો ને?' મહેશે કહ્યું.

'મહેશ, માયા એવી સિચ્યુએશનમાં સપડાઈ ગઈ હતી કે એની પાસે બીજો કોઈ રસ્તો નહોતો.'

'તો આપણે પણ એવી સિચ્યુએશન ઊભી કરો કે બીજો કોઈ રસ્તો જ ન રહે. પ્લાન્ટ ખતમ, બાત ખતમ.' મહેશે દલીલ કરી.

'મને એક મોકો આપ દોસ્ત, હું તને નક્કર પુરાવો લાવી આપીશ.' કબીરે કહ્યું.

'ઓકે કબીર, પણ યાદ રાખ કે, મારાથી હવે બહુ રાહ નહીં જોવાય.'

'મહેશ, જલ્દબાજી શક્ય નથી અને કરવી પણ ન જોઈએ. લેટ્સ વેઇટ.' માયાએ મહેશના ખભા પર હાથ મૂક્યો ને મહેશ પીગળી ગયો.

✣

પાકિસ્તાનની ખુફિયા એજન્સીના વડા અન્સારીના રાતોરાત ગુમ થઈ જવાના અહેવાલોએ દુનિયાભરમાં સનસનાટી મચાવી દીધી. ભારત સિવાયના અન્ય દેશો એના ગુમ થવા વિશેના તર્ક-વિતર્ક સાથેના અહેવાલો આપવા લાગ્યા. ચીન અને નૉર્થ કોરિયા જેવા પાકિસ્તાનના ગોઠિયા દેશો હમદર્દી જતાવવા સાથે અન્સારીને શોધવામાં મદદ કરવા લાગ્યા. અમેરિકાનું સીઆઇએ ભેદી રીતે ચૂપ હતું. ઇઝરાયલી જાસૂસી એજન્સી મોસાદના ચીફ ખાલેદે ગોપીનાથ રાવને ફોન કરીને હકીકત શું છે એની પૂછતાછ કરી. એને ગોપીનાથ રાવ અને એની ટીમની કાબેલિયત પર પૂરો વિશ્વાસ હતો. છતાં રાવની દરેક હિલચાલ પર એની નજર હતી. રાવે ખાલેદને ઝકરિયા અને અન્સારીના મર્ડરની હકીકતથી વાકેફ કરી દીધા અને બદલામાં મોસાદે પોતાના હોઠ સીવી લીધા.

✣

વઝીર-એ-આઝમની મીટિંગમાંથી બહાર નીકળેલા કૅપ્ટન અખ્તર હુસેનને ક્યાંય ચેન પડતું નહોતું. ફોન કરનાર શખસ કોણ હતો? વઝીર-એ-આઝમ જેની વાત માને એ પાવરફુલ શખ્સિયત કેવી હશે? બત્રા એ રાતે એ હસ્તી સાથે હતો? ફોન પર કોણ હતું એવું વઝીર-એ-આઝમને પૂછવાની ભૂલ કરી એના અફસોસ સાથે એ જીપ હાંકી રહ્યો હતો ને અચાનક એને ઝબકારો થયો. એણે જીપ બેગમના ઘર તરફ વાળી.

કેપ્ટન બેગમના દરવાજે પહોંચ્યો. અંદરથી ખાં સાહેબે મૂકેલી રેકર્ડ પરનું ગીત કાને પડ્યું :

આપ આયે તો દિલ-એ-નાશાદ યાદ આયા,
કિતને ભૂલે હુએ જખ્મોં કા તા યાદ આયા...

બેગમ સાહેબાએ દરવાજો ખોલ્યો અને ગીતનો અંતરો સંભળાયો :

આજ વો બાત નહીં ફિર ભી કોઈ બાત તો હૈ,
મેરે હિસ્સે મેં વો હલકી સી મુલાકાત તો હૈ...

ખાં સાહેબે ઝડપથી રેકર્ડ ઉતારી લીધી.

'આઇએ જનાબ... થેન્ક્યુ ફૉર ધ સરપ્રાઇઝ.'

'માફી ચાહતા હૂં... બિના દાવત આને કે લિયે.'

રેકર્ડ કવરમાં નાખી રહેલા ખાં સાહેબને કેપ્ટનની ઓચિંતી મુલાકાત પાછળ કંઈક ગરબડ લાગી.

કેપ્ટને બેસતાંની સાથે સવાલ કર્યોઃ 'મરિયમ કહાં હૈ?'

44

'મરિયમ કહાં હૈ?' કેપ્ટનનો સવાલ હચમચાવી નાખનારો હતો. આમ છતાં બેગમ સાહેબાએ અભિનયની મહારાણીની અદામાં કહ્યુંઃ 'કેપ્ટન સા'બ, માના કિ મરિયમ ખૂબસૂરત હૈ. હમ ભી તો કમ નહીં... એક નઝર ઇસ તરફ ભી તો...' પછી ખડખડાટ હસ્યાં.

'મૈં આપ લોગોં કી ખૂબસૂરતી દેખને નહીં, બદસૂરતી દેખને આયા હૂં.' કેપ્ટનને બેગમ સાહેબાનો બકવાસ ગમ્યો નહીં.

'મરિયમ વિજય બત્રા કે સાથ થી ઔર અબ ઉનકી મા કે પાસ કરાચી ગઈ હૈ.' બેગમ સાહેબાનું દિમાગ હટી ગયું. ખાં સાહેબને થયું કે બેગમે ગુસ્સામાં બફાટ કર્યો.

કેપ્ટન ચૂપ થઈ ગયો. એ ગુંચવાઈ ગયો, કારણ કે વિજય બત્રા જેની સાથે હતો એનો વજીર-એ-આઝમને ફોન આવ્યો હતો અને ખુદ વજીર-એ-આઝમે બત્રાની પૂછપરછ પર પરદો પાડી દીધો હતો. તો શું વિજય બત્રા બેગમ સાહેબાની સાથે હતો અને વજીર-એ-આઝમને ફોન કરનારાં બેગમ છે?

'બત્રા, આપ કે સાથ થા બેગમ સાહેબા?' કેપ્ટને પૂછ્યું.

'આપને મરિયમ કે બારે મેં પૂછા.' બેગમ સાહેબાએ કહ્યું.

'બત્રા આપકે સાથ થા બેગમ સાહેબા?' કૅપ્ટન ગુસ્સામાં બોલ્યો.

'વઝીર-એ-આઝમને આપકો બતાયા ન કી બત્રા કિસકે સાથ થા?' બેગમ સાહેબાએ કહ્યું.

કૅપ્ટન પાસે એ કહેવાની હિંમત ન હતી કે વઝીર-એ-આઝમે એને ફોન કરનારનું નામ આપવાનો ઇનકાર કરી દીધો હતો, પણ એ એટલું સમજી ગયો કે બેગમને ખબર છે કે વઝીર-એ-આઝમને ફોન કોણે કર્યો હતો. ભારત સરકારની ઐસી કી તૈસી કરીને બત્રાને રાતોરાત ઉઠાવી લેવાની અને ગુમ કરી દેવાની તાકાત ધરાવનાર કૅપ્ટન સમસમી ઊઠ્યો. પીએમ ખુદ જેની હિફાઝત કરે એને સકંજામાં કઈ રીતે લેવો? ગુસ્સામાં એના કાનની બૂટ લાલચોળ થઈ ગઈ. વઝીર-એ-આઝમની સામે આક્રોશ નહીં ઠાલવી શકનારા કૅપ્ટનની આંખોમાં રોષ ભભૂકી રહ્યો હતો.

કૅપ્ટનની આંખોના લાલચોળ અંગારા ઠારવા ખાં સાહેબ એના માટે પાણીનો ગ્લાસ લાવ્યા. આ માણસ સંગીતની આડમાં દેશ સાથે ગદ્દારી કરી રહ્યો છે એવું વિચારતાં કૅપ્ટને પાણી પીધું, પણ એની આંખોની લાલાશ ઊતરી નહીં ને દિમાગ કે કોઠા સુધી ટાઢક પણ ન પહોંચી.

'ખાં સાહેબ, તમે જરા અંદર જાઓ, પ્લીઝ.' બેગમ સાહેબાએ કહ્યું. સાંભળીને ખાં સાહેબ સહેજ ખચકાયા. બેગમ સાહેબા કૅપ્ટન સાથે એકાંતમાં શું વાત કરવા માગતાં હશે. એમણે ક્યારેય આ રીતે ખાં સાહેબની અવગણના કરી નહોતી. બેગમ શું વાત કરવા માગે છે એની કલ્પના કરતાં કૅપ્ટને ગ્લાસ ટેબલ પર મૂકીને બેગમની સામે જોયું. ખાં સાહેબ અંદર ગયા એટલે બેગમ સાહેબા કૅપ્ટનની બાજુમાં જઈને બેઠાં. એક હાથ કૅપ્ટનના સાથળ પર મૂકીને બોલ્યાં.

'કૅપ્ટન સા'બ, આપને મુઝે હિન્દુસ્તાન કી કુછ ખાસ ખબરેં નિકાલ કર દેને કી બાત કરી થી... યાદ હૈના આપકો?'

'હાં, યાદ હૈ મુઝે.' કૅપ્ટને બેગમ સાહેબાએ સાથળ ઉપર મૂકેલા હાથ પર પોતાનો હાથ મૂક્યો. પછી એની આંખોમાં જોયું. એને બેગમ સાહેબાનો રંગ બદલાતો લાગ્યો.

'મૈં તૈયાર હૂં ઇસ કે લિયે.' બેગમ સાહેબાએ કહ્યું.

✣

તબરોઝામાં વાળંદની દુકાને ડૉ. યુસુફ અલી વાળ કપાવતો હતો ત્યારે

અચાનક કબીર અંદર આવ્યો. હજામ કબીરને જોઈને જલદી જલદી વાળ કાપવા લાગ્યો. કાતરની સાથે સાથે એની ઝીણી નજર લોકલ એજન્ટને શોધતી હતી. કદાચ લોકલ એજન્ટ કબીરનો પીછો કરતો આવી પહોંચે. કબીર છાપું વાંચતો હોવાનો ડોળ કરતો બેઠો. હજામ વારેવારે બહાર જોતો હતો.

'અરે, તૂ કૈંચી પર નજર રખ્ખ... કહીં મેરા કાન ન કટ જાયે.' ડૉ. યુસુફ અલી બોલ્યો. કબીરે છાપામાંથી મોઢું બહાર કાઢ્યું. સહેજ હસીને ફરી છાપું વાંચવા માંડ્યો. ડૉ. અલીના વાળ કપાઈ ગયા પછી કબીર ખુરસી પર બેઠો. ડૉ. અલી પૈસા ચૂકવીને નીકળી ગયો. હજામ કપડું ઝાટકવાને બહાને ફરી એકવાર બહાર જોઈ આવ્યો. લોકલ એજન્ટ દેખાયો નહીં.

'દાઢી બના દો ચકાચક.' કબીરે કહ્યું.

'જી જનાબ.' હજામે સાબુ લગાડી લીધા પછી કહ્યું: 'જનાબ, બડી જોર કી લગી હૈ... બસ, યું ગયા ઔર યું આયા.' કબીરે અરીસામાંથી એને જતો જોયો. કબીર આંખ મીંચીને બેસી રહ્યો. અચાનક કોઈએ એના ગળા પર અસ્ત્રો મૂક્યો. કબીરે સહેજ પણ હલ્યા વિના અરીસામાંથી જોયું. એને સમજાઈ ગયું કે હજામ ગેમ કરી ગયો.

'કૌન હો તુમ?' લોકલ એજન્ટે પૂછ્યું.

'પુલીસવાલા હૂં... ધોબી મર્ડર કેસ કે લિયે આયા હૂં.' કબીરે કહ્યું.

'અચ્છા!' એજન્ટે વ્યંગમાં કહ્યું. 'તુમ્હારા આઇડી બતાઓ જરા.'

કબીરે પાછલા ખિસ્સામાંથી પાકીટ કાઢવાને બહાને ખુરસીમાંથી સહેજ ઊંચા થઈને લોકલ એજન્ટે પકડેલા અસ્ત્રાથી એનું ગળું ચીરી નાખ્યું. એજન્ટને ખુરસી પર બેસાડીને સફેદ કપડું એના ગળા સુધી ઓઢાડી દીધું. એ જ કપડાથી એણે સાબુ લગાડેલું મોં લૂછ્યું. ઝડપથી નીચે પડેલા વાળ છાપાંમાં વીંટાળ્યા અને દુકાનનું શટર ઢાળીને નીકળી ગયો.

✣

કબીર કબીલામાં પહોંચ્યો ત્યારે માયા અને મહેશ એની રાહ જોતા હતા. કબીરને જોઈને માયાને થયું કે મામલો ગંભીર છે. કાયમ સ્વસ્થ રહેતો કબીર અસ્વસ્થ હતો.

'શું થયું, કબીર?' માયાએ પૂછ્યું.

'કાંઈ નહીં.' કહીને એણે શર્ટના ઉપરનાં બે બટન ખોલીને અંદરથી પડીકું વાળેલું છાપું કાઢીને પટારામાં મૂક્યું.

'આ શું છે?' મહેશે પૂછ્યું.

'કાંઈ નથી.' કબીર બોલ્યો.

'કબીર, શું થયું પ્લીઝ કહે.' માયાએ કબીરના ખભા હચમચાવતાં કહ્યું.

'થોડીવારમાં તબરોઝામાં તહેલકો મચી જશે.' કબીરે કહ્યું.

મહેશ અને માયા કબીરની આંખમાં જોઈને બોલ્યાં: 'એવું તે શું થયું. કબીર?'

'હજામની દુકાનમાં મેં લોકલ એજન્ટને ખતમ કરી નાખ્યો.'

'ઓહ, તો એમાં શું... આપણને નડે એને ખતમ કરવા જ પડેને.' માયાએ કહ્યું.

'માયા, તું બેગમના ઘરે જતી રહે. અહીં ખતરો છે.'

'કબીર, ત્યાં પણ તો ખતરો છે.' માયાએ કહ્યું.

'ના, બેગમે ઊંચા કનેક્શન સાથે વાત કરીને ખતરો ટાળ્યો છે.' કબીરે કહ્યું.

માયા અને મહેશને બેગમના ઊંચા કનેક્શનનો અંદાજ ન આવ્યો. એમણે પૂછવાની દરકાર પણ ન કરી. જોકે માયાએ દલીલ કરી.

'કબીર, હું અહીં ખતરાની સામે લડવા આવી છું. ખતરાથી ભાગી છૂટવા નહીં.'

'માયા, એમ સમજ કે ત્યાં તારી વધુ જરૂર છે.' કબીરે કહ્યું.

'અને તમે બંને અહીં એકલા... ના, બે કરતાં ત્રણ ભલા. હું તમારી સાથે રહીશ.' માયા બોલી.

'માયા, બેગમના ઘરમાં ગેમ બદલાઈ રહી છે.' કબીરે ફોડ પાડ્યા વિના કહ્યું. સાંભળીને માયા અને મહેશ દંગ રહી ગયાં.

'કબીર, કઈ ગેમ? કોણ ગેમ બદલી રહ્યું છે?' મહેશ એના સ્વભાવ મુજબ ઉશ્કેરાઈ ગયો.

'કબીર, કાંઈક સમજાય એવું બોલ.' માયાએ કહ્યું.

'તું ત્યાં જઈશ એટલે બધું સમજાઈ જશે.' કબીરે કહ્યું.

'હું માયાની સાથે જાઉં છું.' મહેશે કહ્યું.

'ના, તું સીજોરા ગામમાં કાસીમભાઈના ઘરે જતો રહે. ત્યાંથી પહેરો ઉઠાવી લેવાયો છે, પણ ઘરને સીલ કરેલું છે. તું પાછલી દીવાલ પરથી અંદર જજે. હું કહું ત્યારે અહીં આવી જજે.' માયા અને મહેશ એકબીજા સામે જોતાં રહ્યાં.

'આપણી પાસે ટાઇમ બહુ ઓછો છે. તમે નીકળી જાઓ.'

✣

બેગમ સાહેબા એમના રૂમમાં આદમ કદના અરીસા સામે ઊભાં રહીને પોતાને નીરખી રહ્યાં હતાં. પાછળ ફરીને અરીસામાં નજર કરી. એક હાથ નિતંબ પર મૂકીને જોયું. સહેજ હસીને ફર્યાં. એક ઝટકો મારીને વાળ ખોલી નાખ્યાં. તર્જનીથી વાળની એક લટ પકડીને પોતાના જોબનને જોતાં રહ્યાં. પાછળ

ખાં સાહેબ આવીને ઊભા રહી ગયા હતા.

'બેગમ સાહેબા, આ ડબલ એજન્ટની ગેમ ભારે પડશે.' ખાં સાહેબ બોલ્યા.

જવાબમાં બેગમ મીઠું હસ્યાં.

'કોને ભારે પડશે ખાં સાહેબ?' બેગમે પૂછ્યું.

'તમને, આપણને, ભારતથી આવેલી બરાતને... બધાંને ભારે પડશે.'

'તમારે હિન્દુસ્તાન પાછા જતાં રહેવું હોય તો તમારી જવાની વ્યવસ્થા કરી દઉં, બાકી ગેમની... આઇ મીન ડબલ ગેમની શરૂઆત થઈ ચૂકી છે, ખાં સાહેબ.'

'હું મારી જાન બચાવવા માટે નથી કહેતો બેગમ સાહેબા. મને તમારી ફિકર છે.'

'મારી ફિકર ના કરો ખાં સાહેબ. ડબલ ગેમની મજા લો. કેપ્ટન પરમદિવસે આપણા ઘરે પાર્ટી કરવા આવી રહ્યો છે.'

'કેપ્ટન પીઆઇબીના ચીફ અન્સારીને કે એના ખૂનીને શોધવા જેવું મહત્ત્વનું કામ છોડીને અહીં પાર્ટી કરવા આવશે?' ખાં સાહેબે પૂછ્યું.

'ખાં સાહેબ, અન્સારીને શોધવાની મહેનત કરવા કરતા એને હિન્દુસ્તાનની ખુફિયા ખબર મેળવવામાં વધુ રસ છે અને એ પણ મારા જેવી ખૂબસૂરત ને હસીન ઔરતના મોઢેથી.' બેગમે ફરી આયનામાં જોઈને મોં મલકાવ્યું.

'બેગમ સાહેબા, પ્લીઝ રહેવા દો આ અગનખેલ.' ખાં સાહેબે બે હાથ જોડતાં કહ્યું.

ડોરબેલ વાગી. ખાં સાહેબે દરવાજો ખોલ્યો. માયાને જોઈને આશ્ચર્યમાં પડી ગયા.

✣

કેપ્ટનને અન્સારીના ગુમ થવાનો રંજ કે અફસોસ ન હતો. એના મનમાં બે કારણોસર ખુશી ઊછળી રહી હતી. એક, અન્સારીનો હોદ્દો એને મળી ગયો હતો અને બે, બેગમ સાહેબા ભારતની ગુપ્ત માહિતી આપવાનાં હતાં. બેગમના ઘરેથી નીકળ્યા ત્યારે જ એમણે પાર્ટીનું નક્કી કરી લીધું હતું.

'આજ શામ કો બેગમ કે ઘર પર પાર્ટી કે લિયે જાના હૈ.' એણે એના ખાનસામા રહેમત મિયા એટલે કે રાહુલને કહ્યું.

'આજ ભી મુઝે બિરિયાની બનાની હૈ?' રાહુલે પૂછ્યું.

'નહીં, આજ તો બેગમ સાહિબા ખુદ કુછ પકા કર ખિલાયેગી. મુઝે દેખના હૈ... વો ક્યા ખિલાતી હૈ.' કેપ્ટન ગુપ્ત માહિતીની વાત કરતો હતો એનો ખયાલ રાહુલને આવ્યો નહીં. એ માત્ર મુંડી હલાવતો રહ્યો.

સાંજે બેગમના ઘરમાં માયાને જોઈને કેપ્ટન આંચકો ખાઈ ગયો.

'અરે, આપ તો અમ્મી કે ઘર કરાચી ગઈ હુઈ થી ના?' એણે પૂછ્યું.

'હાં, કલ હી આઈ... પતા ચલા આપ આ રહે હો...' માયા બોલી.

કૅપ્ટનને થયું કે ડૉ. ઝકરિયા અને એની વાઇફના મર્ડર કેસની પૂછતાછ કરે, પણ બેગમ સાહેબાના મોઢેથી જે જાણવું હતું એમાં અવરોધ આવશે એવું વિચારીને એણે માયાની પૂછપરછ કરવાનું માંડી વાળ્યું.

'ખાં સાહેબ, યહ સરાસર નાઇન્સાફી હૈ... આપ ઇતને બડે ફનકાર હો... ઔર હમારી પાર્ટી મેં સંગીત નહીં... ગલત બાત હૈ યહ.' કૅપ્ટને ખાં સાહેબની તરફ ઝૂકીને કહ્યું.

'પહેલે ચીઅર્સ કરતે હૈં...' બેગમ સાહેબાએ ગ્લાસ ઉઠાવતાં કહ્યું.

'ચીઅર્સ... ચીઅર્સ... ચીઅર્સ'થી ડ્રોઇંગ રૂમ ગુંજી ઊઠ્યો. રાહુલ રસોડામાં સરકી ગયો. એની પાછળ માયા ગઈ.

45

ચીઅર્સ કરીને મરિયમ રહેમત મિયાંની પાછળ પાછળ કિચનમાં ગઈ. કૅપ્ટને જોઈ લીધું. અગાઉની પાર્ટી વખતે પણ મરિયમ કિચનમાં જઈને રહેમત મિયાંને દારૂ પીવડાવતી હતી એ વાત એનાથી છૂપી નહોતી. કૅપ્ટન મરિયમનું કિચનમાં જવાનું કારણ જાણવાના ઇરાદે ને શંકાનું સમાધાન કરવા ખુદ એના માટે દારૂનો ગ્લાસ લઈને અંદર ગયો. અંદર જઈને જોયું તો એ માની ન શક્યો કે માયા અને રહેમત સાથે મળીને કાંદા સમારી રહ્યાં હતાં.

'આપકે ખાનસામા કી થોડી મદદ લે રહી હૂં ઔર મદદ કર રહી હૂં.' માયા કૅપ્ટનને જોઈને બોલી.

કૅપ્ટન હસીને રહેમતના હાથમાં ગ્લાસ પકડાવતાં બોલ્યોઃ 'લગતા હૈ... તુમ દોનોં મિલ કર કુછ ખાસ... ઝાયકેદાર પકાને જા રહે હો.'

'વો તો બેગમ સાહેબા બતા સકતી હૈ... હમ તો મદદ કર રહે હૈં.' માયાએ રાહુલને ચીઅર્સ કર્યું. કૅપ્ટન બહાર નીકળ્યો ત્યારે ખાં સાહેબે મૂકેલી રેકર્ડ વાગતી હતી.

રાઝ-એ-દિલ ઉનસે છુપાયા ના ગયા...
પ્યાર કી આગ કુછ ઐસી ભડકી,
એક શોલા ભી દબાયા ના ગયા...

પહેલે પહેલે તો વો સમજ ભી ના સકે
દિલ કો તડપાતે રહે, મુઝકો તરસાતે રહે...
આંખ સે આંખ કઈ બાર મિલી
દિલ સે દિલ ફિર ભી મિલાયા ના ગયા...
રાઝ-એ-દિલ ઉનસે છુપાયા ના ગયા...

આ ગીત વાગતું રહ્યું. બેગમ અને કેપ્ટનની નજર વચ્ચે વચ્ચે ટકરાતી રહી.

✣

'રાહુલ, પાર્ટીનો આજનો માહોલ મને ઠીક લાગતો નથી.' માયાએ રાહુલને કહ્યું.

'માહોલ બની રહ્યો છે, માયા.' રાહુલે છરી બાજુ પર મૂકીને એક ઘૂંટ ભર્યો.

'બેગમ સાહેબાનો મૂડ બરાબર નથી લાગતો મને...' માયાએ ફરી કહ્યું.

'માયા, બે-ચાર ઘૂંટ પછી ભલભલાના મૂડ ઠીક થઈ જતા હોય છે.'

'કબીર પણ કંઈક છુપાવી રહ્યો હતો. એણે મહેશને સીરોજા ગામે મોકલી દીધો. મને અહીં બેગમ બે દિવસથી બદલાયેલાં લાગે છે. ખાં સાહેબે વગાડેલા ગીતના શબ્દો સાંભળ્યા તેં... 'રાઝ-એ-દિલ ઉનસે છુપાયા ના ગયા.' ખાં સાહેબ કાયમ મૂડ મુજબ ગીતો વગાડે છે.' માયા બોલતી ગઈ.

'કબીર શું કરવા જઈ રહ્યો છે એની મને ખબર છે, પણ બેગમ સાહેબાની ખબર નથી.' રાહુલે કહ્યું. માયા ચમકી.

'કબીર શું કરવાનો છે, રાહુલ.'

રાહુલ ઊભો થઈને બહાર નજર કરી આવ્યો.

'સાંભળ, અત્યારે કબીર...'

✣

કબીર મિલિટરી મથકની ઊંચી દીવાલ પર ચડ્યો. અંદરની બાજુના મહાકાય ઝાડની વડવાઈ પકડીને નીચે ઊતર્યો. એક સિપાહીની નજર ચુકાવીને લપાતોછુપાતો કેપ્ટનના ક્વાર્ટર તરફ આગળ વધ્યો. સાથે રાખેલા ચાવીના ઝૂડામાંથી વારાફરતી ચાવી લગાવી. એક ચાવી કામ કરી ગઈ. તાળું ખૂલી ગયું. ઝડપથી અંદર જઈને દરવાજો બંધ કરી દીધો. બેડરૂમમાં જઈને નાની ટૉર્ચ ચાલુ કરીને મોમાં મૂકી. એના ઝાંખા અજવાળે કબાટ ખોલવા ફરી ચાવીઓ અજમાવી. એક ચાવી લાગુ પડી. કબાટ ખૂલ્યું. ખાનાં ફંફોસવા લાગ્યો. એક મોટો નકશો-બ્લુપ્રિન્ટ જોઈ. શર્ટની અંદર ભરાવીને ઝડપભેર બહાર નીકળી ગયો. બહાર નીકળતા પહેલાં

એણે કબાટનું ખાનું ખુલ્લું રાખ્યું, ચીજવસ્તુઓ ફેંદી નાખી. કપડાં બહાર ફેંક્યાં. પલંગ પરની ચાદર, ઓશીકાનાં કવર બધું આમતેમ ફગાવ્યું. આ બધું કામ એણે હાથમોજાં પહેરીને કર્યું. જે વડવાઈ પકડીને નીચે ઊતર્યો હતો એની પર પણ હાથનાં નિશાન ન આવે એની તકેદારી રાખી હતી. આ રસ્તો, સૈનિકોની હિલચાલ, સંખ્યા, દીવાલ, વડવાઈ, ક્વાર્ટરનો માર્ગ કબીરને મહેશે બતાવ્યો હતો, કારણ કે મહેશ મથકનો અડધો રસ્તો પાર કરી આવ્યો હતો.

માયા રાહુલની વાત સાંભળીને ચોંકી ગઈ, 'મતલબ કે આજે રાતે કબીર પાસે બ્લુપ્રિન્ટ આવી જશે.' એણે દબાતા અવાજે પૂછ્યું.

'હા.' રાહુલે જવાબ આપ્યો.

'પણ ઘરમાં બધું રફેદફે શા માટે?'

'કારણ કે આ કામ બહારના કોઈએ કર્યું છે એવું કેપ્ટનને લાગવું જોઈએ.' રાહુલે કહ્યું.

'તું માને છે કે ન્યૂક્લીઅર બૉમ્બ એ જ મથકમાં બનતો હશે અને બ્લુપ્રિન્ટ ત્યાંની જ હશે?' માયાએ પૂછ્યું.

'એની ચકાસણી કરવી પડશે.' રાહુલે કહ્યું.

'હું બહારનો માહોલ જોઈને આવું છું,' કહીને માયા બહાર નીકળી.

ખાં સાહેબ હાથમાં ગ્લાસ લઈને ઉદાસ બેઠા હતા. કેપ્ટન અને બેગમને નહીં જોઈને માયાને નવાઈ લાગી. એણે ઇશારાથી પૂછ્યું. ખાં સાહેબે ઇશારાથી જવાબ આપ્યો કે, બંને અંદરના બેડરૂમમાં છે.

ઓહ, માય ગૉડ, બેગમ સાહેબા બદલાયેલાં લાગતાં જ હતાં. બેગમ સાહેબા દુશ્મન દેશના માણસ સાથે આ રીતે પતિની સામે આમ ખુલ્લંખુલ્લા... છી... છી... માયા બોલવા ગઈ, પણ ખાં સાહેબની આમન્યા જાળવીને ચૂપ રહી. એણે ઝડપથી પેગ બનાવ્યો અને અંદર રાહુલને કહેવા જતી રહી.

✣

બેડરૂમમાં કેપ્ટન એક મોટા સોફા જેવડી ખુરસી પર બેઠા હતા અને સામેની ખુરસી પર બેગમ સાહેબા બેઠાં હતાં.

'આપ બતાના ચાહોગી હમેં?' કેપ્ટને નમ્રતાથી પૂછ્યું.

'ક્યા બતાઉં આપકો? ક્યા યહ બતાઉં કિ આપકે ભરતસિંહ ઔર ઉનકે સાથીઓં કો કિસને ઠોક દિયા... યા ફિર યહ બતાઉં કિ ડૉ. ઝકરિયા કો કિસને મારા... યા ફિર યહ બતાઉં કિ આપકે મુલ્ક મેં કાફિરલોગ કૈસે ઘૂસ ગયે હૈં... કેપ્ટન સા'બ. ઉનકો ઢૂંઢના મુશ્કિલ હૈ... ચૂહોં કો પકડને બજાય આપ બડા

કામ કિજિયે બડા... ઔર મૈં આપકો બડા કામ દેતી હૂં... સબૂત કે સાથ.' બોલીને બેગમે કબાટના ખાનામાંથી બ્લુપ્રિન્ટ કાઢીને કૅપ્ટનના હાથમાં મૂકતાં કહ્યુંઃ 'હિન્દુસ્તાન કી સરકાર એક ખુફિયા જગહ પર ન્યૂક્લીઅર બૉમ્બ બના રહી હૈ. ઇસ મથક કો ઢૂંઢો, ખતમ કર ડાલો ઔર અપના બદલા લો.' બેગમ બચેલો દારૂ ખતમ કરીને બહાર આવ્યાં. ફરી પેગ બનાવતાં બોલ્યાઃ 'ખાં સાહેબ, કુછ અચ્છા ગાના બજાઓ. મૂડ બન જાયે. રૂમની અંદરના અને બહારનાં બેગમ સાહેબા અલગ હતાં. કૅપ્ટન શર્ટની અંદર નકશો ભરાવીને બહાર આવ્યા ત્યારે માયા એની સામે શંકાભરી નજરે જોઈ રહી હતી.

✣

કબીરની આંખો અંધારામાં બાજની જેમ ચકળવકળ ફરી રહી હતી. બ્લુપ્રિન્ટ ચોરીને મિલિટરી મથકમાંથી હેમખેમ બહાર તો નીકળી ગયો, પણ ઇલાકો મિલિટરીનો હતો... ખતરો કોઈ પણ ઘડીએ સામે આવીને ઊભો રહી જાય. એણે સડકનો રસ્તો પકડવાને બદલે જંગલનો રસ્તો પકડ્યો. ઝાડીઝાંખરાની વચ્ચેથી રસ્તો કરીને એ આગળ વધતો રહ્યો. અચાનક એને કોઈ અવાજ સંભળાયો. એણે રિવૉલ્વર કાઢીને આસપાસ નજર દોડાવી. એક દબાયેલો અવાજ સંભળાયોઃ 'હમ કબીલાવાલે હૈં. આલમગીરને આપકી હિફાઝત કે લિયે ભેજા હૈ.'

આલમગીર કબીલાનો મુખિયો હતો અને કબીરે પહેલેથી જ એને વિશ્વાસમાં લઈ લીધો હતો. એટલે આ બંને પર વિશ્વાસ નહીં મૂકવાનું કોઈ કારણ નહોતું. અંધારામાં કબીરને એમના મોઢા જોવાનું મુશ્કેલ પડ્યું. એણે નાની ટૉર્ચથી એમનાં મોં જોયાં.

'આપ ફિકર ના કરો.' ત્રણેય ચાલતા રહ્યા.

'મુઝે સીજોરા જાના હૈ.' કબીરે કહ્યું.

'હમ આપકે સાથે ચલતે હૈં.' જવાબ મળ્યો. ત્રણ જણા જંગલના રસ્તે સીજોરા પહોંચ્યા ત્યારે રાતનો પાછલો પહોર ચાલુ થવામાં હતો. કાસીમભાઈને ઘરે પહોંચીને કબીરે દરવાજો ખખડાવ્યો. કબીલાના બે જણ મેઇન ગેટ પર ઊભા રહ્યા.

દરવાજાનો અવાજ મહેશને ચોંકાવી ગયો. એણે રિવૉલ્વર લીધી. પાછલા દરવાજે જઈને મેઇન ગેટ પર નજર કરી. બે જણને ઊભેલા જોઈને શંકા ગઈ. એણે સહેજ બારી ખોલીને જોયું તો બહાર કબીર હતો. કબીર ફરી દરવાજો ખખડાવવા જતો હતો ત્યાં મહેશે દરવાજો ખોલી નાખ્યો.

'કબીર, બધું બરાબર છે? અત્યારે રાતે ત્રણ વાગે તું? અને બહાર કોણ

ઊભું છે?' મહેશ બોલ્યો.

કબીર જવાબ આપ્યા વિના અંદર ગયો. શર્ટમાંથી બ્લુપ્રિન્ટ બહાર કાઢીને ટેબલ પર ખોલી. આ શું છે એવું પૂછવાની મહેશને જરૂર ન લાગી.

ટૉર્ચને અજવાળે બંને જોવા લાગ્યા. નકશાના અભ્યાસ દરમિયાન બંને વચ્ચે વચ્ચે એકબીજાની સામે જોતા રહ્યા. બંનેની આંખમાં ચમક ઊભરતી રહી. નકશો સંકેલતા પહેલાં મહેશે કબીરને તાળી આપી.

'આને સાચવીને મૂકી દે.' કબીરે કહ્યું.

'હવે... નેક્સ્ટ પ્લાન?' મહેશે પૂછ્યું.

અને એ સાથે દરવાજો ખખડ્યો. બંને ચોંકી ઊઠ્યા. બહાર કબીલાના બે માણસો ચોકી કરીને ઊભા છે પછી દરવાજે કોણ હશે? મહેશે કબીરને બારણાની પાછળ છુપાઈ જવા કહ્યું અને પોતે પાછલા દરવાજે ગયો. ત્યાંથી મેઇન ગેટ પર નજર કરી કોઈ નહોતું. એને શંકા ગઈ. એ રૂમમાં પાછો ફર્યો. કબીરને વાત કરી. પછી એણે બારીનો પરદો સહેજ હટાવીને જોયું તો દરવાજે કબીલાનો માણસ ઊભો હતો. કબીર હજી દરવાજાની પાછળ જ હતો. એણે મહેશને દરવાજો ખોલવાનો ઇશારો કર્યો. મહેશ દરવાજો ખોલીને ઝડપથી સાઇડમાં ખસી ગયો. સામે ઊભેલા કબીલાના માણસે ગોળી છોડી. દરવાજાની પાછળ ઊભેલા કબીરે એને ઠાર કર્યો. મહેશે ચિત્તાની ઝડપે બહાર આવીને બીજા જણને ગોળીએ દીધો. માત્ર ત્રીસ સેકન્ડમાં બે જણને ખતમ કર્યા. કબીર અને મહેશ બે લાશોને જોઈ રહ્યા.

'કબીર, આ આલમગીરના માણસો નહોતા ને તારી હિફાઝત માટે સાથે નહોતા આવ્યા.' મહેશના અવાજમાં રોષ અને રંજ હતો.

કબીરે એમની તલાશી લીધી. એકના ખિસ્સામાંથી મિલિટરી પોલીસનું ને બીજાના ખિસ્સામાંથી પીઆઇબીનું આઇડી નીકળ્યું. કબીરે નામ વાંચ્યાં. બાબર અહમદી અને હુમાયુ મહમદી.

'મહેશ, આ બંનેએ મને મિલિટરી મથકમાં જતાં પણ જોયો હશે.'

'હવે શું કરીશું. લાશને ઠેકાણે પાડવી પડશે.' મહેશે પૂછ્યું.

'લાશોને બેઝમેન્ટમાં મૂકી દઈને આપણે પાછા કબીલામાં જઈએ.'

'પણ ત્યાં રહેવું જોખમી નથી?'

'ના, જ્યાં સુધી આલમગીર છે ત્યાં સુધી કોઈ જોખમ નથી.' કબીરે બ્લુપ્રિન્ટને શર્ટમાં ભરાવતાં કહ્યું.

કબીર અને મહેશ લાશોને બેઝમેન્ટમાં રીતસર ફગાવીને બહાર આવ્યા.

'મારે તને એક ચીજ બતાવવી છે.' મહેશે કહ્યું.

'શું?' કબીરે પૂછ્યું.

મહેશ કાસીમભાઈના ગૅરેજમાં લઈ ગયો. શટર ઊંચું કરીને કાર પરથી કવર હટાવ્યું.

'કબીલા સુધી પહોંચતાં વાર નહીં લાગે.' મહેશે કહ્યું.

'કબીલાને આંગણે કાર રાખશું તો આંખે ચડી જઈશું. ચાલીને પહોંચવામાં ઓછું જોખમ છે, મહેશ.'

'ઠીક છે.' મહેશ કમને કબીલા સુધી ચાલી નાખવા રાજી થયો.

'બંને મેઇન ગેટ સુધી પહોંચ્યા ત્યાં જ કારમાં મોટો વિસ્ફોટ થયો. બંનેએ ચોંકીને પાછળ જોયું. ગૅરેજમાં કાર ભડકે બળતી હતી.

'આપણને ઉપર પહોંચાડી દેવાનું મોટું કાવતરું હતું.' કબીર બોલ્યો.

46

પાર્ટીમાં કૅપ્ટનની ખુશીનો કોઈ પાર નહોતો. બેગમ સાહેબાએ ભારતમાં બની રહેલા ન્યૂક્લીઅર બૉમ્બની માહિતી અને પ્રૂફ આપીને માલામાલ કરી દીધો હતો. એ ખાં સાહેબને પોતાના મનપસંદ ગીતો વગાડવાની ફરમાઈશ કરતો રહ્યો અને દારૂ ઢીંચતો રહ્યો. બીજી બાજુ ખાં સાહેબે દારૂ ઓછો અને ગીતો વધુ વગાડવાનું શરૂ કર્યું. બેગમ પણ નશામાં ઝૂમી રહ્યાં હતાં. પાર્ટીમાં માયા અને ખાં સાહેબ - આ બે જ જણ એવાં હતાં, જે અસમંજસમાં હતાં. માયા ખાં સાહેબને પૂછવા પ્રયાસ કરતી રહી. ખાં સાહેબે જવાબ આપવાને બદલે ગીત વગાડ્યું.

'આજ કી રાત મેરે દિલ કી સલામી લે લે,
કલ તેરી બઝ્મ સે દિવાના ચલા જાયેગા...'

'આ શું ચાલી રહ્યું છે.' એણે રાહુલને પૂછ્યું, પણ રાહુલ ચૂપ રહ્યો ને બેગમ સાહેબાના આદેશ મુજબ ઝડપથી કોઈ વાનગી બનાવવામાં પડી ગયો.

'રાહુલ, તું આજની પાર્ટી, તેના અસલી માહોલ, બેગમના મૂડ, ખાં સાહેબના મિજાજ વિશે ઘણુંબધું જાણે છે. જો આ ગીતના શબ્દો સાંભળ. પ્લીઝ, મને કહે... શું થવા જઈ રહ્યું છે?' માયાને ચેન પડતું નથી.

કૅપ્ટન બાથરૂમ જવા ગયો કે તરત જ માયાએ બેગમ સાહેબાને પૂછવાની

તક ઝડપી લીધી.

'બેગમ સાહેબા, તમે કેપ્ટનની સાથે બેડરૂમમાં... શા માટે ગયાં હતાં?' માયા ટુકડે ટુકડે બોલી.

'મારી અસલિયત, મારું અસલી રૂપ બતાવવા.' બેગમ બોલ્યાં.

'શું છે તમારી અસલિયત? શું છે તમારું અસલી રૂપ બેગમ સાહેબા?' માયાએ પૂછ્યું.

'ઝીણા ખાનદાનની અસલિયત, એનું લોહી, એનું ખરું રૂપ.' બેગમે કહ્યું.

'ઓહ, ડબલ એજન્ટ...' માયાના મોઢામાંથી શબ્દો નીકળ્યા અને કેપ્ટન હાથમાં રિવૉલ્વર સાથે રૂમમાં દાખલ થયો.

'કૌન હૈ યહાં ડબલ એજન્ટ... બતાઓ મુઝે... બતાઓ.' કેપ્ટનને ડબલ ખુશીનો નશો વધુ પડતો થઈ ગયો હતો. એના પગ લથડિયાં ખાતા હતા.

માયાને થયું કે એ કહી દે કે, બેગમ ડબલ એજન્ટ છે. બેગમનો ભાંડો ફોડી નાખવો જોઈએ. એ બેગમની સામે ડોળા ફાડીને જોતી રહી. આ રૂમમાં કાંઈ પણ થશે તો પોતાની સાથે રાહુલ છે જ. માયા વિચારીને કિચનમાં ગઈ.

'કેપ્ટન સા'બ, ગન અંદર રખ દિજિયે. ગન કી આવાઝ તો બહુત દૂર કી બાત હૈ... હમારે ખાનદાન મેં ઊંચી આવાઝ મેં બાત તક નહીં હોતી.' બેગમે આદેશ આપતાં હોય એમ કહ્યું. કેપ્ટન આંખો પહોળી કરીને બેગમને જોવા લાગ્યો. બેગમ થોડાં ઝાંખા દેખાવા લાગ્યાં. એ સોફા પર ફસડાઈ પડ્યો.

'રાહુલ, મને લાગે છે કે બેગમ ડબલ એજન્ટ છે.' માયા ધીમા અવાજે બોલી.

'વૉટ?' રાહુલ બોલ્યો.

'હા, થોડીવાર પહેલાં બંને ક્યાંય સુધી બેડરૂમમાં હતાં. મેં એમને પૂછ્યું તો એણે કહ્યું કે, હું એને મારી અસલિયત, ઝીણા ખાનદાનનું લોહી, મારું રૂપ બતાવવા ગઈ હતી.'

રાહુલે છરો ઉપાડ્યો. હમણાં જ ખેલ ખતમ કરી નાખું. રાહુલ ઊભો થયો.

'નહીં રાહુલ, એ કામ તું મારા પર છોડી દે. તું કેપ્ટનને લઈને નીકળી જા.' માયા બોલી. બંને બહાર આવ્યાં ત્યારે બેગમ કેપ્ટનને ગ્લાસ આપી રહ્યાં હતાં.

'બેગમ સાહેબા, અબ ઓર નહીં, મૈં ઉનકો ઘર લે જાઉંગા.' રાહુલ અને માયા કેપ્ટનને સોફા પરથી ઊભા કરવા ગયા ત્યારે માયાનો હાથ શર્ટની અંદરના કવરને અડી ગયો. માયાને શંકા ગઈ એટલે એણે ફરી એ જ રીતે કેપ્ટનને ઊંચા કરવાને બહાને શર્ટની અંદર અડી જોયું. પછી એણે બેગમની સામે કાતિલ નજર નાખી.

'ગાડી તુમ ચલા લેના... કેપ્ટન કો સંભાલ કે લે જાના.' બેગમે કહ્યું.

✣

આખે રસ્તે કેપ્ટન ગાતો રહ્યોઃ

'આજ કી રાત મેરે દિલ કી સલામી લે લે,
કલ તેરી બઝ્મ સે દિવાના ચલા જાયેગા...'

રાહુલે કેપ્ટનને જીપમાંથી ઉતાર્યા ત્યારે એણે ગુસ્સો કરતાં કહ્યુંઃ 'અબે... મુઝે ચડી નહીં હૈ.'

રાહુલને થયું કે આ માણસ નાટક તો નહીં કરતો હોયને... પણ ના... કેપ્ટનને ચડી ગઈ હતી. એ હોશમાં નહોતો. એટલું તો રાહુલને સમજાતું હતું. કેપ્ટન અંદર એના રૂમમાં ગયો. એને બ્લુપ્રિન્ટ કબાટમાં મૂકવાની ઉતાવળ હતી. કબાટ ખુલ્લો હતો. ખાનાં ખુલ્લાં હતાં, અંદરથી નકશો ગાયબ હતો. એણે આસપાસ નજર કરી. બધું વેરવિખેર પડ્યું હતું.

એણે ત્રાડ પાડીઃ 'રહેમત મિયાં...' રાહુલ દોડતો એના રૂમમાં પહોંચ્યો.

રાહુલના ચહેરા પર કબીરે કામ પાર પાડ્યું હોવાનો સંતોષ હતો, પણ એણે કાગારોળ મચાવવાની હતી. ઘરમાં ચોર ઘૂસી ગયો હોવાની રોકકળ કરવાની હતી. અભિનય કરવાનો હતો. એણે અવૉર્ડ વિનિંગ એક્ટિંગ કરી. અંતે એટલું જ પૂછ્યું કે, 'જનાબ, અલ્મારી મેં સે ક્યા ક્યા ગયા?' કેપ્ટનનો નશો ઊતરી ગયો હતો. એક બ્લુપ્રિન્ટ આવી તો એની સામે એક ગઈ હતી અને આ વાત એ રાહુલને કહી શકે એમ નહોતો. એણે ફક્ત સિક્યોરિટી કો બુલાઓ... એવો બરાડો પાડ્યો.

✣

કેપ્ટનના ગયા પછી બેગમના ઘરમાં સન્નાટો છવાઈ ગયો હતો. પાર્ટીના ખુશનુમા માહોલ વિના મોડી રાત સુધી પાર્ટી ચાલી એનો બોજ સૌના મન પર હતો જ... માયા અને ખાં સાહેબના મન પર વિશેષ હતો. માયા એમની સાથે ખુલ્લા મને વાત કરવા માગતી હતી. એણે ખાં સાહેબની ગમગીની અને માયૂસી જોઈ હતી. એમની નજરની સામે કેપ્ટનને લઈને અંદર બેડરૂમમાં જવું જેનું દુઃખ માયા કરતાં ખાં સાહેબને વધુ હતું એનો અહેસાસ માયાને સતાવી રહ્યો હતો. બેગમ બદલાઈ ગયાં, વેચાઈ ગયાં. ડબલ ગેમ કરતાં રહ્યાં. બંને બાજુ ચેસ રમતાં રહ્યાં. બેગમે કેપ્ટનને શેનું કવર આપ્યું, જે એણે શર્ટમાં છુપાવી રાખ્યું

હતું. એણે મિશન શાદીની વાત કૅપ્ટનને કરી હશે તો... માયાને ઊંઘ આવે એમ નહોતી. ખાં સાહેબની સામે આ વાતનો ખુલાસો કરવો જ પડશે અને પછી આ પાર કાં પેલે પાર. માયાએ ટેબલ પરના ગ્લાસ ઉપાડતાં વિચારી લીધું.

'બેગમ સાહેબા, આપણી વાત અધૂરી રહી ગઈ.' એણે વાત છેડી.

'બહુ મોડું થઈ ગયું છે. સૂઈ જા, કાલ સવારે વાત કરીશું.' બેગમે કહ્યું.

'વાત નહીં કરીએ તો બહુ મોડું થઈ જશે, બેગમ સાહેબા.' માયા બોલી.

ખાં સાહેબ માયાને ચૂપ રહેવાનો ઇશારો કરીને એવું કહેવા માગતા હતા કે બેગમને છેડીને કોઈ ફાયદો નથી, પણ માયા બેગમની આંખમાં આંખ નાખીને વાત કરી રહી હતી.

'તમારે માયાને જે કહેવું હોય તે મારી સામે જ કહી દો.' ખાં સાહેબનો ઇશારો જોઈ ગયેલાં બેગમ બોલ્યાં.

'માયા, અત્યારે વાત કરવાનો કોઈ અર્થ નથી. તું સૂઈ જા.'

માયા ખાં સાહેબની બેબસીને જોઈને એના રૂમમાં સૂવા જતી રહી. ઊંઘ આવવાની ન હતી. એ છતને તાકતી પડી રહી. ખાં સાહેબ ખુદ બેગમનું અસલી રૂપ જોઈને આઘાતમાં લાગે છે. ખાં સાહેબને છેતરાઈ ગયાનો અફસોસ થતો હશે. બેગમની ભારત પ્રત્યેની હમદર્દી માત્ર દેખાડો હતો. બેગમ ઝીણા ખાનદાનના પણ હોય એવું લાગતું નથી. રાહુલને બેગમની અસલિયત કહી દીધી. હવે રાહુલ કબીર અને મહેશને કહેશે ત્યાં સુધી રાહ જોઈશ તો કૅપ્ટન એક પછી એક બધાને ખતમ કરી નાખશે. એ પહેલાં મારે બેગમને પતાવી દેવાં પડે, પણ આ આખાય મામલાની જાણ ચીફ ગોપીનાથ રાવને કરવી પડે. બેગમ નશામાં છે. ભરઊંઘમાં હશે. ચીફને જાણ કરવાનો આ જ મોકો છે. એણે ચીફને મોર્સકોડ મશીન પર વિગતવાર મૅસેજ કર્યો. જવાબની આશા સાથે બેસી રહી. થોડીવાર પછી ચીફનો મૅસેજ ઊતર્યોઃ 'કોઈ ઉતાવળિયું પગલું ભરતી નહીં.'

❖

કૅપ્ટને આખું મિલિટરી મથક માથે લીધું. મારા ઘરમાં હાથ નાખવાની હિંમત કોણે કરી એ શોધી કાઢવાની મથામણ કરતો રહ્યો. અન્સારીના લાપતા થવાનું ટેન્શન, ડૉ. ઝકરિયાનું મર્ડર અને ઉપરથી બ્લુપ્રિન્ટ ચોરાઈ જવી. આ બધી ભાંજગડમાં પોતાને બેગમ તરફથી હાથ લાગેલી ખજાના જેવી બ્લુપ્રિન્ટનો વિચાર દુષ્કર બની ગયો. વજીર-એ-આઝમને મળીને આ ખજાનાની વાત કરવાનો વિચાર પણ કરી શકે એમ નહોતો, કારણ કે બ્લુપ્રિન્ટ ગુમાવી દેવાનો ગુનો સૌથી મોટો હતો અને એની સજા પણ આકરી હતી. એની કૅપ્ટનને ખબર હતી. એણે

સિક્યોરિટીને બોલાવી, પણ એ બિચારા કાળું મોઢું લઈને એની સામે ઊભા રહ્યા. કેપ્ટન એમની સામે શું ચોરાઈ ગયું છે એની ચોખવટ કરી શકે એમ નહોતો અને રાહુલ મનમાં મરકમરક હસતો રહ્યો.

✣

કેપ્ટનનું મન ક્યાંય લાગતું નથી. બીજે દિવસે એણે ડૉ. યુસુફને વાત કરીને મન હળવું કર્યું. ડૉ. યુસુફે એટલું જ કહ્યું કે, આ કામ આપણા મુલ્કમાં ઘૂસેલા હિન્દુસ્તાની સિવાય કોઈનું નથી. અન્સારીના લાપતા થવા પાછળ પણ એ લોકો જ હોવા જોઈએ. હકીકતમાં ડૉ. ઝકરિયા અને એની વાઇફના મર્ડર પછી મને પણ ડર લાગી રહ્યો છે. કેપ્ટનને ગળે વાત ઊતરી, પણ ઉપાય સૂઝ્યો નહીં. કેપ્ટને એને દિલસોજી આપતાં કહ્યું પણ ખરું કે, આપણે અહીં આ મથકમાં સલામત છીએ. ત્યારે ડૉ. યુસુફે એટલું જ કહ્યું કે, મને નથી લાગતું. કેપ્ટને ડૉ. યુસુફને જમવાનું આમંત્રણ આપ્યું, પણ એનું મન નહોતું. કેપ્ટન ઘરે આવ્યો. સામાન્ય રીતે એ રોજ શું બનાવ્યું છે એવું પૂછે, પણ એણે પૂછ્યું નહીં. ડાઇનિંગ ટેબલ પર બેઠો. રાહુલે લખનવી સ્ટાઇલનું ચીકન બનાવ્યું હતું એ પીરસી દીધું. જમીને તરત જ કેપ્ટન સૂવા જતો રહ્યો. રાહુલે એના રૂમનો દરવાજો બંધ કરી દીધો. થોડીવાર પછી એણે રૂમનો દરવાજો ખોલ્યો. કેપ્ટનનું આખું શરીર લીલું પડી ગયું હતું. રાહુલે લખનવી સ્ટાઇલના ચીકનમાં ભેળવેલું ઝેર એનું કામ કરી ચૂક્યું હતું.

✣

સવાર પડે એની રાહ જોઈ રહેલા રાહુલે હાથમાં કાંદા-બટેટા લેવાની થેલી લીધી અને કબીલાની વાટ પકડી. મેઇન ગેટ પર ઊભેલા સિપાહીએ પૂછ્યું: 'આજ કપ્તાન સા'બ મૉર્નિંગ વૉક કરને કે લિયે નહીં ઊઠે?'

'સો રહે હૈં.' રાહુલે ઉતાવળે જવાબ આપ્યો. એણે ચાલને ઝડપી કરી. કેપ્ટનના મોતની ખબર પડે એ પહેલાં કોઈ પણ હિસાબે કબીલા પર પહોંચવું જરૂરી હતું. પ્લાન મુજબ એણે લખનવી ચીકનમાં ઝેર ભેળવી દીધું હતું. એને આગલી રાતે બેગમના ઘરમાં બનેલી ઘટનાની પણ ચિંતા હતી. બેગમની અસલિયત જાણી ગયેલી માયા સાથે એ શું કરશે એની ચિંતા હતી. કબીલાના તંબૂમાં કબીર અને મહેશ રાહુલની રાહ જોતા બેઠા હતા. કબીરે રાહુલ અને મહેશને કપડાની નાની બેગ આપતાં કહ્યું કે, 'આમાં એપ્રન અને કાગળમાં વીંટાળેલા વાળ છે, જે ચીફને આપવાના છે. મેં મહેશને બધું સમજાવી દીધું

છે. તમારી પાસે ટાઇમ નથી. કેપ્ટનના મોતની વાત જાહેર થાય તે પહેલાં તમે પાકિસ્તાનની સરહદ પાર કરીને ભારત જતા રહો.' રાહુલ અબુધ બાળકની જેમ જોતો રહ્યો.

'નહીં, હું તને અને માયાને મૂકીને નહીં જાઉં.' રાહુલ બોલ્યો.

'પાગલ ન બન રાહુલ... અત્યારે લાગણીશીલ બનવાનું પોસાય એમ નથી.'

'બેગમ દગાબાજ નીકળી છે. માયાનો જીવ જોખમમાં છે.' રાહુલે કહ્યું.

'બેગમ સાહેબા ડબલ એજન્ટ નથી. એણે કેપ્ટનને ખોટી બ્લુપ્રિન્ટ આપીને ભરમાવ્યો છે.' રાહુલ સાંભળીને દંગ રહી ગયો.

'તો આપણે માયાને રોકવી પડશે. ક્યાંક એ બેગમને...' રાહુલ બોલ્યો.

'ના, માયા એવું કાંઈ નહીં કરે. ચીફે એને આવું કોઈ પણ પગલું ભરતાં રોકી છે.'

બહાર બાઇકનો અવાજ સાંભળીને કબીરે કહ્યું, 'બાઇક પરનો માણસ તમને સરહદ સુધી પહોંચાડી દેશે.' મહેશ અને રાહુલ કમને સરહદ પાર કરવા નીકળ્યા, પણ એ પહેલાં મન ભરીને ભેટ્યા.

47

મહેશ અને રાહુલ કબીલાના માણસની બાઇક પર ત્રણ સવારીમાં બેઠા. મહેશે બાઇક ચલાવનારાનું મોં જોયું. એને કાસીમભાઈના ઘરનો કિસ્સો યાદ આવ્યો. કોઈનો ભરોસો કરવો નહીં. આ માણસ પણ મિલિટરી પોલીસ કે પીઆઇબીનો ન હોય એની ખાતરી શું?

મહેશે પેલા માણસની સામે જોયું કે તરત જ માણસ બોલ્યો: 'જનાબ, ભરોસા રખિયે. કાસીમભાઈ કે ઘર પે જો હુઆ વો હમેં પતા હૈ.' કાસીમભાઈના ઘરની ઘટનાથી અજાણ રાહુલ વચ્ચે બેઠો અને મહેશ છેલ્લે. મહેશે કબીલા પર આખરી નજર કરી. વહેલી સવારે બાઇકના ધુમાડાના ગોટામાંથી દૂર ઊભેલા કબીરની આકૃતિ ઝાંખી થતી ગઈ.

✣

થોડા કલાક બાદ પેલા માણસે બાઇક સાઇડમાં ઊભી રાખી. બાઇક ઊભી રાખવાનું કારણ ન સમજનારા મહેશ અને રાહુલ ઊતર્યા. પેલા માણસે સામે

ઊભેલી એક જૂની કાર બતાવીને ત્યાં જવાનું કહ્યું. ડ્રાઇવિંગ સીટ પર બેઠેલો માણસ જોઈ રહ્યો હતો.

'યહ આદમી આપકો લે જાયેગા. મેરી ડ્યૂટી ખતમ. આપ કોડવર્ડ કહેના.' કહીને પેલા માણસે કીક મારી. મહેશ અને રાહુલ ધીમે ધીમે આગળ વધ્યા. કાર પાસે પહોંચીને મહેશે કહ્યું: 'મિશન શાદી.'

ડ્રાઇવરે ઝડપથી અંદર બેસી જવા ઇશારો કર્યો. કાર સ્ટાર્ટ થઈ કે તરત પેલો માણસે કહ્યું, 'સરહદ કે નજદીક વાલે ગાંવ મેં આપકો મેરે ઘર પર રુકના હૈ... ઔર રાત બારા બજે ઉસ પાર કે લિયે નિકલના હૈ.'

મહેશ અને રાહુલે જવાબ આપ્યા વિના એકબીજાની સામે જોયું. કારની ગતિ તેજ થઈ.

✣

મહેશ અને રાહુલ પેલા માણસના એક નાનકડા રૂમમાં ખાટલા પર રાત પડવાની રાહ જોતા બેઠા હતા. રાહુલે એકદમ ધીમા અવાજે કહ્યું: 'કેપ્ટનની હત્યાની વાત જાહેર થશે કે તરત જ સરહદ સીલ થઈ જશે. આપણે સરહદ પાર કઈ રીતે કરશું?

અન્સારીની શોધ ચાલી રહી છે ને ડૉ. ઝકરિયા અને એની પત્નીના મર્ડરની ચકચાર હજી શમી નથી ત્યારે શું સરહદે જાપ્તો કડક નહીં કરી દીધો હોય?'

'આપણે આવ્યા તે પહેલાં આવું કશું નહોતું વિચારેલું, તો અત્યારે શા માટે વિચારવું?' મહેશે કહ્યું.

'મહેશ, હું આપણી ચિંતા નથી કરતો. ચીફને સુપરત કરવાની આ ત્રણ વસ્તુઓ માટે કહું છું.'

'કોઈ પણ ભોગે ચીફના હાથમાં આ વસ્તુ પહોંચશે. મને આ વસ્તુઓની નહીં, પણ કબીર અને માયાની ચિંતા થાય છે. કબીર શું કરવા માગે છે એની એણે મન ખોલીને વાત કરી નથી.'

'આપણને ભારત પાછા મોકલી દેવા પાછળનું કારણ શું હશે?' રાહુલે પૂછ્યું.

'આનો જવાબ ચીફ જ આપી શકશે.' મહેશે કહ્યું.

માણસ રાહ જોતો હોય ત્યારે સમય ઝડપથી પસાર થતો નથી. મહેશ અને રાહુલ રાત પડવાની ઉતાવળ, મનમાં ફફડાટ અને આશંકા સાથે મોટાભાગે ખાટલા પર જ બેસી રહ્યા. મહેશ માયાના વિચારમાં ખોવાઈ ગયો.

માયાને હવે ક્યારે મળાશે. એણે અચાનક રાહુલને કહ્યું: 'હું અહીં જ રોકાઈ જાઉં છું. તું નીકળી જા.' રાહુલ વાત સાંભળીને ડઘાઈ ગયો.

'મહેશ, તું આ શું બોલે છે?'

'રાહુલ, હું અને માયા પ્રેમમાં છીએ. માયા વિના...'

'પણ... તું તો આંચલને પ્રેમ કરે છે ને?'

'આંચલ મારો ભૂતકાળ હતો, માયા વર્તમાન છે.' મહેશે કહ્યું.

'તને તારા ભવિષ્યકાળની જાણ છે? હકીકતમાં આપણને કોઈને નથી.' રાહુલે કહ્યું.

'હા, શહીદી આપણું ભવિષ્ય છે. હું અને માયા બંને સાથે શહીદ થઈ જઈશું.'

'મિશન પર નીકળનારાની શહીદી અલગ અલગ હોય. આમ, હાથમાં હાથ પરોવીને દેશ માટે બલિદાન ન અપાય. ચીફને ખબર છે આની?' રાહુલ ચિડાયો.

'ના, પણ કબીરને છે.' મહેશે કહ્યું.

'મિશનમાં ચીફની ઇચ્છાની વિરુદ્ધનું પગલું કેટલું ભારે પડી શકે તેની તને ખબર છેને?'

'હા,' મહેશે કહ્યું.

'શક્ય છે કે ચીફે આપણને બેઉને પહેલાં ભારત બોલાવી લીધા હોય અને થોડા સમય પછી... માયા અને કબીર આવી જવાના હોય.' રાહુલે સલૂકાઈથી કહ્યું.

'પણ એક વાત નક્કી છે કે માયાને કાંઈ પણ થયું તો હું ફરીથી પાકિસ્તાનમાં ઘૂસીશ.'

❖

માયા રાતે ચીફે મોકલેલા મૅસેજના વિચાર સાથે જાગી ગઈ. એની આંખોમાં નશા કરતા ચિંતાની ઘેરી લાલાશ વધુ હતી. શા માટે ચીફે કહ્યું કે, કોઈ ઉતાવળિયું પગલું ભરતી નહીં. માત્ર આ એક જ વિચાર મોડી રાત સુધી એના મનમાં ઘોળાતો રહ્યો. એ સફાળી જાગી ત્યારે એના કાને ગીત પડ્યું:

હમ તેરે બીના જી ના સકેંગે સનમ...
દિલ કી યહ આવાઝ સૂન, દિલ કી યહ આવાઝ સૂન...
હમ તેરે બીના જી ના સકેંગે સનમ...

એને થયું કે ખાં સાહેબ જાગી ગયા લાગે છે અને એમણે પોતાના દિલની હાલત વર્ણવતું ગીત વગાડ્યું લાગે છે. એ ખાં સાહેબની સાથે પાછલી રાતની વ્યથાની ચર્ચા કરવાના આશયથી બહાર આવી. જોયું તો બેગમ સાહેબા ખુદ ખૂબ જ ધ્યાનથી ગીત માણી રહ્યાં હતાં. માયાને જોઈને મરકતા ચહેરા સાથે ખાં સાહેબ બોલી ઊઠ્યા.

'સાંભળ, બેગમ સાહેબાના દિલની વાત. હમ તેરે બીના જી ના સકેંગેં સનમ...'

ખાં સાહેબની વાતે બેગમના ચહેરા પર પણ સ્મિત લાવી દીધું, પણ માયા મૂંઝાઈ ગઈ કે રાતે બેગમના વર્તનથી મૂરઝાઈ ગયેલા ખાં સાહેબ સવારે આટલા ખુશખુશાલ કેમ છે. બેગમ સાહેબાએ રેકર્ડ ઉતારી લીધી. પછી માયા પાસે જઈને બોલ્યાં.

'કેટલીક વાતો સમય પહેલાં કરવાની ન હોય. માયા, મારા પરનો તારો ગુસ્સો મને ગમ્યો. મેં કૅપ્ટનને ભારત સરકાર ન્યૂક્લીઅર બૉમ્બ બનાવે છે એવી ખોટી માહિતી આપીને બનાવટી બ્લુપ્રિન્ટ આપી દીધી હતી.'

ઓહ, ચીફે મને ઉતાવળિયું પગલું ભરતાં રોકવાનું કારણ હવે સમજાયું. બેગમ સાહેબાનું મર્ડર કરી નાખ્યું હોત તો કેટલો મોટો અનર્થ સર્જાયો હોત. માયાએ વિચાર્યું.

'પણ જ્યારે કૅપ્ટનને જાણ થશે કે એ બ્લુપ્રિન્ટ બોગસ છે ત્યારે?'

'આ જાણવા માટે એણે જીવતા રહેવું પડેને?' બેગમ સાહેબાએ વચ્ચે જ કહ્યું.

'શું તમે કૅપ્ટનના શરાબમાં ઝેર નાખી દીધું હતું?' માયાએ સવાલ કર્યો.

'ના રે... રાહુલે એ કામ પૂરું કર્યું.'

'કબીર કબાટમાંથી બ્લુપ્રિન્ટ ચોરી લેવાનો હતો એ વાત કિચનમાં કહી હતી, પણ કૅપ્ટનને ઝેર આપવાની વાત કરી નહોતી.' માયા બોલી.

'કેટલીક વાત સમય પહેલાં કરવાની ન હોય.' આ વખતે ખાં સાહેબ બોલ્યા.

'રાહુલ હવે ક્યાં ગયો હશે અને મહેશ ક્યાં છે?' માયાએ પૂછ્યું.

'હું ક્યારેય જરૂરિયાતથી વધુ જાણવા માગતી નથી અને જાણવું પણ શા માટે. સમય આવ્યે એની પણ ખબર પડી જતી હોય છે.' બેગમ સાહેબાએ કહ્યું.

'ડૉ. ઝકરિયા, અન્સારી અને હવે કૅપ્ટન... બેગમ સાહેબા, ત્રણ મોટાં માથાં હણી નાખ્યાં.' માયા બોલી.

'પાકિસ્તાની સરકાર હચમચી ગઈ છે, એનું જાસૂસીતંત્ર ખળભળી ગયું છે. ખરી મજા તો કૅપ્ટનના મોતની વાત બહાર આવશે ત્યારે પડશે. વજીર-એ-આઝમની ઊંઘ હરામ થઈ જશે.' બેગમે કહ્યું.

'હજી સુધી કૅપ્ટનના મર્ડરની વાત જાહેર થઈ નથી?' માયાએ પૂછ્યું.

'ના, પણ જેટલી મોડી જાહેર થાય એટલું સારું છે.' બેગમ સાહેબાએ કહ્યું.

✣

તબરોઝામાં હજામની દુકાનમાં થયેલી કતલના મામલામાં મિલિટરી પોલીસ ચીફ હારુન અહમદ ખુદ તબરોઝા પહોંચી ગયો હતો. એણે પોતે હજામની

પૂછપરછ કરીને કબીરના હુલિયાની જાણકારી મેળવી હતી. અન્સારીના ગુમ થવાનો કોઈ છેડો તબરોઝામાં હોવાની એને પાકી શંકા હતી એટલે એ સાદા ડ્રેસમાં, પોતાના કોઈ વિશ્વાસુને સાથે રાખ્યા વિના તબરોઝા ગામે ગયો હતો. દુકાનના એક ખૂણામાં એકઠો કરાયેલો વાળનો કચરો એમનો એમ જ પડ્યો હતો. એણે કચરામાંથી એક ચબરખી ઉઠાવીને ખોલી. અંદર એક ફોન નંબર લખેલો હતો. હારુન અહમદ એ ચબરખી લઈને નીકળી ગયો. હજામની દુકાનમાં પાકીટ કાઢવાનો ઢોંગ કરતી વખતે કબીરના ખિસ્સામાંથી ચબરખી પડી ગઈ હતી.

મિલિટરી પોલીસની ઑફિસે પહોંચીને એણે એ નંબર પર કોલ કર્યો. ઘંટડી બત્રાના ઘરના બેડરૂમમાં વાગી.

✣

નિયમિત રીતે પોતાના ક્વાર્ટરમાં રાતે બેસવા આવતા કૅપ્ટન આવ્યા નહીં એટલે ડૉ. યુસુફ અલી તપાસ કરવા કૅપ્ટનના ઘરે ગયા. તાળું નહોતું. દરવાજો અટકાવેલો હતો. એણે દરવાજો ખખડાવ્યો. કોઈ જવાબ ન મળ્યો. બે-ત્રણવાર ખખડાવ્યા છતાં કોઈ જવાબ ન મળતાં ડૉ. યુસુફ અલીને શંકા ગઈ. એણે દરવાજાને ધક્કો મારીને ખોલ્યો.

'રહેમત મિયાં, કોઈ હૈ ઘર મેં?' એણે બૂમ મારી. 'કૅપ્ટન સા'બ, સો ગયે હો ક્યા?' એ બેડરૂમમાં ગયા. લીલા કાચ જેવા થઈ ગયેલા કૅપ્ટનની લાશ જોઈને એણે સિક્યોરિટી ગાર્ડને બોલાવવા દોટ મૂકી.

✣

થોડીવારમાં જ વજીર-એ-આઝમ, પાકિસ્તાનના લશ્કરી વડા મોહમ્મદ અયુબ, મિલિટરી પોલીસ ચીફ હારુન અહમદ સહિતના પાકિસ્તાનના રખેવાળોના ફોનની ઘંટડી રણકવા લાગી. કેટલાક ચુનંદા જાસૂસોની ગાડીઓ તબરોઝાના મિલિટરી મથક તરફ દોડવા લાગી. મિલિટરી પોલીસે મથકને ઘેરી લીધું. રોજિંદા સિક્યોરિટી ગાર્ડ્સની જગ્યાએ મિલિટરીના ખાસ-ચુનંદા સિપાહીઓ ગોઠવાઈ ગયા.

✣

બીજી બાજુ મહેશે હજામની દુકાનમાંથી મેળવાયેલા વાળને ગુંદરથી પોતાના વાળમાં ચોંટાડી દીધા. રાહુલે શર્ટની અંદર બ્લુપ્રિન્ટ સરકાવીને ઉપર એપ્રન પહેરી લીધું. એક થેલામાં થોડાં કપડા લઈને પાકિસ્તાનની ચોકી તરફ રવાના થયા.

48

બત્રાના બેડરૂમના કબાટમાંથી ઝીણો અવાજ આવી રહ્યો હતો. બત્રા એ ગુપ્ત ફોનનો ભાગ્યે જ ઉપયોગ કરતો હતો. બત્રા એ વખતે ઘરમાં નહોતો. મિલિટરી પોલીસના ચીફ હારુન અહમદે ફરી એકવાર રિંગ વગાડી, પણ કોઈ જવાબ ન મળ્યો. એણે પોતાના એક ખાસ માણસને બોલાવીને નંબર કોના નામે રજિસ્ટર છે એની તપાસ કરીને ઝડપથી જણાવવા કહ્યું.

થોડી જ વારમાં એ નંબર બત્રાના ઘરનો હોવાની ખબર પડી. એ સાથે હારુન અહમદ ઊભો થઈ ગયો. પોતાના બે માણસોને લઈને બત્રાના ઘરે જવા નીકળ્યો. બત્રાના ઘરની બહાર પોતે કારમાં બેઠો રહ્યો. એના બે માણસોએ બત્રાના ઘરની બેલ વગાડી. બત્રાની નોકરાણી ઝહીરાએ દરવાજો ખોલ્યો કે તરત જ એનું મોં બધ કરીને, ઊંચકીને લઈ જઈને કારમાં ધકેલી દીધી. પૂરપાટ દોડતી કાર હારુનની ઑફિસે પહોંચી. ત્યાં હાજર બે મહિલાઓએ ઝહીરાનો કબજો લઈ લીધો અને એક કોટડીમાં પૂરી દીધી. થોડી જ વારમાં હારુન ઝહીરાનું મોં ખોલાવવા કોટડીમાં દાખલ થયો.

'તુમ્હે જિંદગીભર જેલ મેં તડપ કર મરના હૈ યા ફિર સચ બતાના હૈ... તય કર લો. તુમ્હારે પાસ દો મિનિટ હૈ.' હારુનનો કડક અવાજ કોટડીમાં ફરી વળ્યો.

બત્રાની વફાદાર અને રાઝદાર ઝહીરાને અગાઉ પણ આ રીતે ઊંચકી લેવાઈ હતી, પણ એમાંથી એ હેમખેમ બહાર આવી ગઈ હતી. આ વખતનો મામલો એને વધુ ગંભીર લાગ્યો. સામેનો માણસ વધુ ખતરનાક લાગ્યો, પણ એણે હારુનની વાતને મચક આપી નહીં.

'સાબ આપ ક્યા બાત કર રહે હો હમેં પતા નહીં.' ઝહીરાએ કહ્યું.

'બત્રા અસલ મેં કૌન હૈ... યહ બતાઓ.'

'હમે કુછ માલૂમ નહીં હૈ સા'બ, હમ તો નૌકર હૈ...' ઝહીરાએ હજી વાક્ય પૂરું કર્યું નહીં ત્યા પાછળ ઊભેલી બાઈએ એના વાળ પકડીને પછાડી. બીજી બાઈએ એને લાતો મારી... ઝહીરા કણસતી રહી... કહેતી રહી કે, 'મુઝે કુછ માલૂમ નહીં હૈ...'

અચાનક કોટડીનો દરવાજો ખૂલ્યો ને એક માણસને કોઈએ અંદરની સાઇડ ધકેલ્યો. અંદર આવેલા માણસે ઝહીરાને જોઈ... ઝહીરાએ એને જોયો.

'યહ તુમ્હારા શૌહર હૈના? તુમ્હારે સામને ઉસે મારેંગે... તુમ ઉસે મરતે હુએ દેખોગી...' હારુન બોલ્યો ને બે જણાએ એને પીટવાનું શરૂ કર્યું. કોટડીમાં ઝહીરાની કાકલૂદી... એના શૌહરની ચીસો પડઘાતી રહી... છોડ દો... ઉસે

છોડ દો, મૈં સબ બતાતી હૂં...' ઝહીરા આખરે તૂટી, ભાંગી પડી.

હારુને બધાને વિખેરાઈ જવા કહ્યું ને પોતે એક ખુરસી ખેંચીને બેઠો. ઝહીરાએ મોં ખોલ્યું... ખોલવું પડ્યું.

✣

બત્રા એ સાંજે એના નિયમિત સમયે ઑફિસેથી ઘરે પહોંચી રહ્યો હતો. એક વળાંક પર એની કારને એક ટ્રકે ટક્કર મારી. લગભગ અડધો કિલો મીટર સુધી ઘસડી પછી ટ્રક ડ્રાઇવર લોકલ પોલીસ સ્ટેશનમાં જઈને શરણે થઈ ગયો. એની સામે અકસ્માતનો કેસ દાખલ થયો, પણ બત્રાને હૉસ્પિટલમાં દાખલ કરાય તે પહેલાં જ એનું મોત થયું. ઇસ્લામાબાદમાં ઇન્ડિયન એમ્બેસીના કલ્ચરલ વિભાગના વડા વિજય બત્રાના મર્ડરને અકસ્માતમાં ખપાવી દેવામાં આવ્યું. પાકિસ્તાનના અખબારોએ અહેવાલો છાપીને મર્ડર પર અકસ્માતની મહોર મારી દીધી.

ભારત સરકારને જાણ કરીને એના મૃતદેહને માનસન્માન સાથે ભારત મોકલી દેવામાં આવ્યો. એક તરફ પાકિસ્તાની સરકારે બત્રાને વિધિવત્ ભારત મોકલવાની તજવીજ કરી ને બીજી બાજુ હારુન અહમદના માણસોએ બત્રાના બંગલાની પાછળના ભાગમાં ખોદવાનું શરૂ કર્યું ને અલ્તાફ બખ્તિયાર અને પાકિસ્તાન ગુપ્તચરના વડા હબીબ અન્સારીની લાશો કબજે કરી. આ આખી કાર્યવાહી હારુન અહમદે પાકિસ્તાનના લશ્કરી વડા મોહમ્મદ અયુબની હાજરીમાં કરી એટલું જ નહીં, કેટલાક પત્રકારોને પણ ત્યાં હાજર રાખ્યા. બીજે દિવસે વિજય બત્રા અન્ડરકવર હોવાના અહેવાલો પ્રગટ થયા. ભારત સરકારને બદનામ કરવા, આંતરરાષ્ટ્રીય સ્તરે મુદ્દો ઉઠાવવાનું પાક સરકારનું આ એક કાવતરું હતું. જોકે બત્રાના અકસ્માતને એના બંગલામાંથી મળી આવેલી લાશો સાથે સીધો સંબંધ હતો એ વાત ગોપીનાથ રાવ અને રામ મોહન સમજી ગયા હતા. વિજય બત્રાની અન્ડરકવર તરીકેની સંડોવણી વિશે જાણીને ભારતના વડા પ્રધાન ઊકળી ઊઠ્યા હતા અને એનો સીધો ગુસ્સો ગોપીનાથ રાવ પર કાઢ્યો. અલબત્ત, ગોપીનાથ રાવને વડા પ્રધાનના ગુસ્સાથી વધુ ચિંતા વિજય બત્રાને ગુમાવવાની હતી. રાવ વડા પ્રધાનના ગુસ્સાની કે પરિણામની દરકાર કર્યા વિના તેઓ દિલ્હીના ઍરપોર્ટ પર બત્રાના મૃતદેહનો કબજો લેવા પહોંચી ગયા હતા. એમની સાથે ડિફેન્સ સેક્રેટરી રામ મોહન પણ હતા. ભારતે પોતાનો એક સપૂત ગુમાવ્યો હતો જ્યારે ગોપીનાથ રાવે એમની એક અન્ડરકવર એસેટ ગુમાવી હતી. એની વેદના એમના ચહેરા પર સ્પષ્ટ દેખાતી હતી.

✣

બત્રાના મોત અને ત્યાર બાદની ઘટનાઓથી સાવ અજાણ મહેશ અને રાહુલ અંધારી રાતે પાકિસ્તાનની ચોકી પાર કરવા આગળ વધી રહ્યા હતા. પાકિસ્તાની ચોકી પરની ફ્લડલાઇટ બંને પર ફેંકાઈ. મહેશ અને રાહુલ આંખો મીંચી જઈને પણ આગળ વધતા રહ્યા. છેક નજીક પહોંચ્યા ત્યાં સુધી પાકિસ્તાની ફૌજીઓએ એમને પડકાર્યા નહીં.

અફસર મહેશને ઓળખી ગયો.

'તૂ વો હી હૈના જો બકરા લે કે બરાત મેં થા.'

મહેશ કાંઈ બોલ્યો નહીં, પણ એક સિપાહી સર્તક થઈ ગયો. બીજો સિપાહી જરા દૂર પેશાબ કરવા ગયો હતો.

'વોહી હૈના તૂ?' અફસર ફરી બોલ્યો કે તરત જ મહેશે એને ગોળીએ દીધો. બાજુમાં ઊભેલા રાહુલે બીજા સિપાહીને ઠાર કર્યો. ગોળીનો અવાજ સાંભળીને પેશાબ કરી રહેલા સિપાહી નીચે મૂકેલી બંદૂક ઉપાડે તે પહેલાં મહેશે ફ્લડલાઇટ પર ગોળી છોડીને લાઇટ ઉડાડી દીધી ને વાયરલેસ તોડી નાખ્યો. રાહુલે સિપાહી પર ગોળી છોડી, પણ ચૂકી ગયો. બંનેએ હિન્દુસ્તાનની ચોકી તરફ દોટ મૂકી. પાછળથી સિપાહીએ ગોળીબાર ચાલુ રાખ્યો. એક ગોળી રાહુલની પીઠ પર વાગી ને બીજી મહેશના પગમાં વાગી. ખોડંગાતી ચાલે મહેશ સિપાહીના ગોળીબાર છતાં સામી છાતીએ પાકિસ્તાની ચોકી તરફ ધસી ગયો અને સિપાહીને ગોળીએ દઈને પાછો ફર્યો. રાહુલને ખભે ઊંચકીને દોડતો રહ્યો હિન્દુસ્તાનની ચોકી તરફ. ગોળીઓના અવાજથી સાબદી થઈ ગયેલી હિન્દુસ્તાનની ચોકીની ફ્લડલાઇટ મહેશ અને રાહુલ પર પથરાઈ. કોઈએ ન પડકાર ફેંક્યો, ન કોઈએ ગોળી છોડી, કોઈ પણ જાતની હિલચાલ વિના મહેશ રાહુલને લઈને હિન્દુસ્તાનની હદમાં પ્રવેશ્યો. સૂબેદાર નેગી બંનેને જોઈને બરાડી ઊઠ્યોઃ 'ગિરફ્તાર કર લો, દોનોં કો.'

✣

વડા પ્રધાનની કેબિનમાં બેસીને વડા પ્રધાનની રાહ જોઈ રહેલા ગોપીનાથ રાવે સિગારેટ સળગાવીને ઊંડો કશ લીધો. બે વાર કાંડા ઘડિયાળમાં જોઈ લીધું. કેબિનના દરવાજે ટકોરા પડ્યા. રાવને થયું કે વડા પ્રધાન હશે, પણ એમના આશ્ચર્યની વચ્ચે ડિફેન્સ સેક્રેટરી રામ મોહન સંરક્ષણ પ્રધાન ચૌહાણની સાથે પ્રવેશ્યા. રાવને એ બંનેના આગમનનું કારણ ન સમજાયું... કારણ વડા પ્રધાને રાવને જ તાત્કાલિક મળવાનો સંદેશો આપ્યો હતો. રાવ પૂછવાની તૈયારીમાં હતા ત્યાં દરવાજો ખૂલ્યો. વડા પ્રધાને પ્રવેશતાંની સાથે રાવ પર ગુસ્સો ઠાલવવાની શરૂઆત કરી.

'વિજય બત્રાને તમે અન્ડરકવર બનાવ્યો?'

'જી, મેં એને અન્ડરકવર જરૂર બનાવ્યો, જેનો આપણને ફાયદો થયો છે.' રાવે કહ્યું.

'કોને પૂછીને એને અન્ડરકવર બનાવ્યો?' વડા પ્રધાને પૂછ્યું.

'મને પૂછીને...' સંરક્ષણ પ્રધાન ચૌહાણે આંચકો આપ્યો. સાંભળીને ગોપીનાથ રાવ સહિત સૌ કોઈ અચંબો પામી ગયા. હા, રાવને રામ મોહનના સંરક્ષણ પ્રધાનને લઈને આવવા પાછળનું કારણ સમજાઈ ગયું.

'મારી મંજૂરી લેવાની કે મને જણાવવાની તમને કોઈને જરૂર ન લાગી?' વડા પ્રધાને ટેબલ પર હાથ પછાડ્યો.

'કેટલીકવાર પરિણામ જ જાણ કર્યા વિના લીધેલા નિર્ણયનો જવાબ હોય છે.' સંરક્ષણ પ્રધાને ખૂબ જ વિનમ્રતાપૂર્વક કહ્યું.

'વિજય બત્રાના કમોતને તમે પરિણામ કહો છો?'

'સર, એ કમોત નથી, શહીદી છે.' રાવે કહ્યું

'તો પછી એના મોતની જવાબદારી તમારી થઈ.'

'સર, આ જવાબદારી મારી, તમારી આપણી સૌની થઈ, કારણ કે વિજય બત્રાએ ફરજ બજાવી છે. જેમ એક સૈનિક સરહદે એની ફરજ નિભાવે છે એમ...' રાવે સિગારેટ બુઝાવતાં કહ્યું.

વડા પ્રધાનના ફોનની ઘંટડી વાગી. ટેલિફોન ઑપરેટરે કાંઈક કહ્યું ને વડા પ્રધાને ફોન રાવને આપતાં કહ્યું, 'તમારા માટે ફોન છે.' રાવે સંકોચ સાથે ફોન કાને મૂક્યો. સાંભળીને ઊભા થતાં કહ્યું: 'આઇ એમ સૉરી સર, મારે જવું પડશે.'

✣

ભુજની હવાઈપટ્ટી પર હેલિકૉપ્ટર સ્થિર થયું. ગોપીનાથ રાવ ઝડપથી બહાર આવ્યા. હેલિકૉપ્ટરના પંખાની તેજ હવાથી બચવા એમણે ચાલ ઉતાવળે કરી ને સામે એમને તેડવા આવેલી મિલિટરીની જીપ તરફ આગળ વધ્યા. વેસ્ટર્ન કમાન્ડના કર્નલ સાથે હાથ મિલાવીને જીપમાં બેઠા. જીપ મિલિટરીની હૉસ્પિટલ પાસે ઊભી રહી કે તરત જ ત્યાં તહેનાત જવાનોએ સલામી આપી. વૉર્ડનો પરદો ખસેડીને રાવ અને કર્નલ અંદર દાખલ થયા. સામે એક બેડ પર મહેશ અને બીજા પર રાહુલ સૂતો હતો. મહેશનો પગ લટકાવેલો હતો ને રાહુલ પીઠ પરના જખમને લીધે ઊંધો સૂતો હતો. એક ખૂણામાં સૂબેદાર નેગી ઊભો હતો. સતર્ક સૂબેદારે કર્નલને સેલ્યુટ કરી.

'સર, પાંચ લોગ શાદી કરને બરાત લે કર પાકિસ્તાન ગયે થે... ઇન મેં સે દો વાપિસ આયે... હમને ગિરફ્તાર કર લિયા હૈ.' સૂબેદાર નેગીએ કહ્યું.

'ઠીક હૈ... ઠીક હૈ... દોનોં કો ટ્રિટમેન્ટ કે લિયે દિલ્હી લે જાના પડેગા...' રાવે કહ્યું.

'જી સર,' બોલવા સિવાય સૂબેદાર પાસે બીજો કોઈ વિકલ્પ નહોતો. કર્નલ અને સૂબેદાર નેગી વૉર્ડની બહાર નીકળ્યા. રાહુલ હોશમાં નહોતો, મહેશ ઘેનમાં હતો. રાવે મહેશના કપાળ પર હાથ ફેરવ્યો. મહેશે હળવેથી આંખો ખોલી. રાવને જોઈને એની આંખોમાં ચમક આવી ગઈ. એણે પોતાના માથા પર હાથ ફેરવીને ગુંદરથી ચોંટાડેલા વાળ ખેંચી કાઢ્યા. શર્ટનું બટન ખોલીને બ્લુપ્રિન્ટ કાઢીને રાવને આપી. પછી બાજુમાં સૂતેલા રાહુલને બતાવીને કહ્યું, 'રાહુલ એપ્રન પહેરીને જ આવ્યો છે.'

રાવના ચહેરા પર સ્મિત હતું. થોડીવાર પછી મિલિટરીનું ખાસ હેલિકૉપ્ટર મહેશ અને રાહુલને લઈને દિલ્હી જવા રવાનું થયું ત્યારે પાકિસ્તાની ચોકી પર પાક લશ્કરની એક આખી ફોજ ઊતરી આવી હતી.

✣

બેગમ સાહેબાના ઘરમાં માતમનો માહોલ હતો. માયા, ખાં સાહેબ, બેગમ સાહેબા અને કબીર ચૂપ હતાં. વિજય બત્રાના મોત વિશે જાણ્યા પછી કબીર બેગમ સાહેબાને ઘરે આવ્યો હતો. કબીલો સલામત જગ્યા હતી, પણ છુપાવા માટે બેગમ સાહેબાનું ઘર એનાથી પણ વધુ સલામત હતું. વિજય બત્રાના મોતનું દુઃખ અસહ્ય હતું. મહેશ અને રાહુલ સરહદ પાર કરી શક્યા હશે કે નહીં એની ઘેરી ચિંતા હતી. સુખદ કે દુઃખદ સમાચાર માત્ર ગોપીનાથ રાવ બેગમ સાહેબાને આપી શકે, પણ કૅપ્ટનના મોત પછી સર્જાયેલી પરિસ્થિતિ જોતાં રાવ મોર્સકોડ મશીન પર સમાચાર આપે એવી શક્યતા નહીંવત્ હતી.

'બેગમ સાહેબા, તમારો કોઈ કૉન્ટેક્ટ ખરો... જે આપણને મહેશ અને રાહુલના સમાચાર મેળવી આપે.' માયાએ કહ્યું અને દરવાજે બેલ વાગી.

ખાં સાહેબ દરવાજો ખોલવા ગયા એ દરમિયાન કબીર અને માયા અંદરના રૂમમાં ગયાં.

'કૌન ચાહિયે?' ખાં સાહેબે પૂછ્યું.

'બેગમ સાહેબા...' સામે ઊભેલા માણસે કહ્યું. બાજુમાં જ ઊભેલાં બેગમે કહ્યું: 'બતાઈએ, મૈં હૂં બેગમ સાહેબા.'

'ખાનસામા ઔર ઉનકા શાગીર્દ સલામત હૈ... પહોંચ ગયે હૈં.'

સાંભળીને બેગમે ખાં સાહેબની સામે જોયું... પછી પેલા માણસને પૂછ્યું: 'આપ કૌન?'

'मैं केफे लश्करी का मालिक...' કહીને એ સડસડાટ દાદરા ઊતરી ગયો. માયા અને કબીર બહાર આવ્યાં.

'રાહુલ કેફે લશ્કરીમાં કામ કરતો હતો, પણ માલિકને અહીંના સરનામાની ખબર કેમ પડી?' માયાએ પૂછ્યું.

'યહ સબ ચીફ કા કમાલ હૈ.' બેગમ સાહેબાએ કહ્યું અને બધાં હસી પડ્યાં.

49

મહેશ અને રાહુલને દિલ્હીની આર્મી હૉસ્પિટલમાં શસ્ત્રધારી સૈનિકોની નિગરાની હેઠળ સારવાર અપાઈ રહી હતી ત્યારે પાકિસ્તાનની ચોકી પર પાક લશ્કરી દળ ઊતરી આવ્યું હતું અને લશ્કરી વડા જનરલ મોહમ્મદ અયુબ એની કેબિનમાં દેશમાં એક પછી એક બની રહેલી નામોશીભરી ઘટનાઓની ચર્ચા કરી રહ્યો હતો. એ પહેલાં વજીર-એ-આઝમે એમને બોલાવીને 'યહ ક્યા હો રહા હૈ' એવો સવાલ કરીને ગુસ્સો વ્યક્ત કર્યો હતો. વજીર-એ-આઝમને મળીને એ સીધા ચોકી પર ગયા અને પોતાના સિપાહીઓની લાશો જોઈને હવામાં ગોળીઓ છોડીને ગુસ્સો ઠાલવ્યો. કાફિરોં કી ઔલાદ... છોડેંગે નહીં... બોલતો, પગ પછાડતો જીપમાં બેસીને નીકળી ગયો. મિલિટરી પોલીસ અને લશ્કરના માણસોએ ચોકીનો કબજો લઈ લીધો અને તપાસ કરવા લાગ્યા. છેલ્લા થોડા દિવસની ઘટનાઓમાં પાકિસ્તાનને મળેલી પછડાટનું એક સીધું પરિણામ એ આવ્યું કે એણે મિલિટરી મથકના રક્ષણ અને કવચ માટે ખાસ રચાયેલી આર્મી સ્ટ્રેટેજિક ફોર્સિસ કમાન્ડ (એએસએઇસી)ની ટુકડી ગોઠવી દીધી.

✣

ગોપીનાથ રાવ અને ડિફેન્સ સેક્રેટરી રામ મોહન કેબિનમાં બેસીને ચર્ચા કરી રહ્યા હતા. રાવે સિગારેટ સળગાવી. કૉફીની એક સીપ મારી.

'રાવ, આપણી પાસે વાળ, એપ્રન અને બ્લુપ્રિન્ટ આવી ગયાં છે, પણ તને શું લાગે છે. આનાથી પુરવાર થઈ શકશે કે એ જ મથકમાં ન્યૂક્લીઅર બૉમ્બ બને છે.' રામ મોહને કહ્યું.

'હા, પરીક્ષણ કરવાથી એ રહસ્ય પરથી પરદો ઊઠી જશે,' રાવે કહ્યું.

'અને ટેસ્ટમાં ફેલ થયા તો અને એ મિલિટરી મથકમાં ન્યૂક્લીઅર બૉમ્બ

નહીં બનતા હોય તો?' રામ મોહને શંકા વ્યક્ત કરી.

'તો આપણા બે એજન્ટો હજી પાકિસ્તાનમાં જ છે... ન્યૂક્લીઅર બનાવતું મથક શોધી કાઢશે.' રાવે બીજી કૉફીની સીપ મારી.

'અને પુરવાર થઈ ગયું તો?' રામ મોહને બીજી શંકા વ્યક્ત કરી જેની રાવને અપેક્ષા નહોતી.

'તો... હુમલો કરીને મથકને ખતમ કરાવીશ.' રાવે છાતી ફુલાવતાં કહ્યું.

'કોની પાસે હુમલો કરાવીશ... કોણ હુમલો કરશે?' રામ મોહને કહ્યું.

'ઇઝરાયલ તૈયાર છે.' રાવે કહ્યું.

'તને લાગે છે કે ઇઝરાયલ મદદ કરશે?' રામ મોહનની આ વાતથી રાવ જરા મૂંઝવણમાં મુકાયા. એણે જવાબ ન આપ્યો.

'રાવ, પુરાવાઓથી પુરવાર થઈ જાય તો પણ ન્યૂક્લીઅર પ્લાન્ટ પર હુમલો કરવો સહેલું કામ નથી. તું પોલિટિક્સ સમજે છે, જાણે છે. આખી દુનિયામાં રાજકારણથી ખરાબ બીજી કોઈ ચીજ નથી. બ્લડી પોલિટિક્સ... રાજકારણ... એક એવું કદરૂપું કારણ છે કે જે સાચા રસ્તે જનારાને અકારણ રોકે છે.'

'મને રાજકારણમાં નહીં, દેશના રક્ષણમાં રસ છે,' રાવે કહ્યું. દરવાજા પર બે ટકોરા મારીને દર્શન ત્યાગી અંદર પ્રવેશ્યા. એ બંનેના ચહેરા જોઈને કોઈ ગહન અને ગંભીર ચર્ચા થતી હોવાનું પામી ગયા. દર્શન ત્યાગી બેઠા. રાવે એમની તરફ વાળ અને એપ્રન મૂકતાં કહ્યું: 'તને એક સિક્રેટ કામ સોંપું છું. તારે આનું પરીક્ષણ કરાવવાનું છે.'

'ઓકે સર,' કહીને દર્શન ત્યાગીએ વિદાય લીધી કે તરત જ ગિરધર કૅબિનમાં પ્રવેશ્યો.

'જી સર,' ગિરધરે કહ્યું. રાવે એને બેસવાનો ઇશારો કર્યો. રાવે ટેબલના ખાનામાંથી બ્લુપ્રિન્ટ કાઢીને એની સામે મૂકી.

'આ ટોપ સિક્રેટ ડૉક્યુમેન્ટ છે. આના ફોટા પાડીને નેગેટિવ્સ કાઢવી છે.'

'થઈ જશે, સર.' ગિરધરે કહ્યું.

'જેટલી બને એટલી ઝડપથી કરાવીને મને આપ,' રાવે કહ્યું.

'જી સર, નો પ્રૉબ્લમ.' ગિરધરે ટૂંકો જવાબ આપ્યો.

'સર, એક વાત કહું?' ગિરધરે કહ્યું.

'બોલ...' રાવે ગિરધરની આંખોમાં જોઈને શું વાત હોઈ શકે એનો અંદાજ લગાડ્યો.

'સર, આ નેગેટિવ્સ જ્યાં પણ પહોંચાડવી હોય... હું આ કામ કરીશ... તમે આદેશ આપો તો...' ગિરધરે કહ્યું.

રાવ મલક્યા, 'ગિરધર, એક વખતે એક કામ... પહેલાં આ કામ પૂરું કર.'

'ઓકે સર,' કહીને ગિરધર ઊભો થયો.

'સર, આપણે ચૌધરી સાહેબ અને સરોજાદેવીજીને... એ બધાંને ઘરે જવા દઈને ભૂલ તો નથી કરીને?'

'ના, પણ તને એવું કેમ લાગે છે?' રાવે છેલ્લો કશ લઈને સિગારેટ બુઝાવી.

'કેમ કે સર, પાકિસ્તાન સરકાર રઘવાટમાં કાંઈ પણ પગલું ભરતાં નહીં અચકાય.'

'હવે એ અપહરણ જેવા નાના કામ નહીં કરે. સરહદ પર હુમલા કરશે જેની શરૂઆત ગઈ કાલે રાજસ્થાન સરહદ પર થઈ ચૂકી છે, પણ એ છમકલું બનીને રહી ગયું. આમ છતાં એ તમામ લોકોના રક્ષણ માટે માણસો મૂકેલા જ છે.' ગિરધર રાવની રજા લઈને નીકળી ગયો.

✣

હારુન અહમદ તબરોઝા ગયો ત્યારે એણે હજામને કબીરના દેખાવ, એનાં કપડાં વગેરેની જાણકારી મેળવી હતી. પછી ઝહીરાએ આપેલી કબીરના હુલિયાની માહિતી સાથે સરખાવી હતી. કબીરનું એક ચિત્ર એના મન પર અંકિત થઈ ગયું હતું. ઝહીરાએ પૂછપરછમાં બત્રાના ઘરે એક છોકરી પણ આવતી-જતી એવી માહિતી આપીને હારુન અહમદને ચોંકાવી દીધા હતા, કારણ કે ફાઇવ સ્ટાર હોટલની રિસેપ્શનિસ્ટે એક મહિલા બુરખામાં નીકળી હોવાનું પોલીસને કહ્યું હતું. હારુન અહમદ પોતાની કેબિનમાં બેસીને આવું વિચારતો હતો ત્યાં દરવાજે ટકોરા પડ્યા. એણે આ જાઓ કહ્યું અને તબરોઝા ગામનો પોલીસ સ્ટેશન ઇન્ચાર્જ હજામને લઈને પ્રવેશ્યો.

'તુમ યહાં?' હારુન અહમદે સવાલ તો કર્યો, પણ સાથે એવી ખાતરી પણ થઈ કે નક્કી કોઈ બાતમી દેવા આવ્યા છે.

'જનાબ, તબરોઝા સે થોડે દૂર એક કબીલા હૈ... વહાં કુછ લોગ રહેતે હૈં ઐસા યહ બંદા કહેતા હૈં...'

'તૂ તો વહી હૈ ના, જિસકી દુકાનમેં મર્ડર હુઆ?'

'હાં જનાબ, આપને પહેચાન લિયા મુઝે... આપ આયે થે મેરી દુકાન મેં...' હજામ ખુશ થઈને બોલ્યો.

'બતાઓ તુમ આગે જો દેખા વો...' તબરોઝાના સીનિયર પોલીસે હજામને કહ્યું. હજામે ગળું ખંખેરીને કહેવાની શરૂઆત કરી.

'જનાબ, ઉસકો ઢૂંઢને કે લિયે કબીલે પર નઝર રખી થી. દો આદમી કો

લેકે એક બંદા બાઇક પર નિકલા. મૈંને પીછા કિયા... લેકિન... આગે એક જગહ પર મેરી બાઇક કા પેટ્રોલ ખલાસ હો ગયા.'

'સાલ્લા, તૂ હજામ કા હજામ હી રહે ગયા.' હારુન અહમદે ટેબલ પરથી કબીરનો સ્કેચ બતાવતાં પૂછ્યુ: 'ક્યા યહ વો બંદા થા?'

હજામે સ્કેચ હાથમાં લીધો બારીકીથી ઝીણી નજર ફેરવી.

'નહીં જનાબ.' હજામે સ્કેચ પાછો આપ્યો.

'મુઝે લગતા હૈ જનાબ વો લોગ કબીલે મેં...' સીનિયર પોલીસ બોલ્યો, પણ એને અટકાવતા હારુન અહમદે કહ્યું કે, 'ઠીક હૈ, તુમ લોગ જા સકતે હો.'

બીજે દિવસે રાતે હારુન અહમદની મિલિટરી પોલીસે કબીલાને ચોમેરથી ઘેરી લઈને અંધાધૂંધ ગોળીઓ છોડી. લોકોની ચીસો, કોલાહલ અને આક્રંદ વચ્ચે લોકોએ નાસભાગ શરૂ કરી. મિલિટરી પોલીસે બહાર આવતા લોકોને વીણી વીણીને વીંધી નાખ્યા.

અચાનક થયેલા હુમલાથી બેબાકળા જાગી ગયેલા કબીલાના મુખિયા આલમગીર અને એના થોડા ચુનંદા સાથીઓએ કાસીમભાઈએ સપ્લાય કરેલા હેન્ડગ્રેનેડ અને બંદૂકોથી વળતો હુમલો કર્યો. હારુન અહમદના માણસોને આવા વળતા આક્રમણનો અંદાજ નહોતો. એના મિલિટરી પોલીસની કેટલીક લાશો પડી. વિફરેલી મિલિટરી પોલીસે આક્રમક થઈને ગોળીઓ છોડી. આલમગીર છેલ્લો હેન્ડગ્રેનેડ ફેંકીને અંદર ભરાઈ ગયો. કબીલાના માણસો એક પછી એક સૌ ખતમ થયા. સદ્દનસીબે કબીર બેગમ સાહેબાના ઘરે જવા નીકળી ગયો હતો. મિલિટરી પોલીસ કબીલાના ધરાશાયી તંબૂઓને બંદૂકના નાળચાથી ઊંચકીને કોઈ જીવતું નથી એની ખાતરી કરવા લાગી. કેટલીક લાશો પર ફરી ગોળીઓ છોડી. ઊંધા પડેલા આલમગીરને પગેથી સીધો કરીને જોયું.

ચલો, એક બુલંદ અવાજ આવ્યો. પાકિસ્તાનની મિલિટરી પોલીસ અંધારામાં વિલીન થઈ ગઈ. થોડીવાર પછી તંબૂમાં થોડો સળવળાટ થયો. આલમગીર એક ઊંડો શ્વાસ લઈને બેઠો થયો. આસપાસ નજર કરી. કબીલાની તબાહી જોઈને ખૂબ રડ્યો. બાજુમાં પડેલી એક લાશની બાજુમાં પડેલી રિવૉલ્વર લઈને બહાર નીકળી ગયો.

✣

કેફે લશ્કરીની એક ધમધમતી સવારે આલમગીર કૅપ્ટન બેસતો એ ટેબલ પર જઈને બેઠો. કૅપ્ટન ખુદાને પ્યારો થઈ ગયો પછી એ ટેબલ પર કોઈ બેસતું નહીં. કૅપ્ટનને માન-સન્માન આપવાના ઇરાદે કે ખુરસીને અપશુકનિયાળ ગણીને,

એનો ફોડ ક્યારેય કોઈ પાકિસ્તાની સિપાહીએ પાડ્યો નહોતો. એક અજાણ્યા માણસને કૅપ્ટનની જગ્યા પર બેસતો જોઈને સ્વાભાવિક રીતે હોટલના માલિક સહિત સૌ હબક ખાઈ ગયા.

હોટલના મૅનેજર કમ વેઇટર અલીએ દોડીને એને બીજી ખુરસી પર બેસવાની વિનંતી કરી, પણ આલમગીરે દાદ દીધા વિના ઑર્ડર આપ્યો: 'નિહારી ઔર દો કરારી રોટી લે કે આઓ.'

અલીની આંખો આશ્ચર્યથી પહોળી થઈ ગઈ. એણે આલમગીરને ધારી ધારીને જોયો. એક નજર હોટલના થડા પર બેઠેલા માલિક પર નાખી અને જી જનાબ કહીને કિચનમાં ગયો. આલમગીરે નિહારી અને બે કરારી રોટી ખતમ કરી ત્યાં સુધી અલીની નજર એના પર જ હતી.

'સૂપ લાઓ.' અલી જાણે આ સાંભળવા જ રોકાયો હોય એમ દોડીને સૂપ લાવ્યો. સૂપ પૂરું કરીને આલમગીર હોટલ માલિક પાસે ગયો. માલિકે એને એક ચિઠ્ઠી આપી. આલમગીર ત્યાંથી સડસડાટ નીકળી ગયો.

✣

ગોપીનાથ રાવ અને રામ મોહનને ચેન પડતું નહોતું. રાવ સિગારેટ પર સિગારેટ ફૂંકી રહ્યા હતા અને કાંઈ પણ બોલ્યા વિના એમની કૅબિનમાં આંટા મારી રહ્યા હતા. એને આંટા મારતા જોઈને અકળાઈ ગયેલા રામ મોહન બોલ્યા: 'રાવ, ત્યાગી આવી જશે... થોડું મોડું-વહેલું થાય... એ તો.'

રાવને રામ મોહનના બોલવાનો અવાજ પણ ગમ્યો નહીં. એણે આંટા મારવાનું ચાલુ રાખ્યું. રાવ ટેબલ પર અટક્યા. એણે એક ફોન જોડીને પૂછ્યું: 'ત્યાગી નિકલ ગયા?'

'ત્યાગી સા'બ કબ સે નિકલ ગયે હૈં, સર.' રાવે ફોન મૂક્યો ને દરવાજે ટકોરા પડ્યા.

'કમ ઇન...' રાવે મોટેથી કહ્યું. ત્યાગીએ ગંભીર મોઢે રાવના હાથમાં રિપોર્ટ મૂક્યો. રામ મોહને ત્યાગીની સામે જોયું. ત્યાગીએ મોં ફેરવી લીધું. રામ મોહનને થયું રિપોર્ટ નૅગેટિવ હશે. રાવ રિપોર્ટ વાંચવા લાગ્યા.

'ઓહ માય ગૉડ, રામ ઇટ્સ પૉઝિટિવ.' સાંભળીને રામ મોહન ઊછળી પડ્યા. રાવે રામ અને ત્યાગી સાથે હાથ મિલાવતાં કહ્યું: 'પૉઝિટિવ... યસ પૉઝિટિવ. તબરોઝાના એ જ મિલિટરી મથકમાં ન્યૂક્લીઅર બૉમ્બ બને છે.' એમણે જુસ્સામાં હાથ ઊંચો કરીને રિપોર્ટ બતાવ્યો. 'વાળ અને એપ્રનના સેમ્પલોનું પરીક્ષણ પૉઝિટિવ છે. તબરોઝાના પ્લાન્ટમાં બૉમ્બ બનાવવા માટે પ્લુટોનિયમ

રિફાઇનિંગ કરવામાં આવે છે. ત્યાગી, પ્લાન્ટમાં કામ કરતા માણસોના વાળમાં અને એપ્રનમાં રેડિએશન આવી જ જાય અને આ જ એનો પુરાવો છે.'

દરવાજે બે ટકોરા મારીને ગિરધર જવાબની રાહ જોયા વિના અંદર આવ્યો.

'સર, નૅગેટિવ.' રાવે નૅગેટિવ જોઈને એક કોલ કર્યો. થોડીવારે કોઈએ ફોન ઉપાડ્યો.

'બ્લુપ્રિન્ટ કી નેગેટિવ્સ ભેજ રહા હૂં.' રાવે કહ્યું. ફોન મુકાઈ ગયો.

50

ગોપીનાથ રાવના આનંદની કોઈ સીમા નહોતી. એમણે રામ મોહન, ત્યાગી અને ગિરધરને બ્લુપ્રિન્ટની નેગેટિવ્સ બતાવીને ફરીથી કહ્યું કે, 'મને હતું જ કે આ જ મથકમાં ન્યૂક્લીઅર બૉમ્બ બને છે. ત્યાં જ પ્લૂટોનિયમનું રિફાઇનિંગ કરવામાં આવે છે અને એટલે જ ત્યાં કામ કરનારાના વાળ અને કપડામાં એના રેડિયેશન આવી ગયા. વેલ ડન માય બોય્ઝ, વેલ ડન.' ગોપીનાથ રાવે છાતી ફુલાવી.

'ગિરધર, તારે આ નેગેટિવ્સ નેપાળમાં એક માણસને હાથોહાથ પહોંચાડવાની છે. આ રહ્યું એનું નામ, સરનામું અને એનો ફોટો... અને આ તારી ફ્લાઇટની ટિકિટ.'

'ઓકે સર,' ગિરધરના ચહેરા પર કામ મળી ગયાનો આનંદ હતો.

'તું જઈ શકે છે.' રાવે કહ્યું કે તરત ગિરધર નીકળી ગયો. ગિરધરના ગયા પછી રાવે સિગારેટ સળગાવતાં કહ્યુંઃ 'મારી પાસે એક તગડો પ્લાન છે.'

✣

બેગમ સાહેબાના ઘર પર ટકોરા પડ્યા. ખાં સાહેબે દરવાજો ખોલ્યો. સામે આલમગીર ઊભો હતો. અજાણ્યા શખસને જોઈને ખાં સાહેબે પૂછ્યુંઃ 'કૌન ચાહિયે?'

'મિશન શાદી.' આલમગીર બોલ્યો. સાંભળી બેગમ સાહેબા અને કબીર બહાર આવ્યાં.

'સબ કુછ ખતમ. કબીલા મેં કોઈ નહીં બચા.' આલમગીર કબીરને વળગી પડતાં બોલ્યો. કબીરે એને સોફા પર બેસાડ્યો.

'કબીલે મેં માસૂમ ઔર બેકસૂર લોગ થે... ઉન કો પતા ભી નહીં થા કિ મિશન શાદી ક્યા હૈ.' આલમગીરના અવાજમાં ભીનાશ હતી. કબીરને સપનેય ખયાલ નહોતો કે કબીલા પર પાક મિલિટરી પોલીસ ત્રાટકશે. એનો ચહેરો ગુસ્સાથી લાલઘૂમ થઈ ગયો. માયા આલમગીર માટે પાણીનો ગ્લાસ લઈને આવી. માયાને જોઈને આલમગીર સ્વસ્થ થઈ ગયો. માયા મહેશને છોડવા માટે ગયેલી ત્યારે કબીરના કહેવાથી એમની સિક્યોરિટી માટે ચોરીછૂપીથી પીછો કરનારા બે જણમાં એક આલમગીર હતો. કારમાં માયાને મહેશની બાહુપાશમાં જકડાયેલી આલમગીરે જોઈ હતી અને એણે જ માયા અને મહેશ વચ્ચેના સંબંધની વાત કરી હતી.

'તુમ માયા હો ના?' આલમગીરે પૂછ્યું.

'હાં,' કહીને માયાએ કબીરની સામે જોતાં કહ્યું: 'મૈંને નહીં પહેચાના.'

'કબીલે કે આલમગીર' કબીરે ઓળખ કરાવી.

'અબ મૈં ભી રાહ દેખ રહા હૂં... મુઝે કબીલેવાલોં કી મૌત કા બદલા લેના હૈ...'

'મેરે પાસ એક પ્લાન હૈ...' કબીરે આલમગીરના ખભે હાથ મૂકતાં કહ્યું.

❖

આલમગીર રોજેરોજ કેફે લશ્કરીમાં કેપ્ટનની જગ્યાએ બેસવા લાગ્યો. કેપ્ટન જે ખાતો એ જ મગાવે અને ખાય. અલી અજાણ્યો બનીને કેપ્ટન જે ખાતા એ જ બધું પીરસવા લાગ્યો. આલમગીર નીકળે પછી અલી કેફે લશ્કરીમાં કોઈની સાથે ગુફ્તેગૂ કરે. પેલો માણસ અલીની વાત સાંભળીને જતો રહે અને આલમગીરના આવવાના સમયે આવીને કોઈ એક ખૂણાના ટેબલ પર ગોઠવાઈ જાય. આલમગીરને પગથી માથા સુધી ધારી ધારીને જુએ અને એના ગયા પછી અલી સાથે ગુફ્તેગૂ કરવાનું ચૂકે નહીં.

હોટલનો માલિક આ બધો તમાશો જુએ, પણ અલીને એ વિશે કાંઈ પૂછે નહીં. આ સિલસિલો થોડા દિવસ ચાલ્યો અને અચાનક એક દિવસ હારુન અહમદ કેફે લશ્કરીમાં દાખલ થયો. સીધો જઈને હોટલ માલિકને મળ્યો. હોટલ માલિકે એને કેપ્ટન બેસતા એ ટેબલ દૂરથી બતાવ્યું. પછી થોડીવાર ત્યાં ઊભા ઊભા હોટલ માલિક સાથે વાત કરી. દૂર ઊભેલો અલી એમના હાવભાવ પરથી શું વાત થતી હશે એનો અંદાજ લગાવતો રહ્યો. વાત પૂરી કરીને હારુન અહમદ કેપ્ટનની જગ્યા પર જઈને બેઠો. મિલિટરી પોલીસના ચીફના યુનિફૉર્મમાં સજ્જ કડક ઑફિસરને કેપ્ટનની ખુરસી પર બેસતા જોઈને અલી મૂંઝાઈ ગયો, કેમ કે

આલમગીરના આવવાનો સમય થઈ ગયો હતો. એક તરફ મિલિટરી પોલીસનો ચીફ અને બીજી બાજુ ભારતની ખુફિયા એજન્સીના એજન્ટોને આશરો દેનારો આલમગીર. હારુન અહમદ પાસે એની ચોક્કસ બાતમી હોવી જોઈએ. એને આલમગીરનો જીવ જોખમમાં હોવાનું સમજાઈ ગયું. હોટલ માલિકે હારુન અહમદ સાથે શું વાતચીત કરી હશે એનો વિચાર કરવાનો પણ અલી પાસે સમય નહોતો. હારુન અહમદને શંકા ન જાય એટલે એણે હોટલ માલિકને પૂછવાનું ટાળ્યું. અલી હારુન અહમદના ટેબલ પર ઑર્ડર લેવા ગયો. હારુન અહમદે એને દૂરથી હાથ બતાવીને અટકાવી દીધો. અલીને મામલો ગંભીર લાગ્યો. રાબેતા મુજબ લશ્કરી માણસો આવવા લાગ્યા. અલી અને હોટલ માલિકની નજર વારે વારે દરવાજા પર પડતી. અચાનક આલમગીર આવ્યો. એ સાથે જ અલી સાથે ગુફ્તેગુ કરનારા શખસે હારુન અહમદ પાસે દોડી જઈને કાનમાં કહ્યું કે, 'જનાબ, યહ વો હી શખસ હૈ.' આલમગીર આસપાસ નજર કરીને સીધો હારુન અહમદ બેઠો હતો એ ટેબલ પર સામેની ખુરસી પર બેસી ગયો. હારુન અહમદને ગમ્યું નહીં. એણે રિવૉલ્વર કાઢીને ટેબલ પર મૂકી. આલમગીરની આંખો સામે કબીલાની તબાહીનાં દશ્યો તરવરવા લાગ્યાં. આ જલ્લાદના માણસોએ કબીલાના નિર્દોષોની હત્યા કરી હતી.

અલી આવ્યો. હારુન અહમદે ઑર્ડર આપ્યોઃ 'નિહારી ઔર દો કરારી રોટી.'

આલમગીરે એ જ ઑર્ડર આપ્યો. થોડીવાર પછી અલીએ હારુન અહમદની સામે કપડું ઢાંકેલી ટ્રે મૂકી. એણે કપડું હટાવીને નિહારી અને રોટી ખાવાની શરૂઆત કરી. આલમગીર ચુપચાપ જોતો રહ્યો. અલીએ એ જ રીતે આલમગીરની સામે ટ્રે મૂકી. આલમગીરે એક જ ઝાટકે ટ્રે પરથી કપડું હટાવ્યું ને એમાં મૂકેલી રિવૉલ્વરથી હારુન અહમદ પર ગોળીઓ છોડી. હારુન અહમદના મોંમાં કોળિયો રહી ગયો, પણ એ પહેલાં એણે ટેબલ પરથી રિવૉલ્વર ખેંચીને આલમગીર પર ગોળીબાર કર્યો. ગોળીઓના અવાજથી કેફે લશ્કરીમાં ભાગદોડ મચી ગઈ. એકમાત્ર અલી અને હોટલ માલિક બિલકુલ વિચલિત થયા વિના સામસામેના ગોળીબારમાં ઢળી પડેલી બે લાશ જોતા રહ્યા. એ જ દિવસે-રાતે અલીએ બેગમ સાહેબાના ઘરે જઈને બ્રેકિંગ ન્યૂઝ આપ્યાઃ 'આલમગીરને કુરબાની દે કર બદલા લે લિયા હૈ.'

✣

મિલિટરી પોલીસના ચીફની ધોળે દિવસે થયેલી હત્યાથી પાકિસ્તાનમાં ખળભળાટ મચી ગયો. અખબારોએ ભારતના જાસૂસીતંત્રનો હાથ હોવાના

અહેવાલો છાપીને વધુ સનસનાટી મચાવી. ડૉ. અહેસાન ઝકરિયા, એની વાઇફ, કૅપ્ટન અખ્તર હુસેન, હબીબ અન્સારી અને મિલિટરી પોલીસ ચીફ હારુન અહમદ - આ તમામ મોટાં માથાં એક પછી એક હણાયાં. કેટલાંક અખબારોએ પાક સરકાર પર માછલાં ધોયાં. નબળું જાસૂસીતંત્ર હોવાનો આક્ષેપ કર્યો. એક અખબારે ચોખ્ખેચોખ્ખું લખ્યું કે, પાકિસ્તાનમાં ભારતના જાસૂસો ખુલ્લેઆમ ફરી રહ્યા છે અને લશ્કરી શાસન ઘોરે છે. એ અખબારની કચેરી બીજે દિવસે ભડકે બળતી હતી.

આ સમાચાર વાંચીને-જાણીને ભારતના વડા પ્રધાન ઊંચાનીચા થઈ ગયા. ગોપીનાથ રાવ પર ગુસ્સો ઠાલવવાનું થોડીવાર મુલતવી રાખીને એમણે પાકિસ્તાનના વજીર-એ-આઝમને ફોન કરીને હાલચાલ પૂછ્યા અને વાતવાતમાં કહી દીધું કે, 'અમે અમારો કોઈ જાસૂસ ત્યાં મોકલ્યો નથી. એક સારા પાડોશી દેશ તરીકે મારી તમને આ જણાવવાની ફરજ છે.' પોતાના દેશની રજેરજની તાજી તકલીફોથી વાકેફ વજીર-એ-આઝમે એમને માત્ર એટલું જ કહ્યું કે, 'મારે પણ તમને એક સારા પાડોશી દેશ તરીકે કહેવું છે કે, અમે તમારા એજન્ટોને વીણી વીણીને ખતમ કરીશું અને હા, અમારી લશ્કરી તાકાતને તમે ઓછી આંકતા નહીં. અમે ફનાહ થવા માટે પેદા થયા છીએ.'

અવારનવાર ફોન કરીને મીઠીમીઠી વાતો કરનારા વજીર-એ-આઝમની વાતથી વડા પ્રધાન સમસમી ઊઠ્યા. એમની સાથે વાત કર્યા પછી ગોપીનાથ રાવને ફોન કરીને મળવા બોલાવ્યા. રાવને થયું કે મહેશ અને રાહુલ પુરાવા સાથે પાછા આવ્યા હોવાની એમને કદાચ ખબર પડી હશે. એમના ઠપકાની અપેક્ષા સાથે મળવા ગયા.

ફૂણા પડી ગયેલા વડા પ્રધાને થોડી નરમાશ સાથે કહ્યું: 'રાવ, આપણા એજન્ટોને પાછા બોલાવી લે.'

'આપણા કોઈ એજન્ટ ત્યાં નથી.' રાવે કહ્યું.

'રાવ, તું કેટલો ઊંડો છે એની મને ખબર છે, પણ પાકિસ્તાનની મિલિટરી તાકાતને ઓછી આંકતો નહીં. આપણને યુદ્ધ નહીં પોસાય.'

'યુદ્ધ પોસાતું ન હોય એણે ન્યૂક્લીઅર બૉમ્બ નહીં બનાવવો જોઈએ.' રાવે દલીલ કરી.

'કોણ બૉમ્બ બનાવે છે?'

'તમે જેમને ફોન પર કુદરતી ઉપચારના ફાયદા અને યુદ્ધના ગેરફાયદા વિશે સમજાવો છો એ તમારા દોસ્ત વજીર-એ-આઝમનો દેશ-પાકિસ્તાન.' ઊંડા વિચારમાં પડી ગયેલા વડા પ્રધાનને થોડીવાર પહેલાં વજીર-એ-આઝમે કહેલા

શબ્દો યાદ આવી ગયાઃ "અમારી લશ્કરી તાકાતને ઓછી નહીં આંકતા. અમે ફનાહ થવા માટે પેદા થયા છીએ."

✣

કાઠમંડુના ઍરપોર્ટ પર ઊતરીને ગિરધર ટેક્સીમાં બેઠો. રાવે કહેલા સરનામે પહોંચીને બેલ મારી. દરવાજો ખૂલ્યો. ગિરધરે ખિસ્સામાંથી ફોટો કાઢીને ચેક કરી લીધું કે માણસ તો આ જ છે. સામેના શખસે કોડવર્ડ પૂછ્યો.

'મિશન શાદી.' ગિરધરે કહ્યું.

'અંદર આ જાઓ.' એ શખ્સ પાકિસ્તાનમાં કબીરને પનાહ આપનારો, શસ્ત્રોની મદદ કરનારો કાસીમભાઈ હતો.

'બૈઠો. તુમ મુઝે નહીં જાનતે લેકિન મૈં તુમ્હે જાનતા હૂં.' કાસીમભાઈએ કહ્યું.

'અચ્છા, કૌન હૂં મૈં?' ગિરધરને જાણવાની ઇન્તેજારી થઈ.

'અજય અહુજા કો ઉડાનેવાલા ગિરધર.'

ગિરધરને નવાઈ લાગી. 'આપ કૌન?'

'મૈં કાસીમભાઈ.'

'ઓહ તો આપ કાસીમભાઈ હો... શસ્ત્રવાલે. લેકિન આપ તો અફઘાનિસ્તાન મેં થે ના?'

'મૈં સબ જગહ હૂં... અબ નેપાલ મેં હૂં... કલ કહીં ઓર... મેરા સામાન લાયે હો?' કાસીમભાઈએ પૂછ્યું.

ગિરધરે નેગેટિવ્સ આપી. કાસીમભાઈએ સાચવીને લઈ લીધી.

'તુમ મેરે મહેમાન હો... તુમ્હેં કાઠમંડુ ઘુમાઉંગા. ચલો.'

✣

વજીર-એ-આઝમે વડા પ્રધાન સાથે વાત કરીને બેગમ સાહેબાને ફોન જોડીને ખાસ ચા-પાણી પીવાનું આમંત્રણ આપ્યું. બેગમ સાહેબા આછા ગુલાબી રંગના સલવાર કમીઝમાં સજ્જ થઈને ખાં સાહેબની વિન્ટેજ કાર ખુદ ચલાવીને એમને મળવા ગયાં. વજીર-એ-આઝમના ખાસ અંગત સ્ટાફે એમનું ઉષ્માભર્યું સ્વાગત કર્યું. બેગમ સાહેબા એમની કૅબિનમાં પ્રવેશ્યાં કે તરત જ વજીર-એ-આઝમ ઊભા થઈ ગયા. બેગમ સાહેબાએ એમને ગુલાબનાં ફૂલોનો ગુલદસ્તો આપ્યો. વજીર-એ-આઝમે બેગમ સાહેબાએ લંબાવેલો હાથ ચૂમીને બેસવાનો ઇશારો કર્યો. કૅબિનનો દરવાજો બંધ થયો અને વજીર-એ-આઝમે કહ્યુંઃ 'બેગમ સાહેબા, આપકી એક મદદ ચાહિયે.'

51

'આપકી મદદ ચાહિયે.' વઝીર-એ-આઝમના આવા શબ્દોની બેગમ સાહેબાને અપેક્ષા નહોતી. હા, દેશના કેટલાક ટોચના ચુનંદા માણસોની કતલથી હચમચી ગયેલા તંત્રથી ત્રસ્ત, જખ્મી અને ચિંતિત વઝીર-એ-આઝમનું આવા કપરા સમયે મળેલું આમંત્રણ માત્ર ખાનદાની રિશ્તેદારી કે દોસ્તી નથી એટલું તો એમને સમજાયું હતું. કોઈ ગંભીર બાબત છે અને હાલના સંજોગોમાં પાકિસ્તાનની ગંભીર હાલત જોતાં, ગંભીર બાબતની કલ્પના કરવાનું બેગમ સાહેબા માટે અઘરું નહોતું, પણ વઝીર-એ-આઝમને મોઢે સાંભળવાની મજા બેગમને લૂંટવી હતી. બેગમ સાહેબાને એમની આંખોમાં બેબસી, લાચારી દેખાઈ. બેગમ સાહેબા વઝીર-એ-આઝમને સાંભળવા આતુર હતાં.

'ખિદમત કા મૌકા દિજિયે.' બેગમ સાહેબા માત્ર આટલું જ બોલ્યાં.

'હમારે મુલ્ક મેં ઘૂસ કર હમેં કૌન તબાહ કર રહા હૈ? હિન્દુસ્તાન કે સાથ આપકે અચ્છે તાલ્લુકાત રહે હૈં. બસ, ઇતની માલૂમાત કર કે હમેં બતાયેં.'

એક પછી એક મોટાં માથાંઓને હણાવી નાખનારાં, આખાય ઑપરેશનના સૂત્રધાર એમની સામે બેસીને દુશ્મન દેશના વડા પ્રધાનની વિવશતા જોઈ રહ્યાં હતાં. પાકિસ્તાનના લશ્કરી શાસનના કઠપૂતળી સમા વઝીર-એ-આઝમની નામોશી નિહાળી રહ્યાં હતાં. પોતાનું ડોલતું શાસન બચાવવાના મિથ્યા પ્રયાસ જોઈ રહ્યા હતા.

'આપ મેરી માચીસ કી આખરી ટીલ્લી હો...' વઝીર-એ-આઝમે બેગમ સાહેબાને કહ્યું.

બેગમ સાહેબા જોકે માચીસની એ ડબ્બી હતાં, જેમાં કબીર, મહેશ, રાહુલ અને માયા નામની ચાર ટીલ્લી હતી અને હજી તો એમણે દીવાસળી ચાંપી હતી. માત્ર એટલાથી ફેલાવેલી અંધાધૂંધીથી એમનું તંત્ર અંધ બની ગયું હતું. બેગમને થયું કે વઝીર-એ-આઝમ ઘૂંટડિયે પડી ગયા છે. બેગમ સાહેબા માટે આ ખુશીનો અવસર નહોતો, એક મૂંઝવણ હતી, કારણ કે વઝીર-એ-આઝમે મદદ માગી હતી. એક એવી મદદ કે, જે સાપના કરંડિયામાં હાથ નાખવા જેવી હતી. બેગમ સાહેબાએ કરંડિયામાં હાથ નાખવાને બદલે મદારી બનીને, બીન વગાડીને સાપ જગાડવાનું નહીં, પરંતુ એને સુવડાવી દેવા જેવું કપરું કામ કરવાનું હતું. મદારી અને સાપના કરંડિયા સામે બેસીને જોઈ રહેલો માણસ કોઈ જેવો તેવો નહોતો. એ પાકિસ્તાની લશ્કરનું પ્યાદું જરૂર હતો, પણ એને નાચવાનો અને નચાવવાનો અનુભવ પણ હતો. બેગમ સાહેબાએ સાવચેતીપૂર્વક જવાબ આપવાનો હતો.

'જનાબ, કુછ લોગ અપને ઘર મેં ઘૂસ કે, અપના કામ કર કે સરહદ પાર કર ગયે હૈં... અબ વો લોગ કૌન થે ઉસકી માલૂમાત કર કે ક્યા ફ઼ાયદા?'

'ઓર લોગ ભી હૈ, બેગમ સાહેબા.' વઝીર-એ-આઝમની કેબિનના એક અંધારા ખૂણામાંથી અવાજ આવ્યો. ખુરસી ફેરવીને પાકિસ્તાનનો લશ્કરી વડો અયુબ ઊભો થઈને બેગમ સાહેબાની સામેની ખુરસી પર જઈને બેઠો. એમને જોઈને બેગમ સાહેબનો ચહેરો ઊતરી ગયો. એમને વઝીર-એ-આઝમની આ હરકત ગમી નહીં. બે જણની ખાનગી બેઠકમાં જનરલ અયુબની આવી આંચકાદાયક એન્ટ્રી એમને અપમાનજનક લાગી. વઝીર-એ-આઝમ સામે તકાયેલી બેગમ સાહેબાની આંખોમાં સવાલો હતા. 'આટલાં વરસોના આપણા સંબંધો પર પાણી ફેરવી નાખ્યું. નિર્દોષ દોસ્તીની ધજિયાં ઉડાવી દીધી. શું આપણી વચ્ચે અવિશ્વાસની ઊંડી ખાઈ સર્જાઈ ગઈ? હમારી પ્રાઇવેટ મીટિંગ મેં જનરલ અયુબ કો ક્યું હાજીર રખ્ખા... ઔર વો ભી અંધેરે મેં છૂપા કર...' પછી સહેજ મરક્યાં. કદાચ એમના મનમાં એક વિચાર આવ્યો કે જનરલ અયુબ તમે અંધારામાં જ હતા અને હજી અંધારામાં જ છો... અને વઝીર-એ-આઝમ, તમે તો પાકિસ્તાનની ટચૂકડી હથેળી પર ગણીગણીને શ્વાસ લેનારો એક પામર-લાચાર જીવ છો.

'સરહદ પર હમારે તીન લોગોં કો માર કે દો કાફ઼િર નિકલ ગયે હૈં... ઔર દો અભી ભી હૈ... જિન મેં સે એક લડકી હૈ... બેગમ સાહેબા.' અયુબનો ભારે અવાજ કેબિનમાં ફરી વળ્યો. બેગમ સાહેબા ટટ્ટાર બેઠાં. જનરલ અયુબ પાસે કુલ ચાર એજન્ટોની માહિતી હતી. એમાંથી એક છોકરી હોવાનું સાંભળીને સાવધ થઈ ગયાં. આમ છતાં બેગમે અયુબની અવગણના કરીને વઝીર-એ-આઝમને એટલું જ પૂછ્યું કે, 'આપ મુઝસે ક્યા ચાહતે હો?'

'હમ બાકી દો લોગોં કા પતા જાનના ચાહતે હૈં... આપ હી ઢૂંઢ કર હમેં બતા સકતી હૈં...' વઝીર-એ-આઝમને બદલે મિલિટરી જનરલ અયુબે જવાબ આપ્યો. બેગમ સાહેબા ગમ ખાઈ ગયાં. અયુબ એક નાગણને છંછેડી રહ્યો હતો.

'અગર આપકે પાસ ઇતની બાતમી હૈ તો ફ઼િર ઉસે પકડ ક્યું નહીં લેતે?' બેગમ સાહેબાએ હવે સીધી મિલિટરી જનરલ સાથે આંખ મિલાવીને વાત કરી. 'મુઝે મેરે હિન્દુસ્તાન કે સોર્સ કો કામ પર લગાને કી ક્યા જરૂરત હૈ?' બેગમ વઝીર-એ-આઝમ તરફ વળ્યાં.

'જરૂરત હૈ બેગમ સાહેબા, હમેં યહ પતા લગાકર બતાઓં કિ ઉન લોગોં કા પ્લાન ક્યા હૈ?' વઝીર-એ-આઝમે કહ્યું.

'તબાહી... ઉન લોગોં કા પ્લાન હૈ... હમારી તબાહી... વો લોગ હમારા ન્યૂક્લીઅર પ્લાન્ટ ખત્મ કરના ચાહતે હૈં... ઔર ઇસમેં નઇ બાત ક્યા હૈ...

હર દુશ્મન મુલ્ક કા યહી મકસદ હોતા હૈ... મૈંને કેપ્ટન અખ્તર હુસેન કો હિન્દુસ્તાન કે ન્યૂક્લીઅર પ્લાન્ટ કી બ્લ્યુપ્રિન્ટ દી થી... લેકિન વો કુછ કર પાયે ઇસસે પહેલે... ખેર, આપકો પતા હૈ...' બેગમ સાહેબાની વાત સાંભળીને જનરલ અયુબને કોઈ નાગણે અંધારિયા ખૂણેથી નીકળીને ડંખ માર્યો હોય એવું લાગ્યું.

'બેગમ સાહેબા, મુઝે ઇસ બાત કા બિલકુલ પતા નહીં હૈ... વો નકશા કહાં હૈ?'

'ઉસ રાત મેરે ઘર મેં પાર્ટી થી... ઇસ કે બાદ મૈંને કેપ્ટન અખ્તર હુસેન સાબ કો બ્લ્યુપ્રિન્ટ દી થી... ફિર પતા નહીં...'

'ફિર ક્યા હુઆ મુઝે પતા હૈ... ખાનસામા રહેમત મિયાંને કેપ્ટન કો ઝહર દિયા... ઔર સરહદ પાર કર ગયા...' કહીને અયુબે ખિસ્સામાંથી સ્કેચ કાઢ્યો... 'યહી હૈ વો ખાનસામા ઔર યહ ઉસકા શાગીર્દ...' મહેશનો સ્કેચ કાઢીને બતાવ્યો.

'ખાનસામા આપકી પાર્ટી મેં કેપ્ટન કે સાથ આયા થા ના?' અયુબે કહ્યું.

'હાં, લેકિન બિલકુલ સીધાસાદા ખાનસામા લગતા થા.' બેગમ સાહેબાએ કહ્યું.

વઝીર-એ-આઝમ બંને વચ્ચેની વાતચીતની ઘણી વાતથી વાકેફ નહોતા. 'ખાનસામા... રહેમત મિયાં... પાર્ટી... યહ સબ મેરી સમજ મેં નહીં આ રહા...' એમણે કહ્યું.

'કેફે લશ્કરી કે માલિકને રહેમત કો ખાનસામા બના કર કેપ્ટન કે સાથ ભેજા થા... હારુન અહમદ કી કત્લ ઉસી હોટલ મેં હુઈ... તબ મુઝે ડાઉટ આયા... હમને હોટલ કે માલિક ઔર મૅનેજર અલી દોનોં કો...'

આટલું બોલીને જનરલ અયુબ અટકી ગયો અને બેગમ સાહેબાનો શ્વાસ અધ્ધર ચડી ગયો. શું હોટલ માલિક અને અલીએ મોં ખોલ્યું હશે? અમારાં બધાંનાં નામ આપી દીધાં હશે? બેગમ સાહેબાને થયું કે જનરલ અયુબ નામનો આ અજગર પોતાને ભરડો તો નહીં લઈ રહ્યો હોય. બેગમ સાહેબાએ એમના મોટા પર્સની ક્લચ ખોલી, જેમાં રિવૉલ્વર હતી. કદાચ જાસૂસીનો આખરી ખેલ અહીં જ ખતમ કરવો પડે.

'ક્યા હુઆ ઉન દોનોં કા?' એમણે થોડા નીચા અવાજે પૂછ્યું.

'હમ ઉન કી રૂમ મેં પહોંચે ઇસ સે પહેલે કિસીને દોનોં કો ગોલી માર દી થી... હમેં સિર્ફ લાશ મિલી.' જનરલ અયુબ બોલ્યો ને બેગમ સાહેબાનો શ્વાસ હેઠો બેઠો. એમણે પર્સની ક્લચ બંધ કરી. જોખમ પહેલાનું જોખમ જોઈ લેવાની કાતિલ નજર માત્ર કબીરની જ હોઈ શકે.

કબીરે જ આલમગીરને કબીલા પર થયેલા બેફામ ગોળીબાર અને હત્યાનો બદલો લેવા ઉશ્કેર્યો હતો. કેફે લશ્કરીમાં કેપ્ટનની જગ્યા પર રોજ મિલિટરી

પોલીસ ચીફ હારુન આવીને બેસતો હોવાની બાતમી આપી હતી. બીજી તરફ એણે હોટલમાલિક અને અલીને પણ તૈયાર રાખ્યા હતા. અલીએ પ્લેટમાં રિવૉલ્વર મૂકીને આપવાનું કામ કર્યું અને આલમગીરે બદલો લઈ લીધો. જોકે એણે પોતાનો જીવ ગુમાવ્યો, પણ એ પોતાના માણસોની કત્લેઆમનો બદલો લેવા કુરબાની આપવા જ ગયેલો. કબીરને પાકી ખાતરી હતી કે કેફે લશ્કરીની ઘટના બાદ હોટલમાલિક અને અલીની પૂછપરછ થશે જ અને એમનાં મોં ખોલાવવા પાકિસ્તાન લશ્કરી વડો કોઈ પણ હદે જશે. એ પહેલાં બંનેના મોં બંધ કરવાં જરૂરી હતાં. આખરે આ પણ તો કુરબાની જ છે ને દેશકાજે.

બેગમ સાહેબાએ વઝીર-એ-આઝમની સામે જોઈને કહ્યું: 'મૈં હિન્દુસ્તાન કે ઉસ નકશે કી કૉપી દિલા સકતી હૂં... જહાં પર ઉન કા ન્યૂક્લીઅર પ્લાન્ટ હૈ.'

જનરલ અયુબ વચ્ચે જ ત્રાટક્યો: 'પહેલે હમારી સરહદ સે બચ કર નિકલ જાનેવાલે દો એજન્ટ ક્યા લે કર ગયે હૈં ઇસકા પતા કિજિયે, બેગમ સાહેબા.'

બેગમ સાહેબાને થયું કે કેટલીકવાર હા પાડવાને બદલે ના પાડીને સામેવાળાનો વિશ્વાસ જીતી લેવાય છે.

'નહીં હોગા...' બેગમ સાહેબાએ કહ્યું.

ના સાંભળવાની આદત નહીં ધરાવનારો જનરલ અયુબ સમસમી ઊઠ્યો. એણે વઝીર-એ-આઝમની સામે જોયું.

'આપસે યહ ઉમ્મીદ નહીં થી.' વઝીર-એ-આઝમ બોલ્યા.

'મેરા મતલબ હૈ કી અગર દો એજન્ટ કુછ લે કર ગયે હૈં... તો વહાં કી સરકાર, ખુફિયા એજન્સી સબ કે સબ હરકત મેં હોંગે... ઐસે હાલાત મેં હમેં વો જાનકારી મિલના મુશ્કિલ હોગી...'

'ચલો, યહ આપકી બાત ભી ઠીક હૈ...' વઝીર-એ-આઝમને એમની વાતમાં તર્ક દેખાયો.

'મૈંને કૅપ્ટન અખ્તર હુસેન સા'બ કો ભી યહ બાત સમજાઈ થી કિ... ઉનકા ન્યૂક્લીઅર પ્લાન્ટ ઉડા દો... બડા કામ કરો... બડા બદલા લો... દો-ચાર એજન્ટોં કો માર કર કુછ ફાયદા નહીં...'

'કબ તક મિલેગા વો નકશા?' જનરલ અયુબ બોલ્યો.

'કુછ દિન લગ જાયેંગે... એક હી કૉપી થી, જો હમને કૅપ્ટન કો દે દી થી...' બેગમ સાહેબાને જનરલ અયુબ નામનો ઉંદર પાંજરામાં પુરાતો દેખાયો.

'હમેં આપ પર પૂરા ભરોસા હૈ... આપ જૈસે ભરોસેમંદ લોગ કમ બચે હૈં.' વઝીર-એ-આઝમે કહ્યું.

'ક્યા યહ સચ હૈ કી કૅપ્ટન અખ્તર હુસેન તબરોઝા કે જિસ મિલિટરી મથક

મેં ખાસ ડ્યૂટી પર થે, વહાઁ અપના ન્યૂક્લીઅર પ્લાન્ટ હૈ?' બેગમ સાહેબાએ પૂછ્યું. જનરલ અયુબ અને વઝીર-એ-આઝમ એકબીજાની સામે જોઈ રહ્યા.

એક સેકન્ડ પછી બંને એકીઅવાજે બોલ્યાઃ 'ના.'

52

વઝીર-એ-આઝમ અને જનરલ અયુબની એકીઅવાજમાં 'ના' સાંભળ્યા બાદ મીટિંગમાંથી બહાર આવી ગયેલાં બેગમ સાહેબા વિચારમાં પડી ગયાં. તબરોઝાના એ મિલિટરી મથકમાં ન્યૂક્લીઅર બૉમ્બ બનતો નથી તો પછી રાહુલ અને મહેશ એમની સાથે લઈ ગયેલા પુરાવા ખોટા હશે? એના વિશે રાવે કોઈ જાતની ચોખવટ કરી નથી. જોકે એમની પાસેથી આવી કોઈ અપેક્ષા રાખવી ન જોઈએ, કેમ કે એમની રગોમાં જાસૂસી વણાઈ ગઈ છે. એમના ડાબા પગને ખબર નથી હોતી કે જમણો પગ એ ક્યાં માંડશે, પણ પાકિસ્તાનના આ બે ટોચના ખેરખાંઓએ કરેલી વાતમાં દમ હશે ખરો? અને એમાંય બંનેએ એક જ સૂરમાં 'ના' પાડી ત્યારે...

ગોપીનાથ રાવ સાચી વાત કહેશે નહીં અને આ બંને પર ભરોસો રાખવો એટલે કાચીંડાના રંગ પર વિશ્વાસ મૂકવો. આજે વઝીર-એ-આઝમે જનરલ અયુબને મીટિંગમાં હાજર રાખીને બહુ ખોટું કર્યું. મારી આબરૂના લીરા ઉડાવ્યા. ગુપ્ત મીટિંગમાં જનરલ અયુબને હાજર રાખવાનું કારણ શું હશે? શું વઝીર-એ-આઝમને મારા પર કોઈ શંકા હશે કે પછી જનરલ અયુબે વઝીર-એ-આઝમ પર આ રીતની મીટિંગ કરવાનું પ્રેશર કર્યું હશે. આખરે પીએમ શોભાની પૂતળી છે. વઝીર-એ-આઝમ તો માત્ર વઝીર છે.

અસલી રાજ તો લશ્કરનું છે.

ખેર, અલ્લાહ ખૈર કરે... જનરલ અયુબને હિન્દુસ્તાનના ન્યૂક્લીઅર પ્લાન્ટનો નકશો આપતાં સુધીમાં ઝેલમ નદીમાં કેટકેટલું પાણી વહી જશે કોને ખબર... 'જ્યારે કાંઈ ન સૂઝે ત્યારે સમયને થોડો સમય આપવો, પણ એક સમય સુધી જ સમય આપવો.' ગોપીનાથ રાવે એકવાર આ ગાંઠે બાંધી રાખવા જેવી વાત કરી હતી. બેગમ સાહેબાના સ્વગત બબડાટની વચ્ચે ઘર ક્યારે આવી ગયું એની ખબર ન પડી. માયા ત્રીજા માળે ઝરૂખા જેવી બારીએ બેસીને બેગમની રાહ જોતી હતી. ખાં સાહેબ રેકોર્ડ પ્લેયરની બાજુમાં બેસીને આંખ મીંચીને ગીત સાંભળી રહ્યા હતા.

'હમ ઇન્તેજાર કરેંગે, હમ ઇન્તેજાર કરેંગે તેરા કયામત તક,
ખુદા કરે કે કયામત હો ઓર તૂ આયે...'

બેગમ સાહેબા દરવાજે ટકોરા મારે તે પહેલાં જ માયાએ દોડીને દરવાજો ખોલી નાખ્યો. ગીતના શબ્દોએ બેગમ સાહેબાને મૂંઝવી નાખ્યાં. બેગમ સાહેબા માયાની મનની ઉતાવળ પામી ગયાં.

'શું થયું?' એમણે અંદર દાખલ થતાં જ પૂછ્યું.

માયાએ દરવાજો ઝટથી બંધ કરતાં કહ્યું: 'ચીફનો મૅસેજ છે. તબરોઝામાં જ તબાહીનું મક્કા છે.' બેગમ સાહેબાને એ સાથે જ વઝીર-એ-આઝમ અને જનરલ અયુબે એકીઅવાજે પાડેલી 'ના' યાદ આવી... 'બડે ચાલાક લોગ હૈ.' એ મનમાં બોલ્યાં.

'સારા સમાચાર છે ત્યારે તમે આવી કયામતના ઇન્તેજારની રેકોર્ડ વગાડી... ખરા છો તમે, ખાં સાહેબ.'

'હવે રાહ જોવાની છે કયામતની... ખુદા કરે કે કયામત હો ઓર તૂ આયે...'

ખાં સાહેબે રેકોર્ડ ઉતારીને કવરમાં મૂકતાં કહ્યું.

'મારે એક ખરાબ સમાચાર આપવા છે.' બેગમ સાહેબાએ કહ્યું.

ખાં સાહેબ અને માયા જાણતાં હતાં કે બેગમ કોને મળવા ગયાં છે. શું થયું હશે એ મીટિંગમાં. બંને વિચારવા લાગ્યાં.

'જનરલ અયુબ પાસે બે એજન્ટોની માહિતી છે... એક છોકરો અને એક છોકરી.'

✣

બેગમ સાહેબાના મીટિંગમાંથી ગયા પછી વઝીર-એ-આઝમ અને જનરલ અયુબે ખરી ગુફ્તેગુ શરૂ કરી હતી.

'જનાબ, અમરિકા ખફા હૈ હમ સે... ક્યું કી ઉન કે દબાવ મેં આકર કે ફ્રાન્સને હમેં ન્યૂક્લીઅર પ્લાન્ટ મેં મદદ નહીં કી... હમને સિક્રેટલી ચીન સે મદદ લે કર પ્લાન્ટ ખડા કિયા હૈ... રશિયાને ભી હેલ્પ કી હૈ... અબ હમ નૉર્થ કોરિયા કો ન્યૂક્લીઅર બૉમ્બ બનાને મેં મદદ કર રહે હૈ. અમરિકા હમ પર રિસ્ટ્રિક્શન્સ ડાલેગા... હમારા ફાઇનાન્સ બંધ કર દેગા...' વઝીર-એ-આઝમના અવાજમાં ઉકળાટ હતો.

જનરલ અયુબે કહ્યું: 'મસલ્લા યહ નહીં હૈ જનાબ, તકલીફ ઇઝરાયલ કી હૈ. મોશે ડાયન ક્યા ચાહેગા? મોસાદ ક્યા કરેગા? હમે ઇન સે નિપટના હોગા.'

'ઇન સે તો મૈં નિપટ લૂંગા... તાશ કે પત્તોં મેં એક જોકર હૈ.'

'કૌન જોકર?' જનરલે અકળાઈને પૂછ્યું.

'હિન્દુસ્તાન કા પ્રાઇમ મિનિસ્ટર.'

'મઝાક છોડિયે જનાબ, કાઠમંડુ મેં સિક્રેટ મીટિંગેં હો રહી હૈ... ગોપીનાથ રાવ ઔર મોસાદ કે યાસ્સી ખાલેદ કે બીચ... હમેં અમરિકા કે હલક કે નીચે યહ બાત ઉતારની હોગી કી ઇઝરાયલ કો હમારે ન્યૂક્લીઅર શસ્ત્રોં સે કોઈ ખતરા નહીં હૈ...' જનરલ અયુબ બોલ્યો.

'મૈં ફિર સે કહે રહા હૂં કી અમરિકા હમ સે નારાજ હૈ...' વઝીર-એ-આઝમે અવાજમાં ભાર દઈને કહ્યું.

'સબકુછ આસાન હૈં... હમ ગોલી ચલાને વાલે દિમાગ ભી ચલાતે હૈં. હમેં પતા હૈ કી મોસાદ કો લિબિયા, સિરિયા, જોર્ડન ઔર સાઉદી અરેબિયા કે લશ્કર કી ઇન્ફર્મેશન મેં ઇન્ટરેસ્ટ હૈ. અરબ વર્લ્ડ મેં ડેપ્યુટેશન પર ભેજે ગયે હમારી આર્મી કે અફસર લોગ મોસાદ કો યહ સારી ખુફિયા ઇન્ફર્મેશન દેંગેં... હમને યહ કામ કબ સે શુરૂ કર દિયા હૈ.'

'અમરિકા કા સ્ટેન્ડ ક્યા હોગા... સવાલ યહ હૈ જનરલ.'

'ઇસ કા જવાબ અફઘાનિસ્તાન મેં હૈ... હમારે નૉર્થવેસ્ટ પાકિસ્તાન મેં હૈ. અફઘાનિસ્તાન મેં ઘૂસે સોવિયત લશ્કર પર કુછ ગૂટ હમલે કર રહે હૈં... અમરિકા ચાહતા હૈ કી હમલે ચાલુ રહે. ઇસલિયે અમરિકા ઇસ ગૂટ કો ફન્ડિંગ કર રહા હૈ... લેકિન વો સરઝમીં હમારી નૉર્થવેસ્ટ કી હૈ. ઇઝરાયલ કી ચાબી અમરિકા કે હાથ મેં હૈ ઔર અમરિકા કી ચાબી...' બોલીને જનરલે એનો જમણો હાથ છાતી પર ઠોક્યો.

વઝીર-એ-આઝમે કહ્યું: 'યહ અમરિકા હૈ... પૂરી દુનિયા કો નચાતા હૈ...'

❖

ગિરધર કાઠમંડુમાં ઇઝરાયલના ખાસ વિશ્વાસુ માણસ કાસીમભાઈને નેગેટિવ્સ આપીને, કાસીમભાઈની મહેમાનગતિ માણીને પાછો આવી ગયો. દર્શન ત્યાગીએ વાળ અને કપડાના સેમ્પલોના પૉઝિટિવ રિપોર્ટ આપી દીધા. ગોપીનાથ રાવે તબરોઝાના મિલિટરી મથકમાં જ માનવજીવનનો સર્વનાશ કરી નાખવાની ક્ષમતા ધરાવતો ન્યૂક્લીઅર બૉમ્બ બને છે એવી સ્ફોટક માહિતી બેગમ સાહેબાને પહોંચાડી. કદાચ એમાં પણ એમનું કોઈ ગણિત હશે, પણ હવે ગોપીનાથ રાવ કયું પત્તું ઊતરે છે એની પર બધો મદાર હતો. એમણે પોતાના ખાસ વિશ્વાસુ દોસ્ત ડિફેન્સ સેક્રેટરી રામ મોહન અને સંરક્ષણ પ્રધાન ચૌહાણ સાથે સિક્રેટ

બેઠક કરી. આ બેઠકમાં સંરક્ષણ પ્રધાન ચૌહાણની હાજરી મહત્ત્વની હતી, કેમ કે એમની જરૂર હવે પડે એમ હતી અને છેલ્લા થોડા સમયથી તેઓ ગોપીનાથ રાવની પડખે રહ્યા હતા અને આમાં રામ મોહનની ભૂમિકા વિશેષ રહી હતી. સિક્રેટ મીટિંગ સંરક્ષણ પ્રધાનની કેબિનમાં યોજાઈ અને વિષય હતો આટલા પુરાવા હાથ લાગ્યા પછી હવે કયા પગલાં ભરવાં. ગોપીનાથ રાવ માટે સંરક્ષણ પ્રધાન ચૌહાણ અને ડિફેન્સ સેક્રેટરી રામ મોહનનો અભિપ્રાય મહત્ત્વનો હતો.

'મારા મત મુજબ આપણે વડા પ્રધાન સમક્ષ મળેલા પુરાવા મૂકવા જોઈએ અને પાકિસ્તાન પર હુમલો કરવો જોઈએ, પણ વડા પ્રધાનની સંમતિ સાથે.' સંરક્ષણ પ્રધાન ચૌહાણે એમનો મત રજૂ કર્યો.

'વડા પ્રધાન નહીં માને.' ડિફેન્સ સેક્રેટરીએ કહ્યું.

'હું સંરક્ષણ પ્રધાનની એ વાત સાથે સહમત છું કે આપણે પાકિસ્તાન પર હુમલો કરવો, પણ ઇઝરાયલની સાથે જોઇન્ટ ઑપરેશન કરવું.' રાવે કહ્યું.

'ઇઝરાયલ તૈયાર છે?' ચૌહાણે પૂછ્યું.

'મોસાદ તૈયાર છે.' રાવે કહ્યું.

'મોસાદના ચીફ ખાલેદ મોશે ડાયનની મંજૂરી વિના જોઇન્ટ ઑપરેશન માટે તૈયાર થાય એ વાત હું માનતો નથી.' ચૌહાણે કહ્યું.

'આવતે અઠવાડિયે મુંબઈમાં આપણા વડા પ્રધાન અને મોશે ડાયન વચ્ચે એક સિક્રેટ મીટિંગ થવાની છે. જોઇન્ટ ઑપરેશનની વાત આપણા વડા પ્રધાન એમના ગળે ઉતારી દે તો કામ સરળ થઈ જાય. મોસાદ સાથ આપશે જ.' રાવે કહ્યું.

'અને વડા પ્રધાનને ગળે ઘંટ બાંધવાનું કામ કોણ કરશે?' ચૌહાણે પૂછ્યું.

'સર, આપ આ કામ સારી રીતે કરી શકશો.' રાવે ચૌહાણને કહ્યું.

'રાવ, મને લાગે છે કે તું ઊંધું વેતરી રહ્યો છે. વડા પ્રધાન તારો આખો ખેલ બગાડી નાખશે.' રામ મોહને કહ્યું.

'રામ, તું એક સરકારી અધિકારી તરીકે વિચારે છે, ચૌહાણ સાહેબ એક રાજકારણી તરીકે વિચારે છે અને હું એક સામાન્ય સિક્રેટ એજન્ટની જેમ વિચારું છું.' રાવે ચૌહાણની સામે ફરીને આગળ કહ્યુંઃ 'સર, તમે પીએમને વાત તો કરી જુઓ.' ચૌહાણ રાજકીય નેતાની અદામાં નોન કમિટલ રહ્યા. ન કાંઈ બોલ્યા કે ન કાંઈ ચાલ્યા.

ચૌહાણ સાહેબના ફળિયામાં બોલ નાખીને ગોપીનાથ રાવ અને રામ મોહન બહાર આવ્યા. કારમાં બેસતાં જ રામ મોહને પૂછ્યુંઃ 'રાવ, તારા દિમાગમાં શું ચાલી રહ્યું છે?'

'સમયને થોડો સમય આપીશ, પણ એક હદથી વધુ સમય નહીં આપું.' રાવે

સિગારેટ સળગાવી. રામ મોહને કાર સ્ટાર્ટ કરતાં કહ્યુંઃ 'રાવ, તું અને તારું સિક્રેટિવ માઇન્ડ... તારું નામ ગોપીનાથ નહીં, કૃષ્ણનાથ રાવ રાખવાની જરૂર હતી.'

હૉસ્પિટલમાં સારવાર હેઠળ રખાયેલા મહેશ અને રાહુલ સાજા થઈ રહ્યા હતા. જખમ રૂઝાતાં હજી થોડો સમય લાગશે એવું ડૉક્ટરે કહ્યું ત્યારે મહેશ આડું જોઈ ગયો. એણે ત્યાંથી જલદીથી છૂટવું હતું. પાકિસ્તાનમાં શું ચાલી રહ્યું છે એ જાણવું હતું અને બની શકે તો પાછા જવું હતું. એના માટે મિશન શાદી હજી અધૂરું હતું.

ચેકઅપ કરીને ડૉક્ટરના ગયા બાદ એણે બાજુમાં સૂતેલા રાહુલને પૂછ્યુંઃ 'પાકિસ્તાનના કાંઈ ખબર?' રાહુલે મુંડી હલાવીને ના પાડી.

'યાર, મને તો અહીં અકળામણ થાય છે. ઝડપથી સાજા થઈને પાછું ત્યાં જવું છે.' મહેશ બોલ્યો.

'હવે ત્યાં જવું સહેલું નથી દોસ્ત. તારા અને મારાં પોસ્ટરો લાગી ચૂક્યાં હશે.' રાહુલ હસીને બોલ્યો.

'એક મોકો, બસ એક મોકાની જરૂર છે. સરકી જઈશ અહીંથી.' મહેશ બબડતો હતો ત્યાં ગોપીનાથ રાવ અંદર આવ્યા.

'ક્યાં સરકી જવું છે તારે?' રાવે હસતાં પૂછ્યું.

મહેશ કાંઈ બોલે તે પહેલાં રાહુલે કહ્યું કે, 'એને પડોશી દેશમાં ફાવી ગયું હતું. મિસ કરે છે.'

'પડોશી દેશને મિસ કરે છે કે મિસ માયાને મિસ કરે છે?' રાવ મજાકમાં કહીને ખડખડાટ હસ્યા. મહેશ ગંભીર થઈ ગયો. રાવ એના પલંગ પર બેઠા. મહેશની પીઠ પર હાથ મૂકીને કહ્યુંઃ 'પ્રેમમાં શહીદ થાય એને હું શહીદી નથી કહેતો. તને અહીં બોલાવી લેવા પાછળનું એકમાત્ર કારણ આ હતું... બાકી રાહુલ એકલો પૂરતો હતો ત્રણેય વસ્તુઓ લાવવા માટે.'

'સર, મેં અમારા પ્રેમને વચ્ચે આવવા નથી દીધો.' મહેશે કહ્યું.

'તેં વચ્ચે આવવા દીધો નથી, કોઈ બીજો વચ્ચે લાવે એ મને પસંદ ન હતું.' રાવે કહ્યું.

'મને અધૂરું ઑપરેશન પૂરું કરવા જવા દો સર.' મહેશના અવાજમાં આજીજી હતી.

'ઑપરેશન હજી પૂરું નથી થયું. તમારી બંનેની અહીં પણ જરૂર છે. બસ, રિકવર થઈ જાઓ.' રાવ ઊભા થઈને ચાલવા લાગ્યા.

'થેન્ક્યુ સર,' એકીસાથે બે અવાજ સાંભળીને રાવે પાછળ ફરીને જોયું. મહેશ અને રાહુલની આંખો કૃતઘ્નતાનાં આંસુથી છલકાઈ ગઈ હતી.

53

હસીનાએ દરવાજો ખોલ્યો. સામે ઊભેલાં કબીર અને માયાને જોઈને બોલીઃ 'જી, કૌન ચાહિયે?'

'શૌકત હૈ?' માયાએ પૂછ્યું.

'જી, આઇએ અંદર, બુલાતી હૂં.'

હસીનાએ બંનેને બેસાડીને બૂમ મારીઃ 'શૌકત, દેખો તો કૌન આયે હૈં આપકે લિયે?' કબીર અને માયા એકબીજા સામે જોવા લાગ્યાં.

શૌકત તરત જ બહાર આવ્યો. કબીર અને માયાને જોઈને ખુશ થઈ ગયો.

'કબીર, યાર, કિતને સાલ બાદ...' શૌકત કબીરને ભેટી પડ્યો.

શું ગજબનો કલાકાર છે આ માણસ... કબીર વિચારી રહ્યો હતો.

'ઔર આપ કૌન?' માયાની સામે જોઈને શૌકતે ફરી અભિનય કર્યો.

'તૂ સૌચતા હૈ વૈસા નહીં... યહ હૈ મરિયમ. અબતક હમારી શાદી નહીં હુઈ... કરની હૈ... લેકિન થોડી મુસીબત હૈ... ઇસલિયે યહાં તેરી મદદ કે લિયે...' કબીર અટકી ગયો.

હસીના માયા પાસે જઈને બોલીઃ 'કોઈ દિક્કત નહીં જી... હમને ભી બડી મુશ્કિલેં ઝેલી હૈ શાદી કો લે કર...'

'યાર, તૂ ભી કમાલ કા આદમી હૈ... ચુપચાપ શાદી કર લી.'

હવે કબીરે પણ હસીનાને જોઈને અભિનય શરૂ કરી દીધો હતો, કેમ કે કબીર અને માયાને કે કદાચ ગોપીનાથ રાવને પણ સુશાંતે લગ્ન કરી લીધાં હોવાની જાણ નહોતી. હકીકત તો જાણવી રહી. કબીરને બીજો પણ વિચાર આવ્યો કે હવે જ્યારે એ બંને બેગમ સાહેબાને ઘરેથી નીકળીને છુપાવા માટે સુશાંત પાસે આવ્યાં છે એ સંજોગોમાં જાણી લેવું જરૂરી હતું અને હસીનાની વાતચીત પરથી લાગતું હતું કે સુશાંત એક સિક્રેટ એજન્ટ હોવાની અસલિયતની એને ખબર નહીં જ હોય.

'હા, યારા, દો સાલ હુએ હમારી શાદી કો...' સુશાંતે કહ્યું.

બે વરસથી લગ્ન કરી લીધાં છે એની ખબર પણ પડવા દીધી નથી. ખરો

છે આ માણસ... કબીર પાસે એ સમયે આવું બધું વિચારવાનો સમય નહોતો.

'હમેં થોડે દિન યહાં રહેના હૈં... અગર આપ લોગોં કો કોઈ ઐતરાઝ ના હો તો.' માયાએ કહ્યું.

'હમારી શાદી હો જાયે તબ તક...' કબીરે કહ્યું.

સુશાંત સમજી ગયો હતો કે કબીર અને માયાને છુપાવા માટે પોતાનું ઘર સલામત લાગ્યું છે, પણ એના માટે ધરમસંકટ એ હતું કે હસીનાને શૌકત અલી પાકિસ્તાનની ખુફિયા એજન્સીમાં કામ કરતો ભારતનો જાસૂસ હોવાનો અણસાર નહોતો. સુશાંત પાસે માયા અને કબીરને છુપાવવા સિવાયનો બીજો માર્ગ પણ ક્યાં હતો.

✣

પોલીસ ઇન્સ્પેક્ટર જાવેદ અને હવાલદાર રસૂલમિયાં પોલીસ સ્ટેશનમાં બકરા સાથે બેઠા હતા.

'સલામત અલી ઔર કાજી મહોલ્લા સે તબરોઝા ગાંવ તક કિતની લાશેં ગીરી.' હવાલદાર રસૂલમિયાંએ કહ્યું.

'મૈંને તો પહેલે હી સમજ લિયા થા કી યહ બડા મામલા હૈ... જાસૂસી કી જાલ બડી ફૈલી હુઈ હૈ... ઇસલિયે પીઆઇબી કે પાસ જાકે કેસ સોંપ દિયા.' ઇન્સ્પેક્ટર જાવેદે કહ્યું.

'અચ્છા કિયા... વરના હમારી ભી લાશેં... અબ મુઝે ડર લગ રહા હૈ.'

'ચૂપ કરો, યાર,' ઇન્સ્પેક્ટર જાવેદે કહ્યું. જાવેદને જ્યારે પણ કોઈના મર્ડરના સમાચાર મળતા ત્યારે એણે ખુદને માટે ખુદાને બંદગી કરી હતી. જાવેદ અને રસૂલમિયાં બેમાંથી એકેય બકરો રાખવા પણ તૈયાર નહોતા. આખરે બકરો રસૂલમિયાંએ પોતાની પાસે રાખવો પડ્યો હતો. ચારાના પૈસા માટે જાવેદ સાથે કાયમ દલીલ કરનારો રસૂલમિયાંએ બકરાને ખવડાવીને તગડો કરી દીધો હતો. એ દિવસે એ બકરો લઈને પોલીસ સ્ટેશનમાં ગયો, પણ મનમાં એવો ભય સતાવતો હતો કે કદાચ કોઈ આ બકરાનું પગેરું શોધતું આવશે અને પોતાનું મર્ડર કરી નાખશે.

'જનાબ, આપ બકરા રખ લો.' રસૂલમિયાંએ બકરાથી પીછો છોડાવવા કહ્યું.

'અરે, તૂ રખ લે... યા ફિર હલાલ કર કે ઉસકી બિરિયાની પુલીસ થાને મેં સબ કો ખિલા દે,' જાવેદ ચિડાયો. બંને વચ્ચે બકરાને લઈને ઘણી દલીલ થઈ. જાવેદ એનો ઉપરી હતો. રસૂલમિયાંએ ઇન્કાર કરવાનો સવાલ નહોતો.

'જનાબ, મુઝે બકરે કો હલાલ કરના હોતા તો કબ કા કર દેતા.' રસૂલમિયાંએ લાચારી બતાવી.

'તો મૈં હલાલ કર કે તુઝે બિરિયાની ખિલાઉંગા...' જાવેદ ગુસ્સામાં બોલ્યો.

'જિસને ઉસ રાત બકરે કો જિંદા રખા, ઉસને કુછ તો સોચા હોગા. જનાબ, બિનામાલિક કા બકરા હમારે પાસ સલામત રહેગા.' કહીને રસૂલમિયાં બકરાને લઈને જતો રહ્યો.

✣

સરોજાદેવીના ઘરની બેલ વાગી. એમણે કી હૉલમાંથી જોઈને દરવાજો ખોલ્યો. સામે આંચલને જોઈને ખુશ થઈ ગયા.

'અંદર આવું?' આંચલે લગભગ અંદર આવી ગયા પછી હસતાં કહ્યું.

'તારે પૂછવાનું હોય બેટા. આવ, આવ, બેસ.' સરોજાદેવીએ આવકારો આપ્યો ને પોતે સામેની ખુરસી પર બેઠાં.

'આપણે થોડું સાથે રહ્યાં, પણ મન એવાં મળી ગયાં કે થયું લાવ, આજે તમારા ખબરઅંતર પૂછતી આવું.'

'ના, તું મારા ખબરઅંતર પૂછવા નહીં, પણ તારા અંતરની કોઈ વાત કરવા આવી છો રાઇટ?'

'તમને કેમ ખબર પડી? મારું મોં જોઈને કે મારી પૂછવાની સ્ટાઇલ પરથી?' આંચલ હસી પડી.

'ચહેરો બધું કહી આપે. બોલવાની જરૂર નહીં.' સરોજાદેવીએ કહ્યું.

'કબીર એજન્ટ છે એની તમને ખબર હતી?' આંચલે પૂછ્યું.

સરોજાદેવીએ હકારમાં માથું હલાવ્યું. એમની આંખોમાં એક સૈનિકની જનેતાને છાજે એવી ચમક હતી.

'જોકે કબીરે મને ક્યારેય કહ્યું નહોતું... એ એમની પૉલિસી પણ છે.'

'કદાચ મહેશે પણ મને એટલે જ કહ્યું નહીં હોય.' આંચલ બોલી.

'પણ તેં મને હજી તારા અહીં આવવાનું કારણ કહ્યું નહીં.' સરોજાદેવીએ કહ્યું.

'મહેશની બહુ યાદ આવે છે. અમારી વચ્ચે થયેલું મનદુઃખ દૂર કરવું છે.'

'હા, પણ તેં હજી તારા મનની વાત મને કરી નથી.' સરોજાદેવી આંચલના ચહેરાને જોઈ રહ્યાં હતાં.

'મારે પણ મહેશની જેમ સિક્રેટ એજન્ટ બનવું છે.' આંચલે સરોજાદેવીના બંને હાથ પકડી લઈને મનની વાત કહી. હકીકતમાં આંચલ આના માટે જ આવી હતી.

સરોજાદેવી ખડખડાટ હસી પડ્યાંઃ 'પાગલ છોકરી છો તું.'

✣

પાકિસ્તાન સરકારે જોતજોતામાં પોતાના અવ્વલ દરજ્જાના અફસરો ગુમાવ્યા હતા. જનરલ અયુબને ન્યૂક્લીઅર બૉમ્બના પ્રણેતાને ખોવાનો અફસોસ હતો. અન્ય કેડરોમાં ડેપ્યુટી નીમી દેવાયા એ રીતે ડૉ. ઝકરિયાને સ્થાને ડૉ. યુસુફ અલીને જવાબદારી સોંપી દેવાઈ હતી. ડૉ. યુસુફ અલીને જીવનું જોખમ લાગ્યું, પણ જનરલ અયુબની સામે મિયાંની મીંદડી બનીને હા પાડી દીધી હતી. જનરલ અયુબનું હવે હિન્દુસ્તાનના ન્યૂક્લીઅર પ્લાન્ટને ખતમ કરવાનું એક જ ટાર્ગેટ હતું અને બેગમ સાહેબા બ્લ્યુપ્રિન્ટ આપે એટલી જ વાર હતી. ભારતમાં એણે પોતાના સિક્રેટ કામ શરૂ પણ કરી દીધાં હતાં. જોકે એના દિમાગમાંથી પાકિસ્તાનમાં લપાઈને બેઠેલા બે એજન્ટો ખસ્યા નહોતા.

એમણે પીઆઇબીના ચુનંદા ખેલાડી એજન્ટોમાંથી એકનો નંબર ઘુમાવ્યો. 'હેલો.' શૌકત અલીએ ફોન ઉપાડીને ધીમેથી કહ્યું.

'શૌકત અલી, મૈં જનરલ અયુબ.'

'જી જનાબ, ફરમાઈયે.'

'હિન્દુસ્તાન કે દો કાફિર - એક લડકા એક લડકી. મેરે પાસ દોનોં કે સ્કેચ હૈ. હમેં જિંદા ચાહિયે.'

સુશાંત ફોન પર વાત કરી રહ્યો હતો એ વખતે કબીર અને માયા એની સામે જ બેઠાં હતાં.

'જી જનાબ, હો જાયેગા જનાબ, જી, જરૂર...' સુશાંતે ફોન મૂકીને કબીર અને માયાની સામે જોયું.

'કિસ કા ફોન થા?' કબીરે પૂછ્યું.

'ખતરોં કા સમંદર હમારે ઘર કી દેહલી તક પહોંચ ગયા હૈ...' સુશાંતે કહ્યું.

✣

ગોપીનાથ રાવે પાકિસ્તાનના તબરોઝા ખાતેના મથક પર ઇઝરાયલની સાથે મળીને ત્રાટકવાનો પ્લાન ઘડી કાઢ્યો હતો. એમને મોસાદનો સંપૂર્ણ ટેકો હતો. રાવને ગળા સુધીના ખાતરી હતી કે મોસાદના ચીફ યાસ્સી ખાલેદ મોશે ડાયનને આ માટે તૈયાર કરી લેશે. કેમ કે ઇઝરાયલ ઇરાકના બની રહેલા અણુ રિએક્ટરો પર હુમલો કરી ચૂક્યું હતું અને પાકિસ્તાન તરફથી પણ ખતરો હોવાનો એને પણ ભય હતો જ. ગોપીનાથ રાવે સંરક્ષણ પ્રધાન ચૌહાણને તૈયાર કર્યા હતા.

તબરોઝાના પ્લાન્ટને મુદ્દે ભારત માટે પાકિસ્તાન પર હુમલો કરવાનું સરળ હતું, પણ વડા પ્રધાનને એવો ભય હતો કે આને લીધે મહાયુદ્ધ ફાટી નીકળશે અને એ માટે ભારત તૈયાર નથી. ગોપીનાથ રાવની પાકિસ્તાનને પછાડવાની સબળ ઇચ્છા હોવા છતાં લાચારી હતી. આ સંજોગોમાં પાકિસ્તાનના પ્લાન્ટને ફૂંકી મારવા એક જ માણસ પૂરતો હતોઃ ઇઝરાયલની ગુપ્તચર એજન્સીનો માથા ફરેલો વડો યાસ્સી ખાલેદ.

✣

મુંબઈમાં ભારતના વડા પ્રધાન અને ઇઝરાયલના વડા મોશે ડાયનની ગુપ્ત બેઠક યોજાઈ હતી. આ બેઠકની કદાચ મોસાદના યાસ્સી ખાલેદ અને ગોપીનાથ રાવને જાણ હતી. ઉપરાંત રાવે ચૌહાણ અને રામ મોહનને આની જાણ કરી હતી. ચૌહાણ વડા પ્રધાનને સમજાવે એવું રાવ ઇચ્છતા હતા. રામ મોહનને વડા પ્રધાનના અભિગમનો ખયાલ હતો, પણ રાવની ચાલનો અંદાજ નહોતો.

મોશે ડાયન અને વડા પ્રધાન વચ્ચેની બેઠકમાં મોશે ડાયને પાકિસ્તાન તરફથી રહેલા ખતરા અને ન્યૂક્લીઅર પ્લાન્ટની વિસ્તારપૂર્વક વાત કરી. જ્યારે વડા પ્રધાને ભારત દેશની આર્થિક હાલતનાં રોદણાં રોયાં. સંરક્ષણ બજેટને સ્થાને વિકાસની યોજનાનું મહત્ત્વ સમજાવ્યું. યુદ્ધ બરબાદી છે એવું ભાષણ આપ્યું.

મોશે ડાયને દેશ સલામત હશે તો વિકાસ થશે, આર્થિક સધ્ધરતા આવશે એવું પોતાની ફિતરતથી વિરુદ્ધ જઈને કહ્યું, પણ વડા પ્રધાનના આદર્શ વિચારોની સામે એનો લડાકુ મિજાજ થાકી ગયો, પરંતુ મોશે ડાયન જેમનું નામ... એમણે નમ્રતાપૂર્વક જોઇન્ટ હુમલાની વાત પડતી મૂકીને પોતે એકલે હાથે હુમલો કરવા તૈયાર હોવાનું કહ્યું અને ગુજરાતના જામનગરના ઍરબેઝ પર પોતાનાં લડાયક વિમાનોને ફ્યુઅલ ભરી આપવાની વિનંતી કરી. ઇઝરાયલનાં યુદ્ધવિમાનોમાં ફ્યુઅલ ખૂટી ગયા પછી જામનગર ઍરબેઝ પર ફ્યુઅલ ભરવું જરૂરી હતું.

હું યુદ્ધમાં જોડાવાની ના કહું છું ત્યારે તમે યુદ્ધમાં સહાય કરવાની માગણી કરો છો. આ પણ યુદ્ધમાં સામેલગીરી જ થઈને, એવું કહીને એમણે જામનગરના ઍરબેઝ પર ફ્યુઅલ આપવાનો સાફ ઇનકાર કરી દીધો.

✣

મીટિંગ પૂરી કરીને વડા પ્રધાન દિલ્હી પાછા ફર્યા. એમની કૅબિનમાં સંરક્ષણ પ્રધાન ચૌહાણ, ડિફેન્સ સેક્રેટરી રામ મોહન અને ગોપીનાથ રાવને મીટિંગમાં લેવાયેલા નિર્ણય જાણવાની ઇન્તેજારી સાથે બેઠા હતા. એવામાં વડા પ્રધાનના

ફોનની ઘંટડી વાગી. એમણે ફોન ઊંચક્યો.

'હેલો.' વડા પ્રધાન બોલ્યા. સામે છેડે અમેરિકાના પ્રમુખ હતા.

'થેન્ક્યુ ફૉર કિપિંગ માય વર્ડ. વૉર ઇઝ ડિસ્ટ્રક્શન. થેન્ક્યુ અગેઇન ફૉર સેઇંગ નો ટુ ઇઝરાયલ.' (તમે મારી વાત માની એનો આભાર. યુદ્ધ તબાહી છે. ઇઝરાયલને ના પાડવા બદલ ફરીથી તમારો આભાર.)

ફોન મુકાઈ ગયો. ઍરકન્ડિશન કેબિનમાં અમેરિકાના પ્રમુખનો અવાજ અને અભિગમ સાંભળી ચૂકેલા ગોપીનાથ રાવ ઊભા થઈને ચાલવા માંડ્યા.

54

ગોપીનાથ રાવ વડા પ્રધાનને થેન્ક્યુ કહીને કેબિનમાંથી બહાર નીકળી ગયા. સંરક્ષણ પ્રધાન ચૌહાણ અને ડિફેન્સ સેક્રેટરી રામ મોહન માટે દ્વિધા ઊભી થઈ. તેઓ ગોપીનાથ રાવની સાથે બહાર નીકળી જાય તો વડા પ્રધાનનું અપમાન કરવા જેવું થાય. આમ છતાં રામ મોહન સરકારી અધિકારી હતા, આઇએએસ, હતા, મુત્સદ્દી હતા.

'સર, લેટ મી હેન્ડલ ઇટ...' કહીને બહાર નીકળી ગયા.

રાવ બહાર પાર્કિંગ એરિયામાં ઊભા રહીને સિગારેટ સળગાવી રહ્યા હતા એટલામાં રામ મોહન આવી પહોંચ્યા.

'કમ ઑન લેટ્સ ગો...' રામ મોહને કાર સ્ટાર્ટ કરી.

'મને અમેરિકાની દખલઅંદાજીનો અંદાજ હતો જ...' રામ મોહને કહ્યું.

'મને પણ હતો.' ગોપીનાથ રાવે ઊંડો કશ લઈને ધુમાડો છોડતાં કહ્યું.

'મને ખબર છે કે તું એક ડગલું આગળ ચાલે છે, પણ હવે અંત કેવો વિચાર્યો છે એ કહે.'

'રામ, આ કોઈ સામાજિક... સુધારાવાદી નવલકથા નથી કે એનો અંત સુખદ હોઈ શકે... હકીકત એ છે કે મેં આનો અંત હજી વિચાર્યો જ નથી.'

'મને ખબર છે કે તું તારા પત્તાં ખોલીશ નહીં અને હું જાણવાની કોશિશ નહીં છોડું. સ્વભાવ અપના અપના...' રામ મોહન હસી પડ્યા.

'રામ, માણસ પોતાનો સ્વભાવ બદલી નથી શકતો.' ગોપીનાથ રાવે સિગારેટનો છેલ્લો કશ લઈને સિગારેટ બહાર ફેંકી.

અમેરિકાએ ભારતના વડા પ્રધાનને ફોન કર્યો તે પહેલાં ઇઝરાયલના મોશે ડાયનને આ મામલામાં વચ્ચે નહીં પડવાની ઇશારત સાથે એ પણ સ્પષ્ટ કરી આપ્યું કે, 'પાકિસ્તાન તરફથી તમને કોઈ પણ જાતની તકલીફ નહીં થાય એની ગેરન્ટી મારી... પાકિસ્તાન સાપોલિયું છે... એને કોઈ પણ ઘડીએ કચડી શકાશે.'

બીજી તરફ પાકિસ્તાનના જનરલ અયુબ અને વજીર-એ-આઝમને પણ ખખડાવી નાખ્યાઃ 'તમારા હાથમાં યુદ્ધ કરવાની બહુ ચળ ઊપડી લાગે છે. બીજા હાથે હાથને ખૂજલાવીને બેસી રહો. મને પાકિસ્તાન પર અંકુશો મૂકતાં વાર નહીં લાગે. ન્યૂક્લીઅર બૉમ્બનું કારખાનું બંધ કરો. જો અમારી તરફથી મળતાં નાણાં અને શસ્ત્રો ચાલુ રાખવાં હોય તો... અને યાદ રહે નાણાં અને શસ્ત્રો જ તમારી લાઇફલાઇન છે. ભારતને એક ઝાટકે ખતમ કરવાના ખ્વાબ જોવાનું બંધ કરો. એમાં તમે પણ તબાહ થઈ જશો... એના કરતાં રોજેરોજ ભારત સામે લડો, છમકલાં કરો.'

ફોન પત્યા પછી જનરલ અયુબનું અટ્ટહાસ્ય આખાય રૂમમાં ફરી વળ્યું હતું.

'મિ. પ્રેસિડેન્ટ... ખૂજલી તો હર કિસી કો આતી હૈ... આપ ભી અપની ખૂજલી મીટા રહે હો... હમારી સરઝમીં પર સે રશિયા કો માત દે રહે હો...' જનરલ અયુબ ફરી ખડખડાટ હસ્યો.

✣

'ખતરોં કા સમંદર હમારે ઘર કી દહેલીઝ તક પહોંચ ગયા હૈ...' એવું સુશાંતે કહ્યું પછી કબીર અને માયા થોડીવાર ચૂપ રહ્યાં. હસીના રસોડામાં કામ કરતી હતી એટલે બધા ધીમેથી વાત કરતા હતા.

'મતલબ અહીં રહેવામાં ખતરો છે.' કબીર હળવેથી બોલ્યો.

'ખતરા વિશે વિચારો તો ખતરો તમારું દિમાગ ખોતર્યા કરે... જોખમ લેવું પડે યારા,' સુશાંતે કહ્યું.

છુપાવા માટેની આ છેલ્લી જગ્યા છે. અહીંથી નીકળવું પડશે તો બીજી કોઈ જગ્યા રહી નથી. માયાએ ઝડપથી વિચારી લીધું પછી બોલીઃ 'કબીર, ખતરોં સે ખેલના હમારા કામ હૈ... ફિર ડરના ક્યું?'

'આટલા સમયથી હું પાકિસ્તાનની ખુફિયા એજન્સીમાં કામ કરું છું. પકડાયો નથી ને ડર્યો પણ નથી. આગે અલ્લા જાને.' સુશાંતે કહ્યું.

'મરિયમ, ચલો બાઝાર ચલતે હૈં... કુછ સામાન ખરીદના હૈ', હસીના કિચનમાંથી બહાર આવીને બોલી.

બહાર નીકળવું ખતરો છે. જનરલ અયુબ પાસે બંનેના સ્કેચ છે. શું કરવું.

માયા, કબીર અને સુશાંત વિચારવા લાગ્યા.

'જાઓ હસીના, લેકિન બુરખા પહેન કર જાના.' કબીરે રસ્તો કાઢ્યો.

'લો, કર લો બાત... ઇતની મૉડર્ન લડકી હૈ... ચાંદ સા ચહેરા હૈ... ઔર આપ છૂપાને કી બાત કર રહે હો.' હસીના હસીને બોલી.

'ચાંદ સા ચહેરા હૈ... કિસી કી નઝર ના લગે ઇસલિયે તો છુપાના હૈ...' કબીરે પણ હસીને જવાબ આપ્યો.

'અરે, તો તુમ ભી બુરખા પહન લો.' સુશાંત બોલ્યો.

'મૈંને કભી પહેના હૈ જો અબ પહનૂં...? ઝમાના બદલ ગયા હૈ... ચલો મરિયમ' કહીને એણે માયાનો હાથ ખેંચ્યો.

સુશાંતે બહુ દલીલ નહીં કરવાનો કબીરને ઇશારો કર્યો. હસીના થેલી ઉછાળતી માયાને માર્કેટ લઈ ગઈ. કબીર અને સુશાંત ઉચાટ જીવે બેઠા.

ફોનની ઘંટડીએ એમના ઉચાટ જીવને વધુ ઊંચો કર્યો. સુશાંતે ફોન ઊંચક્યો.

'બેગમ સાહેબા બોલું છું. કબીરને આપ.' સુશાંતે કબીરને ફોન આપ્યો. ફોન કોનો છે એવું જણાવ્યા વિના.

'હેલ્લો,' કબીરે કહ્યું.

'હું બોલું છું એ નંબર પર રાતે ચીફને ફોન કરજે.' બેગમ સાહેબા નંબર બોલી ગયાં. કબીરે નંબર ગોખી લીધો. ફોન મુકાઈ ગયો. સુશાંતે એ વિશે કાંઈ પૂછ્યું નહીં ને કબીર કાંઈ બોલ્યો નહીં.

❖

'મુઝે ઇક બાત કરની હૈ તુઝસે.' હસીનાએ બજારમાં લટાર મારતાં મારતાં માયાને પૂછ્યું. માયા મનમાં મૂંઝાઈ. શું વાત હશે?

'કહોના.' એણે ચહેરા પરનો સંકોચ છુપાવતાં કહ્યું.

'શૌકત બહુત હી ખુફિયા કિસમ કા આદમી હૈ... વો ક્યા કામ કરતા હૈ... કહાં આતા-જાતા હૈ... કિસ સે મિલતા-જુલતા હૈ... કભી પતા નહીં ચલતા... કબીર કા કભી ઉસને જિકર નહીં કિયા હમસે... વો દોનોં ઇતને અચ્છે દોસ્ત હૈં ફિર ભી... ક્યા કબીરને શૌકત કે બારે મેં તુમ્હેં કભી બતાયા હૈ?'

'કબીર ભી ઐસા હૈ... સિક્રેટિવ. કભી નહીં બતાયા ઉસને શૌકતભાઈ કે બારે મેં... બસ, ઇતના કહા કિ એક શૌકત હૈ જો શાદી કરને મેં હમારી મદદ કર સકતા હૈ...' માયાએ કહ્યું.

'વૈસે શૌકતભાઈ કામ ક્યા કરતે હૈં?'

'પતા નહીં.'

'હસીના, શાદી કરને સે પહેલે તુમને ઉસે પૂછા તો હોગા.'

'પૂછા થા... પર ઉસને કહા... વો સબ છોડો, મુઝસે પ્યાર કરતી હો તો શાદી કર લો.'

'ઔર તુમને શાદી કર લી.' માયા હસી પડી.

'તુમ કબીર સે શાદી કરને જા રહી હો, ક્યા તુમને પૂછા હૈ?'

'નહીં, ઉન્હોંને ભી યહી કહા... પ્યાર કરતી હો તો શાદી કર લો.'

'સારે મર્દ એક જૈસે હોતે હૈં ક્યા?' બંનેના મોંમાંથી એકીસાથે શબ્દો સરી પડ્યા. બંને હસી પડી, પણ હસીનાના ચહેરા પરનું હાસ્ય ઊડી ગયું.

'મરિયમ, લેકિન કોઈ ભી ચીઝ... જ્યાદા દેર તક છૂપી નહીં રહ સકતી.'

✣

શૌકત અલી જનરલ અયુબને મળવા ગયો. જનરલ અયુબે ફોન કરીને મળવાનું કહ્યું ત્યારે એને શંકા ગઈ કે કદાચ કબીર અને માયા વિશે જાણવું હશે.

'શૌકત, મૈં તુમ્હેં એક કામ સોંપતા હૂં...' જનરલ અયુબે સુશાંતને બેસવાનું કહેતાં વાત શરૂ કરી.

'જી જનાબ.'

'બેગમ સાહેબા હમીદાબાનુ ઔર ઉનકા સિતારિયા શૌહર બરકતુલ્લા ખાં સાહબ પર નજર રખો. હમારે વઝીર-એ-આઝમ કે વો બહુત ચહિતે લોગ હૈં... જરૂરત પડને પર દોનોં કો ખતમ કરના હૈ...'

'જી જનાબ.'

'ઔર એક કામ...' જનરલ અયુબે ખાનામાંથી કબીર અને માયાના સ્કેચ કાઢીને ટેબલ પર મૂક્યા. 'દોનોં કો ઝિંદા પકડના હૈ.'

'જી જનાબ...' સુશાંતે સ્કેચ જોઈને પાછા જનરલ અયુબ તરફ સરકાવી દીધા.

'જનાબ, ગુસ્તાખી માફ લેકિન મેરી જાનકારી કે હિસાબ સે દો લોગ વાપિસ ચલે ગયે હૈં.'

'ચાર મેં સે દો લોગ હી વાપિસ ગયે હૈં... દો અભી ભી યહાં તબાહી મચા રહે હૈં...' જનરલ અયુબે જડબું હલાવ્યું. દાંત ભીંસ્યા.

'જનાબ, કામ હો જાયેગા.'

✣

કબીર રાતે ચીફને ફોન કરવા બહાર નીકળ્યો એ પહેલાં એણે સુશાંતને નજીકના પબ્લિક ફોનબુથ વિશે પૂછી લીધું હતું, પણ તકલીફ હસીનાને શું કહીને નીકળવું એ હતી. માયાએ એનો રસ્તો શોધી કાઢ્યો હતો. એણે હસીનાને કહ્યું કે, મારે કબીર સાથે બહાર ફરવા જવું છે, પણ એ તૈયાર નહીં થાય. તું એને કહેને કે મને લઈ જાય. હસીનાએ પ્રેમીપંખીડાને મદદ કરવાનું બીડું ઝડપી લીધું.

'બૈઠે ક્યા હો કબીર, જાઓ... જરા મરિયમ કો બહાર ઘૂમા કે આઓ... આઇસ્ક્રીમ ખિલા કે આવો...'

કબીરને 'ભાવતું હતું ને વૈદ્યએ બતાવ્યું' જેવો ઘાટ થયો, પણ જરા નાટક કરવું જરૂરી હતું. એણે હા-ના કરી... પછી માની જવાનું નાટક પૂરું કરીને માયાને લઈને બહાર ગયો. ફોનબુથમાં જઈને ચકરડું ઘુમાવ્યું. માયા બહાર આસપાસ નજર ફેરવતી ઊભી રહી. ગોપીનાથ રાવે હેલ્લો કહ્યું.

'સર,' કબીર બોલ્યો. ગોપીનાથ રાવે સમય વેડફ્યા વિના બોલવાનું શરૂ કર્યું. કબીર ચુપચાપ સાંભળતો રહ્યો. ફોનને અંતે માત્ર ઓકે સર કહીને ફોન કાપી નાખ્યો.

❖

કબીર અને માયા ચાલતાં ઘરે પાછાં આવે ત્યાં સુધીમાં ચીફે સુશાંતને ફોન લગાવ્યો. સામે હસીના બેઠી હતી એટલે એ ચીફ સાથે ખૂલીને વાત કરી શકે એમ નહોતો.

'હાં, સાઇઝ મિલ જાયેગી... જલદી દે દૂંગા સાઇઝ આપ કો... હા ભાઈ સાહબ, સબ ઇન્તેજામ મૈં કર રહા હૂં ના... નિકાહ કે લિયે કાજી... સર પર ટોપી, સેહરા... આખિર દોસ્ત હૈ મેરા... શાદી હૈ ઉસકી.' ફોન મૂકીને સુશાંતે નિરાંતનો શ્વાસ લેવાની કોશિશ કરી. સામે બેઠેલી હસીનાની આંખોમાં સવાલો ચમકતા હતા.

'વાહ, મેરે સિક્રેટિવ શૌહર, કબીર ઔર મરિયમ કી શાદી કી તૈયારી હો રહી હૈં... કપડે બન રહે હૈં ઔર હમેં પતા તક નહીં?' હસીના બોલી.

'કિસ કી શાદી કે કપડે બન રહે હૈં?' કબીરે પ્રવેશતાં પૂછ્યું.

'આપકે ઓર કિસ કે? શાદી આપકી હો રહી હૈં, ઇન કી થોડી ના હો રહી હૈં?' હસીનાએ કહ્યું.

'ઓહ, મેરી શાદી કે કપડોં કા કૉન્ટ્રક્ટ તુમને લે લિયા હૈ?' કબીર બોલ્યો.

ચીફે બંને સાથે શું વાત કરી હશે એનો તાળો બંનેની આંખોમાં મળી ગયો.

હસીનાને ક્યાં ખબર હતી કે ચીફ અને સુશાંત વચ્ચે કયા કપડાની વાત થઈ રહી હતી.

55

હા, એ સાચું કે કબીર અને શૌકત કયા કપડાની વાત કરી રહ્યા છે એની ખબર ન પડી, પણ થોડીવાર રહીને એણે મરિયમના કપડાની વાત છેડી.

'આપ દુલ્હેમિયાં કે કપડોં કી તૈયારી કરો, હમ મરિયમ કે શાદી કે જોડોં કી તૈયારી કરતે હૈં... હૈ ના, મરિયમ. એસે કપડે સિલવાયેંગે કી આપ લોગ દેખતે રહ જાઓગે.' હસીનાએ માયાને આંખ મારતાં કહ્યું. માયાએ માત્ર સ્મિત કર્યું. શૌકત ટેબલના ખાનામાંથી પેન્સિલ-કાગળ અને મેઝરમેન્ટની પટ્ટી કાઢીને કબીરની સામે ઊભો રહી ગયો.

'ખડે હો જાઓ દુલ્હેમિયાં.' કબીરએ ઊભા થઈને માપ આપવાનું શરૂ કર્યું. શૌકત કબીરની ઊંચાઈ, છાતીની પહોળાઈ, ખભાનું માપ, હાથની લંબાઈનું મેઝર લઈને લખતો ગયો.

'આપકો યહ સબ કરને કી ક્યા જરૂરત હૈ... દરજી કો બુલા લેતે.' હસીના બોલી.

'ઉનકે પાસ વક્ત નહીં હૈ.' શૌકત બોલ્યો.

'દરઅસલ હમારે પાસ વક્ત નહીં હૈ.' કબીરે માયાની સામે જોઈને કહ્યું.

✣

કાસીમભાઈ ઇઝરાયલમાં ખાલેદ યાસ્સીનને બ્લ્યુપ્રિન્ટની કૉપી પહોંચાડીને પાછા અફઘાનિસ્તાન પહોંચી ગયા ને ગીચ વસતિવાળા વિસ્તારમાં આવેલા ઘરમાં રહેવા લાગ્યા. કાસીમભાઈની નાનકડી ઓરડીમાં ફોનની ઘંટડી મોટેથી વાગી. કાસીમભાઈએ ફોન ઊંચકીને હેલ્લો કહ્યું.

'ગિરધર બોલ રહા હૂં.'

કાઠમંડુમાં કાસીમભાઈની પરોણાગતિથી ખુશ ગિરધરને કાસીમભાઈ સાથે સારી દોસ્તી જામી ગઈ હતી. એ અવારનવાર કાસીમભાઈને ફોન કરતો. બંને કાઠમંડુમાં કરેલા જલસાની વાતો વાગોળતા.

'બોલ ગિરધર,' કાસીમભાઈએ કહ્યું, પણ આ વખતે ગિરધરનો અવાજ ગંભીર હતો. આ વખતે એણે કાઠમંડુમાં ઢીંચેલા લોકલ બ્રાન્ડના દારૂ અને ડાન્સ બારમાં ઝૂમીને, મન ભરીને કરેલા ડાન્સની વાતો ન કરી.

'કબીર કી શાદી હોને જા રહી હૈ... આપકો કાજી બન કર જાના હૈ... ચીફને કહા હૈ.' એણે ત્રણ ટુકડે વાત શરૂ કરી.

'બાકી જાનકારી આપકો શૌકત અલી સે મિલ જાયેગી.'

✣

માયાનો મૂડ બરાબર લાગતો નથી એવું જાણીને હસીનાએ એને કારણ પૂછ્યું.

'ક્યા હુઆ હૈ તુઝે? શાદી કો લે કર ખુશ નહીં લગતી.'

'કુછ નહીં... ઐસે હી...'

'કુછ તો હૈ... મૈં દેખ રહી હૂં... તૂ ઉદાસ ઉદાસ સી બૈઠી રહતી હૈ.'

'નહીં, કુછ નહીં હૈ...'

'ઘર સે ભાગ કર નિકલી હો, ઘર કી યાદ આ રહી હૈ?'

'જો છૂટ ગયા ઉસકા ગમ ક્યા કરના?'

'શાદી નહીં કરની હૈ... કબીર સે? કહે દો, કહેને સે મન હલકા હો જાયેગા ઔર કુછ હલ નિકલ આયેગા.'

માયાએ હસીનાની સામે જોયું, પણ આંખનાં ઝળઝળિયાંએ એની આકૃતિ ઝાંખી કરી નાખી.

'કબીર તો મેરા હીરો હૈ. મૈં બહુત પ્યાર કરતી હૂં ઉસે.' માયાએ આંખો લૂછી નાખતાં કહ્યું.

'વો તેરા હીરો હૈ, બહુત પ્યાર કરતી હૈ ઉસે, જો છૂટ ગયા ઉસકા ગમ ક્યા કરને કા... તો ફિર ઇતની ઉદાસ ક્યોં હૈ, મરિયમ. કુછ તો જરૂર હૈ.' હસીના ઊંડા વિચારમાં પડી ગઈ.

✣

'સૂનો, મુઝે લગતા હૈ મરિયમ શાદી કો લે કર ખુશ નહીં હૈ.' હસીનાએ રાતે ધીમા અવાજે શૌકતને કહ્યું.

'ક્યા? કુછ બતાયા ઉસને?' શૌકત ચોંકી ગયો.

'કુછ નહીં બોલી, વો હી તો તકલીફ હૈ. આપકો કબીરને કુછ કહા?'

'નહીં તો.' શૌકતે કહ્યું.

'ક્યા વો ખુશ હૈ?'

'હાં, બિલકુલ ખુશ નજર આતા હૈ.'

'નહીં જી, કુછ તો ગરબડ હૈ... પતા લગાના હોગા.' હસીના બોલી.

'ક્યા પતા લગાના હૈ?' એક તરફ શૌકતના દિમાગમાં કબીર અને મરિયમને પકડવાનો જનરલ અયુબનો આદેશ અને ચીફ ગોપીનાથ રાવની સૂચનાઓનું પાલન સહિતના વિચારો ઘૂમરાઈ રહ્યા હતા ત્યારે બીજી બાજુ હસીનાની વાત

એને મૂંઝવી રહી હતી.

'અગર મરિયમ શાદી સે ખુશ નહીં હૈ તો મૈં યહ શાદી નહીં હોને દૂંગી.' હસીનાએ સાફ શબ્દોમાં પોતાના વિચારો કહી દીધા.

'ઉસકે લિયે મૌલવી સાહબ હૈ ના? વો હી પૂછતે હૈં... કબૂલ હૈ... અગર કબૂલ નહીં હોગી તો શાદી નહીં હોગી... સીધી બાત હૈ.' શૌકતે કહ્યું.

'મૌલવી કે સામને અક્સર લડકી કુછ બોલ નહીં પાતી... બાદ મેં પછતાને સે અચ્છા હૈ શાદી હી ના હો...' હસીનાના શબ્દોમાં નારીવાદ રણક્યો.

'ઠીક, ઠીક હૈ... મૈં કબીર સે પૂછ લૂંગા. તુમ ફિકર ના કરો.' શૌકતે શોર્ટ કટ લીધો.

✣

'કુછ પેપર્સ તૈયાર કરના હૈ... આપકી મદદ ચાહિયે.'

ગોપીનાથ રાવના કહેવાથી દર્શન ત્યાગીએ પાકિસ્તાન લશ્કરની ઑફિસમાં એક માણસને ફોન પર કહ્યું.

'હો જાયેગા... લેકિન ઉસકો કિંમત દેની પડેગી.' અગાઉ કોમર્સ તેમ જ સાયન્ટિફિક ઍન્ડ ટેક્નોલૉજી રિસર્ચ ડિવિઝનમાં કામ કરી ચૂકેલો ત્યાગીનો માણસ બોલ્યો.

'મુંહ માંગી કિંમત મિલેગી ઉનકો.'

'કામ બોલો.' સામેથી અવાજ આવ્યો.

ત્યાગીએ કામ કહી દીધું... સામેથી દામ કહેવામાં આવ્યા.

✣

'અરે કાજી સા'બ, આઇયે આઇયે...' શૌકતે બારણું ખોલતાંવેંત મોટા અવાજે આવકાર આપ્યો. અંદરના રૂમમાં બેઠેલી હસીના અને માયાના કાન સરવા થઈ ગયા.

'કાજી સા'બ?' હસીનાને આશ્ચર્ય થયું. 'મૈં કહેતી થી ના... શૌકત બડે ભેદી ઇન્સાન હૈ... ઉનકો તો ખુફિયા એજન્સી મેં કામ કરના ચાહિયે થા.'

શૌકતની અસલિયતથી અજાણ હસીનાની વાત પર હસવું કે ગંભીર થઈ જવું એ માયાને સમજાયું નહીં.

'કાજી સા'બ આનેવાલે હૈં... ઉસકા પતા બીવી કો હી નહીં. માયા, દેખ લો શૌકત કી ભેદભરમ કી દુનિયા...' હસીના હસી પડી. માયા પણ હસી.

'ચલો, દેખતે હૈં... સારેં ગાંવ કી ફિકર મેં કાજી દૂબલે હૈ યા મોટે?' હસીનાએ માયાનો હાથ ખેંચ્યો.

'ઝમાના બદલ રહા હૈ કાજી સા'બ, બુરખા ઔર હિજાબ કા વક્ત પૂરા હો રહા હૈ…' શૌકતે બુરખો પહેર્યા વિના બહાર ટપકી પડેલી હસીના અને માયાને જોતાં કહ્યું.

'યહ દોનોં હમારે ખાસ દોસ્તો હૈ… શાદી કરના ચાહતે હૈ. મૉડર્ન લોગ હૈ… ફિર ભી હમારે કહેને સે કબૂલ હૈ, કબૂલ હૈ કરેંગે… લેકિન આખરી વક્ત કિસી કા મન બદલ ના જાયે, હમારી ઔર આપકી બેઇજ્જતી ના હો, ઇસલિયે આજ અભી ઇસી વક્ત હમ આપકે સામને કબૂલ કરવાના ચાહતે હૈં.' શૌકતે કબીર અને માયાને બતાવતાં કહ્યું.

હસીના અને માયા એકબીજાની સામે જોઈ રહી. શૌકત જે કામ કરે તે પાકું જ કરે એની હસીનાને ખબર હતી, પણ કબીર અને મરિયમના નિકાહ પહેલાં રિહર્સલ કરશે એનો અંદાજ નહોતો.

'તો આપ દોનોં કો શાદી મંજૂર હૈ?' કાજીએ ઉતાવળિયો સવાલ કર્યો. શૌકતે કબીર અને માયાની સામે જોયું. બંનેએ મુંડી હલાવીને હા કહી…

'અરે, ઐસે નહીં, કબૂલ હૈ બોલો,' કાજી બોલ્યો.

"કબૂલ હૈ"ની રસમ પૂરી થઈ કે તરત જ શૌકતે કહ્યું 'આપ દોનોં કાજી સા'બ કે લિયે ચાય-નાસ્તા કા બંદોબસ્ત કરો.' હકીકતમાં હસીના અને માયાને અંદર મોકલી દેવાની ચાલ હતી. બંને અંદર ગઈ એટલે શૌકત અને કબીર સોફા પર પહોળા થઈને બેઠા.

'કાસીમભાઈ, આપ આ ગયે અચ્છા હુઆ. હમ તૈયાર હૈ.' કહીને કબીરે ઊંધી હથેળી રાખીને હાથ લંબાવ્યો. એની પર શૌકતે એ જ રીતે હાથ મૂક્યો. એની પર કાસીમભાઈએ હાથ મૂક્યો. ત્રણેયના શરીરમાં ઊર્જાની ઝણઝણાટી પ્રસરી ગઈ.

✣

અચાનક સવારે શૌકતના ઘરમાં ફોનની ઘંટડી રણકી. શૌકતે ફોન લીધો. મહેશનો અવાજ સાંભળીને એને આશ્ચર્ય થયું. આની પાસે મારા ઘરનો નંબર કઈ રીતે આવ્યો?

'બોલ,' એણે ઝટ પૂછી લીધું.

'કબીર સાથે વાત કરવી છે.' શૌકતે કોનો ફોન છે એ કહ્યા વિના જ કબીરને ફોન પકડાવી દીધો.

'હેલ્લો…' કબીર બોલ્યો.

'મહેશ છું. અભિનંદન દોસ્ત. જે કામ મારે કરવું જોઈતું હતું એ તું કરવા

જઈ રહ્યો છે. હું એ માટે મારી જાતને હકદાર માનતો હતો. ખેર, આનું દુઃખ મને કાયમ રહેશે.' મહેશે આટલું કહીને ફોન કાપી નાખ્યો.

✣

'કાજી કે સામને તો તુમને કબૂલ હૈ કહે દિયા, લેકિન તૂ શાદી કે કપડે ક્યોં નહીં બનવાતી?' છેલ્લા બે-ત્રણ દિવસથી આ વાતે મૂંઝવણમાં મુકાયેલી હસીનાને સવાલ થયો.

'વક્ત બતાયેગા... કુછ બાતોં કો સમજને મેં વક્ત લગતા હૈ.' માયાએ કહ્યું.

'હમલોગ વક્ત કા સહારા લે કર બહુત કુછ છુપાતે હૈં... વક્ત કુછ નહીં બોલતા, હમ મુંહ ખોલતે હૈં વક્ત કી રૂખ કો દેખ કર.' હસીનાએ કહ્યું.

'હસીના, મૈં અપની કુછ બાત કો લેકર પરેશાન હૂં... મુઝે કુછ વક્ત દે દો. તુમ્હેં સબ બતાઉંગી.'

'ના જાને ક્યોં... તુમ દોનોં આયે હો તબસે ઘરકા માહોલ કુછ અજીબ સા હો ગયા હૈ. સબકુછ મેરે સામને હો રહા હૈ, લેકિન મુઝે પતા નહીં ચલતા... કોઈ રાઝ મેરે આસપાસ ઘૂમ રહા હૈ.' હસીના સાચી હતી, એના દિલમાં દબાઈને રહી ગયેલા અવાજમાં સચ્ચાઈ હતી. શૌકત નામનું ઊંડું રહસ્ય એની પાસ સતત ઘૂમરાતું રહેતું હતું અને એમાં કબીર અને માયાના પ્રવેશે એ રહસ્યને ઓર ઊંડું બનાવ્યું હતું.

'મૈં તુમસે સિર્ફ કુછ વક્ત માંગ રહી હૂં.' રહસ્યની શંકાની ઓથે અને અસમંજસમાં અટવાયેલી માયા માત્ર આટલું બોલી ત્યાં ફોનની ઘંટડી વાગી. હસીનાએ અકળાઈને ફોન ઉપાડ્યો.

'શૌકત મિયાં કો ફોન દિજિયે.'

'આપ કૌન જનાબ?'

'મૈં અબ્દુલ્લા દરજી બોલ રહા હૂં. દુલ્હે કે કપડે તૈયાર હો ગયે હૈં... ઉનકો બોલિયે આ કર લે જાયે.'

'અબ્દુલ્લાભાઈ, આપ આ કર દે જાઈએ... આપકે પાસ નાપ લેનેકા વક્ત નહીં... કમસેકમ કપડે દેને કે લિયે તો તકલીફ ઉઠાયે.' હસીનાનું દિમાગ હજી હટેલું હતું.

'જી, કોઈ બાત નહીં હમ ખુદ આયેંગે... દે કર જાયેગેં.' દરજી બોલ્યો.

'ઔર હાં, કપડે હમારે હાથ મેં હી દિજિયેગા ઓર કિસી કે નહીં.' હસીનાએ માયાની સામે જોઈને ફોન મૂકી દીધો. માયાને આ ન સમજાયું.

'અરે, યહ ક્યા બાત હુઈ. શાદી કે કપડે કોઈ ભી લે... ક્યા ફર્ક પડતા હૈ?'

'વક્ત બતાયેગા... કુછ બાતોં કો સમજને મેં વક્ત લગતા હૈ.' હસીનાએ થોડીવાર પહેલાં માયાના મોંમાંથી નીકળેલા શબ્દો દોહરાવ્યા.

56

'મુઝે લગતા હૈ, કબીર કોઈ ખેલ ખેલ રહા હૈ તુમ્હારે સાથ.' હસીનાએ કિચનમાં મરિયમને કહ્યું.

'તુમ્હેં ઐસા ક્યું લગ રહા હૈ?' મરિયમે પૂછ્યું.

'ક્યોં કી મેરી જાન, અભી તક શાદી કી તારીખ તય નહીં કરી હૈ. કબીર કે કપડે બન રહે હૈં... ઔર એક તુમ હો... ખુદ કી શાદી કી તૈયારી કરને સે મના કર રહી હો...'

'મૈં શાદીવાલે કપડોં મેં નિકાહ નહીં કરુંગી... કબીર કરે જો કરના હો ઉસે... ઔર હાં, કબીર પર મુઝે પૂરા ભરોસા હૈં.' મરિયમે કહ્યું.

'ભરોસા હૈ તો ઇતની બેરૂખી ક્યું હૈ શાદી કો લે કર?'

'ચિંતા હૈ... શાદી કે બાદ કી... ક્યા કરેંગે, કહાં રહેંગે? સોચતી હૂં તો થરથરા જાતી હૂં.' મરિયમે કહ્યું.

'તુમ યહ ફિકર છોડો... સબકુછ ઠીક ન હો જાયે તબતક આપ દોનોં યહીં રહના.' હસીનાએ ધીરજ બંધાવી, માયા બતાવી, પણ માયાના દિમાગમાં થઈ રહેલી ઊથલપાથલનો એને અંદાજ નહોતો.

❖

દર્શન ત્યાગીએ પોતાના માણસ પાસે કરેલી ગોઠવણ મુજબ કાસીમભાઈ અને શૌકતે પેપર્સ લીધા. કાસીમભાઈએ અન્ય એક જગ્યાએથી બીજી કેટલીક મહત્ત્વની ચીજો લઈ લીધી. કાસીમભાઈએ એની આદત મુજબ પાકિસ્તાની ચલણી નોટોની કોથળીનું મોઢું ખુલ્લું રાખ્યું હતું. એ કાયમ કહેતા કે, માણસ કામ નથી કરતો પૈસો કામ કરે છે. પૈસા વેરીને કાસીમભાઈ પોતાના દુશ્મન કે વેરી પાસે પણ પોતાનું ધાર્યું કામ કરાવી લેતા. એના ઇન્ટરનેશનલ કૉન્ટેક્ટનો સૌથી વધુ લાભ ગોપીનાથ રાવને મળતો, કારણ કે વરસો પહેલાં રાવ સિક્રેટ એજન્ટ તરીકે એક્ટિવ હતા ત્યારે પેરિસમાં તેમણે કાસીમભાઈનો જીવ બચાવ્યો હતો. કાસીમભાઈ રાવને કાયમ કહેતા, આપકે લિયે જાન હાજિર હૈ. શસ્ત્રોની સપ્લાય

હોય કે હવાલા હોય, બોગસ પાસપોર્ટ બનાવવાના હોય કે કોઈનું કાસળ કાઢી નાખવાનું હોય. કાસીમભાઈને અમુકતમુક દેશનાં દૂતાલયોમાંથી ફોન આવે અને કામ પતી જાય. છ દેશોના અલગઅલગ નામ સાથેના પાસપોર્ટ એના ગજવામાં લઈને ફરે અને શહેનશાહની જેમ મોં બતાવીને બોર્ડર ક્રૉસ કરી જાય, એનું નામ કાસીમભાઈ. એનો એક પગ નેપાળમાં હોય ને બીજો પગ બીજી સેકન્ડે ઇઝરાયલમાં હોય. એમના બે પગ જ્યાં થોભે ત્યાં કોઈ મોટો વહીવટ પતાવવાનો હોય એવું સમજી લેવાનું. આ વખતે પણ એને રાવનો સંદેશો મળ્યો કે તરત જ એ પાકિસ્તાન પહોંચી ગયા. કાસીમભાઈ તૈયાર થઈ ગયેલા પેપરો અને બીજો સામાન લઈને કબીર અને શૌકતને ફોટો સ્ટુડિયોના ડાર્કરૂમમાં મળ્યા. એણે કબીરને તમામ વસ્તુઓ સોંપીને સમજાવી દીધું.

'યહ લો જી, શાદી કે કપડોં કે સાથ કામ આનેવાલા સબ સામાન મૈંને તુમકો સોંપ દિયા.' કબીરે માથું ધુણાવ્યું.

'તુમ દોનોં કા નિકાહ કરવા કે મૈં નિકલ જાઉંગા. અબ તૈયારી શુરૂ કર દો...' કહીને એમણે રિવૉલ્વર કબીરના હાથમાં મૂકી.

'અબ ઇસ કી કોઈ જરૂરત નહીં હૈ.' કબીરે હાથ પાછો વાળતાં કહ્યું.

'રખ લો... શાદી ભી એક જંગ હૈ... કામ આયેગી,' કાસીમભાઈએ કહ્યું. કબીર ઝડપથી નીકળી ગયો. એની થોડીવાર રહીને શૌકત નીકળી ગયો.

✣

જનરલ અયુબે શૌકતને તાત્કાલિક બોલાવ્યો. મનમાં શંકાઓનું જાળું ગૂંથતો શૌકત જનરલ અયુબની કેબિનમાં પહોંચ્યો ત્યારે એક ઇન્સ્પેક્ટર બેઠો હતો.

શૌકતને મામલો ગંભીર લાગ્યો. સલામ વાલેકુમ બોલીને બેસવાનો ઑર્ડર મળે એની રાહ જોતો ઊભો રહ્યો.

'શૌકત બૈઠો.' જનરલ અયુબનો હુકમ છૂટ્યો. શૌકત બાજુમાં બેઠેલા ઇન્સ્પેક્ટરની સામે જોતાં જોતાં બેઠો.

'યહ ઇન્સ્પેક્ટર હબીબ શેખ હૈ... ડૉ. અહેસાન ઝકરિયા ઔર ઉનકી બીવી કી કત્લ કી તહકીતાત કર રહે હૈં.' શૌકતે હવે ધ્યાનથી ઇન્સ્પેક્ટરની સામે જોયું.

'કત્લ કી રાત... હોટલ સે એક લડકી કો બુરખે મેં બહાર નિકલતે હુએ રિસેપ્શનિસ્ટને દેખા થા... ઉસ બિચારીને સોચા કી વો ડૉ. ઝકરિયા કી બીવી હૈ... લેકિન બીવી કા તો હોટલ કી રૂમ મેં કત્લ હો ગયા થા... મતલબ કી બુરખે મેં બહાર નિકલી વો કોઈ ઓર થી... કૌન થી વો?' કહીને જનરલ અયુબે ઇન્સ્પેક્ટર પાસેથી એક પૅકેટ લઈને એને વિદાય કર્યો.

'શૌકત, પતા હૈ વો કૌન થી?' જનરલ અયુબે પૅકેટ ખોલીને બુરખો બહાર કાઢીને બતાવ્યો.

'યહ વહી બુરખા હૈ... જિસે પહેનકર વો લડકી બહાર નિકલને મેં કામિયાબ રહી થી... દરઅસલ યહ બુરખા મિસિસ ડૉ. ઝકરિયા કા હૈ... મર્ડર કરને સે પહેલે ઉસ લડકીને પહેન લિયા થા...' કોઈ ફિલ્મની પટકથા લાગતી આ વાર્તાનો અંત જાણવા શૌકત ઉત્સુક હતો.

'ઉસી રાત... દૂસરે એક ઇન્સ્પેક્ટરને રાસ્તે મેં એક કાર કો રોકી થી... ઉસ મેં બૈઠી હુઈ લડકીને યહી બુરખા પહેના થા. જો કી બાદ મેં એક નાલે મેં સે મિલા...' ચાલતાં ચાલતાં બોલી રહેલા જનરલ અયુબ ટેબલ પાસે અટકી ગયા ને બુરખો ઊંચો કરીને બતાવ્યો.

જનરલ અયુબના સસ્પેન્સ પરથી જલદી પરદો ઉઠાવવા શૌકત પૂછી બેઠો: 'કૌન થી વો?'

'ઉસ કાર કો ચલા રહે થે હમારે સિતારવાદક બરકતુલ્લાખાં સાહબ... બેગમ સાહેબા હમીદાબાનુ કે શૌહર... જો હમારે વજીર-એ-આઝમ કી બહુત હી ચહિતી હૈ...' જનરલ અયુબે સ્કેચ કાઢીને ટેબલ પર મૂક્યો. ફોટા પર અછડતી નજર ફેરવીને શૌકતનું દિમાગ સુન્ન મારી ગયું.

'યહ લડકી બેગમ સાહેબા કે ઘરમેં રહતી હૈ યા રહેતી થી. સુના હૈ લંડન સે આઇ હૈ...' જનરલનો દરેક શબ્દ બેગમ સાહેબા, ખાં સાહેબ અને માયા તરફ તીરની જેમ છૂટતો હતો, પણ ઘાયલ શૌકતને કરતો હતો.

'જનાબ, બેગમ સાહેબા તો જિન્હા ખાનદાન સે હૈ...' શૌકતે કહ્યું.

'હમ્મ્મ્મ્મ્...' જનરલ અયુબે શબ્દને લંબાવ્યો. 'યા બેગમ સાહેબા કી રગોં મેં જિન્હા ખાનદાન કા ખૂન દૌડ નહીં રહા, યા ફિર વો ગદ્દાર હૈ.' જનરલ અયુબે સિગાર સળગાવી.

'જનાબ, આપ હુકમ કરો.' શૌકતે જનરલ અયુબના મોંમાંથી નીકળતા ગોળગોળ ધુમાડા જેવા વિચારો જાણવા કહ્યું.

'બેગમ સાહેબા કે ઘર પર અભી હમલા કરના નામુમકિન હૈ. લડકી કા પતા કરો... હો સકતા હૈ, દૂસરા પિલ્લુ ભી વહીં હો. મોકા દેખ કર ઉઠા લો.'

✣

શૌકતના ઘરનો દરવાજો જોરથી ખખડ્યો. હસીનાએ આતી હૂં કહીને દરવાજો ખોલ્યો. સામે ઊભેલા અબ્દુલ્લા દરજીએ કપડાનું પૅકેટ એના હાથમાં મૂક્યું. 'મેરે પાસ મરને કી ભી ફુરસદ નહીં હૈ...' કહીને પવનવેગે નીકળી ગયો.

'કમાલ કા દરજી હૈ...' બોલીને હસીનાએ દરવાજો વાસી દીધો. કિચનમાંથી બહાર આવેલી માયાને જોઈને હસીનાએ કહ્યુંઃ 'લો દેખ લો... તુમ્હારે શૌહર કે મતલબ કે હોનેવાલે શૌહર કે કપડે આ ગયે હૈં.'

માયાએ કોઈ પ્રતિભાવ ન આપ્યો એટલે એણે જ પૅકેટ ખોલ્યું. અંદર નજર કરીને પોતાનું કપાળ કૂટ્યું... દરજી તેરી મત મારી ગઈ હૈ... યહ તૂ કિસકા કપડા દે ગયા... હસીનાએ કપડાં ફરી પેક કરી નાખ્યાં. માયા કપડાં જોયાં વિના જ કિચનમાં જતી રહી.

✣

થોડીવાર પછી શૌકત અને કબીર આવ્યા. ઘરમાં પગ મૂકતાંની સાથે ચિંતાના સૂરમાં શૌકતે પૂછ્યુંઃ 'અબ્દુલ્લા દરજી કપડે દે ગયા હૈ?'

'હાં... આયા થા... કબીર કી શાદી કે કપડે નહીં હૈ... કિસી ઓર કે હૈં.'

'તુમને દેખે કપડે?' ગભરાયેલા શૌકતે પૂછ્યું.

'હાં, ક્યું? ઇસલિયે તો કહ રહી હૂં.'

શૌકતના પેટમાં ફાળ પડી. એણે પૅકેટ ખોલીને જોયું ને બરાડી ઊઠ્યોઃ 'દરજી લોગ મેં અક્કલ નામ કી ચીઝ નહીં હોતી. ચલો કબીર, કપડાં બદલના હોગા.' કબીર તૈયાર જ હતો. બંને ઝડપથી નીકળી ગયા.

✣

ફોટો સ્ટુડિયોના ડાર્કરૂમમાં કાસીમભાઈની સામે શૌકત અને કબીર બેઠા હતા. શૌકતે પૅકેટ ખોલ્યું.

'લો દુલ્હેમિયાં, પહન લો. તૈયાર હો જાઓ નિકાહ કે લિયે.' કાસીમભાઈ બોલ્યા. કબીરે કપડાં પહેરવાનું શરૂ કર્યું. કબીર સંપૂર્ણ તૈયાર થઈ ગયો પછી કાસીમભાઈએ લાઇટ કરી. સામાન્ય રીતે કાયમ અંધારું ઓઢીને રહેતો ડાર્કરૂમ ઝળાંહળાં થઈ ગયો.

'શાદી કે કપડોં મેં ક્યા લગતે હો ભાઈ.' શૌકત બોલી ઊઠ્યો. કબીરે અરીસામાં જોયું પછી શૌકત અને કાસીમભાઈને ભેટી પડ્યો.

✣

રાતે લગભગ નવ લાગ્યે તબરોઝાના મિલિટરી મથકના ગેટ પર એક જીપ આવીને ઊભી રહી. ડ્રાઇવરે ઊતરીને ગેટ પરના મુખ્ય સિક્યોરિટી ઇન્ચાર્જને આઇકાર્ડ અને પેપરો બતાવ્યા. એણે ઝીણી નજરે તપાસીને જીપમાં બેઠેલા

ઑફિસરને ધારી ધારીને જોયા. સિક્યોરિટી ઇન્ચાર્જે એક ફોન લગાવીને કોઈને જાણ કરી... વાત કરતી વખતે ફરી ફરી એ ઑફિસરને જોઈ લેતો હતો.

'કૅપ્ટન અખ્તર હુસેન કી જગહ પર નયે સા'બ આયે હૈં... બ્રિગેડિયર સાકીબ મિર્ઝા... મિલિટરી ઇન્ટેલિજન્સ યુનિટ.' સિક્યોરિટી ઇન્ચાર્જે ફોન પર કોઈને કહ્યું. પછી પોતે ટટ્ટાર થઈ ગયો. કેબિનની બહાર આવીને ઑફિસરને સલામ ઝીંકી. જાતે જ મેઇન ગેટ ખોલી આપ્યો. ડ્રાઇવરે કૅપ્ટન અખ્તર હુસનના ક્વાર્ટર નજીક જીપ ઊભી રાખી. પાછળ બાઇક પર આવેલા સિક્યોરિટી ઇન્ચાર્જે ક્વાર્ટરનું તાળું ખોલી આપ્યું. ડ્રાઇવરે બેગ અંદર મૂકી.

'ચલતા હૂં જનાબ, અલ્લા હાફીઝ...' કહીને ડ્રાઇવરે જીપની ચાવી ઑફિસરને સોંપી.

ઇન્ચાર્જે સલામ કરીને કહ્યું: 'જનાબ, કિસી ભી ચીજ કી જરૂરત હો તો ફોન કર દિજિયેગા...' પછી ડ્રાઇવર તરફ નજર કરીને કહ્યું: 'આપ વાપિસ કૈસે જાઓગે.'

'પીછે હમારી દૂસરી ગાડી હૈ.'

'ચલો, મૈં આપકો ગેટ તક છોડ દેતા હૂં.' ઇન્ચાર્જે ડ્રાઇવરને ગેટ પર છોડ્યો અને બહાર ઊભેલી બીજી ગાડીમાં ડ્રાઇવર રવાના થઈ ગયો.

બ્રિગેડિયર મિર્ઝાએ નાનકડા કોટેજ જેવા ક્વાર્ટરના રૂમમાં નજર ફેરવી. સામે જડેલા અરીસામાં જોઈને બોલ્યો: 'કબીર, તું તો ઓરિજિનલ બ્રિગેડિયર સાકીબ મિર્ઝા કરતાં પણ વધુ જામે છે.'

'કાસીમભાઈ, ડ્રાઇવર બન કર આયે હો તો અબ ગાડી આપ હી ચલાઇયે.' શૌકત બોલ્યો. બંને હસ્યા. કાસીમભાઈએ સ્ટિયરિંગ પોતાના હાથમાં લઈ લીધું.

❖

હસીના અને મરિયમ કબીર અને શૌકતની રાહ જોતી બેઠી હતી.

'દરજી કે પાસ કપડે બદલને મેં ઇતના વક્ત થોડી લગતા હૈ? શૌકત તો શૌકત ઉસકા યાર ભી માશાલ્લાહ.' હસીના હસીને બોલી. મરિયમ ચૂપ રહી. અચાનક હસીના સોફા પરથી સટ્ટાક કરીને ઊભી થઈ ગઈ.

'મિલિટરી અફસર કે યુનિફૉર્મ કભી કોઈ દરજી સીતા હૈ ક્યા?' હસીનાના મનમાં શંકા સળવળી. એણે મરિયમની આંખોમાં જોયું. મરિયમની આંખોમાં આશ્ચર્ય ઊછળ્યું. એ જ વખતે દરવાજે ટકોરા પડ્યા.

કબીરને નહીં જોઈને હસીનાએ શૌકતને પૂછ્યું: 'કબીર કહાં હૈ?'

શૌકત ગમગીન ચહેરે બેઠો. હસીનાની સામે જોયું. માયાની સામે નજર મિલાવી ન શક્યો.

'કબીર કહાં હૈ?' શૌકતનો સવાલ ફરી આવ્યો.

'હસીના, કબીર મેરા દોસ્ત બદલ ગયા... કહેતા હૈ, મુઝે શાદી નહીં કરની... વો ચલા ગયા.' શૌકત નીચું જોઈ ગયો.

'મઝાક સમઝ રખા હૈ ઉસને શાદી કો... ઇસ લડકીને ઉસ પર ભરોસા કિયા...' કહીને હસીનાએ મરિયમની સામે જોયું, પણ એના ચહેરા પર કોઈ વેદના નહોતી. ગુસ્સો નહોતો. દુઃખ નહોતું. આંખમાં આંસુનું એકેય ટીપું નહોતું. સાંભળીને એ અંદર જતી રહી.

આ જોઈને હસીનાના મનમાં વિચારોનું એક વિકરાળ મોજું ધસી આવ્યું. લગ્નનું વચન આપીને દોસ્તના ઘરે લઈ આવનારો માણસ ફરી ગયો. દગો આપીને જતો રહ્યો એનું આ છોકરીને સહેજેય દુઃખ નથી. લગ્નની બાબતમાં આ છોકરી ગલ્લાંતલ્લાં કરતી રહી છે. છેલ્લે સુધી શાદીનાં કપડાં માટે તૈયાર થઈ નથી અને શૌકત અને કબીર? દરજી યુનિફૉર્મ આપી ગયો છે એવું જાણ્યા બાદ એમના શિયાંવિયાં થતા ચહેરા મેં જોયેલા. ઉતાવળે નીકળી જતાં મેં નિહાળેલા. શૌકત કાયમ રહસ્યમય રહ્યો છે. આજકાલ ફોન પર એની ગુસપૂસ વધી ગઈ છે. હસીનાના મનમાં સળવળતું શંકાનું સાપોલિયું અજગર બનવા લાગ્યું. શૌકતની અસલિયત શું છે? આ કબીર અને મરિયમ કોણ છે? જાસૂસ? હસીનાને પોતાના જ ઘરમાં એક ભયંકર રહસ્યમય જાળું ગૂંથાતું દેખાયું.

'શૌકત, ક્યા ચલ રહા હૈ ઇસ ઘર મેં?' હસીના શૌકતની સામે જઈને ઊભી રહી ગઈ.

'મૈં બતાતી હૂં...' બહાર ધસી આવેલી માયા હસીનાની સામે રિવૉલ્વર તાકીને ઊભી હતી. 'મૈંને કહા થા ન કિ વક્ત બતાયેગા. કુછ બાતોં કો સમજને મેં વક્ત લગતા હૈ.'

57

રાતે લગભગ બાર વાગ્યે તબરોઝાના મિલિટરી મથકમાં તમરાં બોલી રહ્યાં હતાં. સજ્જડ પહેરો ભરીને થાકેલા પાક સૈનિકો અને ચુનંદા કમાન્ડોની ચહલપહલ થોડી મંદ પડી ગઈ હતી ત્યારે બ્રિગેડિયર મિર્ઝાના ક્વાર્ટરમાં, પીળા પ્રકાશના અજવાળમાં કબીરનો ઝાંખો પડછાયો હરફર કરી રહ્યો હતો. કબીરે દબાયેલા પગલે રસોડામાં જઈને ખૂણામાં પડેલી કોઠી પરથી કોથળો હટાવ્યો. બટાટાના થરની

નીચે હાથ નાખીને રાહુલે જમા કરી રાખેલા હેન્ડગ્રેનેડ કાઢ્યા. પછી બેગમાંથી દારૂગોળાના બનાવેલા ટેટાનો પટ્ટો કમરે બાંધ્યો. કમરે બાંધેલા દારૂગોળાની નાનકડી સ્વીચ પેન્ટના ખિસ્સામાં સરકાવી. ઉપર ઓવરકોટ પહેરી લીધો. ઓવરકોટનાં તમામ ખિસ્સાંઓમાં એક પછી એક હેન્ડગ્રેનેડ મૂક્યા. હળવેથી દરવાજો ખોલીને બહાર આવ્યો. એની ચિત્તા જેવી નજરે આસપાસ નજર ઘુમાવી. દૂર કેટલાક સૈનિકો ચોકીપહેરો ભરી રહ્યા હતા. એની નજરથી બચીને એ ન્યૂક્લીઅર પ્લાન્ટ તરફ આગળ જવા લાગ્યો. અચાનક પહેરો ભરી રહેલા સૈનિકોમાંથી એકની નજર કબીર પર પડી. એણે કબીરને પડકાર્યો. કબીરે બિલકુલ ગભરાયા વિના ચિત્તાની ચાલે ચાલવાનું ચાલુ રાખ્યું.

'કૌન હૈ... રૂક જાઓ.' સૈનિકે કહ્યું. અવાજ સાંભળીને સાબદા થયેલા બીજા ચાર-પાંચ સૈનિકો એકઠા થઈ ગયા. ત્યાં સુધીમાં કબીર પ્લાન્ટ નજીક પહોંચી ગયો. 'મૈં બ્રિગેડિયર મિર્ઝા...' ત્રાડ પાડીને એણે ઓવરકોટના ખિસ્સામાંથી હેન્ડગ્રેનેડ કાઢીને એમની તરફ ફેંક્યો. સૈનિકોનાં ચીંથરાં ઊડી ગયાં. એક પ્રચંડ વિસ્ફોટ સાથે આખું તંત્ર હલી ગયું. હો-હા મચી ગઈ. સૌને ઍલર્ટ કરી દેવા સાયરન વાગ્યું. સિક્યોરિટીવાળાઓની વ્હીસલો વાગવા લાગી. ફફડી ઊઠેલાં પક્ષીઓ ઝાડ પરથી ઊડીને નાસવા લાગ્યાં. કમાન્ડો અને સૈનિકોના હાથની આંગળીઓ ગનની ટ્રીગર પર ગોઠવાઈ ગઈ. બધાએ અવાજ અને ધુમાડાની દિશામાં દોટ મૂકી. કબીરે પ્લાન્ટના દરવાજાની બહાર હેન્ડગ્રેનેડ ફેંક્યો. પ્લાન્ટની બહારથી ગોળીબાર કરી રહેલા સૈનિકો ઊછળીને દૂર ફેંકાઈ ગયા. હેન્ડગ્રેનેડથી બચવા પાછળથી લપાતા-છુપાતા આવી રહેલા પાક સૈનિકો અને કમાન્ડોનો અંધાધૂંધ ગોળીબાર ચાલુ હતો. કબીરે પાછળ ફરીને રિવૉલ્વરમાંથી ગોળીઓ છોડી. પછી હેન્ડગ્રેનેડ એમની પર ઝીંક્યો. કેટલીક ચીખ ધુમાડાને ચીરીને ઉપર ઊઠતી રહી. અંધારાને ઘેરી વળેલા ધુમાડામાં પાકિસ્તાની સૈનિકોને કઈ દિશામાં ગોળીબાર કરવો એ પણ સૂઝતું નહોતું. તેઓ માત્ર ધડાકાની દિશામાં ગોળીઓ છોડતા હતા.

ધડાકા અને ગોળીબારના અવાજથી ભયભીત બનેલા અણુવિજ્ઞાનીઓ પ્લાન્ટની બહાર ધસી આવ્યા. કબીરે એક બૉમ્બ એમની પર ફેંક્યો. ફુરચા ઊડી ગયેલા અણુવિજ્ઞાનીઓમાં ડૉ. યુસુફ અલી પણ હતો. કબીર ગોળીબારથી બચવા લોખંડના તોતિંગ દરવાજાની પાછળ છુપાઈ ગયો. પાક સૈનિકોની ગોળીઓ લોખંડના દરવાજાને અથડાઈને વિચિત્ર અવાજ કરતી રહી ને કબીરના હેન્ડગ્રેનેડ પાક સૈનિકોનો ખાત્મો બોલાવતા રહ્યા. થોડીવારમાં સન્નાટો છવાઈ ગયો. એણે બહાર ડોકું કાઢ્યું ને એક ગોળી એના કાનની બાજુમાંથી પસાર

થઈ ગઈ. એણે એક હેન્ડગ્રૅનેડ ફેંક્યો. ફરી શાંતિ છવાઈ ગઈ. અચાનક એણે પ્લાન્ટમાં પાછળના ભાગેથી કોઈના આવવાનો અવાજ આવ્યો. ઓચિંતી એક ગોળી છૂટી. એ દોડીને લોખંડના કબાટની પાછળ જતો રહ્યો. ધુમાડાને ચીરતા બે-ચાર સૈનિકો આગળના દરવાજામાંથી પ્રવેશ્યા અને પાછળ ઊભેલા બીજા બે-ચાર કમાન્ડો કબીરના શરીરની ચાળણી કરી નાખવા તૈયાર હતા. કબીર ઘેરાઈ ચૂક્યો હતો. એણે એક સળિયો લઈને અલગ દિશામાં ફેંક્યો. એનો અવાજ સાંભળીને સૈનિકોએ એ બાજુ ગોળીઓ વરસાવવાની શરૂઆત કરી કે તરત જ કબીરે હેન્ડગ્રૅનેડ ઝીંક્યો. દરમિયાન એ સરકીને મુખ્ય પ્લાન્ટની નજીક પહોંચી ગયો. સામે ધસી આવેલા કમાન્ડોને જોઈને કબીરે ઓવરકોટ કાઢીને ફગાવી દીધો અને દુશ્મનની ગોળી એને વીંધી નાખે તે પહેલાં એણે સ્વીચ દાબી. 'જય હિન્દ'નો જય ઘોષ ભડભડ બળતા ન્યૂક્લીઅર પ્લાન્ટમાં ગુંજી ઊઠ્યો. પ્લાન્ટમાં એક પ્રચંડ ધડાકો થયો. એ ગગનભેદી વિસ્ફોટ પછી પણ થોડીથોડી વારે નાનામોટા ધડાકા થતા રહ્યા. આકાશને આંબી જતા આગના લબકારા દૂર સુધી દેખાતા રહ્યા. તબરોઝા અને આસપાસનાં ગામો પર ધુમાડાનું ઘેરું ધુમ્મસ ફરી વળ્યું. દૂરથી ઍમ્બ્યુલન્સ અને ફાયર બ્રિગેડના બંબાઓનો અવાજ સંભળાવા લાગ્યો. આખોય ન્યૂક્લીઅર પ્લાન્ટ ભસ્મીભૂત થઈ ગયો. કબીરે શહીદી વહોરીને ન્યૂક્લીઅર બૉમ્બ બનાવવાના પાકિસ્તાનના સપનાને દફનાવી દીધું.

❖

ગોપીનાથ રાવની કેબિનમાં ફોનની ઘંટડી રણકી. એમણે ચીલઝડપ મારીને ફોન ઊંચક્યો. સામેથી અવાજ આવ્યોઃ 'સા'બ, શાદી મુબારક.'

કાસીમભાઈએ ફોન મૂક્યો અને ફોટો સ્ટુડિયોના અંધારિયા ડાર્કરૂમમાંથી બહાર આવીને રાતના અંધારામાં અલોપ થઈ ગયા. ચીફે થરમોસમાંથી કૉફી મગમાં રેડી. એક સિપ મારીને સિગારેટ સળગાવી. આરામથી બે-ચાર કશ મારીને ફોન જોડ્યો.

'રામ, શાદી મુબારક. મિશન શાદી સફળ થયું.'

'પણ, આપણે કબીરને ગુમાવ્યો.' ડિફેન્સ સેક્રેટરી રામ મોહનના ગળામાંથી ગળગળો અવાજ નીકળ્યો.

'રામ, મારી પાસે બીજો કોઈ માર્ગ નહોતો અને મેં એને બેવાર પૂછેલું હતું... મારો નિર્ણય એની પર થોપ્યો નહોતો.' સામેથી રામ મોહનનો ઊંડો નિઃસાસો સંભળાયો.

'રાવ, તું ક્યારેય કોઈના પર તારો નિર્ણય થોપતો નથી માત્ર પ્રેરણા આપે છે. અંતે તેં તારી જીદ પૂરી કરી.'

'ન્યૂક્લીઅર પ્લાન્ટની તબાહીની મારી જીદ પહેલેથી જ હતી, પણ વડા પ્રધાને ઇઝરાયલને ફ્યુઅલ આપવાનો ઇનકાર કરીને મારી જીદને ઈંધણ પૂરું પાડ્યું,' ગોપીનાથ રાવે કહ્યું.

'તું હંમેશાં બેક-અપ પ્લાન રાખે છે એની મને ક્યાં ખબર નથી. હવે પીએમની ખફગી વહોરી લેવા તૈયાર રહેજે.'

'રામ, મેં સસ્પેન્ડ થવાની તૈયારી રાખી છે.'

'હું છું ત્યાં સુધી એ શક્ય નથી, રાવ... શાદી મુબારક.'

ફોન મુકાઈ ગયો. રાવે સિગારેટ બુઝાવી. સ્વીચ ઑફ કરીને ઑફિસની આરામ-ખુરસી પર જ સૂઈ ગયા.

❖

'મેં બતાતી હૂં...' માયાના શબ્દો સાંભળીને અને રિવૉલ્વર જોઈને શૌકતના હોશકોશ ઊડી ગયા. માયા આ શું કરવા જઈ રહી છે? આટલો વખત હસીનાથી છુપાવી રાખેલું રહસ્ય માયા એક જ ઝાટકે ખોલી નાખશે તો ઘરમાં તોફાન આવી જશે... લગ્ન તૂટી જશે... વિશ્વાસ તૂટી જશે. હસીના એક પાકિસ્તાની છોકરી છે. એના લોહીમાં હિન્દુસ્તાન માટેની નફરતના રક્તકણો દોડતા જ હોય. આવા સંજોગામાં માયાનો રહસ્યસ્ફોટ પોતાને અને માયાને આજીવન કારાવાસમાં ધકેલી શકે છે. જનરલ અયુબ નહીં જીવવા દે, નહીં મરવા દે. એણે હસીનાને ગોળીએ દેવાનો વિચાર કર્યો. પછી જનરલ અયુબને કહી દેવાનું કે માયા નામની હિન્દુસ્તાની જાસૂસને ગોળીએ દીધી છે. શૌકતે એક જ સેકન્ડમાં વિચારી લીધું, પણ રિવૉલ્વર માયાના હાથમાં હતી. બધો આધાર એ શું કરે છે એની પર હતો. એના દિલના ધબકારા તેજ થઈ ગયા. એ માયાના હાથમાંથી રિવૉલ્વર આંચકી લેવાની ફિરાકમાં હતો. મરિયમનું આ રૂપ જોઈને હસીના સ્તબ્ધ હતી. શૌકતે પરિસ્થિતિ પામીને માયાને ચૂપ રહેવાનો ઇશારો કરીને રિવૉલ્વર પોતાને આપી દેવા કહ્યું, પણ માયાના મનમાં ઇસ પાર યા ઉસ પારના કોઈ અલગ જ તરંગો ઊઠ્યા હતા. માયા તાકેલી ગન સાથે હસીના સુધી ગઈ. એણે હસીનાના હાથમાં રિવૉલ્વર મૂકીને પોતે સામે ઊભી રહી ગઈ. એણે કચ્છના રણમાંથી શરૂ થયેલી મિશન શાદીથી લઈને શૌકત અલીની અસલિયત સુધીની તમામ વાત કરી.

'તુમ્હારી નજરોં મેં હમ ગુન્હેગાર હૈ... ચલાઓ ગોલી.' માયાએ રિવૉલ્વર

પોતાના કપાળે મુકાવી. હસીનાએ માયા અને શૌકત તરફ વારાફરતી જોયું. એ ક્ષણે એની આંખમાં નફરત હતી કે કરુણા એ કળવું મુશ્કેલ હતું. એ શૌકતની છાતી પર ઢળી પડી અને એણે રોકી રાખેલું ડૂસકું ફૂટ્યું. માયાએ એની પીઠ પર હૂંફાળો હાથ ફેરવ્યો. રૂમમાં હસીનાના હૈયેથી નીકળેલા અફાટ રુદન સિવાય બધું નિસ્તબ્ધ હતું. હસીનાએ માથું ઊંચું કરીને શૌકતની આંખોમાં જોતા કહ્યુંઃ 'મૈંને નિકાહ કે વક્ત કુબૂલ હૈ, કુબૂલ હૈ કહા થા ન... મતલબ મુઝે તુમ્હારી હર બાત કુબૂલ હૈ...'

❖

ન્યૂક્લીઅર પ્લાન્ટનો સફાયો બોલી ગયો હોવાના જનરલ અયુબને અડધી રાતે સમાચાર મળ્યા. એણે ફોન પછાડ્યો. ગુસ્સામાં ભભૂકતા જનરલ અયુબે બાજુમાંથી દારૂની બૉટલ ઉઠાવીને કાચ પર મારી... રિવૉલ્વરમાંથી ગોળી છોડીને ગદ્દાર, સૂવર કે બચ્ચે છોડુંગા નહીં તુમકો. એના બૂમબરાડાની વચ્ચે ક્યારથી વાગી રહેલી ફોનની ઘંટડી ચૂપ થઈ ગઈ. એણે બાથરૂમમાં જઈને ઉતાવળે મોઢું ધોયું ને યુનિફૉર્મ પહેરવાની શરૂઆત કરી. ફરી ફોનની રિંગ વાગી.

'હેલ્લો'... એ બરાડ્યો.

'જનાબ, મૈં બ્રિગેડિયર મિર્ઝા બોલ રહા હૂં. ઇતના બડા હાદસા હુઆ હૈ... હમેં તબરોઝા કે લિયે જલદી નિકલના ચાહિયે...'

'ક્યા? મતલબ તુમ તબરોઝા પહોંચે નહીં હો... તો કલ રાત પહોંચ ગયા વો કૌન થા?' ફોન પર બ્રિગેડિયેર મિર્ઝાના અવાજની જગ્યાએ એક અજંપાભર્યો સન્નાટો હતો. જનરલ અયુબ બે હાથ પોતાના લમણા પર મારવા માંડ્યો.

❖

કબીરના ફોટાની સામે ઊભાં રહેલાં સરોજાદેવીની આંખમાં આંસુની જગ્યાએ બીજા શહીદ પુત્ર કબીરની શહીદીનું ગૌરવ હતું. થોડીવાર પહેલાં આવીને અંજલિ આપી ચૂકેલા ગોપીનાથ રાવ અને આંચલ ચૂપ હતાં.

'મેં તમારી સિક્યોરિટી વધારી દીધી છે.' ગોપીનાથ રાવે મૌન તોડ્યું.

'નહીં રાવ સાહેબ, હવે મને એની જરૂર નથી.' સરોજાદેવી બોલ્યાં. રાવે આંચલની સામે જોઈને કહ્યુંઃ 'યુ બી કેરફુલ નાઉ.'

'સર, મારે કેરફુલ નહીં થોડી કેરલેસ થવું છે.'

'હું કાંઈ સમજ્યો નહીં.' રાવે કહ્યું.

'આન્ટી, તમે સરને કહોને...' આંચલની આંખમાં આજીજી હતી.

સરોજાદેવીએ રાવને કહ્યું, 'સર, આપણા ભારતમાં દેશકાજે મરી મીટનારાઓની કમી નથી. આ છોકરી તમારા યુનિટમાં કામ કરવા માગે છે. એની કાબેલિયત તમારે ચકાસવાની.' રાવ આંચલની સામે જોતા જ રહી ગયા.

'તારો બૉયફ્રેન્ડ મહેશ અત્યારે ક્યાં છે. તને ખબર છે?' રાવે પૂછ્યું.

'તમે મોકલ્યો છે ત્યાં હશે.' આંચલે કહ્યું. રાહુલ અને મહેશ પાછા આવી ગયા છે અને સારવાર હેઠળ છે. એની આંચલને જાણ છે કે નહીં એટલું રાવ જાણવા માગતા હતા.

'મારા યુનિટમાં લઉં, પણ એક શરતે.' રાવે કહ્યું.

'કહો સર.'

'તારે આ વાત મહેશથી આજીવન છુપાવવી પડશે અને તું એની સાથે લગ્ન નહીં કરે.'

'ઓકે સર.' જવાબ આપવામાં આંચલને એક સેકન્ડ પણ ન લાગી.

❖

ધૂંઆપૂંઆ થતો જનરલ અયુબ બીજા દિવસે બેગમ સાહેબાના ઘરના દાદરા ચડી ગયો.

'બેગમ સાહેબા, બ્લ્યુપ્રિન્ટ નામ કા ગુડ મેરી કોની પે ચીપકા કર આપ ચૂપ હો ગઈ હો... મુઝે માલૂમ હૈ કાફિરોં કો પનાહ આપને દે રખી હૈ. કહાં હૈ વો લડકી... ડૉ. ઝકરિયા ઔર ઉનકી બીવી કા કત્લ ઉસીને કિયા હૈ.' જનરલ અયુબ પરદા ઊંચા કરીને અંદર જોવા લાગ્યો. ખાં સાહેબ સિતારના તાર ટાઇટ કરી રહ્યા હતા. વચ્ચે વચ્ચે ક્યારેક તારનો સુરીલો તો ક્યારેક બેસૂરો અવાજ જનરલ અયુબને ખલેલ પહોંચાડતો હતો.

'જનરલ અયુબ, બૈઠકર બાતેં કરેં?' બેગમ સાહેબાનો દમદાર અવાજ ફરી વળ્યો.

'લડકી કહાં હૈ ઇતના બતાઓ બેગમ.' જનરલે રિવૉલ્વર ખેંચી લીધી. સિતારનો એક તાર તૂટ્યો. અચાનક વાગેલી ફોનની ઘંટડીનો અવાજ તારના અવાજથી વધુ બેસૂરો અને ભયાનક હતો.

'ફોન ઉઠાઓ.' જનરલ અયુબે ખાં સાહેબને ઑર્ડર આપતો હોય એમ કહ્યું.

ખાં સાહેબે સિતાર બાજુ પર મૂકીને ફોન પર હલ્લો કહ્યું. પછી વિચિત્ર નજરે જનરલની સામે જોયું.

'આપ કે લિયે હૈ.'

જનરલ અયુબે ફોન ઊંચકીને હેલ્લો કહ્યું ને વજીર-એ-આઝમે શબ્દોની

ઝડી વરસાવીઃ 'આપ જીસ કે ઘર પે હો વો જિન્હા ખાનદાન સે હૈ... વહાં સે નિકલો... અગર આપ કી ઔર હમારી જાન પ્યારી હો તો...' જનરલ અયુબે ફોન પછાડ્યો, 'ફિર મુલાકાત હોગી... ખુદા હાફીઝ...' કહીને નીકળી ગયો.

✣

છ મહિના પછી.

માયાએ દિલ ખોલીને કરેલી વાતથી શૌકતના ઘરમાં અચાનક ધસી આવેલું વાવાઝોડું શમી ગયું હતું. હસીના માટે માયા માત્ર સહેલી નહીં, પણ બહેનથી વિશેષ હતી. શૌકતનું સિક્રેટ હવે ઘરમાં ઓપન સિક્રેટ બની રહ્યું હતું. એક મોડી રાતે ફોનની રિંગ વાગી. શૌકતે ફોન લીધો.

'માયા કો ફોન દો.'

શૌકતે માયાને જગાડીને ફોન આપ્યો અને કુતૂહલભરી આંખે જોવા લાગ્યો.

'હેલો.' માયા બોલી.

'ચીફ બોલું છું. તબરોઝાનો ન્યૂક્લીઅર પ્લાન્ટ નાનો હતો. અસલી, મોટો અને મેઇન ન્યૂક્લીઅર પ્લાન્ટ અન્ય કોઈ અજાણ્યા સ્થળે છે... શોધી કાઢ.'

* * *